நான்

ஆர்.எஸ்.எஸ்

ஸ்வயம்சேவகன்

(ஓர் அம்பேத்கரியரின் பார்வையில் ஆர்.எஸ்.எஸ்)

நான் ஆர்.எஸ்.எஸ் ஸ்வயம்சேவகன்

(ஓர் அம்பேத்கரியரின் பார்வையில் ஆர்.எஸ்.எஸ்)

ம.வெங்கடேசன்

கிழக்கு

நான் ஆர்.எஸ்.எஸ் ஸ்வயம்சேவகன்

Naan R.S.S Swayamsevakan

Ma. Venkatesan ©

First Edition: February 2021

256 Pages

ISBN: 978-81-949321-3-0

Kizhakku - 1222

Kizhakku Pathippagam

177/103, First Floor, Ambal's Building, Lloyds Road,
Royapettah, Chennai - 600 014. Ph: +91-44-4200-9603
Email : support@nhm.in Website : www.nhm.in

kizhakkupathippagam kizhakku_nhm

Kizhakku Pathippagam is an imprint of New Horizon Media Private Limited

பட்டியல் சமூகத்தினரின் மேம்பாட்டுக்குப்
பாடுபட்ட மற்றும் பாடுபட்டுவரும்
இந்து ஞானிகள்
இந்து நிறுவனங்கள்
இந்துத்துவர்கள்
அனைவருக்கும்

உள்ளே......

1. நான் ஆர்எஸ்எஸ் ஸ்வயம்சேவகன் 09
2. ஆர்எஸ்எஸ்-ன் ஒரே குறிக்கோள் 27
3. சமுதாய ஒருங்கிணைப்பின் வழி பற்றி ஆர்எஸ்எஸ் 37
4. வர்ணங்கள் பற்றி ஆர்எஸ்எஸ் 67
5. சாதி - அதற்கான தீர்வு பற்றி ஆர்எஸ்எஸ் 76
6. தீண்டாமை பற்றி ஆர்எஸ்எஸ் 91
7. பட்டியல் சமூகத்தவர்கள் பற்றி ஆர்எஸ்எஸ் 122
8. பழங்குடியினர் பற்றி ஆர்எஸ்எஸ் 138
9. மனு ஸ்மிருதி பற்றி ஆர்எஸ்எஸ் 169
10. அனைத்து சாதியினரும் அர்ச்சகர் பற்றி ஆர்எஸ்எஸ் 176
11. கலப்புத் திருமணம் பற்றி ஆர்எஸ்எஸ் 188
12. இட ஒதுக்கீடு பற்றி ஆர்எஸ்எஸ் 191
13. டாக்டர் அம்பேத்கரைப் பற்றி ஆர்எஸ்எஸ் 198
14. களத்தில் ஆர்.எஸ்.எஸ். 240
15. இறுதியாக.... 251

- 1 -

நான் ஆர்எஸ்எஸ் ஸ்வயம்சேவகன்

நான் நான்காம் வகுப்புப் படித்துக் கொண்டிருந்தேன். அப்போது எனக்கு வயது 9. நாட்டுநடப்புப் பற்றியோ, எங்கள் பகுதி மக்களைத் தவிர வெளி மனிதர்களைப் பற்றியோ எனக்குத் தெரியாது. காரணம் என் பெற்றோர்தான்.

எங்கள் குடும்பத்தின் சொந்த ஊர் விழுப்புரத்தைச் சார்ந்த செம்மேடு கிராமம். அப்பா-அம்மாவுக்கு திருமணம் ஆகி சென்னைக்கு வந்துவிட்டார்கள். சென்னையில் திருவல்லிக்கேணிதான் குடியேறிய முதல் இடம். ஐஸ் அவுஸ் பகுதியில் உள்ள வெங்கட்ரங்கம் பிள்ளைத் தெரு - அனுமந்தபுரம் பகுதியில் வாடைகை வீட்டில் தங்கினார்கள். இரண்டு பேருக்குமே படிப்பு என்பது சுத்தமாக இல்லை. அப்பா இளநீர் வியாபாரம் செய்தார். இவர்கள் குக்கிராமத்தில் இருந்து வந்தவர்களானதால் பெரிதாக யாரிடமும் பழகுவதில்லை. தான் உண்டு; தன் வேலை உண்டு. அவ்வளவுதான். அப்படியே என்னையும் பழக்கினார்கள் என்று நினைக்கிறேன்.

அதனால்தான் என்னால் அந்த வயதில் உறவுக்காரர்கள் உள்பட எதைப் பற்றியும் அறிந்துகொள்ளும் மனப்பக்குவம் இல்லாமல் இருந்தது.

எங்கள் பகுதி அதாவது வெங்கட்ரங்கம் பிள்ளை தெரு மற்றும் அனுமந்தபுரம் குடிசைப்பகுதி. கூவம் ஓரத்தில் வெங்கட்ரங்கம் பிள்ளை தெரு; கிருஷ்ணாம்பேட்டை சுடுகாட்டு ஓரத்தில் அனுமந்தபுரம் அமைந்திருக்கிறது. கிட்டதட்ட 300லிருந்து 400

குடும்பங்கள் இருக்கும். முழுக்க முழுக்க பட்டியல் சமூகத்தைச் சார்ந்தவர்கள் குடியிருந்த பகுதி அது.

எங்கள் பகுதியின் நடுவில் முதலில் ஸ்ரீஆஞ்சநேயர் கோயில் இருந்தது. பிற்பாடு ஸ்ரீசீனிவாசப் பெருமாள் கோயில் உருவானது. ஸ்ரீஆஞ்சநேயர் சிலை கிட்டத்தட்ட 400 வருடங்களுக்குப் பழமையானது என்று சொல்கிறார்கள். புரட்டாசி மாதம் முழுவதும் வெகுவிமர்சையாக, கோயில் திருவிழா நடைபெறும். புரட்டாசி மாதத்தின் கடைசி வாரம் தேர்த்திருவிழா நடைபெறும். பகுதி மக்கள் அனைவரும் அதில் பக்தியுடன் கலந்துகொள்வார்கள். இன்றுவரை தொடர்ந்து நடைபெற்று வருகிறது. அதுபோல் ஆடிமாதமும் வெகுவிமர்சையாக கூழ்வார்த்தல் நடைபெறும். இந்த இரண்டு விழாக்களும் அப்பகுதியின் மக்களே தங்களுடைய பணத்தை நன்கொடையாக கொடுத்து நடத்திவருகிறார்கள்.

எங்கள் பகுதி மக்களுக்கு தலைவராக இருந்தவர் திரு.ஏகாம்பரம் ஐயா அவர்கள். மிகுந்த தைரியசாலி. புத்திக்கூர்மை. எந்தப் பிரச்னையையும் தீர்க்கக்கூடிய ஆளுமைமிக்க தலைவர் அவர். பட்டியல் சமூகத் தலைவர் மறைந்த திரு.எல்.இளையபெருமாள் அவர்களுடன் தொடர்பு வைத்துக்கொண்டு பட்டியல் சமூக மக்களின் பிரச்னைகளுக்காக போராடியவர். திரு.சக்திதாசன், வி.பி.முருகையன் போன்றவர்களுடன் இணைந்து அரசியல் தளத்தில் பணியாற்றிவர். அவருடன் இணைந்து பல பெரியவர்கள், இளைஞர்கள் இப்பகுதி மக்களுக்காகப் பணியாற்றி வந்தனர்.

தலைவர் திரு.ஏகாம்பரம் ஐயா அவர்களின் மேற்பார்வையில் பெரியோர்கள், இளைஞர்களுக்கு அப்பகுதியில் டாக்டர் அம்பேத்கர் இரவுப் பள்ளி நடந்து வந்தது. படித்த இளைஞர்கள் சிலர் மாணவர்களுக்கு இலவசமாக இரவுப் பள்ளியில் வகுப்பை நடத்தி வந்தனர்.

அச்சமயத்தில்தான் அனுமந்தபுரத்தில் சிலபேர் வந்து அங்குள்ள பெரியவர்களிடம் பேசினார்கள். தொடர்பு வைத்துக் கொண்டார்கள். வந்தவர்கள் யார் என்று அப்போது எனக்குத் தெரியாது. பல நாள்களுக்குப் பிறகுதான் வந்தவர்கள் ஆர்எஸ்எஸ்காரர்கள் என்று தெரிந்துகொண்டேன்.

ஆனால் தினமும் சிலபேரை திருவெட்டீஸ்வரன் கோயில் பின்புறம் அழைத்துச் செல்வார்கள். அங்கு ஒரு மைதானம் இருக்கிறது. அதில் 1மணி நேரம் ஒரு நிகழ்ச்சி நடைபெறும். சிலம்பம், பாட்டு, கபடி, கதை, காவிக் கொடி வணக்கம் என்று அந்த நிகழ்ச்சி குதூகலமாக

இருக்கும். அதற்குப் பெயர் ஷாகா. எங்கள் பகுதியில் அதில் கலந்து கொண்ட சிலபேரில் நானும் ஒருவன். அப்போது எனக்கு அந்தப் பெயர் புரியவும் இல்லை; நினைவிலும் இல்லை.

அந்தச் சிறிய வயதிலேயே எனக்கு கற்பிக்கப்பட்டிருந்த செய்தி மோசமான செய்திதான். நாம் தாழ்த்தப்பட்டவர்கள். நம்மை மற்ற சாதியினர் யாரும் தொடமாட்டார்கள். நெருங்கிப் பழக மாட்டார்கள். நம்மைத் தள்ளியே வைப்பார்கள். அவர்கள் வீட்டுக்குள் நம்மை அழைத்துச் செல்ல மாட்டார்கள். நம் வீட்டில் அவர்கள் சாப்பிட மாட்டார்கள். அதுபோலவே அவர்கள் வீட்டில் நம்மைச் சாப்பிட அனுமதிக்க மாட்டார்கள்.

இந்த எண்ணம் என் மனதில் ஆழமாகவே வேரூன்றி இருந்தது.

ஷாகா எனப்படும் தினசரி சந்திப்பு நிகழ்ச்சிக்கு நாள் தவறாமல் நான் சென்று வந்துகொண்டிருந்தேன். அப்போது எனக்குப் பரிச்சய மானவர் பிரகாஷ். மீசை பிரகாஷ் என்று அவரை அழைப்பார்கள். கம்பீரமான குரல். உடல் மற்றும் முகத்தோற்றம், அவருடைய மீசை பாரதியை நினைவுபடுத்தும். என்மீது மிகுந்த பாசம் கொண்டவர். என் மீது மட்டுமல்ல, என் நண்பர்கள் அனைவர்மீதும் பாசம் கொண்டவர். இன்றும் அனைவரின் தொடர்பிலும் இருப்பவர்.

அவர்தான் முதலில் எங்கள் பகுதியில் வந்து பெரியவர்களுடன் தொடர்பு வைத்துக் கொண்டவர். எல்லோருடனும் கலகலப்பாகப் பேசி பழகுவதில் வல்லவரான அவரை எனக்குப் பிடித்ததில் ஆச்சரிய மில்லை. சிறுவயதிலிருந்தே என்மீது தனி கவனம் செலுத்தியவர் அவர். அது ஏன் என்று இப்போதுவரை எனக்குத் தெரியாது.

வேறு சாதியினர் குறிப்பாக பிராமணர், நம்மை யாரும் தொட மாட்டார்கள் என்ற கருத்துதான் என்னுள் புகுத்தப்பட்டிருந்தது. ஆனால் ஷாகாவில் நான் பெற்ற அனுபவம் அதை மாற்றியமைத்தது. ஷாகாவில் கபடி விளையாடுவார்கள். இரண்டு பிரிவாக பிரிப்பார்கள். இரண்டு பிரிவிலும் எல்லா சாதியினரும் கலந்து இருப்பார்கள். ஒருவரை ஒருவர் தொட்டுதான் அதில் விளையாட முடியும். ஒருவரைப் பிடிக்கும்போது அனைவரும் கைகோர்த்துப் பிடிக்க வேண்டும். அப்போழுதெல்லாம் யாரும் என் கையை பிடிக்க மாட்டேன் என்றோ, தள்ளி நில் என்றோ சொன்னதில்லை. மாறாக வலுக்கட்டாயமாக என் கையைக் கோர்த்துப் பிடிப்பார்கள். சேர்ந்தே விளையாடுவோம். ஒருநாளும் வேற்றுமை எண்ணத்தை அவர்கள் என்னுள் தோற்றுவித்ததில்லை. ஷாகாவில் வேறு விளையாட்டுகளும் இருக்கும். அதிலும் சேர்ந்தே விளையாடுவோம்.

இதை உணர்ந்தபோது ஆர்எஸ்எஸ் அமைப்பில் சாதி, தீண்டாமை போன்றவற்றை அவர்கள் கனவில்கூட நினைப்பதில்லை என்பதைப் புரிந்துகொண்டேன்.

அதுபோலவே ரக்ஷாபந்தன் விழா வந்த து. அப்போது எங்கள் பகுதியில் ஆர்எஸ்எஸ் அமைப்பினர் வந்து அனைவருடைய வீட்டிற்கும் சென்று ராக்கி கட்டினர். நாங்களும் அவர்களுக்கு ராக்கி கட்டுவோம். நாம் எல்லோரும் சகோதர்கள் என்று சொல்லித்தான் இந்த ராக்கியை கட்டுவார்கள். இதெல்லாம் ஆர்எஸ்எஸ் மீது எனக்கு பற்றை ஏற்படுத்தியது.

நாங்கள் ஷாகா போன சில வருடங்களிலேயே ஆர்எஸ்எஸ் அமைப்பு வேறொன்றை ஏற்பாடு செய்தது. எங்கள் பலருடைய வாழ்க்கையை மாற்றிய ஏற்பாடு அது.

எங்கள் பகுதியில் அப்போது யாரும் 10ம் வகுப்புக்குமேல் படிப்பதற்கு ஆர்வமற்ற சூழ்நிலை இருந்து வந்தது. இதை அறிந்த ஆர்எஸ்எஸ் அமைப்பினர் பார்த்தசாரதி கோயில் அருகில் குடியிருந்துவந்த திரு.ஸ்ரீராஜ் என்பவரை அறிமுகப்படுத்தியது.

1993ம் வருடம் என்று என் நினைவு. அந்த வருடம்தான் அவர் எங்கள் பகுதியில் இரவுப் பள்ளியில் பாடம் நடத்துவதற்காக வந்தார். அவர் ஐயங்கார் வகுப்பைச் சார்ந்தவர். எங்கள் வாழ்க்கையில் ஒளியேற்றிய மகான் அவர்.

மாலை 5மணிக்குமேல் பார்த்தசாரதி கோயில் அருகில் இருந்த அவர் வீட்டிலிருந்து நடந்தே எங்கள் பகுதிக்கு வந்துவிடுவார். அரை கிலோமீட்டர் தூரம் இருக்கும். இரவு 9மணிவரை பாடம் நடத்துவார். மற்ற பாடங்களையும் நடத்தினாலும் ஆங்கிலம், கணிதம் இரண்டிலும் அவர் சமர்த்தர். அதனால் இந்த இரு பாடங்களிலும் மாணவர்களைத் தயார்படுத்தினார். அவரிடம் படிப்பதற்காகவே எங்கள் பகுதியைச் சுற்றிலும் உள்ள பகுதிகளான முனுசாமி நகர், ராஜாஜி நகர் போன்றவற்றிலும் மாணவர்கள் வருகை தந்தனர்.

அவர் வந்தவுடனேயே வகுப்புகள் ஆரம்பிக்கும். முதலில் ஆன்மிக சுலோகங்கள் மனப்பாடம் ஒரு பத்துநிமிடம் இருக்கும். அதில் திருப்பாவை, திருவெம்பாவை, திருப்பல்லாண்டு, அனுமன் சாலிசா, விநாயகர் அகவல், விஷ்ணு சகஸ்ரநாமம், லலிதா சகஸ்ரநாமம் போன்றவற்றை அவர் சொல்ல நாங்கள் திருப்பிச் சொல்வோம். நாளடைவில் அவையெல்லாம் எங்களுக்கு மனப்பாடமாகவே ஆகிவிட்டன. படிப்பில் மனப்பாடம் செய்வதற்கு இவை உபயோகமாக இருந்தன என்பதைப் பிற்பாடுதான்

புரிந்துகொண்டோம். பிறகு வகுப்பு ஆரம்பிக்கும். 9 மணிக்கு முடிந்தபின் எங்கள் பகுதி எல்லைவரை அவருடன் பேசிக்கொண்டு போய் விட்டுவிட்டுவருவோம். எங்கள் பகுதியில் உள்ள பல மாணவர்களின் இல்லங்களில் சென்று மாணவர்களின் படிப்பு பற்றிப் பேசுவார். கலந்துரையாடுவார். சாப்பிடுவார். அரசியல் பற்றிப் பேச மாட்டார்; ஆர்எஸ்எஸ் இயக்கம் பற்றிப் பேசமாட்டார். இதனால் எல்லோருடைய வீட்டிலும் அவர் நன்கு பரிச்சயம். அவர் மீது மரியாதை அதிகமானது.

நான் 6ம் வகுப்பு படிக்கும்போதே கட்டுரைப் போட்டிகளில் கலந்துகொள்ள ஆரம்பித்திருந்தேன். அதன் காரணமாக பல்வேறு புத்தகங்களைப் படிக்கலானேன். படிப்பு தவிர மற்ற புத்தகங்களைப் படிக்க எனக்கு அப்படித்தான் ஆர்வம் தோன்றியது. இடைவிடாமல் ஷாகா சென்று வந்து கொண்டிருந்தேன்.

சில வருடங்களிலேயே ஷாகா பற்றிய புரிதல் எனக்கு ஏற்பட்டது. அப்போது நான் 11ம் வகுப்பு படித்துக் கொண்டிருந்தேன். எனக்கு ஏற்கனவே சமுதாயத்தில் கற்பிக்கப்பட்ட செய்திகள் முழுவதும் உண்மையில்லையோ என்ற சந்தேகம் ஷாகா மற்றும் திரு.ஸ்ரீராஜ் மூலம் ஏற்பட்டது.

ஸ்ரீகுருஜி கூறுவார், 'ஷாகாவில் தினந்தோறும் வேளை தவறாமல் ஒழுங்கான முறைப்படி தரப்படுகின்ற பயிற்சி, இரண்டற இணையும் ஒருமையுணர்ச்சியையும், சேர்ந்து ஒன்றுபட்டு வேலை செய்யும் பண்பையும் வளர்க்கின்றது. தன்னிடமுள்ள சமுதாயத்துக்கு ஒவ்வாத குணங்களைத் துடைத்து நீக்கிக்கொள்ளவேண்டுமென்ற ஊக்கம் அந்தப் பயிற்சியின் மூலம் ஒருவனுக்குக் கிடைக்கின்றது. அவன் சமுதாயத்திலுள்ள மற்ற சகோதரர்களுடன் ஒருமையுணர்வுடன் பழகுகின்றான். பிற உள்ளங்களில் தோன்றும் பல்வேறு மனப்பான்மைகளுடன் தன்னைப் பொருத்திச்சரிப்படுத்தி அமைத்துக் கொள்கிறான். அதற்குத் தேவையான அக்கறை, ஊக்கம் அவனுக்குக் கிடைக்கின்றது.' இதை அப்போது படிக்காமலேயே அனுபவப் பூர்வமாகவே உணர்ந்தேன்.

எங்கள் வீடு கூவம் ஆற்றின் ஓரத்திலேயே இருந்தது. மண் சுவர் வீடுதான். மேலே ஓலை வேய்ந்திருக்கும். மொத்த வீட்டின் இடமே 100 சதுர அடிகூட இருக்காது. எங்கள் பகுதியில் பல வீடுகள் அப்படிதான் அப்போது இருந்தன.

வாரத்தில் ஒருநாளோ இரண்டு நாளோ ஆர்எஸ்எஸ் அமைப்பில் இருந்து இரண்டு மூன்று பேர் எங்கள் பகுதிக்கு வந்துவிடுவார்கள்.

'ஜி' என்றால் என்ன என்று தெரியாமலேயே அவர்களை நாங்கள் 'ஜி' என்றே அன்போடு அழைப்போம். அவர்கள் வரும்போதெல்லாம் யாராவது ஒருவர் வீட்டில் சாப்பிட்டுவிட்டுதான் போவார்கள். என்ன இருக்கிறதோ அதை மட்டுமே சாப்பிடுவோம், தனியாக ஓட்டலில் வாங்கி வரவேண்டாம் என்று சொல்லி, இருப்பதை சாப்பிட்டுவிட்டு செல்வார்கள். எங்கள் பகுதியில் பலபேருடைய வீட்டிலும் அவர்கள் உரிமையோடு சாப்பாடு போடச் சொல்லி சாப்பிட்ட நிகழ்வுகள் ஏராளம். சாதாரண கார்யகர்த்தாக்கள் மட்டும் இப்படி சாப்பிடுவார்கள் என்று எண்ண வேண்டாம். எனது வீட்டிலேயே திரு.கோவிந்தாஜி போன்ற மிகப் பெரிய பொறுப்பில் இருந்தவர்கள் வந்திருந்து சாப்பிட்டிருக்கிறார்கள். சில தடவை முன்கூட்டியே 'நாளை உங்கள் வீட்டுக்குச் சாப்பிட வருகிறேன்' என்று ஒரு பிரச்சாரக் சொல்லிவிடுவார். உயர்நிலைத் தொண்டர் யாராவது சாப்பிட வருகிறார்கள் என்றால் நிச்சயம் முன்கூட்டியே சொல்லிவிடுவார்கள். சொல்லாமலும் திடீர் என்று வந்து சாப்பிட்டுவிட்டு போகும் பிரச்சாரக்குகளும் உண்டு.

அதுபோலவே எங்கள் பல பேரையும் அவர்கள் வீட்டிற்கு அழைப்பார்கள். அவர்கள் வீட்டில் உள்ளவர்களோடு நாங்களும் சாப்பிடுவோம். சாப்பாட்டுக்கு முன் தட்டு அலம்புவதிலிருந்து சாப்பிட்டு முடித்து அலம்புவதுவரை எந்த வேறுபாட்டையும் நான் கண்டதில்லை. ஆர்எஸ்எஸ் அமைப்பினருடைய வீட்டில் சாப்பிடும் போதோ அல்லது அவர்கள் எங்கள் வீட்டில் சாப்பிடும்போதோ இரண்டு தரப்பினருக்குமே எந்த சிறு வேற்றுமை உணர்வும் எழுந்த தில்லை. அவர்களில் பிராமணர்கள் இருந்திருக்கிறார்கள்: பிராமணர் அல்லாதவர்கள் இருந்திருக்கிறார்கள்; ஆனாலும் வேற்றுமை நிகழ்வுகள் ஒன்றுகூட நிகழ்ந்ததில்லை.

திரு.ஸ்ரீராஜ் அவர்களும் பலருடைய வீட்டுக்குச் சென்று சாப்பிட்டிருக்கிறார். அவருடைய வீட்டுக்குச் சென்றும் நாங்கள் பல பேர் சாப்பிட்டிருக்கிறோம். அவருக்குக் குழந்தை இல்லை. ஆனால் எங்கள் எல்லோரையும் அவருடைய குழந்தையாகவே நினைத்தார்.

1993ல் எங்கள் பகுதிக்கு வந்து இரவு பள்ளியில் பாடம் நடத்திய திரு.ஸ்ரீராஜ் அவர்கள் 1997லிருந்து தன்னுடைய வீட்டிலேயே இரவுப் பள்ளியை துவக்கினார். எங்கள் பகுதியை சார்ந்த பலரும் பார்த்தசாரதி கோயில் அருகில் இருக்கும் அவருடைய வீட்டுக்குச் சென்று பாடம் படிக்க ஆரம்பித்தோம்.

அங்கும் மாட்டாங்குப்பம், அயோத்தியாகுப்பம், நடுக்குப்பம் போன்ற பகுதிகளிலிருந்து மீனவ சமுதாயத்தைச் சேர்ந்த மாணவர்கள்

அவர் வீட்டுக்கு வர ஆரம்பித்தனர். உடனடியாக திரு.ஸ்ரீராஜ் அவர்கள் பாடம் கற்பிக்க வேறுசிலரையும் ஆசிரியராக நியமித்தார். அவர்களும் இலவசமாகவே பாடம் நடத்தினார்கள். இதன் காரணமாக 10ம் வகுப்பு, 12ம் வகுப்பு தேர்ச்சி பெற்று கல்லூரி படிக்கும் மாணவர்களின் எண்ணிக்கை எங்கள் பகுதியிலும் அதிகமானது. எங்கள் பகுதியைப் பொறுத்தவரை இது ஒரு மிகப் பெரிய சாதனை.

நாங்கள் பல பேர் கல்லூரியில் சேர்ந்தபிறகு புத்தகம் வாங்குகிற அளவுக்கு பணம் இல்லை. இதனைக் கருத்தில் கொண்ட திரு.ஸ்ரீராஜ் மாணவர்கள் படிக்க புத்தக வங்கியை ஆரம்பித்தார். கல்லூரிக்குத் தேவையான புத்தகங்களை வாங்கி கொடுத்தார். அதோடு அல்லாமல் நன்னெறி போதிக்கும் புத்தகங்களையும் வாங்கி தன் வீட்டிலேயே நூலகம் அமைத்தார். மாணவர்களுக்கு பள்ளி சீருடைகளை வாங்கிக் கொடுத்தார்.

இதற்கிடையே நான் 10வது தேர்ச்சிபெற்றேன். 1994 என்று நினைக்கிறேன். விடுமுறை தினங்கள் கழிந்து கொண்டிருந்தன. அப்போது ஆழ்வார்பேட்டை, டிடிகே சாலையில் உள்ள பாஸ்டன் பள்ளியில் 5-நாள் முகாம் ஏற்பாடாகியிருந்தது. என்னைக் கலந்து கொள்ள சொன்னார் பிரகாஷ் ஜி. 'சரி' என்று சொல்லிவிட்டேன். 250 ரூபாய் கட்டணம் செலுத்தவேண்டும் என்றார். வீட்டில் நிலைமை சரியில்லை. என்னால் கட்ட முடியாது என்றேன். சரி. உன்னை வேலைக்கு அனுப்புகிறோம். வேலை செய்து வருகிற சம்பளத்தில் அந்தப் பணத்தை கட்டிவிடு என்றார். மயிலாப்பூரில் ஏதோ ஒரு கம்பெனியில் (இப்போது ஞாபகமில்லை) சேர்த்துவிட்டார். சரியாக ஒரு வாரம் என்று நினைக்கிறேன். வேலை செய்தேன். 250 ரூபாய் கொடுத்தார்கள். அதை அப்படியே முகாம் கட்டணமாகச் செலுத்தி விட்டு கலந்துகொண்டேன். இப்படித்தான் தியாக உணர்வோடும் அர்ப்பணிப்பு உணர்வோடும் சங்க கார்யகர்த்தர்களைத் தயார் செய்கிறது ஆர்எஸ்எஸ். இச்சம்பவம் எனக்கு மட்டும் நடந்தது அல்ல. நாடு முழுவதும் இப்படித்தான் தயார் செய்யப்படுகிறார்கள். இதைப் பற்றி ஸ்ரீகுருஜி கூறுகிறார் :-

> சங்கத்தின் பல்வேறு பயிற்சி முகாம்களிலும் சம்மேளனங்களிலும் பங்கெடுக்கின்ற ஸ்வயம் சேவகர்கள் எவ்வளவுதான் ஏழையாக இருந்தாலும் எல்லாச் செலவுகளையும் தம் கையிலிருந்தே செய்கின்றார்கள். அவர்கள் முகாம் கட்டணத்தைச் செலுத்து கின்றார்கள். தமது சீருடைகளை விலைக்கு வாங்கிக் கொள்கிறார்கள். போக்குவரத்துச் செலவுகளையும் தாமே

செய்கின்றார்கள். இவை ஒவ்வொன்றையும் தம் கையையே நம்பி, தியாக உணர்வினால் உந்தப்பட்டு சுயமாகவே செய்கின்றார்கள். (ஸ்ரீகுருஜி சிந்தனைக் களஞ்சியம், தொகுதி 11, பக்.503)

அதுவரை நான் தமிழ் மீடியத்திலேயே படித்து வந்தேன். ஆர்எஸ்எஸ் அமைப்பினர் இந்து மேல்நிலைப் பள்ளியில் ஆங்கில மீடியத்தில் சேர என்னை உற்சாகப்படுத்தினார்கள். அதன் காரணமாக ஆங்கில மீடியத்தில் சேர்ந்தேன். குடும்பச் சூழ்நிலை காரணமாக என்னால் படிப்பில் சரியாகக் கவனம் செலுத்த முடியவில்லை. ஆங்கிலத்திலும் புலமை பெற முடியவில்லை. ஆனாலும் 12ம் வகுப்பில் நல்ல மதிப்பெண் எடுத்துத் தேர்ச்சி பெற்றேன். நான் 12ம் வகுப்பு படிக்கும்போதே மாணவர் அமைப்பான அகில பாரதிய வித்யார்த்தி பரிஷத் அமைப்பில் சேர்ந்து பணியாற்றி வந்தேன். எனக்கு எழுதுவதில் விருப்பம் அதிகமாக இருந்ததால் அந்த அமைப்பினுடைய பத்திரிகையான 'மாணவர் சக்தி' இதழில் கட்டுரை எழுத ஆரம்பித்தேன். பத்திரிகையின் சென்னைப் பொறுப்பாளராகவும் செயல்பட்டு வந்தேன்.

அகில பாரதிய வித்யார்த்தி பரிஷத் அமைப்பிலும் சாதி, தீண்டாமை பற்றிய பேச்சே எழுந்ததில்லை. எல்லா மாணவர்களும் சகோதரத் துவத்துடன் பழகிவந்தனர். அப்போது எனக்கு அறிமுகமானவர் திரு.சடகோபன், சுரேந்திரன் ஜி உள்பட பலர். இவர்கள் முழுநேர ஊழியர்கள். இருவரும் சிறந்த அறிவாளிகள். அவர்களிடம் நான் கற்றுக்கொண்டது ஏராளம்.

1996 மே மாதம் விடுமுறை நாளில் ஆர்எஸ்எஸ் அமைப்பின் 20 நாள் முகாம் ராஜபாளையத்தில் ஏற்பாடானது. முகாம் கட்டணம் செலுத்திக் கலந்துகொண்டேன். 20-நாள் பயிற்சி பெற்றேன். அங்குதான் சிவகாசி திரு.இருளப்பன்ஜியைச் சந்தித்தேன். எப்போதுமே நேர்மறை எண்ணத்தோடு செயலாற்றுபவர். யாரையும் தன் பேச்சால் நண்பராக்கிவிடும் வல்லமை பெற்றவர். குழந்தை மனம். தொய்வில்லாமல் சங்கப் பணி செய்து வருபவர். இன்றுவரை என்னை ஊக்கப்படுத்திவருபவர்.

அந்த வருடத்தில்தான் ராஜபாளையத்தில் சாதி கலவரம் ஏற்பட்டது. சங்கத்தின் முகாமும் நடைபெற்றது. 20 நாளில் ஒருநாள் கலந்துகொண்ட அத்தனைபேருக்குமே அந்த ஊரில் இருந்தவர்களின் வீட்டில் ஒவ்வொருவருக்கும் சாப்பாடு ஏற்பாடாகியிருந்தது. எல்லோரும் சென்று ஒவ்வொரு வீட்டில் சாப்பிட்டோம். வீட்டில்

இருந்தவர்கள் யாரும் சாதியைக் கேட்கவில்லை. முகமலர்ச்சியுடன் உணவளித்தார்கள்.

பிற்பாடு அங்கு சமூக நல்லிணக்கத்துக்கான வேலையும் நடைபெற்றது. ஜாதி கலவரத்தால் பாதிக்கப்பட்ட இடங்களுக்கு உடனடியாக மடாதிபதிகள், ஆதீனங்கள் சென்று நல்லிணக்கத்தை ஏற்படுத்தினார்கள். இதற்கு ஏற்பாடு செய்தது ஆர்எஸ்எஸ் அமைப்பு. ஒவ்வொரு கிராமத்துக்கும் குழுவாக ஒரு மடாதிபதி தலைமையில் நாங்களும் சென்றோம். வெறும் அரசாங்கம் மட்டுமே கலவரத்தை நிறுத்தவில்லை. ஆர்எஸ்எஸ், அதன் பரிவார் அமைப்புகள் சேர்ந்து செய்த முயற்சிகள் சுமுகமான சூழ்நிலையை ஏற்படுத்தியதால் கலவரம் ஓய்ந்தது. அது ஒரு மறக்க முடியாத நிகழ்வு. சங்கம் சாதி நல்லிணக்கத்தை எப்படிச் செயல்படுத்துகிறது என்பதை அன்று கண்ணால் கண்டேன்.

மயிலாப்பூரில் உள்ள சுவாமி விவேகானந்தர் கல்லூரியிலும், பச்சையப்பன் கல்லூரியிலும் பி.காம் படிப்புக்கு விண்ணப்பித்தேன். கிடைக்கவில்லை. என்ன செய்வதென்று தெரியவில்லை. என் வழிகாட்டியான திரு.பிரகாஷ் ஜி அவர்களிடம் கேட்டேன். நேராக என்னை சுவாமி விவேகானந்தர் கல்லூரிக்கு அழைத்துச் சென்று காரணம் கேட்டார். அவர்கள் சொன்ன காரணம் சரியாக இருந்தது. ஆனாலும் ஏதாவது ஒரு படிப்பில் சேர்த்துவிடச் சொல்லிக் கேட்டார்.

அப்போது அங்கு தத்துவத் துறையின் பேராசிரியராக திரு.சம்பத் இருந்தார். பிராமணரான அவர் என்னிடம் ஒரு கேள்வி கேட்டார், 'நீ படித்து என்ன செய்யப் போகிறாய்?.'

'ஏதாவது ஒரு அரசாங்க வேலையில் சேர வேண்டும். அவ்வளவுதான்' என்று சொன்னேன்.

'அப்படியானால் வரலாறு, தத்துவம், தமிழ், வணிகவியல் போன்ற படிப்புகள் இருக்கின்றன. அவற்றைப் படித்தால்கூட அரசாங்க வேலை பெற முடியும்' என்றார்.

உடனே நான் யோசிக்கவில்லை. 'தத்துவத்துறையில் சேருகிறேன்' என்றேன்.

அன்றே என்னை கல்லூரியில் சேர்த்துவிட்டார்கள். என்னைவிட திரு. பிரகாஷ் ஜிக்கு சந்தோஷம்.

இப்போது நானும் திரு.ஸ்ரீராஜ் அவர்களுடைய இல்லத்தில் 6,7,8ம் வகுப்பு மாணவர்களுக்கு பாடம் சொல்லித்தரத் தயாரானேன். நானும்

ஆசிரியர் நிலைக்கு உயர்ந்தேன். என்னுடைய பாடத்தைப் படித்துக் கொண்டே இதைச் செய்தேன்.

திரு.ஸ்ரீராஜ் அவர்கள் யதிராஜ மடத்தைச் சார்ந்தவர். ஒருநாள் யதிராஜ மடத்தின் மடாதிபதி சுவாமி சம்பத் ஜீயர் வந்திருக்கிறார். அவரைப் போய் பார்ப்போம் என்று சொன்னார். கிட்டத்தட்ட 70 மாணவர் களுக்கு மேல் ஸ்ரீபார்த்தசாரதி கோவில் தெப்பக்குளத்துக்குப் பின்புறம் உள்ள யதிராஜ மடத்துக்குச் சென்றோம்.

சுவாமி சம்பத் ஜீயர் முன் எங்களை வரிசையாக உட்கார வைத்தார். நாங்கள் கற்றுக்கொண்ட ஆன்மிக சுலோகங்களைச் சொல்லச் சொன்னார். நாங்களும் மனப்பாடமாக எங்களுக்குள் இருந்த எல்லா சுலோகங்களையும் ஒப்புவித்தோம், அதுவும் ராகத்தோடு. அப்படித்தான் திரு.ஸ்ரீராஜ் எங்களுக்குச் சொல்லிக் கொடுத்திருந்தார். சுவாமி சம்பத் ஜீயருக்கு பரம சந்தோஷம்.

எல்லோருக்கும் அவர் கையாலேயே எங்கள் நெற்றியில் திருமண் இட்டார். பிரசாதம் வழங்கினார்கள். அப்போது சுவாமி சம்பத் ஜீயர் சொன்னார். உங்களில் யாருக்காவது வைஷ்ணவர் ஆகவேண்டும் என்று விருப்பமிருந்தால் சொல்லுங்கள். நான் உங்களை ஏற்றுக்கொள்கிறேன் என்று சொன்னார். ஆனாலும் ஒருவரும் அதற்கு பதில் சொல்லவில்லை. ஏனென்றால் வைஷ்ணவர் என்றால் யார், என்ன என்று எங்களில் பலபேருக்குத் தெரியாது. யாரும் பதில் சொல்லாததால் அத்துடன் சந்திப்பு முடிந்தது.

திரு.ஸ்ரீராஜ் அவருடைய வீட்டுக்கு வந்தபின்பு கேட்டேன்: 'வைஷ்ணவர் ஆக்குகிறேன் என்று சொல்கிறாரே அப்படி என்றால் என்ன ஜி' என்று கேட்டேன். அதற்கு அவர், உங்களுக்கு விருப்பமிருந்தால் அவர் உங்களை பிராமணர் சமுதாயத்தவராக ஆக்குகிறேன் என்கிறார். யாருக்காவது சம்மதமிருக்கிறதா? அப்படி சம்மதம் என்றால் சொல்லுங்கள். இரண்டு கையில் மேலே சங்கு சக்கரம் பொறிப்பார்கள். சில சடங்குகளைச் செய்வார்கள். அப்போதிலிருந்து நீங்களும் வைஷ்ணவர்கள் அதாவது பிராமணர்கள் என்றார். என்னால் இதை நம்பவே முடியவில்லை. ஆனாலும் சுவாமி சம்பத் ஜீயரே எங்கள் முன் சொல்லியிருக்கிறார். அது பொய்யில்லை. ஆனாலும் எங்களில் யாருக்கும் அந்த எண்ணம் இல்லை.

யாரும் பிராமணராகிவிட முடியாது என்று திராவிடர் கழக மேடைகளில் ஒலிப்பதைக் கேட்டிருக்கிறேன். ஆனால் இங்கோ அதை நடைமுறைப்படுத்த ஒரு மடாதிபதியே தயார் என்கிறார். ஆனால் நாங்கள்தான் அதை ஏற்றுக்கொள்ளவில்லை.

அப்படியென்றால் திராவிடர் கழகம் எவ்வளவு பொய் சொல்கிறது என்பதை என்னால் அன்று உணர முடிந்தது.

நான் கல்லூரியில் படித்துக்கொண்டே வேலை தேட ஆரம்பித்தேன். அப்போதுதான் ஆர்எஸ்எஸ் அமைப்பு 'மீடியா சென்டர்' என்ற ஒன்றைத் தொடங்கியது. அதில் நான் வேலைக்குச் சேர்ந்தேன். அதற்குப் பொறுப்பாளராக இருந்தவர் திரு.சீனிவாசன் ஜி. பழகுவதற்கு இனிமையானவர். பல்வேறு ஆலோசனைகளைக் கூறுவார். மீடியா சென்டரில் வேலை பார்த்துக்கொண்டே ஆர்எஸ்எஸ் இதழான விஜய பாரதத்திலும் கட்டுரை எழுதத் தொடங்கினேன். அதன் ஆசிரியரான சுந்தர.ஜோதிஜி அமைதியானவர். படிப்பதில் ஆர்வம் உள்ளவர். பத்திரிகையை நேர்த்தியாகவும் விஷயம் அதிகமானதாகவும் இருக்குமாறு பார்த்துக் கொள்வார். அங்குதான் பத்திரிகை கொண்டுவருவதில் உள்ள சிரமத்தையும் எப்படிப் பத்திரிகையில் பணிபுரிய வேண்டும் என்பதையும் தெரிந்துகொண்டேன். அப்போதுதான் திரு.சரவணன், செங்கோட்டை ஸ்ரீராம், எஸ்.ஆர்.செந்தில் குமார் நண்பர்கள் ஆனார்கள்.

இங்கு பணிபுரிந்தபோதுதான் பல்வேறு பரிவார் அமைப்புகளுடன் தொடர்பு ஏற்பட்டது. இந்து முன்னணி, விஸ்வ ஹிந்து பரிஷத், சமஸ்கிருத பாரதி, வித்யா பாரதி, போன்ற அமைப்புகளுடன் எனக்கு தொடர்பு ஏற்பட்டது. மாநில நிர்வாகிகளுடன் ஏற்பட்ட தொடர்பு என்னை மேலும் மேலும் பண்படுத்தியது. அவர்கள் ஒருபோதும் என்னுடன் வேற்றுமையுடன் பழகியதில்லை.

நான் தத்துவவியலில் முதுகலை பட்டம் பெற்றேன். அடுத்து வேலைக்குச் செல்லவேண்டும். ஆனால், எனக்கு வேறு வேலைக்குச் செல்வதில் நாட்டமில்லை. அப்போது விஸ்வ ஹிந்து பரிஷத்தின் 'ஹிந்து மித்திரன்' பத்திரிகைக்கு ஆட்கள் தேவைப்பட்டது என்று அறிந்து அதில் சேர்ந்தேன். அதில் துணை ஆசிரியராகப் பணியமர்த்தப் பட்டேன். அப்போது அதன் ஆசிரியர் பொறுப்பை ஏற்றவர் திரு.வீரபாகுஜி. அவர் களப்போராளி. வேலூர் ஜலகண்டேஸ்வரர் கோயிலில் மீண்டும் சிவலிங்கத்தை எழும்பச் செய்ததில் பெரும்பங்கு வகித்தவர். கட்டுரை எழுதுவதில் ஆர்வமுள்ளவர். அதுபோலவே சிறந்த பேச்சாளர்.

துணை ஆசிரியராக இருந்தாலும் கிட்டத்தட்ட நான்தான் ஆசிரியர். அவ்வளவு சுதந்திரம் கொடுத்திருந்தார்கள். இங்கு பணிபுரிந்தபோது பல்வேறு பரிவார் தலைவர்களுடன் தொடர்பு ஏற்பட்டது. இங்கும் சாதி சார்ந்த எவ்வித வேற்றுமை உணர்வையும் யாரிடமும் பார்க்க வில்லை.

ஏற்கனவே நான் இந்து முன்னணி தலைவர் திரு.ராம.கோபாலன்ஜி அவர்களுடன் அறிமுகம் ஆகியிருந்தது. ஆனால், அவ்வளவு நெருக்கம் இல்லை. ஹிந்து மித்திரன் பத்திரிகையில் பணிபுரிந்த போது அவரை அடிக்கடிச் சென்று சந்திப்பேன். அவருடைய கருத்துகளையும் ஹிந்து மித்திரனில் பிரசுரிப்பேன்.

ஹிந்து மித்திரனில்தான் முதன்முதலாக 'ஈவெராமசாமி நாயக்கரின் மறுபக்கம்' என்ற தொடரை எழுத ஆரம்பித்தேன். ஒவ்வொரு தொடர் வெளிவருகிறபோதும் படித்துவிட்டு திரு.ராமகோபாலன் ஜி என்னை அழைத்துப் பாராட்டுவார். விஸ்வ ஹிந்து பரிஷத்தின் தலைவராக இருந்த திரு.வேதாந்தம் இத்தொடரைப் படித்துவிட்டு கட்டுரைத் தொடரின் தலைப்பிலேயே புத்தகத்தை வெளியிடலாமே என்று ஆலோசனை சொன்னார். உடனடியாக நான் அப்போது என்னுடன் தொடர்பில் இருந்த உசிலம்பட்டியைச் சேர்ந்த திரு.முருகன்ஜியிடம் சொல்லி அவருடைய பாரதிய பார்வார்ட் பிளாக் கட்சி சார்பில் 2004 நவம்பர் மாதம் புத்தகத்தை வெளியிட்டேன்.

முதலில் மதுரையில் வெளியிட ஏற்பாடு செய்தோம். திமுக, திராவிடர் கழகத்தினர், கம்யூனிஸ்டுகளின் எச்சரிக்கையால் எங்களுக்கு இடம் கொடுப்பதாகச் சொல்லியிருந்த மண்டபத்து உரிமையாளர் கடைசி நேரத்தில் 'முடியாது' என்று சொல்லிவிட்டார். அதனால் திருப்பரங் குன்றம் மலை அடிவாரத்தில் இருந்த தேவர் மண்டபத்தில் இந்தப் புத்தகத்தை வெளியிட்டோம்.

2006ல் எனக்குத் திருமணம் நடைபெற்றது. அத்திருமண விழாவில் கலந்துகொண்டு 2 மணிநேரம் இருந்து என்னை வாழ்த்திவிட்டு சென்றார் திரு.ராமகோபாலன்ஜி. ஆர்எஸ்எஸ் அமைப்பைச் சேர்ந்த பல மூத்த அதிகாரிகள், விஸ்வ ஹிந்து பரிஷத் தலைவர் திரு.வேதாந்தம், திரு.ஆர்.பி.வி.எஸ்.மணியன், தினமலர் கோபால்ஜி எனப் பலர் வந்து வாழ்த்தினர்.

2006ல் நான் ஹிந்து மித்திரன் பத்திரிகையிலிருந்து வெளியேறி சொந்தமாக டிடிபி சென்டரை ஆரம்பித்தேன். இதற்குப் பெரும் உதவி புரிந்தவர் பெங்களூரைச் சேர்ந்த பிராமணரான திரு.ராமதுரை அவர்கள்தான். அப்போதுதான் செங்கோட்டை ஸ்ரீராம் மூலமாக எனக்கு கலைமகள் ஆசிரியர் கீழாம்பூர் சங்கரசுப்பிரமணியன் அவர்கள் அறிமுகமானார். என் வளர்ச்சியில் முக்கியப் பங்கு வகிப்பவர் அவர். நான் அவர் கொடுக்கும் செய்திகளை டிடிபி செய்து திருத்துவதற்காக அவர் வீட்டுக்கு வாடகை சைக்கிளில்தான் செல்வேன். சில தடவை பஸ்ஸில் செல்வேன். இதையெல்லாம் அவர் கவனித்திருக்கிறார்.

ஒருநாள் திடீரென்று அழைத்து, 'வீட்டுக்கு வாப்பா' என்று சொன்னார். 'வரும்போது பஸ்ஸில் வந்துவிடு' என்றார். எனக்குப் புரியவில்லை. அவர் சொன்னபடி பஸ்ஸில் சென்றேன்.

என்னை மயிலாப்பூரில் உள்ள, பெரிய சைக்கிள் விற்கும் கடைக்கு அழைத்துக் கொண்டுபோய் 'உனக்கு என்ன சைக்கிள் வேண்டுமோ அதை எடுத்துக் கொள்' என்றார். எனக்கு என்ன சொல்வதென்றே தெரியவில்லை. 'சார் என்னிடம் பணம் இல்லை' என்றேன். 'உன்னிடம் யார் பணம் கேட்டது; நான் உனக்கு வாங்கித் தருகிறேன்' என்றார். அவருடைய மனைவி நான் எப்போது அவர்கள் வீட்டுக்குச் சென்றாலும் உடனே காபியோ மோரோ கொடுத்துவிடுவார்கள். எப்போதுமே சிரித்த முகத்துடன் காட்சியளித்துக் கொண்டிருப்பவர் அவர்.

பிற்பாடு சொந்தமாக பிரிண்டிங் பிரஸ்ஸை ஆரம்பிக்க எண்ணினேன். வங்கியில் கடன் வாங்க மனு செய்தேன். அதற்கு உதவியவர் திரு.ராமதுரை. கடைசியில் வங்கியில் சில பிரச்னை வந்தது. அதைத் தீர்த்து வைத்தவர் கீழாம்பூர் சங்கர சுப்பிரமணியம்தான். ஒருவழியாக பிரிண்டிங் பிரஸ்ஸை ஆரம்பித்தேன். இந்த பிரிண்டிங் பிரஸ் தொடக்க நாளன்று திரு.ராமகோபாலன்ஜி, திரு.ராமதுரை, திரு.கீழாம்பூர் சங்கர சுப்பிரமணியன் ஆகியோர் வந்திருந்து வாழ்த்துகளைத் தெரிவித்தனர்.

இந்த நேரத்தில்தான் திரு.பக்தவத்சலம்ஜியைச் சந்தித்தேன். அப்போது அவர் ஆர்எஸ்எஸ் அமைப்பின் பிராந்த பிரச்சாரக். என் நலனில், வளர்ச்சியில் மிகுந்த அக்கறை கொண்டவர். விஷயங்களைக் கிரகித்து அதற்குண்டான தீர்வுகளைச் சொல்பவர். நான் அடிக்கடி ஆலோசனை கேட்கும் நபர்களில் முதன்மையானவர்.

நான் விஸ்வ ஹிந்து பரிஷத்தில் வேலை செய்திருந்தபோது திரு.இல.கணேசன்ஜியுடன் தொடர்பை ஏற்படுத்திக்கொண்டேன். என் மீது எப்போதுமே தனி அன்பைக் காட்டுபவர். அவர் 'தேசிய சங்கப் பலகை' என்ற அமைப்பைத் தொடங்கினார். தமிழில் புலமை பெற்றவர்களைக் கொண்ட அமைப்பு அது. அதில் என்னை அழைத்து பொறுப்புக் கொடுத்தார். 'திராவிட மாயை' திரு.சுப்பு அமைப்பாளர், இணை அமைப்பாளராக திருமதி.தமிழிசை சௌந்தர ராஜன், திரு.ந.சடகோபன், மற்றும் நான். இது அவர் எனக்குக் கொடுத்த மிகப் பெரிய அங்கீகாரம். அப்போது எனக்கு வயது 35க்குள்தான் இருக்கும். நான் சிறியவன் என்றுகூட பார்க்காமல் அவ்வளவு பெரிய பொறுப்பை எனக்கு அளித்தார்.

சிறுவயதில் அண்ணல் அம்பேத்கரைப் பற்றி அதிகம் படித்துத் தெரிந்துகொள்ளவேண்டும் என்ற ஆர்வம் எனக்கு ஏற்பட ஆர்.எஸ்.எஸூம் ஒரு முக்கிய காரணம். ஷாகாவில் பாடப்படும் ஏகாத்மதா ஸ்தோத்ரத்தில் பீம ராவ் என்று அண்ணல் அம்பேத்கரும் பெரும் தலைவர்களில் ஒருவராக மதித்து தினமும் போற்றப்படுவார். அண்ணல் தன் வாழ்வில் எப்படியெல்லாம் ஒடுக்கப்பட்டார்; அதையெல்லாம் மீறி அவர் எப்படி கல்வியில் சிறந்து விளங்கினார். வாழ்க்கையில் எப்படி படிப்படியாக முன்னேறினார். சிகை அலங்காரம் செய்யமாட்டோம், துணி துவைத்துத் தரமாட்டோம் என்று சொல்லப்பட்டு ஒதுக்கப்பட்ட சமூகத்தைச் சேர்ந்தவர் அந்த தேசத்தின் ஒட்டு மொத்த சமூகத்தினரின் நலனுக்காகவும் அரசியல் சாசனம் வகுத்துக் கொடுக்கும் அளவுக்கு உயர்ந்த மகத்தான வரலாறை ஷாகாவில் சொல்லக் கேட்டபோது எனக்குள் பெரும் உத்வேகம் உருவானது.

என் பள்ளிக் காலத்திலெல்லாம் அண்ணல் அம்பேத்கர் பற்றி அதிகம் தெரிந்திருக்கவில்லை. நேருவிய அரசுகளும் இடதுசாரிகளால் நிரம்பிய கல்வித்துறையும் அண்ணலை இருட்டடிப்பு செய்து வந்திருந்தனர். காந்தி, நேரு ஆகியோரின் அனைத்து எழுத்துகளும் முறையாகத் தொகுத்து வெளியிடப்பட்ட வெகு காலத்துக்குப் பின்னரும் அண்ணல் அம்பேத்கரின் எழுத்துகள் தொகுக்கப் பட்டிருக்கவே இல்லை. எங்கள் வட்டாரங்களில் இருந்தவர்கள் மூலமும் ஷாகாகள் மூலமும்தான் அண்ணலைப் பற்றித் தெரிந்து கொண்டேன். கல்லூரி செல்ல ஆரம்பித்ததும் கொஞ்சம் கொஞ்சமாக அண்ணலைப் பற்றி நூலகங்களில் இருந்து எடுத்துப் படிக்க ஆரம்பித்தேன்.

நான் இன்று ஓர் அம்பேத்கரியராக இருப்பதற்கு எனக்கு ஆர்.எஸ்.எஸில் கிடைத்த கல்வியும் அனுபவங்களும் பெரிதும் உதவியிருக்கின்றன. ஓர் அம்பேத்கரியர் எப்படி ஆர்.எஸ்.எஸூக்கு ஆதரவாக இருக்க முடியும் என்று ஒருவர் வியந்து கேட்டார்.

உங்கள் கேள்விதான் எனக்கு வியப்பைத் தருகிறது. ஒரு காங்கிரஸ் காரரைவிட, ஒரு இஸ்லாமியரைவிட, ஒரு கிறிஸ்தவரைவிட, ஒரு கம்யூனிஸ்டைவிட அம்பேத்கருக்கு நெருக்கமானவர் ஆர்.எஸ்.எஸ். காரரே என்று சொன்னேன். அவருக்குச் சொன்ன பதிலை இங்கு சற்று விரிவாகச் சொல்வது சரியாக இருக்கும் என்று நினைக்கிறேன்.

ஒரு அம்பேத்கரியவாதி என்றால் 1. இந்து மதத்தை எதிர்க்கவேண்டும் 2. பௌத்தத்தை ஏற்க வேண்டும். 3. ஜாதி ஒழிப்பை

முன்னெடுக்கவேண்டும். 4. கல்விக்கு முக்கியத்துவம் தரவேண்டும். அண்ணல் அம்பேத்கரின் அடிப்படைக் கோட்பாடுகளை ஒரு வசதி கருதி இப்படிச் சுருக்கமாகச் சொல்லலாம்.

கடைசி மூன்று விஷயங்களும் எனக்கு முழுவதுமாகப் பொருந்தும். பௌத்தம் எனக்கும் ஏற்புடைய மதமே. அதை இந்து மதத்தின் ஓர் அங்கமாகவே பார்க்கிறேன். மகா போதி சங்கமும் அதையே சொல்கிறது. அரசியல் சாசனத்தில் அண்ணல் அம்பேத்கர் பௌத்தத்தையும் இந்து மதத்தின் அங்கமாகவே சொல்கிறார்.

அண்ணல் அம்பேத்கர் இஸ்லாத்துக்கோ, கிறிஸ்தவத்துக்கோ மாறவே கூடாது என்று சொன்னார். அதை அப்படியே கடைப்பிடித்து வருகிறேன். இஸ்லாம், கிறிஸ்தவம், கம்யூனிஸம் ஆகியவை மீதான என் பார்வைகள் எல்லாம் அண்ணல் அம்பேத்கர் சொன்னதை அடியொற்றியவையே. ஆனால், அவர் பௌத்தத்துக்கு மாறவேண்டும் என்று சொன்னார். நான் இந்து மதத்திலேயே இருக்க விரும்புகிறேன்.

அண்ணலின் காலகட்டத்தில் ஜாதி வெறுப்பு அதிகமாக இருந்தது. எனது சிறு வயதில் என் அம்மாவின் ஊரில் இருக்கும் கிராம தெய்வ கோவிலுக்குச் சென்று வழிபட்டபோது இருந்த ஒடுக்குதல் இன்றும் எனக்கு நினைவிருக்கிறது. நடுகல் போல் திறந்த வெளியில் இருந்துகொண்டு அருள் பாலிக்கும் காளியம்மனுக்கு புடவை சாத்த அம்மாவுடன் செல்வேன். வேறு சாதியினர் தலைமையில்தான் பூஜைகள் நடக்கும். 10-20 அடி தள்ளி நிற்போம். அருகில் செல்ல அனுமதிக்கமாட்டார்கள். சாத்துவதற்குக் கொண்டு சென்ற புடவையை பூசாரி வந்து வாங்கிச் சென்று அவரே அம்மனுக்குச் சாத்துவார். இப்போது ஓரிரு மாதங்களுக்கு முன் அந்த அம்மனை வழிபடச் சென்றிருந்தேன். நேர்ச்சையாக எடுத்துச் சென்ற புடவையை நாங்களே கட்டினோம். காலம் மாறிவிட்டிருக்கிறது. இந்து மதத்தில் முன்பு இருந்த ஒடுக்குதல்களில் பல இப்போது இல்லை. எனவே பௌத்தத்துக்கு நான் மாற வேண்டிய அவசியம் இப்போது இல்லை என்றே தோன்றுகிறது. இப்போது அண்ணல் அம்பேத்கர் இருந்திருந்தால் நிச்சயம் பௌத்தத்துக்கு மாறியிருக்கவேமாட்டார் என்றே சொல்லலாம்.

ஜாதி ஒழிப்பு என்ற விஷயத்தை எடுத்துக்கொண்டால் ஆர்.எஸ்.எஸில் ஜாதி உணர்வு பார்க்கப்பட்டதே இல்லை. ஜாதி சமூகத்தின் உயிர் சம பந்தி மறுப்பு, அகமண முறை ஆகிய இரண்டில்தான் இருக்கிறது என்பதுதான் அண்ணலின் அழுத்தமான நம்பிக்கை. நம் தேசத்தில் ஒருவகையில் காந்திய இயக்கங்களுக்கும்

முன்பாகவே சம பந்தி விருந்துகளை நடத்தியது இந்துத்துவர்களே. வெறும் சம பந்தியோடு நின்றுவிடவும் இல்லை. சங்கம் சார்பில் எத்தனையோ கலப்புத் திருமணங்கள் முன்னெடுக்கப்பட்டிருக் கின்றன. நான் அவற்றில் பங்கெடுத்திருக்கிறேன். ஜாதி ஒழிப்புக்கு அண்ணல் முன்வைத்த முக்கியமான யோசனை கலப்புத் திருமணமே. மிகவும் பிரச்னையாக வரக்கூடிய ஆதிக்க ஜாதிப் பெண்ணை பட்டியல் ஜாதிப் பையன் திருமணம் செய்துகொள்ளும் நிகழ்வுகள் பலவற்றில் சங்கம் சார்பில் பங்கெடுத்திருக்கிறேன். நம் தேசத்தில் கலப்புத் திருமணம் அதிகம் செய்துகொண்டவர்களில் இந்துத்துவ சிந்தனைப் போக்கு உடையவர்களே அதிகம் இருப்பார்கள்.

கல்வியைப் பொறுத்தவரையில் நான் கல்லூரிவரை படித்ததோடு நில்லாமல் என் சுற்றுவட்டாரத்தில் இருந்த சிறுவர்களுக்கெல்லாம் கற்றுத் தரவும் ஆரம்பித்திருந்தேன். நான் சேர்ந்து இயங்கிய சங்கங்கள், கட்சி, இயக்கங்கள் இவையெல்லாம் பட்டியல் ஜாதியினரின் கல்வி சார்ந்து பல சேவைகளை முன்னெடுத்து வருகின்றன. நான் தனிப்பட்ட முறையில் பலருக்குக் கற்றுக் கொடுத்தும் கல்விக்கான கட்டணத் தொகைகள், சீருடைகள், புத்தகங்கள் என என் சொந்தக் காசில் வாங்கிக் கொடுத்தும் வருகிறேன்.

இந்து மதம் மீது அண்ணல் அம்பேத்கர் முன்வைத்த விமர்சனங்கள் எல்லாம் சீர்திருத்த நோக்கிலானவையே. வேத கால ஆன்மிகத்தை முன்னெடுத்து உருவ வழிபாட்டுச் சடங்குகளை மறுதலிக்கும் தயானந்த சரஸ்வதி போன்றோருமே கூட இந்துக் கடவுள்கள் மீது கடும் விமர்சனங்களை முன்வைத்திருக்கிறார்கள். அண்ணல் அம்பேத்கர் அவரும் அவருடைய ஜாதியினரும் அனுபவித்த ஒடுக்குதல்களின் அடிப்படையில் ஒரு தர்ம ஆவேசத்துடன் இந்து மதம் மீது விமர்சனங்களை வைத்திருக்கிறார். காந்தியடிகள் கூட ஒரு இடத்தில் சொல்லியிருப்பார்: டாக்டர் அம்பேத்கர் என் மண்டையை உடைத்தால்கூட நான் பொறுத்துக்கொள்வேன். இந்துக்கள் ஹரிஜன்களுக்கு அவ்வளவு கொடுமைகள் செய்திருக்கிறார்கள். ஒரு ஹரிஜனத் தலைவரின் கோபத்தை நான் முழுமையாகப் புரிந்துகொள் கிறேன். அவர்களுடைய வேதனையைப் பகிர்ந்துகொள்கிறேன் என்று சொல்லியிருப்பார். அந்தவகையில் அண்ணல் அம்பேத்கரின் இந்து மதம் மீதான விமர்சனங்களை நான் புரிந்துகொள்கிறேன். தன் வாழ்வின் கடைசி தருணம் வரை இந்து மதத்திலேயே அவர் நீடித்த காலகட்டத்தையே அவர் எனக்கு இந்த விஷயத்தில் விடுத்த செய்தியாக எடுத்துக்கொள்கிறேன்.

ஓர் அம்பேத்கரியவாதி தீவிர தேசியவாதியாக இருக்கவேண்டும். அவர் 1949-ல் இந்திய நாடாளுமன்றத்தில் ஆற்றிய உரையில்

சொன்னதன் சாராம்சம்: 'முகமது காசிமிடம் கையூட்டு பெற்றுக் கொண்டு அவனுக்கு உதவியது தொடங்கி சிப்பாய் கலவரத்தில் பங்குபெறாமல் பிரிட்டிஷாருக்கு ஆதரவாக சீக்கியர்கள் இருந்ததுவரை இங்குள்ளவர்கள் காட்டிக் கொடுத்ததால்தான் இந்தியா அடிமையானது. இப்போது நமக்கு சுதந்தரம் கிடைத்துவிட்டது. ஆனால், நாட்டின் நலனைவிட தத்தமது நலனிலேயே கட்சிகள் கவனம் செலுத்துகின்றன. இந்த நிலை நீடித்தால் நாம் மீண்டும் யாருக்கேனும் அடிமைப்பட நேரிடும். கடைசி சொட்டு ரத்தம் இருக்கும்வரை இந்திய தேசத்துக்காக பாடுபடுவேன் என்று நாம் உறுதி பூணவேண்டும்' என்று சொன்னார்.

இப்படியாக அண்ணல் முன்வைத்த மதிப்பீடுகளை அழுத்தமாகப் பின்பற்றும் நான் அந்தவகையில் ஓர் அம்பேத்கரியராகவே இருக்கிறேன். அதனால்தான் ஆர்.எஸ்.எஸ் ஸ்வயம்சேவகனாகவும் இருக்கிறேன்.

என் கல்லூரி நாட்களிலிருந்தே பாரதிய ஜனதா கட்சியில் உறுப்பினராக இருந்துவந்தேன். தேர்தலின்போது மட்டும் வேலை செய்வேன். அதுவரை நேரடி அரசியலில் ஈடுபட்டதில்லை. 2013-ல் திருமதி.வானதி சீனிவாசன் அவர்களைச் சந்தித்தேன். எனது அரசியல் வாழ்க்கையின் திருப்புமுனை அவரால்தான் ஏற்பட்டது. அப்போது அவர் மாநிலச் செயலாளர் பதவியில் இருந்தார். என்னை ஏற்கனவே அறிந்து வைத்திருந்தார்கள். அதனால் அப்போதைய எஸ்சி அணியின் தலைவராக இருந்த திரு.எல்.முருகன்ஜியிடம் சொல்லி மாநிலச் செயற்குழு உறுப்பினராக ஆக்கினார்கள். தொடர்ந்து என்னை அரசியலில் ஊக்கப்படுத்தி வந்தார்கள். அப்போதைய மாநிலத் தலைவராக இருந்த திரு.பொன்.ராதாகிருஷ்ணன் அவர்களிடம் அறிமுகப்படுத்தி வைத்தார் திருமதி வானதி சீனிவாசன். அரசியலில் பல வாய்ப்புகளையும் அவரால்தான் என்னால் பெற முடிந்தது.

திரு.பொன்.ராதாகிருஷ்ணன் அவர்களிடம் தொடர்பு ஏற்பட்ட பிறகு அவரும் எனக்கு அரசியலில் வழிகாட்டினார். என்மீது மிகுந்த பிரியம் வைத்திருப்பவர் அவர். இவர்கள் இரண்டு பேருமே நான் பெரிய தலைவராக வர வேண்டும் என்பதில் ஆசை உடையவர்கள். அதனால் பல்வேறு உதவிகளைச் செய்தார்கள். நான் பாஜக சார்பில் 2016ல் சட்டமன்றத் தேர்தலில் போட்டியிடுவதற்கும் எஸ்சி அணியின் மாநிலத் தலைவராகத் தேர்ந்தெடுக்கப்பட்டதற்கும் இவர்கள் முக்கியக் காரணம். இவர்கள் இல்லையேல் என்னால் அரசியலில் இவ்வளவு தூரம் வெற்றிகரமாகப் பயணித்திருக்க முடியாது. அதுபோலவே திரு.கேசவ விநாயகம் ஜி என்னை அரசியலில்

எப்போதும் ஊக்கப்படுத்தியவர். அரசியலில் அவரின் வழிகாட்டுதல் எனக்கு மிகப் பெரிய பலத்தைக் கொடுத்தது.

இதற்கு நடுவில் ஆர்எஸ்எஸ் அமைப்பைச் சார்ந்தவர்களுடன் எனக்குத் தொடர்பு ஏற்பட்டது. திரு.ஸ்தாணுமாலயன் ஜி, திரு.செந்தில்ஜி, திரு.பி.எம்.ரவிக்குமார்ஜி, திரு.பத்மகுமார்ஜி, திரு.வன்னியராஜன் ஜி, திரு.உ.சுந்தர்ஜி, திரு.ராம.ராஜசேகர்ஜி, திரு.பி.எம்.நாகராஜ் ஜி, திரு.தங்கராஜ் ஜி, திரு.ஆடலரசன் ஜி, திரு.கிருஷ்ணராஜ் ஜி, திரு.திருஞானம் ஜி, திரு.மகாதேவன் ஜி, உள்பட பலர் என்னிடம் இன்றுவரை அன்புடன் பழகி வருபவர்கள். இந்தப் பெயர்களில் விட்டுப்போனவர்கள் மிக அதிகம். இவர்களில் யாரும் என்னிடம் மட்டுமல்ல; வேறு யாரிடமும் வேற்றுமை உணர்வுடன் பழகியதில்லை. எல்லோரிடமும் சகோதர உணர்வுடனேயே பழகி வந்திருக்கின்றனர்.

இந்த உணர்வை அவர்கள் எங்கிருந்து பெற்றனர்? யார் கற்றுக் கொடுத்தது? சாதியைப் பற்றி பேசாமலேயே அதை ஒழிக்கும் வழியைக் கற்றுக் கொடுத்த அமைப்புதான் ஆர்எஸ்எஸ். ஒரு கோட்டை அழிக்க வேண்டுமென்றால் அதற்கு பக்கத்தில் பெரிய கோட்டை போடு. அந்தப் பெரிய கோடு எவ்வளவுக்கு எவ்வளவு பெரிய கோடாக ஆகிறதோ அப்போது ஏற்கனவே அழிக்கவேண்டிய கோடு காணாமல் போய்விடும். சாதியை, தீண்டாமை ஒழிக்க, அழிக்க அதைப் பற்றி பேசாமல் அதைவிடப் பெரிய கோடாக சகோதரத்துவத்தைச் செயலில் காண்பித்துக் கொண்டேயிருந்தால் தானாகவே சாதியும் தீண்டாமையும் ஒழிந்துவிடும். இந்தச் சூத்திரத்தைத்தான் ஆர்எஸ்எஸ் அமைப்பு கற்றுத் தருகிறது. அது எப்படிக் கற்றுத் தருகிறது; எந்தெந்த வழிகளில் உளவியல் ரீதியாக மனமாற்றத்தை ஏற்படுத்துகிறது என்பதை இனி பார்க்கலாம்.

•

- 2 -

ஆர்எஸ்எஸ்-ன் ஒரே குறிக்கோள்

1925 விஜயதசமி நன்னாளில் ஆர்எஸ்எஸ் அமைப்பு தோற்றுவிக்கப்பட்டது. 1925க்கு முன்பும் அதற்குப் பின்பும்கூட பல்வேறு அமைப்புகள் தோற்றுவிக்கப்பட்டிருக்கின்றன. அவை எல்லாவற்றுக்கும் ஏதோ ஒரு குறிக்கோள் இருக்கும். 1885-ல் ஆரம்பிக்கப்பட்ட காங்கிரஸ் அப்போதைக்கு சில உரிமைகளைப்பெற ஆரம்பிக்கப்பட்டது. இந்து மகா சாபை, முஸ்லீம் லீக் போன்றவைகூட அந்தந்த மக்களின் உரிமைகளைப் பெற ஆரம்பிக்கப்பட்ட அமைப்புகள்தான். ஆனால் இவற்றுக்கும் ஆர்எஸ்எஸ் அமைப்புக்கும் பெரிய வேறுபாடு இருக்கின்றது. சுதந்திரப் போராட்டக்காலங்களில் ஆரம்பிக்கப்பட்ட அமைப்புகளின் குறிக்கோள் சுதந்திரத்தை எப்படியாவது பெற்றுவிட வேண்டும் என்பதுதான். ஆனால் இதிலிருந்து வேறுவிதமாக சிந்தித்தார் ஆர்எஸ்எஸ் அமைப்பைத் தோற்றுவித்த திரு கேசவ பலிராம் டாக்டர் ஹெட்கேவார்.

ஒருகாலத்தில் உலகின் குருவாக விளங்கிய இந்த பாரத நாடு ஏன் அடிமைப்பட்டது? நாம் ஏன் அடிமையானோம்? நம்மிடம் உள்ள குறை என்ன? நாம் எதை மறந்ததால் அல்லது எதைக் கவனிக்காமல் விட்டதால் அடிமையானோம்? மக்களுக்கு நாம் எதைக் கற்பிக்காமல் இருந்துவிட்டோம்? சரி. போராடி சுதந்திரம் பெற்றுவிட்டுகிறோம். சுதந்திரம் பெற்ற பின்பு நாம் மீண்டும் அடிமையாகமாட்டோம் என்பது என்ன நிச்சயம்? இனிமேல் அடிமையாவதைத் தடுப்பது எப்படி? பாரதம் மீண்டும் உலகின் குருவாக வலம்வர என்ன செய்ய

வேண்டும்? அதற்கு நாம் செய்ய வேண்டிய வேலை என்ன? இந்தக் கேள்விகள் அவர் மனதைக் குடைந்துகொண்டே இருந்தன.

கடைசியாக இக்கேள்விக்கெல்லாம் ஒரே பதில்தான் உதித்தது. பாரத மக்கள் ஒற்றுமையாக இல்லாமல் இருக்கிறார்கள். மாநிலம், மொழி, ஜாதி, உட்பிரிவு போன்ற பிரிவினைகளால் அவர்களுடைய ஆற்றல்கள் மழுங்கிக் கிடக்கின்றன. இவற்றைப் பயன்படுத்தித்தான் அடிமையாக்கினார்கள். இவற்றைக்கொண்டுதான் தற்போதும் நம்மை அடக்கி ஆண்டு வருகிறார்கள். ஒற்றுமையைக் கொண்டு வராமல் இருப்போமானால் மீண்டும் இத்தேசமும், இம்மக்களும் அடிமையாவதை யாராலும் தடுக்க முடியாது. ஆகவே இம்மக்களை ஒற்றுமைப்படுத்துவது அவசியம். அதற்கு நாம் செய்ய வேண்டிய பணி ஒருங்கிணைப்புப் பணிதான். அதைத்தான் முதலில் செய்ய வேண்டும்.

இந்த நோக்கத்தோடு வேறு எந்த அமைப்பும் ஆரம்பிக்கப்பட வில்லை. ஆனால் இந்தக் குறிக்கோளோடு - எண்ணத்தோடுதான் ஆரம்பிக்கப்பட்டது ஆர்எஸ்எஸ் அமைப்பு. இதைப் பல்வேறு உரைகளில் டாக்டர் கேசவ பலிராம் ஹெட்கேவாரும் அவருக்குப் பின் வந்த தலைவர் ஸ்ரீகுருஜி கோல்வால்கர் அவர்களும் தெள்ளத்தெளிவாக விளக்கியுள்ளார்கள்.

இந்தக் குறிக்கோளுக்காகவே தம் வாழ்வையே அர்ப்பணித்துக் கொண்டவர்கள்தான் ஆர்எஸ்எஸ் அமைப்பினர். எந்த அளவுக்கு என்றால் தனக்கு வந்த சங்கராச்சாரியார் பதவியைக்கூட வேண்டாம் என்று மறுத்துவிடக்கூடிய அளவுக்கு இக்குறிக்கோளோடு ஒன்றிப் பணி செய்துவருகிறார்கள்.

ஸ்ரீசாரதா பீடம் ஜகத்குரு ஸ்ரீ சங்கராச்சார்ய மகாராஜ் அவர்கள் தனக்குப் பின் சங்கராச்சாரியாக வரும் வாரிசுகளின் பெயர்களைக் குறிப்பிடும்போது அப்போதைய ஆர்எஸ்எஸ் தலைவர் ஸ்ரீகுருஜி கோல்வால்கர் அவர்களின் பெயரையும் குறிப்பிட்டார்கள்.

அதைத் தன்னால் ஏற்றுக்கொள்ள முடியாது என்று அவருக்கு 1960 ஏப்ரல் 11ம் தேதி ஸ்ரீகுருஜி ஒரு கடிதம் மூலம் தெரிவித்தார்.

> இறை வடிவாகிய மிகுந்த வணக்கத்துக்குரிய ஸ்ரீ பாரதி கிருஷ்ண தீர்த்தர்களின் கடைசி விருப்பக் கடிதத்தில் வெளியிடப்பட்ட வாரிசுகளின் பெயர்களில் அடியேனது பெயரையும் கண்டேன்... அந்தப் பதவியில் அமரும் விருப்பம் ஒருபோதும் என் மனதில் இருந்ததில்லை. இப்போதும் இல்லை என்பதைப் பணிவுடன் தெரிவித்துக் கொள்வதற்காகத்தான் இக்கடிதத்தை எழுதுகிறேன்.

ஜகத்குரு பீடத்தை அலங்கரிப்பதற்குத் தேவையான கல்வியறிவு, வைராக்கியம், தவம் முதலிய குணங்கள் என்னிடம் இல்லை என்பதைக் காண்கிறேன். அத்தகைய குணங்கள் நிறைந்த ஒரு மகாத்மாதான், உலகோர் அனைவரின் வணக்கத்துக்குரிய அந்த ஜகத்குரு பீடத்தை அலங்கரிக்கத்தக்கவர். (ஸ்ரீகுருஜி சிந்தனைக் களஞ்சியம், தொகுதி 7, பக்.25)

புகழ்பெற்ற ஒரு மடத்தின் சங்கராச்சாரியார் ஸ்தானம் கிடைப்பது என்பது அவ்வளவு எளிதல்ல. ஆனால் அதையும் சமுதாயத்தின் ஒருங்கிணைப்புப் பணிக்காக வேண்டாம் என்று ஒதுக்கி சமுதாயத்தின் பணிகளில் தன்னை முழுமையாக அர்ப்பணித்துக் கொண்டார் ஸ்ரீகுருஜி. அவர் கூறுகிறார் :-

பிளவுபட்டுள்ள, பலவீனமாக உள்ள ஹிந்து சமுதாயத்தை ஒன்றிணைத்து ஹிந்துவை சக்தி வாய்ந்தவராக்க வேண்டும் என்பதே இலக்கு. இதனை இதற்கு முன் இவ்வளவு தெளிவாக வேறு எவரும் சொன்னதில்லை. சென்ற ஆயிரம் ஆண்டுகளின் வரலாற்றிலிருந்து நாம் கற்றது என்னவென்றால் ஹிந்து சமுதாயம் ஒற்றுமையின்றி இருப்பதால், தன்னுடைய சுகங்களையும் அமைதியையும் மனித ஆற்றலையும் பெரும் அளவில் இழந்திருக்கிறது. அந்நியரின் ஆட்சியின்கீழ் அவலப் பட்டிருக்கிறது. நம்முடைய உயர்ந்த தத்துவ ஞானத்தைக் கேட்க எவரும் முன் வரவில்லை. அடிமையிடம் தத்துவ மொழியை யார்தான் கேட்பார்? இதை உணர்ந்த நாம் ஒரு நடைமுறைத் திட்டத்தை முன்வைத்தோம். நம்முடைய ஹிந்து சமுதாயம் பிளவுபட்டு ஒற்றுமையின்றி இருக்கிறது.

மாநிலம், ஜாதி என்ற பல சண்டைகள் உள்ளன. அவற்றுடன் அப்பட்டமான சுயநலமும் சேர்ந்துகொண்டதன் விளைவாக பலவீனம் பிறந்து உள்ளது. சிதறிக்கிடக்கும் ஹிந்துவை வேறு பாடுகளுக்கு அப்பால் உயர்த்தி ஓரிழையில் கோர்க்கவேண்டும். அத்தகைய ஒருங்கிணைப்பின் அடிப்படை என்னவாக இருக்க முடியும்? எல்லோருக்கும் ஒரேவித தொப்பியையோ அல்லது சீருடையையோ அணிவித்துவிட்டால் ஒற்றுமை ஏற்பட்டு விடுமா? அல்லது எல்லோருக்கும் பொதுவான அடையாளம் கொடுத்துவிட்டாலோ, கட்டாயத்தின்பேரில் எல்லோரையும் ஒரே மொழியில் பேசவைத்துவிட்டாலோ ஏற்பட்டுவிடுமா? வெளியில் உள்ள ஒன்றின் அடிப்படையில் ஒங்கிணைப்பு ஏற்படாது. உள்ளுணர்வுரீதியாகத்தான் ஒற்றுமை ஏற்படுத்த முடியும்.

1925ல் சிலர் கூறினர். ஹிந்துக்கள் மத்தியில் உணவு, உடையில் எத்தனை வேறுபாடுகள்? உணவு, உடையை ஒன்றாக்கினால்தான் ஒற்றுமை ஏற்படுத்த முடியும் என்றனர். அடிமை வாழ்வினால் ஏற்பட்ட பலவீனத்தில் மற்றவரை உயர்வென மதித்துக் கண்மூடிப் பின்பற்றும் மனப்பான்மையின் விளைவே இக்கருத்து. முஸ்லீம் சமுதாயத்தைப் பாருங்கள். உணவு, உடையில் வேறுபாடுகள் எதுவும் இல்லாததால் அவர்களுக்குள் ஒற்றுமையும், சக்தியும் காணப்படுகின்றன என்றனர். ஆனால் என் மனதில் ஓர் எண்ணம் தோன்றும். புனித க்ஷேத்திரமான ஜகன்னாதபுரியில் உணவு, உடை வேறுபாடுகள் எதுவும் இல்லை அல்லவா? ஆனால் அங்கு ஒற்றுமை நிலவுகிறதா? அங்கு உயர்வும், ஒற்றுமை உணர்வும் காணப்படவில்லையே. காரணம் தெளிவு. புற விஷயங்களின் அடித்தளத்தில் ஒற்றுமையுணர்வு ஏற்படுத்த முடியாது. இமயம் முதல் குமரி வரை பரவியுள்ள தொன்மையான வாழ்க்கைக் கண்ணோட்டத்தை ஹிந்து பண்பாட்டினை அடித்தளமாக்கி, ஹிந்து சமுதாயத்தைப் பேதங்களற்ற ஒரு சமுதாயமாக ஓரிழையில் கோர்த்திட வேண்டும். இதுவே நம் செயல்திட்டம். (ஸ்ரீகுருஜி சிந்தனைக் களஞ்சியம், தொகுதி 2, பக்.82-83)

1958, செப்டம்பர் *5*ல் கேரளாவில் உள்ள அவதூத ஆசிரமத்தைச் சார்ந்த ஸ்ரீபிரேமானந்த பாரதி அவர்களுக்கு எழுதிய கடிதத்திலும் இதைத் தெள்ளத் தெளிவாகக் கூறியுள்ளார் ஸ்ரீகுருஜி.

ஹிந்துக்களின் மோசமான நிலைக்குக் காரணம் ஒற்றுமை மற்றும் ஒருங்கிணைப்பு இல்லாததே ஆகும். எனவே இந்தக் குறைகளைப் போக்குவதே அதற்கான தீர்வு. (ஸ்ரீகுருஜி சிந்தனைக் களஞ்சியம், தொகுதி 7, பக்.20)

பாரத மக்கள் ஒற்றுமையாக இல்லாமல் இதை இந்திய நாடு என்று சொல்வதை ஸ்ரீகுருஜி எள்ளி நகையாடுகிறார்.

இந்நாட்டில் வாழும் பல்வேறு ஜாதி, சம்பிரதாயங்களைப் பின்பற்றுபவர்கள் ஒன்றுக்கொன்று எதிரான இனங்கள் என்ற தமது கனவுகளை ஒருங்கிணைத்துக்கொண்டே நாம் இன்று அதனை 'இந்திய நாடு' (Indian Nation) என்ற பெயரை கந்தல் போன்று கொடுத்துள்ளோம். (ஸ்ரீகுருஜி சிந்தனைக் களஞ்சியம், தொகுதி 6, பக்.144)

ஒற்றுமையும் ஒருங்கிணைப்பும் இல்லாத எந்த வேலையும் பாரதத்தையும் அதன் மக்களையும் முன்னேற்றாது என்பதை ஸ்ரீகுருஜி கூறுகிறார் :-

வாழ்க்கையின் தூய்மையான கொள்கைகளைக் கடைப்பிடித்து தான் ஹிந்து சமுதாயத்தின் இந்த சுயமறதியைப்போக்க முடியும் என்று சங்கம் கூறுகிறது. சிலருக்கு அரசியல் மற்றும் பொருளாதாரச்செயல்கள் புரிய விருப்பம் ஏற்படுகிறது. அதிலே மகிழ்ச்சியும் ஏற்படுகிறது. ஆனால் நமது எண்ணமோ வேறு.

எல்லா ஜாதி மற்றும் மற்றப் பிரிவினரையும்கூட ஒன்றாக்கி ஒரே பிணைப்பில் கொண்டுவந்து பிரபலமான சுயமரியாதையும் நம் பரம்பரையின் மேல் பற்றும் அதற்கேற்ற வாழ்வு நடத்துவதில் விருப்பமும் வைத்திருக்கிற மனிதர்களையும் உண்டாக்குவதுதான் நமது குறிக்கோள். இந்தச் செயல் மனித சமுதாயத்தின் பெருமையை நிரந்தரமாக நிலை நிறுத்தும் செயலின் அஸ்திவாரம் ஆகும். இது நடப்பதாகத் தோன்றவில்லை. எனவே இந்த அடிப்படையான செயலை மறந்துவிட்டு நாம் வேறு எண்ணங்களைக் கொண்டு இங்குமங்கும் அலைந்து கொண்டிருக்கிறோம். ஆனால் மறுபடியும் நான் வணக்கத்துடன் எல்லோருக்கும் ஒன்று சொல்லிக் கொள்கிறேன். இப்படிப்பட்ட வேலை செய்யாமல் வேறு எந்தப் பொருளாதாரச் செயல்களும் பொருளற்றதாகிவிடும். அவற்றில் மகிழ்ச்சி ஏற்பட வழியே இல்லை. (ஸ்ரீகுருஜி சிந்தனைக் களஞ்சியம், தொகுதி 5, பக்.244)

1946, மே 12ல் புனே-யில் நடந்த இரண்டாவது பைட்டக் (அமர்வில்) ஸ்ரீகுருஜி இதையே வலியுறுத்துகிறார் :-

நாம் எந்தப் பிரச்னையையும் சங்கக் கண்ணோட்டத்துடன்தான் பார்க்க வேண்டும். சமுதாய சேவை என்ற நமது பாதை நிச்சயிக்கப்பட்டப் பாதை. நமது சேவா கார்யம் எது என்றால், ஹிந்து சமுதாயத்தை ஒளிமயமாக ஒருங்கிணைத்து வலிமை மிகுந்த பாரதத்தை உருவாக்குவதே. ஒரு பண்டிதர் தனது பகுதியில் வேதம், தர்மம் இவை பற்றிய கேள்விகளை பால ஸ்வயம் சேவகர்களிடம் கேட்டார். அந்த பாலர்களினால் சரியாக பதில் சொல்ல முடியவில்லை. அந்தப் பண்டிதர் என்னைச் சந்தித்தபோது, சங்கத்தில் விவரம் அறியாதவர்கள் உள்ளனர் என்று அங்கலாய்த்தார். ‘சங்கம் வித்வான்களின் அமைப்பு இல்லை. அப்படி இருக்கும் பட்சத்தில் நீங்கள்தான் சர்சங்கசாலக் என்ற பதவியை அலங்கரிப்பீர்கள். ஒருங்கிணைப்பு செய்வதை மட்டுமே நாங்கள் தெரிந்துவைத்துள்ளோம். மற்ற விஷயங்கள் எங்களுடையவை அல்ல. ஸ்வயம் சேவகர்களின் உள்ளத்தில் ஒளியேற்றி, அவர்களைக் கட்டுக்கோப்புடன் ஒருங்கிணைப்பதுதான் எங்களது வேலை. மற்றவர்களின் சமுதாயச் சேவைகளில் வேறு

விஷயங்கள் இருக்கலாம். நமக்கு அது பற்றி தொடர்பு எதுவும் இல்லை' என்று நான் கூறினேன். (ஸ்ரீகுருஜி சிந்தனைக் களஞ்சியம், தொகுதி 3, பக்.23)

சமுதாய ஒற்றுமையும் ஒருங்கிணைப்பும் இல்லையென்றால் பாரதம் என்னென்ன பாதிப்புகளை அடைந்தது என்பதையும் குருஜி விளக்குகிறார் :-

ஹிந்து சமுதாயத்தை ஒன்றிணைப்பதுதான் சங்கத்தின் வேலை. இன்று அரசியல் கட்சிகளாக, சிறு சிறு குழுக்களாக, வழிபாட்டு முறைகளாக, சாதிகளாக, நாட்டில் பிரிவினை ஏற்பட்டுள்ளது. மொழி மற்றும் மாநில அடிப்படையில் ஏற்பட்டுள்ள வேண்டாத வறட்டு கௌரவம் நாட்டைத் துண்டாட முனைந்துள்ளது. இவ்வாறு சின்னாபின்னமாகப் பிரிந்துள்ள சமுதாயம் உலகில் சுகமாக மகிழ்ச்சியுடன் எப்படி இருக்க முடியும்? இப்படிப் பிரிந்து, வெவ்வேறாக இருந்ததனால்தான் நாம் சிறு சிறு ஆக்கிர மிப்புகளையும்கூட எதிர்கொள்ள முடியவில்லை என்பதற்குக் கடந்தகால வரலாறு சாட்சியாக இருக்கிறது. நாம் நமது ஒருங்கிணைந்த தேசிய வாழ்க்கை பிளவுபட அனுமதிக்கக்கூடாது என்று சரித்திரம் நமக்குப் பாடம் புகட்டியுள்ளது. நமது சமுதாயத்தின் இந்தப் பிளவுபட்டதன்மையைத் தவறாகப் பயன்படுத்திக் கொள்ளப் பல சக்திகள் கண்ணி வைத்துக் காத்திருக்கின்றன என்பதைக் கவனத்தில் கொள்ள வேண்டும். அந்நிய ஆட்சியை இங்கு ஏற்படுத்த அவர்கள் திட்டமிட்டு வருகின்றனர். எனவே, நமது சுயத்தன்மையைப் பாதுகாத்துக் கொள்ள, நாம் நமது சமுதாயத்தை ஒருங்கிணைப்பதற்காக, கட்டுக்கோப்புள்ளதாக, இறுகப்பற்றியவாறு சக்தி பெற்றதாக ஆக்க வேண்டிய கட்டாயம் நமக்கு இயல்பாகவே அமைய வேண்டும். (ஸ்ரீகுருஜி சிந்தனைக் களஞ்சியம், தொகுதி 3, பக்.330-31)

ஒருங்கிணைப்புப் பணியை எப்படி செய்வது, எதன் மூலம் செய்வது என்பதை 1939ல் நடைபெற்ற சங்க சிக்ஷா வர்க-வில் ஸ்ரீகுருஜி விளக்குகிறார் :-

ராஷ்ட்ரீய ஸ்வயம் சேவக சங்கம் ஒருங்கிணைப்பு சக்தியை சேகரிப்பதில் நம்பிக்கை வைத்து வேலை செய்கின்றது. அகில உலகமும் சங்கத்துக்கு வந்து ஹிந்து சமுதாயத்தைப் புகழும் என்ற நம்பிக்கை நமக்குண்டு. ஏனெனில் இதன் காரணமாகத்தான் ஹிந்து தர்மம் மற்றும் ஹிந்து சமுதாயம் பாதுகாக்கப்பட்டுள்ளது. தினசரி ஷாகாவுக்கு செல்வதுதான் ஒருங்கிணைப்புக்குச் சிறந்த வழி.

> *நம்முடைய வேலை என்னவென்றால் மிக அதிகப்படியான எண்ணிக்கையில் ஹிந்துக்களை நாள்தோறும் ஷாகாவில் கொண்டுவந்து அவர்களுக்கு சங்கத்தின் ஒருங்கிணைப்பு உணர்வையளிப்போம். இதுதான் நம்முடைய சங்கத்தின் நிகழ்ச்சி. (ஸ்ரீகுருஜி சிந்தனைக் களஞ்சியம், தொகுதி 4, பக்.19-20)*

இதைத்தான் ஆர்எஸ்எஸ் அமைப்பின் முதல் தலைவர் டாக்டர் கேசவ பலிராம் ஹெட்கேவாரும் செய்தார் என்பதை 1964 செப்டம்பர் 6ம்தேதி மகாராஷ்டிரத்தின் முன்னாள் ப்ராந்த சங்கசாலக் மானனீய ஸ்ரீகா.வா.லிமயேஜியின் 70வது பிறந்தநாள்விழாவில் ஸ்ரீகுருஜி உணர்த்தினார் :-

> *எல்லா பூஜைமுறைகள், ஜாதி - உபஜாதி, சம்ப்ரதாயங்கள், வட்டார மொழி பேசுபவர்கள் 'தன்னுடையது' என்ற உணர்வினை மறந்து நாம் கங்கை ப்ரவாஹம் அல்ல என்று நினைக்கிறார்கள். நமக்குத் தனியான தனித்தன்மை இருக்கிறது என்பதையும் மறந்துவிட்டார்கள். இந்த எல்லா ப்ரவாஹங்களையும் ஒன்று சேர்த்து மறுபடியும் பிரபலமான தேச கங்கையை ஓடிடச் செய்ய பகீரத ப்ரயத்தனம் செய்த பெருமை டாக்டர் ஹெட்கேவார் அவர்களையேச் சாரும். (குருஜி சிந்தனைக் களஞ்சியம், பாகம் 1, பக்.177-78)*

அப்பேச்சிலேயே ஆர்எஸ்எஸ் அமைப்பின் குறிக்கோளையும் ஸ்ரீகுருஜி கோடிட்டுக்காட்டினார்.

> *நாம் ஹிந்து சமூகத்தை ஓரிழையில் கட்ட விரும்புகிறோம். காஷ்மீர் முதல் கன்னியாகுமரி வரை நகரங்களிலும் கிராமங்களிலும், காட்டிலும், மலைக் குகைகளிலும் வாழும் மொத்த ஹிந்து சமுதாயத்தையும் நட்பு என்ற கயிற்றில் கோர்க்க விரதம் மேற்கொண்டுள்ள ஒருவர் சமுதாயத்தில் யாருடனாவது கோபம் கொள்வாரா? சமூக சேவை ஒரு நல்ல தவம். அதிலும் சங்க காரியம் அதிக மகத்துவம் வாய்ந்தது. இந்தத் தவத்தைச் செய்ய முடிந்த ஒருவர் இயல்பான முறையில் மக்களெதிரில் ஒரு நிரூபிக்கப்பட்ட, தன்னலமற்ற, வழிகாட்டியாக அதாவது உண்மையான தலைவனாக நிற்க முடியும். காசிநாத் பந்த்ஜி அம்மாதிரியான தலைமைப் பதவியை அடைந்தார். (குருஜி சிந்தனைக் களஞ்சியம், பாகம் 1, பக்.181)*

சமுதாய ஒற்றுமையில், ஒருங்கிணைப்பில் ஆர்எஸ்எஸ் பணி என்ன என்பதை 1942ல் நடைபெற்ற சங்க சிக்ஷா வர்க-வில் ஸ்ரீகுருஜி கூறுகிறார் :-

வேறுபட்ட மாநிலம் மற்றும் வேறுபட்ட மொழி என்ற எண்ணத்தையும் பலஹீனத்தையும் அழித்து ஹிந்து சமுதாயத்தை ஒருங்கிணையச் செய்யவேண்டும். இன்றுவரை கூட இதே கருத்தையே பலரும் பேசி வருகிறார்கள். ஆனால் சங்கம் இந்த விஷயத்தைச் செய்து காண்பித்துள்ளது. வெளி வேறுபாட்டை அழித்து ஹிந்துக்கள் மனதில் ஒற்றுமை என்னும் அறிவை உண்டாக்கும் செயலில் சங்கம் வெற்றிக்கண்டு கொண்டிருக்கிறது. இந்தப் பயிற்சி முகாமில் பல்வேறுபட்ட மாநிலத்திலிருந்து வந்துள்ள சகோதரர்கள் மிகுந்த அன்புணர்வுடன் பழகுகின்றனர். இவ்விஷயத்திலிருந்து இந்த உண்மை வெளிப்படுகின்றது. வெளி வேறுபாட்டின் காரணமாக அவர்களின் மன ஒற்றுமை உணர்வில் எந்த விதத்திலும் குழப்பம் ஏற்படவில்லை. இந்த உண்மையான ஒற்றுமைதான் ஒருங்கிணைப்பு சக்தியின் சூத்திரம். ஆகையால் எந்தவித பயங்கரமான சூழ்நிலையிலும் சமுதாயத்தைக் காப்பாற்றுகின்ற ஒருங்கிணைப்பு சக்தி, சங்கத்தின் மூலமாக உருவாகிக் கொண்டிருக்கிறது என்று நம்மில் நம்பிக்கையுடன் கூற முடிகிறது. *(ஸ்ரீகுருஜி சிந்தனைக்களஞ்சியம், தொகுதி 4, பக்.29)*

சமுதாய ஒற்றுமையில், ஒருங்கிணைப்பில் ஆர்எஸ்எஸ் எப்படி செயல்படுகிறது என்பதை 1963ல் நடைபெற்ற சங்க சிக்ஷா வர்க-வில் ஸ்ரீகுருஜி கூறுகிறார் :-

சங்கப் பணியென்றால், மக்களை ஒன்று சேர்த்து, அவர்கள் எல்லோர் இதயத்திலும் ஒரே லட்சியம், ஒரே எண்ணம், வாழ்க்கையில் கட்டுப்பாடு இவை ஏற்பட முயற்சிகள் செய்தல். மனிதரை இணைக்க வேண்டுமென்றால் அவருடன் அறிமுகம் வேண்டும். அப்போதுதான் தோழன் என்ற வகையில் நம்முடன் சேர்க்க முடியும். நட்புறவு ஏற்படுத்துவதற்கு சில விசேஷ குணங்கள் அவசியம். அதாவது உள்ளத்தூய்மையுடன் அவர்களிடம் நம்மவர் என்ற உறவு கொண்டு செயற்கையாக இல்லாமல் நட்பு உணர்ச்சியுடன் அவர்களின் எல்லா இன்ப துன்பங்களிலும் பங்கேற்பதன் மூலமாகத்தான் அவரை நம்மவராக்கிக் கொள்ள முடியும். இந்த இயல்பு காலப்போக்கில் பழக்கத்தினால் ஏற்பட்டுவிடும். இதைக் கற்பிப்பதெற்கென்று புத்தகங்கள் ஒன்றும் கிடையாது. *(ஸ்ரீகுருஜி சிந்தனைக் களஞ்சியம், தொகுதி 4, பக்.258)*

ஆர்எஸ்எஸ் அமைப்பை சித்பவன் பிராமணர்கள் அமைப்பு என்று கூறியபோதும் ஆர்எஸ்எஸ் அமைப்பின் உளமார்ந்த சமுதாய

ஒருங்கிணைப்பின் பணியைக் கண்டுணர்ந்த மக்கள் அவ்வாதத்தை நிராகரித்தார்கள். ஸ்ரீகுருஜி கூறுகிறார் :-

> நம்முடைய பணியில் மட்டும் தாம் வேற்றுமை இல்லை. முழுமையான ஹிந்துஸ்தானத்தின் ஒவ்வொரு அணுவும் என்னுடையது. முழு ஹிந்து சமுதாயத்தின் ஒவ்வோர் ஹிந்துவும் என்னுடையவர் என்ற எண்ணம் உள்ளது. நமது பணியில் மட்டும்தான் இந்த அளவுக்கு ஒற்றுமை இருக்கிறது. இமயம் முதல் குமரி வரை நடைபெற்ற போராட்டத்தில் பல்வேறு பகுதிகளில் இருந்து வந்த ஸ்வயம்சேவகர்கள் ஈடுபாட்டுடன் காட்டிய தைரியமும் துணிவும் ஒற்றுமை உணர்வும் வேறு எங்குமே காண முடியாது. மாநிலவாதம் என்ற துர்நாற்றம் பெரிய பெரிய தலைவர்களிடம்கூடக் காணப்படும்போது, நம்முடைய சின்னஞ்சிறு ஸ்வயம்சேவகர்கூட அதில் சிக்கவில்லை. படித்தவர், படிக்காதவர், அதிகாரி, ஸ்வயம்சேவக் எல்லோர் மனதிலும் இந்த ஒருமை உணர்வே உள்ளது. இதற்கு மாறாக, வேற்றுமை உணர்வுகளை வளர்த்து, சங்கத்தைத் தொடர்புபடுத்தி கற்பனை கலந்த பயங்கரப் பிரசாரத்தினைச் செய்திருந்தும்கூட, நான் ராஜ்கோட் சென்றிருந்தபோது, அனைவரிடமிருந்தும் அசாதாரண அன்பையும் ஒருமை உணர்வினையும் உணர்ந்தேன். இந்த வேலை மராட்டியர்களுடையது, சித்பவன் பிராம்மணர் களுடையது என்று அவர்கள் விரும்பியபடி எல்லாம் பிரசாரம் செய்தும், நமது பணியின் ஒற்றுமை உணர்வினால் அவை எடுபடவில்லை.
>
> இவ்வாறு 24 ஆண்டுகளில் மொழி, மாநிலம், ஜாதி, உணர்வு போன்ற போலியான உணர்வுகளுக்கு அப்பாற்சென்று ஹிந்து சமுதாயம் ஹிந்து பண்பாடு, மற்றும் பாரத ராஷ்டிரம் பற்றிய பெருமித உணர்வை நாம் சிறிதளவுக்கு சமுதாயத்தின் எஞ்சியுள்ள பகுதிகளிலும் தாக்கத்தினை ஏற்படுத்தும் அளவுக்கு நம் இப்பணியைப் பெரிய அளவில் செய்ய வேண்டும். அப்போது தான் சங்கவேலை துவக்கப்பட்டபோது இருந்த பிரிந்து செல்லும் மனப்போக்கு நமது செயல்முறையின் பரவலால் மறைந்துவிடும். *(ஸ்ரீகுருஜி சிந்தனைக் களஞ்சியம், தொகுதி 2, பக்.88-89)*

சமுதாய ஒற்றுமைக்காகவும் ஒருங்கிணைப்புக்காகவும் ஆர்எஸ்எஸ் அமைப்பினர் எவ்வாறு வேலை செய்ய வேண்டும் என்பதை 5-4-1962ல் ஆயிரக்கணக்கான ஸ்வயம் சேவகர்கள், மற்றும் சகோதர சகோதரிகளின் முன்னிலையில் ஸ்ரீகுருஜி கூறினார் :-

சமுதாயத்தின் ஒவ்வொரு மனிதனும் எனது இதயத்திலிருந்து வேறுபட்டவனல்ல. எனது சரீரத்தின் ஒரு அம்சமாகும். நான் எவ்வாறு இந்தத் தாய்நாட்டின் மகனோ, அதுபோன்று அவனும் மகன்தான். இந்தத் தாய் மண்ணிலிருந்துதான் அவனது உடலும் உண்டானது. ஆயிரக்கணக்கான ஆண்டுகளாக இடைவிடாது செயல்பட்டுக் கொண்டிருக்கும் எந்த பண்பட்ட வம்சத்தில் எனது இதயம் உழல்கின்றதோ அதே பண்பட்ட வம்சத்தில்தான் அவனது இதயமும் உழல்கின்றது. நமது இன்ப துன்பங்களின் அனுபவங்களும் ஒத்தவையே. ஒரு சில மாறுபாடுகள் காணப்பட்டாலும் அதனால் ஒருமித்ததன்மைக்கு பாதிப்பு ஏற்படுவதென்பது சாத்தியமில்லை. இத்தகைய உண்மையான அறிவு ஒவ்வொரு தனிமனிதனுக்கும் ஏற்பட வேண்டும்'. இந்தப் பணிகளை நிறைவேற்றுவதற்கு வேண்டிய தூண்டுதல் பூஜனீய டாக்டர்ஜியின் வாழ்க்கையிலிருந்து நமக்குக் கிடைக்கிறது. *(குருஜி சிந்தனைக் களஞ்சியம், பாகம் 1, பக்.46)*

சமுதாய ஒற்றுமை, ஒருங்கிணைப்பு இன்றைய காலக்கட்டத்துக்கும் தேவைபடுகிறது என்பதை ஸ்ரீகுருஜி அடிக்கடி வலியுறுத்தி வந்துள்ளார்.

ஹிந்து ஒருங்கிணைப்பு, ஹிந்து ஒற்றுமை இதுவே சங்கத்தின் பணிக்கான காரணம். இதற்கு அவசியம் இன்றும் உள்ளது. *(ஸ்ரீகுருஜி சிந்தனைக் களஞ்சியம், தொகுதி 4, பக்.256)*

சமுதாய ஒற்றுமை மற்றும் ஒருங்கிணைப்புப் பணியை ஆர்எஸ்எஸ் பல்வேறு வழிமுறைகளில் செயல்படுத்தி வந்தாலும் முக்கியமான சிலவற்றைக் குறிப்பிட்டாக வேண்டும். ஷாகா, கபடி, ரக்ஷா பந்தன் விழா, வீட்டுத் தொடர்பு. சங்க சிக்ஷா வர்க, விநாயகர் சதுர்த்தி திருவிழா போன்ற வழிமுறைகளில் ஒருங்கிணைப்பைச் செயல்படுத்தி வருகிறது. அதுமட்டுமல்ல பரிவார் அமைப்புகள் மூலமும் இதைச் செயல்படுத்திவருகிறது.

•

- 3 -

சமுதாய ஒருங்கிணைப்பின் வழி பற்றி ஆர்எஸ்எஸ்

சமுதாயப் பிரிவினையை ஆர்எஸ்எஸ் எப்போதுமே போதித்ததில்லை. அதை வளர்க்கவும் இல்லை. மாறாக சமுதாய ஒற்றுமை, ஒருங்கிணைப்பு பற்றி அதிகமாகவே பரப்புரை செய்திருக்கிறது. 1953ல் நடைபெற்ற சங்க சிக்ஷா வர்க-வில் ஒருங்கிணைப்பு என்றால் என்ன என்பது பற்றி ஸ்ரீகுருஜி அழகாக விளக்குகிறார் :-

> சமுதாயத்தை நன்றாக ஒருங்கிணைக்கவேண்டும் என்பதன் பொருள் என்னவென்றால் அதில் சின்னாபின்னமாகக் காணப்படுவதை அப்புறப்படுத்தி, அதைத் திறமையானதாக ஆக்கவேண்டும் என்பதுதான். இன்று நம்மிடையேதான் எத்தனை பிரச்னைகள்! 'எங்களுடைய மாநிலத்தைத் தனியாகப் பிரித்துக் கொடு என்கிறான் ஒருவன். நான் பிராமணன், நான் ஆரிய சமாஜ், நான் சீக்கியன் என்று ஒவ்வொருவரும் கூறுகிறார்கள். ஒரே சமுதாயத்தில் இருந்த போதிலும்கூட நமக்குள் சண்டை நடந்து கொண்டிருக்கிறது. சண்டையின் காரணமாக பலமிழந்து இருக்கின்ற நமது சமுதாயத்தை உறிஞ்சுவதற்காக வேறு சில சமுதாயத்தினர் தயாராக இருக்கிறார்கள். பலவிதமான கருத்து வேறுபாட்டின் காரணமாக பலமிழந்து இருக்கின்ற மற்ற சமுதாயத்தினருக்கும் எளிதில் கிடைக்கின்ற நல்ல உணவுப் பொருளாக நமது சமுதாயம் இருக்கிறது. அதாவது கடிப்பதற்கு அவசியம் இன்றி வெண்ணெய் உருண்டை போன்று இருக்கிறது'.
> *(ஸ்ரீகுருஜி சிந்தனைக் களஞ்சியம், தொகுதி 4, பக்.106)*

சமுதாய ஒருங்கிணைப்பது என்பது எல்லோரையும் சகோதரர்களாக பாவிப்பது; எல்லோரையும் சமமாக பாவிப்பது என்பது மட்டுமல்ல மனதளவில்கூட வேற்றுமை பாராட்டக்கூடாது. அந்த எண்ணமே எழக்கூடாது. அப்போதுதான் சமுதாய ஒருங்கிணைப்பு சாத்தியம் என்பதை ஸ்ரீகுருஜி தெளிவாகவே எடுத்துக்காட்டுகிறார் :-

நமது சங்கத்தின் பணி ஒருங்கிணைப்பதுதான். ஒருங்கிணைப்பது என்றால் சமுதாயம் முழுவதையும் ஒரே கயிற்றில் பிணைத்துக் கட்டுவதுதான். ஒரே தேவதையைப் பூஜிப்பது தொடர்பாக ஒரு முனிவர் கூறினார். ஜாத்பாத் பூசே நா கோயி, ஹரி கோ பஜே ஹரி கா ஹோயி (ஜாதியும் சம்பிரதாயமும் யாரும் கேட்கக்கூடாது. ஹரியை வழிபட்டு ஹரியை அடைவோம்) இதிலிருந்து யாராவது ஒரு மனிதன் தொடர்பாக ஏதாவது விபரீதமான மனோ பாவனைகள் மனதில் வரவிடாமல் பார்த்துக்கொண்டு, அவன் என்ன மொழிபேசுபவன், அவன் எதுவரை படித்திருக்கிறான், அவன் என்ன பதவியில் இருக்கிறான், அவனுடைய பொருளாதார நிலைமை எப்படியிருக்கிறது, அவன் நகரத்துக்காரனா, கிராமத்துக்காரனா என்ற எந்தவிதமான எண்ணங்களையும் மனதில் வைத்துக்கொள்ளாமல், இவை எல்லாவற்றுக்கும் நடுவிலும் தன்னுடைய செயலைச் செய்து கொண்டிருக்க வேண்டும். (ஸ்ரீகுருஜி சிந்தனைக் களஞ்சியம், தொகுதி 5, பக்.398)

சமுதாய ஒருங்கிணைப்புக்கு எது முக்கியம்? மற்றவரிடத்தில் நாம் காட்டும் அன்புதான். இதுதான் ஒரே கயிற்றால் நாம் அனைவரும் கட்டக்கூடியது. இதை மற்ற அமைப்புகளைவிட ஆர்எஸ்எஸ் அதிகமாகவே வலியுறுத்துகிறது. ஸ்ரீகுருஜி கூறுகிறார் :-

எல்லா வேற்றுமைகளையும் ஒதுக்கிவிட்டு ஒருமைப்பாட்டின் அடித்தளத்தில் பாரத நாட்டின் குழந்தையான இந்த சமுதாயத்தை அன்பு என்னும் கயிற்றால் பிணைத்து, ஒரு குடும்பம் என்ற உணர்வை உண்டாக்குவதற்கான முயற்சியை சங்கம் ஆரம்பம் முதலே செய்து வருகிறது. இதே அடிப்படையில் செயல்பட்டால் நடவடிக்கை அளவிலும் மன அளவிலும் வாழ்வில் மொழி, இனம், பிராந்தியம், ஜாதி, சம்பிரதாயம் என்ற எவ்விதத்தும் வேற்றுமைகளை முடிவுக்குக் கொண்டு வந்து இமயம் முதல் குமரிவரை ஒரே ஹிந்துஸ்தானத்தை எழுந்து நிற்கச் செய்ய முடியும். (ஸ்ரீகுருஜி சிந்தனைக் களஞ்சியம், தொகுதி 5, பக்.268)

சமுதாய ஒருங்கிணைப்புக்கு நாம் என்ன செய்ய வேண்டும்? என்ற கேள்வி வரும்போதெல்லாம் அதற்கு விடையாக எல்லோரிடமும்

அன்பைப் பொழிய வேண்டும் என்பதையே வலியுறுத்துகிறார் ஸ்ரீகுருஜி :-

இப்போது நாம் என்ன செய்ய வேண்டும் என்ற கேள்விக்கு பதில் சுலபம். சுத்தமான மனதுடன் ஹிந்து சமுதாயத்தினர் அனைவருடனும் எல்லையற்ற அன்பு பாராட்ட வேண்டும். அக்கம்பக்கத்தில் இருப்போரின் நன்மைக்காக நாம் கஷ்டப்பட நேர்ந்தாலும், நமக்குச் சிறிது நஷ்டம் ஏற்பட்டாலும் மன மகிழ்வோடு அதைப் பொறுத்துக்கொள்ளவேண்டும். நன்கு இணைந்த, ஒற்றுமையான, சக்தியுடன் கூடிய சமுதாயம் வேண்டுமென்பதற்காக அதற்கு உடனடியாக ஊட்டமளிக்கும் வகையில் நாம், உடன்பாடான பிரியமுள்ள திட்டப் பணிகளை மேற்கொள்ள வேண்டும். அப்படிச் செய்யும்போது எவருடன் கருத்து வேறுபாடு ஏற்படுகிறதோ, அவரிடம் கூட கபடமற்ற நட்பும், நல்லெண்ணமும் வைக்க வேண்டும். இவ்விதம் முழு சமுதாயத்துக்கு முன்பு நம் சுத்தமான வாழ்க்கை முன்னுதாரண மாக அமையும் வகையில் இவ்வித நற்குணங்களையும் இறைபக்தியையும் வளர்த்துக்கொள்ளவேண்டும். (ஸ்ரீகுருஜி சிந்தனைக் களஞ்சியம், தொகுதி 7, பக்.286)

1966, ஆகஸ்ட் 21ல் பிரபல சிந்தனையாளர் ஸ்ரீடி.ஆர்.சென் அவர்களுக்கு எழுதிய கடிதத்திலும் இதை வலியுறுத்துகிறார் ஸ்ரீகுருஜி :-

எல்லாப் பிரச்னைகளும் ஒரே கருத்தைத்தான் சுட்டிக்காட்டி வருகின்றன. அது நம் இதயத்தில் குடிகொண்டிருக்கும் உள்ளுணர்வு. அதாவது, பாரதம் ஒன்றுபட்ட தேசம். நம் தாய்நாடு, நாம் அதன் நன்மக்கள் என்ற வகையில், உன்னதமான ஹிந்து சமுதாயத்தின் அங்கமானவர்கள். இதன் காரணமாகவே நாம் ஒருவருக்கொருவர் அன்பு, சகோதர உறவு, மற்றும் அதன் இடையறாத நேசப்பிணைப்பு இவற்றால் கட்டப்பட்டவர்கள். இந்தத் திடமான அமைப்பில் மேலோட்டமாகக் காணப்படும் ஜாதி, இனம், சமயங்கள், உட்பிரிவுகள், மொழி, வேற்றுமை முதலிய வேறுபாடுகள் ஒரு பொருட்டல்ல. இதனால்தான் நம்முடைய ஒரே ராஷ்ட்ரம் அது ஹிந்து ராஷ்ட்ரம் என் இந்தச் சித்தாந்த உணர்வைத் தட்டி எழுப்பி, அந்த விழிப்புணர்வின் அடிப்படையில் நமது ஹிந்து சமுதாயத்தை, இந்த ராஷ்ட்ரத்தின் பாதுகாப்பு மற்றும் எல்லாவித மேன்மைகளையும் முன்பிருந்த கௌரவம், பெருமைகளை அடையும் பொருட்டு, சுயநலமின்றி, எதிர்பார்ப்புகளில்லாமல் சமர்ப்பண உணர்வுடன் செயல்திறன்

மிக்க உறுதியாக ஒருங்கிணைப்பட்ட சமுதாயமாக உலகில் அரங்கேற்றுங்கள். இதன் மூலமே, நம்முடைய இன்றைய மற்றும் வருங்காலத்தில் ஏற்படக்கூடிய எல்லாப் பிரச்னைகளுக்கும் சரியான தீர்வும் தோன்றும். இதன்மூலமே சகோதரர்களாகிய நம் அனைவரின் பாதுகாப்பும் கௌரவமும் உறுதியாகப் பாதுகாக்கப்படும். *(ஸ்ரீகுருஜி சிந்தனைக் களஞ்சியம், தொகுதி 7, பக்.344-345)*

பாரத நாட்டை மிகச் சிறந்த, பெருமையின் சிகரத்தில் கொண்டுபோய் சேர்ப்பதற்கு சமுதாய ஒற்றுமையும் சமுதாய ஒருங்கிணைப்பும் அவசியம் என்பதை ஸ்ரீகுருஜி கூறுகிறார் :-

நம்முடைய கலாசாரத்துக்கும் சமுதாயத்துக்குமான சேவையை முழுவதுமாக நாம் செய்ய வேண்டும். இதனாலேயே நாம் வெறும் உடற்கல்வி பயிற்சிக்கு மட்டும் அதிக முக்கியத்துவம் கொடுக்காமல், தேசிய உணர்வு உண்டாவதற்கு அதிகக் கவனம் கொடுத்துக்கொண்டிருக்கிறோம். ஒற்றுமையின் இந்த உறுதியான உணர்வின் காரணமாக முழு ஹிந்து சமுதாயத்தையும் ஒருங்கிணைப்பதே சங்கத்தின் வேலையும் செயல்திட்டமும் ஆகும்.

ஹிந்து சமுதாயத்தின் பராக்கிரமம் மற்றும் வலிமையின்மேல் நமக்கு முழு நம்பிக்கை இருக்கிறது. எல்லா ஹிந்துக்களிடமும் ஹிந்துவின் பண்பாட்டு ஒற்றுமையை நிறுவுவதில் சங்கம் வெற்றியடைந்து வருகிறது. எனவே, இந்த நாட்டை மிகச் சிறந்த பெருமையின் சிகரத்தில் கொண்டு சேர்க்கின்ற நம் லட்சியத்தை தாமதமின்றி நாம் அடைந்துவிட முடியும். *(ஸ்ரீகுருஜி சிந்தனைக் களஞ்சியம், தொகுதி 5, பக்.190)*

பாரதத்தை உன்னத ராஷ்ட்ரமாக மாற்றிட ஒவ்வொருவரிடமும் அன்பு காட்டச் சொல்கிறார். ஜாதி, மொழி, மாநிலம் என்று சிதறிவிடாமல், பிளவுபடுத்தாமல் ஒருங்கிணைப்பதையே முதன்மையாகச் செய்யவேண்டும் என்று குறிப்பிடுகின்றார் ஸ்ரீகுருஜி:-

இன்றுள்ள எல்லாப் பிரச்னைகளுக்கும் சுயநலமே காரணம். இதுதான் வேர். அதை அழிப்பதற்காக நம்முடைய கருத்தோட்டம், செயல்முறை, ஒருங்கிணைப்பு ஆகியவற்றை உருவாக்கும் முயற்சியில் சங்கம் உள்ளது. பெரிய மனிதர்களால் தம் குறுகிய மனதைவிட முடியாதபோது, நம் சங்கத்தில் சிறுவர்களும் ஆழமான ஒருமையுணர்வைக் காட்டியுள்ளனர்.

பெரும் தலைவர்கள் ஜாதி, மொழி, மாநிலம், சம்பிரதாயம் போன்ற குறுகிய வட்டத்தினுள் அடைபட்டுள்ளனர். ஆனால் அகில பாரதத் தலைவர் என்று தம்மைக் கூறிவருகின்றனர். ஆனால் சங்கத்தில் வித்தியாசமான காட்சி தெரிகிறது. அப்படி இருக்கவேண்டும் என்பதுதான் நம் எதிர்பார்ப்பும்கூட. பாரத அன்னை என்னுடையது. சிறுவனுக்குக்கூட இங்கு இந்தப் பண்புப் பதிவுதான் அளிக்கப்படுகிறது. ஒருங்கிணைப்புப் பணி. இதுதான் நம் சக்தியின் ஆதாரம்.

25 வருடங்கள் எந்த செயல்முறையைப் பின்பற்றி நாம் உறுதியோடு முன்னேறினோமோ, அதே செயல்முறையில் மேலும் உறுதியாக அதிக தேசப்பற்றினை வெளிப்படுத்தி முன்னேறுவோம். அது ஒன்றுதான் வழி. மற்றவர்களுக்கும் நமக்கும் அடிப்படையில் ஒரு வித்தியாசம் உண்டு. நாம் எந்தச் சூழ்நிலையிலும் பிளவுபடுத்தும் தன்மைகளைத் தூண்டுவது இல்லை. மற்றவர்கள் அத்தன்மைகளை ஊக்கப்படுத்தி வளர்க்கின்றனர். பாரதத்துக்கு முரணான தன்மைகளை அவர்கள் வளர்த்துவிடுகின்றனர். நாம் அவற்றை அழிக்கிறோம். உண்மையில் ஒவ்வொரு ஸ்வயம்சேவகன் பேரிலும் அன்பு செலுத்தக்கூடியவர்களின் எண்ணிக்கை இங்கு உள்ளதைப்போல சமுதாயத்தில் எங்கும் தென்படாது. இப்பண்புகளைப் பலப்படுத்தி, அவற்றை கிராமம் கிராமமாக, வீடுவீடாக உள்ள உள்ளங்களில் கொண்டுபோய் சேர்த்திடுவோம்.

அன்பு, பரஸ்பர ஒத்துழைப்பு இவற்றை எல்லோர் உள்ளத்திலும் ஏற்படுத்தி, பாரதத்தை உன்னத ராஷ்டரமாக நிறுத்துவோம் என்ற நிலையான உணர்வை உள்ளத்தில் ஏந்தி அபாரமான உறுதியுடன் நம் பணியை செய்வோம். நமக்கு எவ்விதக் கவலையும் இல்லை. நமக்கு கஷ்டம் நேர்ந்தாலும் சரி, உணவு கிடைக்கவில்லை என்றாலும் சரி, நம் தனிப்பட்ட வாழ்வில் சுகம் கிட்டவில்லை என்றாலும் சரி, ஆயின் ராஷ்ட்ரம் சுகம் எய்திட வேண்டும். அதுவே நம் பாவனை. (ஸ்ரீகுருஜி சிந்தனைக் களஞ்சியம், தொகுதி 2, பக்.130-131)

சமுதாய ஒற்றுமைக்கும் சமூக ஒருங்கிணைப்புக்கும் ஆர்எஸ்எஸ் பல்வேறு வழிமுறைகளைக் கையாண்டு வருகிறது. ஷாகா (தினசரி கூடுதல்) கபடி, வீட்டுத் தொடர்பு, ரக்ஷாபந்தன், ஷிபிர் (முகாம்) போன்றவற்றில் சமுதாய ஒற்றுமையை வலியுறுத்துகிறது. அவைகளில் சமூக ஒருங்கிணைப்பை இயற்கையாகவே மனதில் புகுத்துகிறது.

ஷாகா

ஷாகா என்றால் 'தினசரி கூடுதல்' என்று பொருள். ஷாகா எப்படி நடைபெறவேண்டும் என்பது பற்றிக்கூட ஸ்ரீகுருஜி தெள்ளத் தெளிவாக விளக்கியிருக்கிறார். ஸ்ரீகுருஜி கூறுகிறார் :-

> ஷாகா எப்படி இருக்க வேண்டும்?
>
> ஷாகா தினசரி நடைபெற வேண்டும்.
>
> அது குறிப்பிட்ட நேரத்தில் நடைபெற வேண்டும்.
>
> ஷாகாவில் விதவிதமான நிகழ்ச்சிகள் இடம்பெற வேண்டும்.
>
> எல்லா ஸ்வயம் சேவர்களிடமும் பரஸ்பரம் கூடிப் பழகுதல், நட்பு, அன்பு, நேர்மை இவற்றிற்கான சூழ்நிலை நிலவ வேண்டும்.
>
> ஒருவருக்கொருவர் கலந்துரையாடல், சர்ச்சை இவை நடைபெற்று, அவற்றின்மூலம் தினமும் நமது உள்மனதில் நமது லட்சியத்தைப் பற்றி அதிகத் தெளிவும், உறுதியும் ஏற்படும் வகையில் உற்சாகமும் உத்வேகமும் இருக்கவேண்டும்.
>
> தினமும் கூட்டமாகச் சேர்ந்து ஒன்றாக, கம்பீரமாகவும் கவனத்துடனும், பொருள் உணர்ந்தும் பிரார்த்தனை முழங்க வேண்டும்.
>
> பரம பவித்ரத்தின் அடையாளமாய்த் திகழும் நமது பகவா கொடிக்கு, அனைவரும் ஒன்றாகச் சேர்ந்து பணிவுடன் பிரணாம் செய்ய வேண்டும்.
>
> ஷாகா விகிர கட்டளை முடிந்தவுடன் உடனடியாகக் கலைந்து விடாமல் சிறிது நேரம் உட்கார்ந்து ஒருவரோடொருவர் பேசுவோம். யார் வந்தார்கள்? யார் வரவில்லை? என்று விசாரிப்போம்.
>
> இவையெல்லாம் நமது தினசரி ஷாகாவில் தினமும் செய்ய வேண்டிய விஷயங்கள். (ஸ்ரீகுருஜி சிந்தனைக் களஞ்சியம், தொகுதி 3, பக்.87-88)

அதாவது ஷாகாவில் அனைவரிடமும் பரஸ்பரம் கூடிப் பழகுதல், நட்பு, அன்பு, நேர்மை இருக்கவேண்டும் என்பதை ஆழமாகவே பதிய வைக்கிறார். இதன்மூலம் சமுதாய ஒற்றுமை, சமூக ஒருங்கிணைப்பு போன்றவை சமுதாயத்தில் ஏற்படுகின்றது. நீ உயர்ந்தவன், நீ தாழ்ந்தவன் என்கிற பேதம் மறைகிறது. சமுதாய ஒருங்கிணைப்புக்கான வழிமுறையாக ஷாகாவை முன்நிறுத்துவது மட்டுமல்ல, முழு சமுதாயத்தையும் இணைந்து ஒன்றிக் கலந்திட

வைக்கும் ஒரு சாதனமாக ஷாகா விளங்கிவருவதை ஸ்ரீகுருஜி விளக்குகிறார் :-

> அன்பு, நேசம், முன்மாதிரியான நன்னடத்தை முதலிய குணங்களால் முழு சமுதாயத்தையும் ஒன்றிணைத்து அன்புக் கரங்களால் அரவணைத்து சமுதாயம் முழுவதையும் உடன் வரச் செய்ய முடியும். இப்படிப்பட்ட மரியாதை, நம்பிக்கை வாய்ந்த ஸ்வயம் சேவகர்களால் ஏற்படுத்தப்பட்ட ஷாகாக்கள், ஆங்காங்கு தொடங்க வேண்டும்.
>
> நமது ஷாகா (கிளை) முழு சமுதாயத்தையும் இணைந்து ஒன்று கலந்திட வைக்கும் ஒரு சாதனம். ஒரு மிகப் பெரிய இயந்திரம் என்பதுதான் அர்த்தம். இப்படிப்பட்ட ஷாகாவைதான் பூஜனீய டாக்டர்ஜி அவர்கள் கூறியிருக்கிறார். அவருடைய சொல், செயல், கருத்துகளை சங்க சரித்திரத்தில் மிகச் சிறந்த எடுத்துக்காட்டாக நான் எண்ணுகிறேன். ஆகையால்தான் அவருடைய சொற்களைப் பற்றி நான் குறிப்பிட்டேன்.
>
> ஹிந்து சமுதாயத்துக்குள் திரட்டப்பட்ட சிறு குழு என்பது அவருடைய கொள்கையன்று. ஹிந்து சமுதாயம் முழுவதையும் திரட்டுவதுதான் அவருடைய கொள்கையாகும். இப்படிப்பட்ட பணியைச் செய்யக்கூடியது ஷாகாதான் (கிளைதான்) என்பது அவர் நம்பிக்கை. அதாவது ஹிந்து சமுதாயத்தைத் திரட்டு வதற்காக தேசம் முழுவதும் ஷாகா என்ற இயந்திரத்தை ஏற்படுத்த வேண்டும் என்பதாகும்.
>
> இதை நன்கு யோசித்து அனுபவப்பூர்வமாய் ஒவ்வோர் இடத்திலும் ஹிந்து சமுதாயத்தை ஒன்றுதிரட்டும் செயலுக்கு ஷாகா ஒரு சாதனமாக இருக்க வேண்டும். (ஸ்ரீகுருஜி சிந்தனைக் களஞ்சியம், தொகுதி 2, பக்.274-75)

ஷாகாக்கள் நகரங்களில் மட்டுமல்ல கிராமங்களிலும் பரவ வேண்டும். நம் சமுதாயத்தின் எந்தப் பிரிவினரையும் ஒதுக்கிவைத்து விடக்கூடாது என்பதை 1960ல் நடைபெற்ற சங்க சிக்ஷா வர்க-வில் ஸ்ரீகுருஜி தெள்ளத்தெளிவாக வலியுறுத்தியுள்ளார் :-

> நம்முடைய நற்குணங்களும், பலவீனங்களும்கூட தேசநலனுக்குப் பயன்பட வேண்டும். இவ்விதம் நம்மை முழுமையாகத் தயார் செய்துகொண்டு எப்படி உடலின் உறுப்புகள் உடலை நன்றாக பராமரிக்கிறதோ அதுபோல நாம், நம் ஹிந்து சமுதாயத்தின் அங்கங்கள் என்னும் உணர்வு ஏற்பட வேண்டும். இப்படிப்பட்ட உணர்வுடன் செயல்படுவோமே

யானால், அப்போது சமுதாயம் ஆரோக்கியமான மாற்றத்தை அடையும். மாறாக, நாம் உயர்ந்தவர்கள், நாம் படித்துப் பண்பு பெற்றவர்கள் என்ற மனோபாவனையுடன் சமுதாயத்தை உயர்த்த வேண்டும் என்று பிறருக்கு உபதேசம் செய்ய முற்பட்டால் பலனொன்றும் கிடைக்காது.

நம் சமுதாயத்தில் பல வேறுபாடுகள் இருக்கவே செய்கின்றன. கூடவே கிராமவாசி, நகரவாசி, படித்தவர், படிக்காதவர் என்ற வித்தியாசங்களும் தலைதூக்கியுள்ளன. இவர்களை ஒருங்கிணைத்து பரஸ்பரம் சமமாக பாவிக்க அறிவுறுத்திக் கொடுக்க கையாளப்படும் பேச்சுகள் நற்பலனை அளிப்பதற்குப் பதிலாக வித்தியாசத்தை மேலும் தூண்டவே செய்கின்றன.

பல சந்தர்ப்பங்களில் நம் ஸ்வயம்சேவகர்கள் இடையே கூட இந்த வித்தியாசம் தலைதூக்கு வதைக் காணமுடிகிறது. ஒருநாள், இரு ஸ்வயம்சேவகர்கள் சர்ச்சை செய்து கொண்டிருந்ததைக் கேட்க நேர்ந்தது. ஒரு ஸ்வயம் சேவகர், இன்னொருவரிடம் நகரங்களில் இரண்டு, நான்கு ஷாகாக்களைத் துவக்குவதில் என்ன விசேஷ பலன்? கிராமப்புறங்களில் ஷாகாக்களைத் துவங்கவேண்டும் என்றார். இதைக்கேட்ட மற்றவர் அங்கு கிராமங்களில் ஷாகாக்களைத் துவக்கி என்ன பயன், அவர்களெல்லாம் முட்டாள்கள் என்றார். நான் இதைக் கேட்டு அந்த ஸ்வயம் சேவகனை அழைத்து 'சகோதரா நீயும் ஸ்வயம் சேவகன்தானே? சங்கத்தின் கார்யகர்த்தாவாக இருந்தும்கூட இவ்வாறான சிந்தனையோட்டத்துக்கு இடமளிக்கிறாயே! இன்று நீ உன்னை சங்க கார்யகர்த்தா என்று அழைத்துக் கொள்ளலாம். ஆனால் சிலகாலம் கழித்து உன் செயல்திறன் குறைந்து போய்விடும். அது துரதிர்ஷ்டவசமானது. நம் சமுதாயத்தின் எந்தப் பிரிவினரையும் உதாசீனமாகப் பார்க்கும் மனோபாவம் நம் முன்னேற்றத்தைப் பெரிதும் பாதிக்கும்' என்று கூறினேன். *(ஸ்ரீகுருஜி சிந்தனைக் களஞ்சியம், தொகுதி 4, பக்.234-35)*

சமுதாய ஒற்றுமைக்கு சமூக ஒருங்கிணைப்புக்கு ஷாகாவில் எந்த மாதிரியான சூழ்நிலை உருவாக்கப்படுகிறது என்பதை ஸ்ரீகுருஜி குறிப்பிடுகிறார் :-

ஷாகாவில் நல்ல, ஒற்றுமை, நட்புணர்வுகளுடன் கூடிய வாழ்க்கை அமைகிறது. இது நமக்கு மிகவும் அவசியம். எந்த அளவுக்கு நம் அன்றாடத் தொடர்பு தேவைப்படுகிறதோ, அது நிறைவேற வேண்டும். அந்த அளவுக்கு நம் ஆத்மார்த்தமான

அன்பு வளர்ச்சியடையவும் நம்மை நல்லெண்ணத்துடன் ஆதரிப்போர் எண்ணிக்கை அதிகரிக்கும். அதில்தான் நம்முடைய நம் சங்கப் பரிவாரத்துடைய நலனும் கிடைக்கும். இப்பணியை வாழ்நாள் முழுவதும் செய்வோமானால் துக்கமும் ஏமாற்றமும் ஏற்படாது. இது நம்முடைய ஆத்ம திருப்தியை நாடும் சிந்தனையாக இருக்கவேண்டும். நாம் நம்முடைய மக்களிடம் இருந்து விலகி நின்றோமானால், அவர்களும் நம்மைவிட்டு விலகி நின்றுவிடுவார்கள். இது பரஸ்பரம் பரிவும் ஆதரவும் அளித்துக் கொள்ளவேண்டிய விஷயம். (ஸ்ரீகுருஜி சிந்தனைக் களஞ்சியம், தொகுதி 4, பக்.296)

1953ல் நடைபெற்ற சங்க சிக்ஷா வர்க-வில் ஷாகா என்பது அனைவருக்குமானது என்பதை ஒரு நிகழ்வின் மூலம் விளக்குகிறார் ஸ்ரீகுருஜி :-

கடற்கரையில் மீனவக் குப்பத்தில் ஒரு ஷாகா நடந்தது. அந்த ஷாகாவுக்கு ஒருநாள் கோவணத்துடன், திடகாத்திரமாகவும் கருமையான நிற மீனவன் ஒருவன் வந்தான். அவனுடைய உருவம் மற்றும் நிறம் காரணமாக மற்ற ஸ்வயம் சேவகர்கள் அவனிடமிருந்து விலகிச் சென்றனர். ஆனால் நமது சமுதாயத்தின் ஒரு பகுதியினர் நம் அருகில் வரும்போது இதயத்தில் துடிப்பு ஏற்படவில்லையென்றால் நாம் ஷாகா நடத்த முடியுமா? நிரந்தரமான அன்பு இல்லாமல் பொய்யான அன்பினால் மட்டும் செயல்பட முடியாது. (ஸ்ரீகுருஜி சிந்தனைக்களஞ்சியம், தொகுதி 4, பக்.99)

தினசரி நடக்கும் சந்திப்பு (ஷாகா)வில் யாரும் உயர்வு தாழ்வு இல்லாமல் அனைவரும் அன்புடன் சகோதரத்துவத்துடன் நடத்தப்படுவதன் காரணமாக சமுதாயத்தில் ஒற்றுமையும், சமூக ஒருங்கிணைப்பும் ஏற்படுகிறது. இந்தப் பண்பை சிறுவயது முதலே மக்களுக்கு ஏற்படுத்துகிறது ஆர்எஸ்எஸ்.

வர்க (முகாம்)

தினசரி நடைபெறும் ஷாகாவின் மூலம் எப்படி அனைவரும் சகோதரத்துவத்துடன் இருக்கும் பண்புப் பயிற்சி அளிக்கப் படுகிறதோ அதுபோலவே ஆர்எஸ்எஸ் அமைப்பில் நடைபெறும் வர்க-விலும் (முகாமிலும்) சகோதரத்துவத் துடன் இருக்க பண்புப் பயிற்சி இயற்கையாகவே ஏற்படுத்தப்படுகிறது. அதிகாரி - கார்யகர்த்தா என்ற வேற்றுமைகூட இருக்கக்கூடாது என்பதுதான் ஆர்எஸ்எஸ் அமைப்பின் கருத்து.

ஸ்ரீகுருஜி கூறுகிறார் :-

அந்த நாட்களில் கல்லூரிகளில் University officers Training Camps (பல்கலைக்கழக அதிகாரிப் பயிற்சி முகாம்கள்) நடத்தப்பட்டு வந்தன. அதையே பின்பற்றி 'O.T.C' என்ற பெயரில் சிக்ஷண் வர்க துவக்கப்பட்டது. சில ஆண்டுகள் வரை 'ஓ.டி.சி' என்ற அதே பெயர் நடைமுறையில் இருந்து வந்தது. ஆனால், பிறகு சங்கத்தில் 'அதிகாரி - மற்றவர்' போன்ற உணர்வு இல்லை என்பது கார்யகர்த்தாக்களுக்குப் புலனாகியது. இந்தக் காரணத்தால் இதைப் பின்பற்றுவது சரியல்ல என்று பட்டது. ஆகவே கருத்தாய்வுக்குப் பிறகு 'சங்க சிக்ஷா வர்க' பெயர் ஏற்றுக் கொள்ளப்பட்டது. இது இன்றுவரை நடைமுறையில் உள்ளது. *(ஸ்ரீகுருஜி சிந்தனைக் களஞ்சியம், தொகுதி 4, பக்.376)*

அனைவரும் ஒற்றுமையாக, சகோதரத்தவத்துடன் இருப்போம் என்று வருடந்தோறும் நடக்கும் பல்வேறு முகாம்களில் வலியுறுத்தப்படுகிறது. ஸ்ரீகுருஜி கூறுகிறார் :-

...இந்த வர்க-களில் வேதங்கள், உபநிடதங்களின் செய்தியான நாட்டு நலனுக்காக நாம் அனைவரும் ஒற்றுமையோடு ஒன்றாக இருப்போம். ஒன்றாக வலிமை பெறுவோம். ஒருவருக்கொருவர் பகைமையின்றி இருப்போம். ஒருங்கிணைந்த அமைப்பு வடிவில் தவம் செய்வதால் சுடர்விட்டுப் பிரகாசிப்போம். கற்றவர் களாகவும் ஆராய்ச்சியாளர்களாகவும் ஆவோம். எங்கும் அமைதி இருக்கட்டும் என்பதை நடைமுறைப்படுத்துவதற்கு மிகவும் எளிமையான சுகமான பயிற்சி கிடைக்கிறது. ராஷ்ட்ரீய ஸ்வயம் சேவக சங்கம் தேசத்தையே தெய்வமாகவும், சேவையையே வழிபாடாகவும் மதிக்கிறது. இது வேதநெறியின் காலத்திலிருந்தே வந்து கொண்டிருக்கும் வலிமையான பரம்பரையினுடையதேயான அங்கம். இதைக் கருத்தில் கொண்டபடியே சங்க சிக்ஷா வர்கவின் பயிற்சி விதி தீர்மானம் ஆகிறது. *(ஸ்ரீகுருஜி சிந்தனைக் களஞ்சியம், தொகுதி 4, பக்.376)*

வர்க (முகாம்)களில் கலந்துகொள்பவர்களுக்கு எப்படி வேற்றுமை இல்லாமல் நல்லிணக்க உணர்வு ஊட்டப்படுகிறது என்பதை ஸ்ரீகுருஜி தெளிவாக விளக்குகிறார் :-

...வர்க-களின் அமைப்பு, ஏற்பாடு, பரம்பரை முதலிய காரணங்களால் ஸ்வயம்சேவகர்கள் மனதில் சமுதாய உணர்வு, அதாவது, நல்லிணக்கத்தின் பண்புப்பதிவு ஏற்படுகிறது. அனைவருக்கும் தங்குமிடம், குளியல் முதலியவற்றுக்கான சமமான ஏற்பாடு, அனைவருக்கும் சமமான உணவு, எந்த

விதத்திலும் தனியாக 'ஆபிஸர்ஸ் மெஸ்' போன்ற ஏற்பாடு இல்லை. வேறுபாடுகள் என்று சொல்லப்படும் அனைத்தையும் ஒரு பக்கமாக வைத்துவிட்டு அனைவரும் ஒரே தரையில் உட்கார்ந்து சாப்பிடுவது முதலிய வடிவங்களின், மற்ற பண்புப் பதிவுகளின் எதைத்தான் செய்யாது? நல்லிணக்கத்தின் இந்த உணர்வு சங்கப்பதிவுகளின் சிறந்த மூலதனம். *(ஸ்ரீகுருஜி சிந்தனைக் களஞ்சியம், தொகுதி 4, பக்.378)*

வர்க (முகாம்)களில் உளவியல்ரீதியாக அனைவரையும் சகோதரத்துவத்துடன் பழகுவதற்கு ஏதுவான சூழ்நிலையை உருவாக்குகிறது ஆர்எஸ்எஸ் என்பதை ஸ்ரீகுருஜி கூறுகிறார் :-

இந்த வர்கவில் ஒரே லட்சியத்தை முன்வைத்துத் தயாராகி வந்துள்ளதால் நாம் எல்லோரும் ஒரே மனது, ஒரே சிந்தனை உள்ளவர்களாக இருக்கிறோம். நம் எல்லோர் மனதிலும் ஆர்வம் ஒன்றாகவே உள்ளதால் ஒரே மாதிரியான பண்புகளை வெளிப் படுத்துபவர்களாக இருக்கிறோம். ஆகையால் நம்மிடையே அறிமுகம் செய்து கொள்வதில் சிறிதும் சிரமம் ஏற்படுவதில்லை. மிக சுலபமாக ஒருவர் மற்றவரை அறிமுகப்படுத்திக் கொள்கிறார்.

எந்த ஷாகாவைச் சேர்ந்தவராக இருந்தாலும் சரி, நகரத்தில் உள்ள ஷாகா அல்லது கிராமத்தில் உள்ள ஷாகா, எந்த ஷாகாவைச் சேர்ந்தவர்களாக இருந்தாலும், அவர்களை சமமாக, ஏன் நம்மைவிட உயர்வாகக்கூட, (ஏனென்றால் எவரும் நம்மைவிட உயர்ந்தவரே என்பதே நம் அணுகுமுறை) எந்தவிதமான இடைவெளி என்ற பேச்சுக்கே இடமளிக்காமல், தூய்மையான நல்லெண்ணத்துடன் பழக வேண்டும்.

அறிமுகம் செய்து கொள்வதில் நமக்கு இங்கு ஏற்படும் பழக்கம், நமக்குமுன் அறிமுகமாகாத நம் கொள்கைகளைப் பற்றி தெரிந்திராதவர்களுடன் அறிமுகம் செய்து கொள்ள உதவும். நமக்கு இதற்கான பயிற்சியும் இங்கே கிடைக்கிறது. ஆரோக்கியமான பங்கேற்பு, வர்க-வில் நாள் முழுவதும் விதவிதமான நிகழ்ச்சிகள் இடம் பெறுகின்றன.

இங்கு நடப்பவற்றைக் கவனமாகப் புரிந்துகொள்ளவேண்டும். சர்ச்சை அல்லது கேள்வி பதில் நிகழ்ச்சி இவற்றில் உட்கார்ந்து கொண்டபின் அவற்றில் சம்பந்தப்படாமல் ஆர்வமின்றி இருக்கக்கூடாது. சிலருக்கு இந்த மாதிரி நிகழ்ச்சிகளில் ஒரு மூலையில் தலையைச் சாய்த்துக்கொண்டு உட்கார்ந்திருப்பது பழக்கமாகிவிடுகிறது. மாறாக, சிலரோ முந்தியடித்துக்கொண்டு

மற்றவர்களுக்கு வாய்ப்பளிக்காமல் ஒவ்வொரு கேள்விக்கும் தாங்களே பதில் சொல்ல எழுந்து நிற்பதும் சரியல்ல. இப்படிச் செய்வதால் நம் புத்தி, குணம் இவை பண்பு பெறுவதை நாமே தடுத்துவிடுகிறோம்.

மாறாக விசுவாசம் வேண்டும். நம் பணிகள் விஷயத்தில் மனதில் சிறிதுகூட சந்தேகம் இருக்கக்கூடாது. முழுமையாக நமக்கு நம்பிக்கையில்லையெனில் நம் முழு சக்தியுடனும் செயல்பட முடியாது. உறுதியான நம்பிக்கை ஏற்படும் பொருட்டு நன்றாக ஆலோசனைகளில் கலந்துகொள்ளவேண்டும். எந்த ஆட்சேபம் எழுப்பப்படுகிறதோ அதைக் குறித்தும் நன்றாக சிந்தனை செய்ய வேண்டும். எது சரி, எது சரியில்லை, எது சத்தியம், எது உண்மையில்லை - இதை முடிவு செய்து உண்மையை மனத் தூய்மையுடன் ஏற்றுக் கொள்வது முறையாகும்.

சங்க ஸ்தாபகர் சொல்லியுள்ளார் அல்லது நான் சொல்லுகிறேன் என்பதால் ஏற்றுக்கொள்வது என்பது சரியல்ல. எஜமானர் சொன்னால் சரி என்பதல்ல நம் அணுகுமுறை. இப்படி ஏற்றுக் கொண்டால் பின்னர் சிக்கல்கள் ஏற்பட வாய்ப்புண்டு. தவறான வழிகளுக்கும் நாம் செல்ல நேரிடும். சத்தியத்துக்கு உத்திரவாதம் வேண்டும். இது மூன்று வகைப்படும். சாஸ்திரங்கள் கூறும் உத்திரவாதம். குருவின் சொல், மூன்றாவது நாமே சரியென்று தெரிந்து கொள்ளுதல். இதன் பிறகே சத்தியம் என்பது உறுதியாகும்.

நம் பணியில் காணப்படும் முன்னேற்றத்தை நாம் அறிவோம். சமுதாயம் தன்னை ஹிந்து என்று சொல்லிக் கொள்வதற்குத் தயாரில்லை. சமுதாயத்துக்கு சுய நினைவு இல்லாத நிலை ஏற்பட்டுள்ளது. நாலாபுறமும் ஆரோக்கியமற்ற மனோ பாவனையுடன் நடைமுறைகள் காணப்படுகின்றன.

மொழி, ஜாதி, சம்பிரதாயம், பிரதேசம் இப்படியான குறுகிய அடிப்படைகளில் புதுப்புது சண்டைகள் எழுகின்றன. நமக்குள் வாக்குவாதம், தகராறுகள் நடக்கின்றன. தன் சொந்த சுயநலம், தவறான வழிகள், கெட்ட வழிகளில் திளைத்து நிற்கின்றன. தேச பக்தியெனும் பண்பு அநேகமாகத் தூங்கிக் கொண்டிருக்கும் நிலையில் உள்ளது. ஆயினும் மக்கள் நம் பணிகளைப் பார்த்து பத்தாம் பசலி, பிற்போக்குவாதி, மதவெறியர், குறுகிய மனப்பான்மை கொண்ட அமைப்பு என்றெல்லாம் கூறுகின்றனர். *(ஸ்ரீகுருஜி சிந்தனைக் களஞ்சியம், தொகுதி 4, பக்.262-63)*

கபடி

ஆர்எஸ்எஸ் அமைப்பால் நடத்தப்படும் ஷாகாவில் தினமும் கபடி விளையாட்டு இருக்கும். கபடி விளையாட்டு உடற்பயிற்சிக்காகவும் உடலை வலுவாக்குவதற்காகவும் மட்டுமல்ல. சங்கத்தைப் பொறுத்தவரையில் கபடியில் கூட சமுதாய ஒற்றுமையை, சமூக ஒருங்கிணைப்பைக் கொண்டுவர முடியும் என்பதை நிரூபித்திருக்கிறது.

அதைவிடத் தீண்டாமையை ஒழித்திருக்கிறது என்று சொன்னால் நம்ப முடிகிறதா? கபடி விளையாட்டு தீண்டாமையை ஒழிக்குமா? ஆம். ஒழிக்க முடியும். தீண்டாமை என்பது என்ன? ஒருவனைக் கீழ்சாதியாக நினைத்து அவனைத் தொடாமல் இருப்பது. தொட்டால் தீட்டுப்பட்டுவிடும் என்கிற மனோபாவம் ஏற்படுகிறது. இது தவறு என்பதை கபடி விளையாட்டின் மூலம் உளவியல்ரீதியாகவே உணர வைக்கிறது ஆர்எஸ்எஸ். கபடியில் ஒருவரை ஒருவர் தொட வேண்டும். தொட்டுதான் விளையாட வேண்டும். ஷாகாவில் வரும் எல்லோரையும் தொட்டுதான் விளையாட வேண்டும். அப்படி தொட்டு விளையாடும்போது தீண்டாமை என்கிற மனோநிலை மறைந்துவிடுகிறது. தொடுவதால் தீட்டு என்கிற மனோநிலை பறந்துவிடுகிறது. தீண்டாமை ஒழிப்பின் முதல் படிநிலையை உளவியல்ரீதியாகவே எட்டிவிடுகிறது ஆர்எஸ்எஸ். ஸ்ரீகுருஜி கூறுகிறார் :-

> மனிதன்தான் முக்கியம். மற்றவை எல்லாம் இரண்டாம் பட்சமே. அதனால்தான் நாம் மனிதர்களை ஒன்று திரட்டுகிறோம். ஒருங்கிணைக்கிறோம். கபடி மூலம் இம்மகத்தான பணி நடக்கிறது. கபடிதான் இப்பணிக்கு ஆதாரம். கபடியைத் தவிர வேறெதுவும் நாம் இன்றுவரை செய்திருக்கிறோமா? மற்ற பல அமைப்புகள் தம்முன் பெரிய இலக்குகள் வைத்து, திட்டங்கள் தீட்டி, பெரிய நிகழ்ச்சிகள் மூலம் தம் பணியை நிறைவேற்றிட முயற்சிகளும் செய்தன. ஆனால் அங்கு சுயநலம், துவேஷம், தான் பெரியவன் என்ற எண்ணம், மான மரியாதை போன்ற துர்க்குணங்கள் தோன்றிவிட்டன. சங்க ஸ்வயம் சேவகன் இக்குணங்களைத் தம்முன் அனுமதிக்க மாட்டான். தாய்நாட்டின் பவித்திரமான புழுதியில் புரண்டு, இறைவன் படைத்த ஆகாயம் என்னும் கூரையின்கீழ் புனிதமான கங்கை, யமுனைப் போன்ற நதிகளைத் தழுவி வரும் காற்றின் நறுமணத்தால் திளைத்து கபடி மூலமாக நமக்கு அகண்ட பாரதத்தின் தரிசனம் அளிக்கிறது. *(ஸ்ரீகுருஜி சிந்தனைக் களஞ்சியம், தொகுதி 2, பக்.126-127)*

ஒருங்கிணைப்புப் பணியின் அடித்தளமே கபடிதான் என்றும் ஸ்ரீகுருஜி கூறுகிறார் :-

> சங்கப்பணியான ஒருங்கிணைப்புப் பணியின் அடித்தளம் கபடிதான். கபடி என்றாலே அமைப்பு என்று ஆகிவிட்டது. இதைப் புரிந்துகொள்ளவேண்டும். (ஸ்ரீகுருஜி சிந்தனைக் களஞ்சியம், தொகுதி 2, பக்.129)

ஆம். கபடிமூலம்கூட தீண்டாமையை ஒழிக்க முடியும் என்பதை நிரூபித்த ஒரே அமைப்பு ஆர்எஸ்எஸ் மட்டுமே. பல அமைப்புகள் தீண்டாமையை ஒழிக்க பிரச்சாரம் செய்து வருகின்றன. ஆனால் அவை செயலில் காட்டுவதில்லை. தீண்டாமையைப் பற்றி பேசாமல் அதை உளவியல்ரீதியாகவே ஒழித்து வருகிற அமைப்பு ஆர்எஸ்எஸ் மட்டுமே.

ரக்ஷாபந்தன்

ஆர்எஸ்எஸ் அமைப்பு ஆரம்பிப்பதற்கு முன்னால் ரக்ஷாபந்தன் விழா ஒரு சமுதாயத்துக்குள்ளாகவே நடைபெற்றது. ஆனால் ரக்ஷாபந்தன் விழாவை சமுதாய ஒற்றுமைக்கும் சமூக ஒருங்கிணைவுக்கும் பயன்படுத்தியது ஆர்எஸ்எஸ் அமைப்பு மட்டுமே. இதைப் பற்றி ஸ்ரீகுருஜி கூறுகிறார் :-

> ரக்ஷாபந்தன் விழா, சரித்திரத்தில் என்ன காரணத்தினால் பிரசித்தியடைந்தது என்பது நமக்கெல்லாம் தெரியும். வீர ராஜபுத்திரர்களுக்கு மத்தியில் இது மிக மகத்துவமானது. யார், எப்போது, யார் கையிலாவது ராக்கி கட்டிவிட்டால், தானே இறந்துவிட்டாலும்கூட ராக்கி கட்டிவிட்டவரை அவசியம் காப்பாற்றும் கடமையை ஏற்றுக்கொண்டவராகிவிடுகிறார். யாரைக் காப்பாற்ற நிச்சயித்துக்கொள்கிறார்களோ அந்தக் கடமையை நிறைவேற்றுவதில் ஓர் அடிகூடப் பின்வாங்க மாட்டார்கள். ராஷ்ட்ரீய ஸ்வயம் சேவக சங்கம் நம் எல்லா ஸ்வயம்சேவகர்களையும் அன்பென்னும் இந்தக் கயிற்றில் பிணைத்துக் கட்டியிருக்கிறது. (ஸ்ரீகுருஜி சிந்தனைக் களஞ்சியம், தொகுதி 5, பக்.393)

ரக்ஷா பந்தன் விழாவை ஏன் ஆர்எஸ்எஸ் அமைப்பு கொண்டாடுகிறது என்பதை ஸ்ரீகுருஜி தெளிவாகவே விளக்குகிறார் :-

> நாட்டின் விழிப்புணர்வை உண்டாக்குவது நமது நற்செயலாக இருக்கவேண்டும். அதேசமயம் அன்பு என்னும் கயிற்றால் அவிழ்க்க முடியாத அளவு நன்கு பிணைந்த வாழ்க்கையை சேது முதல்

இமயம்வரை பரப்பி நிறுத்திவிடவேண்டும். ஒருமைப்பாட்டை வரவழைத்து, மனித இனத்தின் பண்பட்ட வாழ்க்கையில் புரட்சி உண்டாக்கி தனிமனிதனின் தனித்தன்மையைப் பொது உணர்வில் கலந்து சிறந்த மனித வாழ்க்கையின் வளர்ச்சி உண்டாக்கக்கூடிய தன்மை அடைவதுதான் இந்த ரக்ஷாபந்தன் நாள்.

இந்தச் செய்தியை கவனத்தில் கொண்டுதான் தன்னுடைய தனிப்பட்ட வாழ்க்கையை நடத்திக்கொண்டு தேசிய வாழ்க்கை மற்றும் மானுடத்தின் எழுச்சிமிக்க காரியங்களில் கொஞ்சம்கூட குறைவு இருக்கக்கூடாது என்று உறுதி எடுத்துக்கொண்டு ஒவ்வொரு அடியாக எடுத்து வைத்துக்கொண்டே முன்னேறிச் செல்ல வேண்டும். *(ஸ்ரீகுருஜி சிந்தனைக் களஞ்சியம், தொகுதி 5, பக்.397)*

ரக்ஷாபந்தன் விழா மூலமாக எல்லா மக்களையும் ஒரே அன்புக் கயிற்றால் கட்டி சமத்துவத்தை உளவியல் ரீதியாக செயல் படுத்துகிறது. அனைவரும் சகோதரர்கள் என்கிற உறவு மனநிலையை மக்களிடம் ஏற்படுத்துகிறது ஆர்எஸ்எஸ் அமைப்பு. அதைப் பற்றி ஸ்ரீகுருஜி கூறுகிறார் :-

மனிதனின் சுபாவமான இந்த மனப்போக்குக்குத் தகுந்த வழிகாட்டும் கண்ணோட்டத்துடன் ராஷ்ட்ரீய ஸ்வயம்சேவக சங்கம் சமுதாய வாழ்க்கையில் சில மகத்துவம் நிறைந்த விழாக்களைத் தேர்ந்தெடுத்தது. வாழ்க்கைத் தத்துவக் கொள்கைகளைப் பிரமாணங்களோடு பாதுகாத்து பவித்திரமான லட்சியங்களுக்காக முழு அர்ப்பணம் செய்யும் எண்ணத்தை உறுதி செய்யும் நோக்கத்துடன் குருபூர்ணிமா விழாவைக் கொண்டாடு கிறோம். உறவு மனோபாவனையை அதிகரிக்கவும் பரஸ்பரமாக உள்ள எல்லா வேறுபாடுகளையும் மறந்து, எல்லா ஜனங்களையும் ஒரே அன்புக் கயிற்றால் பிணைப்பதற்காக ரக்ஷாபந்தன் விழாவைக் கொண்டாடுகிறோம். *(ஸ்ரீகுருஜி சிந்தனைக் களஞ்சியம், தொகுதி 5, பக்.353)*

வீட்டுத் தொடர்பு

ஆர்எஸ்எஸ் அமைப்பின் ஒவ்வொரு கார்யகர்த்தரும் ஒருவருடன் ஒருவர் தொடர்பில் இருக்கவேண்டும். ஷாகா செல்லுமுன் மற்றொருவரை அழைத்து செல்ல அவர் வீட்டுக்குச் சென்று தொடர்பு ஏற்படுத்திக் கொள்ளவேண்டும். அதுபோலவே ஷாகா முடிந்தவுடன் உடனடியாகக் கலைந்துவிடாமல் வந்தவருடன் அன்புடன் பழகி தொடர்பு ஏற்படுத்திக்கொள்ளவேண்டும். யார் வரவில்லையோ அவர் வீட்டுக்குச்சென்று விசாரித்து தொடர்பு ஏற்படுத்த வேண்டும்.

இந்த வீட்டுத் தொடர்பு சமூக ஒருங்கிணைப்பையும் சமுதாய ஒற்றுமையையும் ஏற்படுத்துகிறது.

1954ல் நடைபெற்ற சங்க சிக்ஷா வர்க-வில் இதைப் பற்றி ஸ்ரீகுருஜி விளக்குகிறார் :-

> 'சமுதாயத்துடன் நமது தொடர்பு எப்போதும் இருக்க வேண்டும். மக்கள் தொடர்பு இல்லாமல் ஒருங்கிணைப்பு இருக்க முடியாது' என்பதைக் கவனத்தில் வைத்துக்கொள்வது அவசியம். ஆகையால் நாம் சமுதாயத்துடன் நெருங்கி இருந்துகொண்டே ஒருங்கிணைக்க வேண்டும். சமுதாயத்தில் முதலில் தொடர்பு என்பது குடும்பத்திலிருந்து ஆரம்பிக்கிறது. இரண்டாவது அக்கம்பக்கத்து வீட்டிலிருந்து, பிறகு பள்ளிக்கூடம், கல்லூரிகளில் உள்ள ஆசிரியர்கள், மாணவர்கள் மத்தியில். கொஞ்சம் பெரியவனாக ஆன பிறகு சமுதாயத்தில் வெவ்வேறு தொடர்பு ஏற்படுகிறது. எல்லா இடத்திலும் நம்முடைய நடவடிக்கை அன்பு நிறைந்ததாகவும் மரியாதை நிறைந்ததாகவும் தன்னலமற்றதாகவும் இருக்க வேண்டும். நம்முடைய மேலான செயல்பாட்டினாலும் நடத்தையினாலும் வாழ்க்கையில் எல்லோரிடத்திலும் ஆசீர்வாதம் பெற வேண்டும். *(ஸ்ரீகுருஜி சிந்தனைக் களஞ்சியம், தொகுதி 4, பக்.125)*

வீட்டுத் தொடர்பு, சமுதாயத் தொடர்பு மூலம் சமுதாய ஒற்றுமையை - சகோதர உணர்வினைப் பெறமுடியும். சமுதாயமும் கௌரவத்துடன் வாழ்க்கையை நடத்திச் செல்ல முடியும் என்பதை ஸ்ரீகுருஜி கூறுகிறார் :-

> நமது வாழ்க்கை முறை இணைந்ததொரு சமுதாய வாழ்க்கை முறை என்ற உணர்வு எல்லா இந்துக்களுக்கும் வர வேண்டும். இப்படிப்பட்ட இணைந்த வாழ்க்கை முறையை அறிவதால் தோன்றும் ஆற்றலை உணர்ந்தவர்கள் செயலில் இறங்கினால் இந்தத் தீவிர உணர்வை அவர்கள் மற்றொரு ஆதரவற்ற ஏழையிடம் காட்ட முடியும். இதே முறையில் கிராமத்தில் வாழும் நமது சகோதரர்களையும் இணைத்து வேலை செய்யப் பழக்க முடியும். இது ஓரளவுக்கு நடந்தும் உள்ளது. நமது சங்கத் தொடர்பு மூலமும் கார்யகர்த்தர்களின் திறமையான நடத்தையின் மூலமும் இது சாத்தியமாயிற்று. நமது சமுதாயத்தின் ஒற்றுமையை உணர்ந்ததால் பரஸ்பரம் அன்பு நிறைந்த சகோதர உணர்வினால், சமுதாயத்தில் நல்ல திறமைகள் உருவாக்க முடியும். அதன் விளைவாக நமது சமுதாயம் கௌரவத்துடன் மனநிறைவான வாழ்க்கையை நடத்த முடியும். தற்போது நமது வேலை ஹிந்து

சமுதாயத்திடம் மட்டும்தான். *(ஸ்ரீகுருஜி சிந்தனைக் களஞ்சியம், தொகுதி 3, பக்.192)*

காவிக்கொடி

ஆர்எஸ்எஸ் அமைப்பு எந்த ஒரு தனிமனிதரையும் வழிபட வழிகாட்டவில்லை. மாறாக தேசத்தின் சின்னமான காவிக்கொடியை மட்டுமே வணங்கச் செய்கிறது. ஸ்ரீகுருஜி கூறுகிறார் :-

மிகச் சிறந்த இந்தப் பண்பாட்டுப் பரம்பரைக்கு ஏற்றவிதத்தில், சங்கமானது எந்தவொரு தனி மனிதனையோ புத்தகத்தையோ தனக்கு மேலாணையாகக் கொள்ளாமல், பகவா கொடியையே நம்முன் பெருமதிப்புக்குரிய அதிகாரபீடத்தில் வைத்துள்ளது. பட்டொளி வீசித் திகழும் இந்தச் சின்னமானது நமது தேசிய வாழ்க்கையின் பெரும் சிறப்பையும் உயர்வையும் வெளிக் காட்டுகின்றது. மேலும், சங்கமானது இதன்மூலம் முழு ராஷ்ட்ரத்தினிடமும் தூய பக்தியை மக்களது உள்ளங்களில் பதியவைக்கப் பாடுபடுகிறது. (ஸ்ரீகுருஜி சிந்தனைக் களஞ்சியம், தொகுதி 11, பக்.478)

அப்படி காவிக்கொடியை வணங்குவதன் மூலம், குருவாக ஏற்றுக் கொள்வதன் மூலம்கூட சாதி வேற்றுமைகளை ஒழிக்க முடியும் என்பதை நிரூபித்திருக்கிறது ஆர்எஸ்எஸ். ஸ்ரீகுருஜி கூறுகிறார் :-

இறைவன் நிர்க்குணமானவன். உருவமற்றவன். ஆனால் சாதாரண மனிதன் அதைப் புரிந்து கொள்வதில்லை. எனவே உருவ வழிபாடு தோன்றியது. நம் தேசத்தின் சின்னம் பகவா கொடியாகும். அதைப் பார்த்தவுடன் ஜாதி, மதம், சம்பிரதாயம், மேலோர் கீழோர் என்ற உணர்வுகள் அழிந்து போகின்றன. இத்தகைய காவிக் கொடியின் நிழலில் நிகழ்ச்சிகளை நடத்திக்கொண்டு, நமது பிரார்த்தனை மந்திரத்தை தினமும் உச்சரிக்கிறோம். (ஸ்ரீகுருஜி சிந்தனைக் களஞ்சியம், தொகுதி 4, பக்.218-19)

சமுதாயத்தில் யாரும் உயர்வு தாழ்வு இல்லை. யாரும் பெரியவர் - சிறியவர் என்கிற வேற்றுமையில்லை. நமது சமுதாயம் முழுவதுமே பரமாத்மாவின் உடலின் அங்கம்தான் என்பதைப் பலமுறை சமுதாயத்தின் ஒற்றுமையை வலியுறுத்தி வருகிறது ஆர்எஸ்எஸ் அமைப்பு. ஸ்ரீகுருஜி கூறுகிறார் :-

எந்த சமுதாய அமைப்புக்காக நாம் பாடுபட்டுக் கொண்டிருக் கிறோமோ அச்சமுதாயத்தில் எல்லா ஜனங்களையும் மரியாதையுடன் வைத்திருப்பதற்கு சரியான முறையில்

முயற்சிகள் செய்வதற்குரிய ஞானம் கிடைத்துவிட்டதென்றால் உயர்வு தாழ்வு என்ற மனோபாவம் இல்லாது போய்விடும். நம்முடைய கண்ணோட்டத்தில் எல்லோரும் நமது சமுதாயத்தின் அங்கங்கள்தான். அவர்களில் யாரும் பெரியவன் இல்லை. யாரும் சிறியவன் இல்லை. அவர்கள் எல்லோருமே சமுதாயத்தைப் பாதுகாப்பதற்காக ஒன்று சேர்ந்து எழுந்து நிற்பார்கள். அவர்கள் அனைவரும் சமமான அன்பும் நடைமுறையும் பழக்க வழக்கங்களும் இயற்கையான முறையில் அமைந்து பழக வேண்டும்.

ஏனெனில் செயற்கையான பழக்க வழக்கங்களால் சங்க செயல் பாடுகள் நடைபெற இயலாது. பழக்க வழக்கங்கள் நட்போடு இருக்கவேண்டும். என்ன செய்வது? இவரை சங்கத்துக்குள் கொண்டுவரவேண்டும் என்று எண்ணாமல் இயற்கையாகவே நமது மனதில் மாற்றங்களைக் கொண்டு வந்து அவர்கள்மேல் அன்போடு இருக்க வேண்டும்.

ஏனெனில் சமுதாயம் முழுவதுமே பரமாத்மாவின் உடலின் அங்கங்கள்தான். பரமாத்மாவைப் பொறுத்தவரை உயர்வு தாழ்வு என்றெல்லாம் இருக்க முடியாது. அங்கே நமது சமுதாயம் என்கிற சரீரம் சுத்தமானதாக இருக்க வேண்டும். எந்த அளவு சுத்தம்? அதன் சரீரத்தின் ஒவ்வொரு அங்கமும் பூஜிக்கத்தக்கதாக அமைகிற அளவுக்கு எல்லாவிதத்திலும் சிரேஷ்டமாக கருதுகிற அளவுக்கு அவருடைய பாதங்களில் காய்ந்த இலைகள் விழுந்தால்கூட அவற்றை நம் தலைமேல் அணிந்து கொள்கிறோம். பிரத்யக்ஷமாக நடமாடிக்கொண்டிருக்கிற பரமாத்மாவின் சொரூபமாக நமது சமுதாயம் இருக்கிறது. (ஸ்ரீகுருஜி சிந்தனைக் களஞ்சியம், தொகுதி 2, பக்.224-25)

சாதி மற்றும் மொழி வேற்றுமைகளுக்கு அப்பாற்பட்டது ஆர்எஸ்எஸ் அமைப்பு. பல்வேறு மொழி பேசுபவர்களையும் ஒருங்கிணைப்பு செய்கிறது ஆர்எஸ்எஸ். வேற்றுமைகள் எங்கிருந்தாலும் அவற்றைக் களைந்து அனைவரும் ஹிந்து என்ற ஒற்றைக் குடையின்கீழ் திரள வேண்டும் என்பதே ஆர்எஸ்எஸ் குறிக்கோளாக இருக்கிறது. ஸ்ரீகுருஜி கூறுகிறார் :-

இன்று தேசம் முழுவதும் ஒருமொழி பேசுபவர்கள் இன்னொரு மொழி பேசுபவர்களிடம் அன்யோன்யமாக சகஜமாகப் பார்ப்பதில்லை. ஆனால் நம் சங்கத்தில் வெவ்வேறு மொழி பேசுகின்ற ஸ்வயம் சேவகர்கள் ஒன்றாக இருந்துக்கூட ஒருவரையொருவர் ஏளனமாகப் பார்ப்பதில்லை. குறைவாக எண்ணுவதில்லை.

நாம் நம்முடைய தத்துவத்தில் சொல்லியிருக்கிறோம். இந்த ஹிந்து சமுதாயம் நம்முடையது. ஒரே சமுதாயம்தான். இந்த தத்துவத்தின்படி நாம் நம்முடைய நடவடிக்கையை வைத்துக் கொண்டு எவ்வளவு உயர்ந்த உருவை அடைந்திருக்கிறோம். அப்படிக் கிடைத்த உருவத்தில் யாரும் எந்த மொழிக்காரரையும் ஏளனம் செய்வதில்லை. *(ஸ்ரீகுருஜி சிந்தனைக் களஞ்சியம், தொகுதி 2, பக்.227)*

மேலும் இதைப் பற்றி ஸ்ரீகுருஜி கூறுகிறார் :-

இமயம் முதல் குமரிவரை ஒரே நாடு, ஒரே கலாச்சாரம், ஒரே ராஷ்ட்ரம் என்கிற எண்ணம் ஏற்படச் செய்வது அவசியம். தேசத்தின் நலனில் தனிமனித நலனை உள்ளடக்கி தேசநலனை வழிபடுவதுதான் உயர்ந்தது என்பதை உணர்ந்து அந்தக் கருத்துடன் நம்மை இணைத்துக் கொள்ளும் நல்ல மனப்பாங்கை எழுப்ப வேண்டியது அவசியம். அதற்காகத் தேவையான சூழ்நிலை ஏற்படுத்த, மொழி, மதம், ஜாதி ஆகிய பிரிவினை மனப்பான்மையை ஏற்படுத்தும் மாநிலவாதம் அல்லது பாதி சுயாட்சி போன்ற ஏற்பாடுகளை முற்றிலும் கைவிட வேண்டும்.

ஒரே ராஷ்ட்ரம் (தேசியம்) ஒரே ராஜ்யம் (அரசு) என்பதால் ஒன்றிணைந்த ஆட்சிமுறையை ஏற்றாக வேண்டும். நாடு முழுவதும் ஜனநாயக முறையில் தேர்ந்தெடுக்கப்பட்ட மக்கள் பிரதிநிதிகளின் ஒரே நாடாளுமன்றம் இருந்து, ஒரே மந்திரி சபை அமைந்து, தேசத்தினை ஆளத் தேவையான அனுகூலமான துறைகளுக்கு அதிகாரிகளின் மேற்பார்வையில் பணிகள் நடக்கலாம். அப்போது தான் ஒன்றிணைந்த ராஷ்ட்ர எண்ணம் மேலோங்கி, பிரிவினைச் சக்திகளின் தீய எண்ணம் வளர அவகாசம் கிடைக்காது. பிரச்னையிலிருந்து வெளிவர இது ஒரு வழிமுறை ஆகும். *(ஸ்ரீகுருஜி சிந்தனைக் களஞ்சியம், தொகுதி 3, பக்.243)*

சமுதாய ஒற்றுமையை, ஒருங்கிணைப்பை யார் செய்தாலும் அதை ஆர்எஸ்எஸ் அமைப்பு வரவேற்று வாழ்த்தியது. திருநெல்வேலி, அம்பாசமுத்திரத்தில் உள்ள ஸ்ரீசுவாமி சச்சிதானந்தஜி அவர்களுக்கு 1970, மார்ச் 13ல் எழுதிய கடிதத்தில் ஸ்ரீகுருஜி கூறுகிறார் :-

திருநெல்வேலி வழக்கறிஞர் ஸ்ரீஎஸ்.ஜி சுப்ரமண்யம் நாகபுரிக்கு வந்து, தங்கள் ஆசிக் கடிதத்தைக் கொடுத்தார். ஹிந்து தர்மத்தின் புத்தெழுச்சியையும் ஹிந்து சமுதாயத்தில் குறிப்பிடப்படுகிற ஜாதிகள், உட்பிரிவுகளிடையே உண்மையான, நிலையான

அன்பையும், ஒத்துழைப்பையும், ஒற்றுமை உணர்வையும் ஏற்படுத்துவதற்காக, பணிபுரிய தாங்கள் புனிதமான முடிவெடுத்துள்ளீர்கள் என்பது எங்களுக்கு பெரும் மகிழ்ச்சி அளிக்கும் விஷயமாகும். இதன் பொருட்டு நாங்கள் இறைவனுக்கு நன்றி செலுத்தக் கடமைப்பட்டிருக்கிறோம்.

நமது சமுதாயம் பல்வேறு குறைபாடுகளால் ஆழமாகப் பீடிக்கப் பட்டுள்ளது. எனவே தங்களைப் போன்ற தெய்விக மகா புருஷர்கள், சமுதாயத்தின் இந்த மோசமான நிலையை மாற்றியமைக்க முன்வந்தால், அந்தக் குறைகள் முற்றிலும் நிரந்தரமாக நீங்கிவிடும். சமுதாயத்தின் எல்லாப் பிரிவினரையும், நிரந்தரமாக ஒருங்கிணைத்துத்தான் நாம் காலத்தின் சவால்களை எதிர்கொள்ள முடியும். இடர்களை வெல்ல முடியும். தலைசிறந்த ஞானியர் மற்றும் தர்மம் காத்த மாவீரர்களது உண்மையான வாரிசுகளாக நாம் விளங்க முடியும். *(ஸ்ரீகுருஜி சிந்தனைக் களஞ்சியம், தொகுதி 7, பக்.69-70)*

பாடல்கள்

தினசரி நடைபெறும் ஷாகாவில் மாதம் முழுவதும் ஒரு பாடல் பாடப்படும். அடுத்த மாதம் வேறொரு பாடல் அம்மாதம் முழுவதும் பாடப்படும். அப்பாடல்களில்கூட ஹிந்து ஒருங்கிணைப்பை, தியாகத்தை வலியுறுத்தி பாடப்படும். சாதியை, ஏற்றத்தாழ்வை ஒழிக்க வேண்டும் என்றும் பாடப்படும். ஒருவர் பாட மற்றவர்கள் அனைவரும் தினமும் அப்பாடலை பாடி மனப்பாடம் செய்ய வேண்டும். அதன்படி நடக்க வேண்டும் என்று வலியுறுத்தப்படும். அதில் சில பாடல்களைப் பார்ப்போம்.

பாரத நாட்டைப் பாரிலுயர்த்திட ஒன்றுபடு... ஒன்றுபடு என்ற பாடலில்,

ஆயிரம் ஜாதிகள் நம்மிலே உண்டு
ஆயினும் ஓரன்னை மக்களன்றோ?
பேதங்கள் வந்தாலும் பேசி முடிப்போம்
போரிடும் தன்மையை விட்டுவிடு
நந்தனைத் தந்தவர் நம்மைப் பிரிவது
எந்த வகையிலும் தீமையன்றோ?
சிந்தனை செய்தவர் வீடு திரும்பிட
சந்ததம் நல்வழி கண்டிடுவோம் (பாரத நாட்டை)

•••

ஹிந்து இன்றே ஒன்றுபடு என்ற பாடலில்,

மேலோர் கீழோர் இங்கில்லை
வர்ணமும் வர்க்கமும் இங்கில்லை
அனைவரும் அன்னையின் ஆருயிர் மைந்தர்
உடன் பிறந்தோர் உறவினரே (ஹிந்து இன்றே)
வழிப்பறி செய்த ஓர் வேடன்
வானவர் நிலைக்கு உயர்ந்தவன்
படகோட்டியினைத் தழுவிய ஒருவன்
சோதர பாசம் உணர்த்தியவன்
மீனவப் பெண்ணின் மகன் வந்தான்
வேதங்களையே வகுத்தளித்தான்
பிறவியில் உயர்வு தாழ்வுகளில்லை
என்றே உணர்த்திய நாடு இது (ஹிந்து இன்றே)

•••

ஹிந்துவாய் வாழ்வோம் - காப்போம் ஹிந்துஸ்தானமிதை என்ற பாடலில்,

ஜாதிகள் பேசி தாழ்ந்தது போதும்
பேதத்தை விட்டிடுவோம் - நாமினி
ஒன்றாய் வாழ்ந்திடுவோம்
ஹிந்து என்பதில் பெருமிதம்
ஹிந்து என்றே அறிமுகம் (ஹிந்துவாய்)
பிறவியில் உயர்வு தாழ்வுகள் சொல்வது
பேதமை என்றிடுவோம் - தீண்டாமை
பாவம் என்றிடுவோம்
ஹிந்து அனைவரும் ஓரினம்
உணர்ந்தால் உயரும் நம் இனம் (ஹிந்துவாய்)

•••

ஒண்ணுதான் ஒண்ணுதான் என்ற பாடலில்,

அங்கக்கிங்க பேதமில்லை, ஊரு மொத்தம் ஒரேசனம்
நல்லாச் சொல்லு நாலுதரம், நாடு மொத்தம் ஒரே இனம்
ஊரு மொத்தம் ஒரே சனம், நாடு மொத்தம் ஒரே இனம்

•••

ஒரே சிந்தனை அந்தக் கேசவன் கனவினை நனவாய் ஆக்கணும் என்ற பாடலில்,

ஜாதி பேதங்கள் இல்லை என்றாகணும்
ஹிந்து நாமென்று உணரணும்
பாரத நாடிது பார்தனில் உயரணும்
பாரினில் பண்பினை பரப்பணும் (ஒரே சிந்தனை)

•••

இளைஞர்களே சங்கப்பணி வளர்க்க வருவீர் என்ற பாடலில்,

கலையுது ஹிந்துவின் தூக்கம் - அதனால்
குலையுது அன்னியர் திட்டமெல்லாம்
ஜாதிக்காக ஓட்டளித்த ஒரு
நடைமுறை மாறத் துவங்கியது
மாற்றுக் கருத்தைக் கொண்டிருந்தவர்
போற்றுகின்றனர் சங்கத்தை
நீதி கேட்டுப் போராட ஹிந்து
சமூக பிரக்ஞை தோன்றியது (இளைஞர்களே)
கிராமம் தோறும் காவிக்கொடியது
பட்டொளி வீசிப் பறக்கட்டும்
கோடிக் குரல்களின் பிரார்த்தனை கீதம்
விண்ணை முட்ட ஒளிக்கட்டும்
ஏற்றத்தாழ்வு ஹிந்து விடத்தில்
இல்லை என்று ஆகட்டும்
மாற்று மதத்தைத் தழுவிய நம்மவர்
மீண்டும் ஹிந்து ஆகட்டும் (இளைஞர்களே)

•••

ஹிந்துஸ்தானம் ஹிந்து தர்மம் ராஷ்ட்ர சங்கமென்று நாம் என்ற பாடலில்,

ஒற்றுமை அற்று நாங்கள் ஓடி நின்ற காலமும்
இன்றுடன் ஒழிந்துபோக கங்கணத்தைக் கொண்டுள்ளோம்
உயர்வு தாழ்வு எங்களுக்குள் இல்லையென்று காட்டவே
ஒன்றுகூடி இன்று நாமும் கங்கணத்தைக் கொண்டுள்ளோம்

•••

கபடிக் கபடி ஆடிடுவோம் என்ற பாடலில்,

சக்தியை நாளும் வளர்த்திடுவோம்
சங்கஸ்தானில் புரண்டிடுவோம்
ஹிந்துஸ்தானை உணர்ந்திடுவோம்
சுற்றி வளைத்தே பிடித்திடுவோம்
சோதர பாசம் வளர்த்திடுவோம்
உடலைக் கல்லாய் ஆக்கிடுவோம்
உளத்தை அடக்கி ஆண்டிடுவோம் (கபடி)

•••

நம்ம நாட்டினுக்கு நல்ல நேரம் வந்தாச்சு என்ற பாடலில்,

ஜாதிகளின் பூசலென்ன குறுகிய பல வெறிகளென்ன?
ஹிந்து ஒன்றுபடுவதா? ஹா என்ற காலம் போச்சு
நாடு மொத்தம் ஒரு குடும்பம் கூறு போட அனுமதியோம்
ஒருங்கிணைந்து நாடுயர்த்தும் மாட்சி வந்தாச்சு (நம் நாட்டினுக்கு)

•••

பாரதீஸ்வரி...பாபநாசினி பாரதமெனும் ஞானக்கோயில் என்னும் பாடலில்,

குகனும் நீ நந்தனும் நீ திருப்பாணாழ்வார் நீ
கண்கொடுத்த காளத்தி கண்ணப்பனும் நீயே
டக்கர் பாபா ஜோதிர்புலே நாராயண குரு நீ
தீண்டாமை நோய் தீர்த்த பீமராவும் நீயே (பாரதீஸ்வரி)

•••

நாட்டுக்காக வாழுவோம் என்ற பாடலில்,

ஹிந்து என்ற பெருமிதம் ஹிந்து ஒன்றே நம் குலம்
ஜாதி வந்து பிரித்திடாமல் பாச நூலில் கோர்த்திடும்
வானவில்லின் ஏழுவண்ணம் கிரணம் ஒன்றின் கிளைகளே

•••

புத்துணர்வூட்டும் கர்ஜனை செய்தே என்ற பாடலில்,

ஜாதிகள், மொழிகள், வர்க்க வேற்றுமை
போலி கௌரவம் எத்தனையோ
அவரவர் பகுதி நலனைக் காட்டி

சுயநலம் பெருக வழிசெய்தோம்
எங்கும் தேசிய எண்ணம் வளர்த்தே
பிளவுகள் போக வகைசெய்வோம்

•••

ஓஹோ ஹோ ஆர்எஸ்எஸ்ஸின் கொள்கை என்ன எடுத்துச் சொல்வோம் என்ற பாடலில்,

செல்வத்தில் இல்லாதவனோ உள்ளவனென்றோ வேற்றுமை
இல்லை - சுரண்டல் இல்லை - சண்டை இல்லை
பிறப்பிலே உயர்வு தாழ்வு கருதும்
அந்தக் கொடுமை இல்லை
ஜாதி இல்லை - பேதம் இல்லை
குடும்பமாய் ஒன்று பிணைந்து வாழும்
அந்த மக்கள் கூட்டம்
அதுவே ராஷ்ட்ரம்

•••

சேவை ஒரு வேள்வி நாமும் ஆஹுதியாய் ஆகுவோம் என்ற பாடலில்,

ஏற்றத்தாழ்வு எண்ணம் நீக்கி எல்லோரும் வாழுவோம்
உடன்பிறந்தோர் உணர்வாலே விருப்புவெறுப்பு வீழவே
திசையெலாம்பிரகாசமாக ஞானதீபம் ஏற்றுவோம்
லட்சியமாம் சிகரம் அடைய வேகமாய் முன்னேறுவோம்

•••

விநாயகர் சதுர்த்தி திருவிழா

இந்துக்களை ஒன்றுபடுத்த மகாராஷ்டிரத்தில் விநாயகர் சதுர்த்தியை பயன்படுத்தினார் லோகமான்ய திலகர். அதுபோலவே தமிழ்நாட்டிலும் இந்துக்களை ஒற்றுமைப்படுத்த, சமுதாயத்தில் நிலவி வந்த சாதி வேற்றுமை, தீண்டாமையை ஒழிக்க விநாயகர் சதுர்த்தியை ஆரம்பித்தார் இந்து முன்னணி நிறுவனர் திரு.ராம.கோபாலன்ஜி.

10 நாட்கள் நடக்கும் விநாயகர் சதுர்த்தி திருவிழாவில் எல்லா சாதியினரையும் ஒன்றுபடுத்தி விழாவைக் கொண்டாடி வருகிறது இந்து முன்னணி. விநாயகர் சதுர்த்தி விழாவில் ஒருநாள் பட்டியல்

சமூகத்தைச் சார்ந்தவர்களை அழைத்து அவர்களுக்கு பாதபூஜை செய்து போற்றி வருகிறது. எல்லோரும் இணைந்துதான் தேரை இழுத்து விநாயகர் சதுர்த்தி விழாவை கொண்டாடி வருகின்றனர். இந்த ஒற்றுமை உணர்வை இந்து முன்னணி விநாயகர் சதுர்த்தி மூலம் கொண்டு வந்திருக்கிறது.

இப்படி பல்வேறு நடவடிக்கையின் மூலம் சமுதாய ஒற்றுமையையும் சமூக ஒருங்கிணைப்பினையும் சாதியை முன்னிறுத்தாமல் செய்து வருகிறது ஆர்எஸ்எஸ் அமைப்பு. அதை வெற்றிகரமாகவும் நிரூபித்து இருக்கிறது. ஆனால் ஆர்எஸ்எஸ் அமைப்பை எதிர்க்கும் இயக்கங்கள், கட்சிகள் ஆர்எஸ்எஸ் அமைப்பை, சாதியை பாதுகாக்கும் - வளர்க்கும் அமைப்பு என்றும் பிரிவினையை ஏற்படுத்தும் அமைப்பு என்றும் பல வருடகாலமாகவே கூறி வருகின்றனர். ஆர்எஸ்எஸ் அமைப்பு தொடங்கியதிலிருந்தே இந்தக் குற்றச்சாட்டுகள் வந்திருக்கின்றன. இதெல்லாம் பொய் என்பதை ஆர்எஸ்எஸ் அமைப்பில் செயல்படுத்திவரும் நிகழ்வுகள் மூலம் ஏற்கனவே பார்த்தோம்.

ஆனாலும் தொடர்ந்து பொய்யை மட்டுமே பரப்பி வருகின்றனர். அவர்கள் எவ்வளவு பொய்யான தகவலை பரப்பிவருகிறார்கள் என்பதற்கு ஒரே ஒரு உதாரணத்தைப் பார்ப்போம். 'ஆர்எஸ்எஸ் ஓர் அபாயம்' என்ற நூலில் பெரியார் திராவிடர் கழகத்தைச் சேர்ந்த விடுதலை ராஜேந்திரன் எழுதுகிறார் :-

> ஆர்.எஸ்.எஸ்.காரர்களின் வேத நூல் என்று அவர்களால் போற்றப்படும் ஒரு நூலை ஆர்.எஸ்.எஸ். தலைவர் கோல்வாக்கர் எழுதியிருக்கிறார்.
>
> 'இந்து ராஷ்டிரம்' என்றால் அது எப்படிப்பட்ட சமூக அமைப்பைக் கொண்டதாக இருக்கவேண்டும்; என்பதற்கு பழைய கால நிகழ்ச்சி ஒன்றை பெருமையோடு எடுத்துக் காட்டி இதுதான் 'இந்து ராஷ்டிரம்' என்று மார்தட்டிக் கொள்கிறார்.
>
> கோல்வாக்கர் சொல்லும் இந்து ராஷ்டிரத்தின் இலக்கணம் என்ன? இதோ படியுங்கள்!
>
> 'தென்னாட்டில் ஒரு ஆங்கிலேய அதிகாரி இருந்தார். அவருக்கு உதவியாளராக அந்த மாநிலத்தைச் சார்ந்த ஒருவர் இருந்தார். அவர் நாயுடு வகுப்பைச் சார்ந்தவர். அந்த ஆங்கில அதிகாரியின் பியூனாக இருந்தவர் ஒரு பிராமணர். ஒரு நாள் அந்த ஆங்கிலேய அதிகாரி தனது 'பிராமண' பியூன் பின் தொடர வீதியில் நடந்து சென்றுகொண்டிருந்தார்.

அப்போது எதிரே அவரது உதவியாளராக இருந்த நாயுடு சமுதாயத்துக்காரர் வந்தார்; ஆங்கிலேய அதிகாரியைப் பார்த்து கை குலுக்கினார். ஆனால், பிராமண பியூனைப் பார்த்தவுடன் 'காலைத் தொட்டு வணங்கினார்.' அதைப் பார்த்து வியப்படைந்த ஆங்கிலேய அதிகாரி, 'நான் உன்னுடைய பெரிய அதிகாரி, நீ என்னிடம் கைதான் குலுக்கினாய். ஆனால், என்னுடைய பியூனின் காலைத் தொட்டுக் கும்பிடுகிறாயே இது என்ன? என்று கேட்கிறார். அதற்கு அந்த உதவியாளர் பதில் சொல்கிறார்:

'நீங்கள் என்னுடைய பெரிய அதிகாரியாக இருக்கலாம்; ஆனால், நீங்கள் ஒரு மிலேச்சர். அவர் ஒரு பியூனாக இருக்கலாம்; ஆனால், அவர் நாங்கள் வணங்கக்கூடிய பிராமண சமூகத்தைச் சார்ந்தவர். அவரைத் தொழவேண்டியது எனது கடமை என்று பதில் சொன்னார். இதுதான் இந்து தர்மம்! (குரு கோல்வாக்கர் எழுதிய Bunch of Thoughts நூல் பக்கம் 138-139, நூல் : ஆர்எஸ்எஸ் - ஓர் அபாயம், பக்.14)

இந்த தகவலையே திராவிடர் கழகத்தின் 'உண்மை' ஆன்லைனிலும் பரப்பி வருகின்றனர். இதைப் படிப்பவர்களுக்கு சாதியத்தை ஆர்எஸ்எஸ் அமைப்பு ஆதரிக்கிறது, பரப்புரை செய்கிறது என்ற கருத்துதான் முதலில் ஏற்படும். இது உண்மை என்றே படிப்பவர்கள் நினைத்துக்கொள்வார்கள். ஆனால் இதில் ஸ்ரீகுருஜி அவர்கள் சொல்லியவற்றில் முன்னும் பின்னும் கத்தரித்துவிட்டு பொய்யை பரப்ப தங்கள் அறிவை விபச்சாரம் செய்யவிட்டுள்ளனர்.

1963ல் ஜஷ்பூர், வனவாசி கல்யாண் ஆசிரமத்தில் ஸ்ரீராமநவமி விழாவில் நடத்திய நிறைவுரையில் ஸ்ரீகுருஜி பேச்சில் உள்ளவைதான் அவை. உண்மையில் ஸ்ரீகுருஜி கோல்வால்கர் அதில் என்ன சொல்லியிருக்கிறார் என்பதை முன்னும் பின்னும் கத்தரிக்காமல் பார்ப்போம். ஸ்ரீகுருஜி கூறுகிறார் :-

மதத்தையே ராஜ்ய அதிகார விஸ்தரிப்புக்கு ஒரு ஆயுதமாகச் செய்து கொண்டு பல வெளிநாட்டு மக்கள், அவ்வப்போது நம் தேசத்தின்மீது படையெடுத்தார்கள். தங்கள் விருப்பத்தைப் பூர்த்திசெய்துகொள்ளும்பொருட்டு, சில சமயங்களில் யுத்தங்கள் செய்தார்கள் என்றால், வேறு சில சமயங்களில் நம் மக்களுக்கு (பொருள்) ஆசை காட்டி தங்கள் பக்கம் இழுத்துக்கொண்டனர். சில சமயம் நம் அப்பாவி மக்களை அப்பட்டமாக ஏமாற்றி, நிலபுலன்களை அபகரித்துக்கொண்டனர்.

ஆங்கிலேயர்கள் இவ்விஷயத்தில் ஒரு தனித்தன்மையுடன் செயல்பட்டனர்.

இது சம்பந்தமாக புகழ்பெற்ற லாலா ஹர்தயாள் சில ஆண்டுகளுக்கு முன் ஒரு கட்டுரை எழுதியுள்ளார். அதில் ஆங்கிலேயர்கள் பாரதத்தை சமுதாயரீதியாகவே மனம் மாற்றி, வெற்றியை நாட்டிட முயற்சிகள் செய்தனர்.

அந்தக் காலத்தில் தென்னிந்தியாவில் இருந்த ஆங்கிலேயே அதிகாரி, வைசிய வகுப்பைச் சேர்ந்த கீழ்நிலை அதிகாரியும் அந்தண வகுப்பைச் சேர்ந்த ஒரு குமாஸ்தாவும் ஒருவரை ஒருவர் சந்திக்கும் நிகழ்ச்சியை உதாரணமாகக் கூறினார்கள்.

வைசிய வகுப்பைச் சேர்ந்த அதிகாரி, ஆங்கிலேய அதிகாரியைப் பார்க்கும்போது, பதற்றமில்லாமல் வணக்கம் தெரிவித்து சரிசமமாக கை குலுக்குவார். அதே அதிகாரி பிராமண குமாஸ்தாவைக் கண்டால் சாஷ்டாங்கமாக நமஸ்கரித்து ஆசிர்வாதம் பெறுவார்.

இந்த நடவடிக்கை ஆங்கிலேயர் மனதை உறுத்திக் கொண்டிருந்தது. ஆங்கிலேய அதிகாரி தன் துணை அதிகாரியான வைசியரை இந்த வித்தியாசமான வழிமுறைக்குக் காரணம் கேட்க, அவர் பதிலளித்தார். 'நீங்கள் ஆங்கிலேயர்; மிலேச்சர் (அதாவது சமூகக் கட்டுப்பாடு இல்லாத வெளிநாட்டவர்) நீங்கள் ஓர் அதிகாரியாக இருப்பதால் முறைப்படி கை குலுக்குகிறேன். ஆனால் அந்த குமாஸ்தா அந்தணர். அவர் சமுதாயத்தில் முதல்நிலையில் இருப்பவர். எனவே அவரை எனது எட்டு அங்கங்களும் தரையில் பட வீழ்ந்து வணங்குகிறேன்' என்றார்.

இதன்பிறகு ஆங்கிலேயர்களுக்கு அறிவு பிறந்தது. 'இந்த மக்களின் சமுதாயம், தர்மம் இவைகளின்பால் அவர்களுக்கு சிரத்தை பலமாக இருக்குமேயானால், நாம் ராஜ்யத்தை விட்டுப் போக வேண்டியதுதான். ஆகையால் பிராமணர்கள் பெற்றுள்ள இடத்தை நாம் பெற வேண்டும்' என்று முடிவு செய்தார்கள்.

அதற்காக அவர்கள் மக்கள் மனதில் அவர்கள் கைக்கொண்டுள்ள சமயத்தைப் பற்றி அவநம்பிக்கையை வளர்க்கத் திட்டங்கள் தீட்டினர். அவர்களுடைய இந்த சதிகாரத் திட்டத்தை இங்குள்ள பல அறிஞர்கள்கூட இன்றுவரை புரிந்துகொள்ளவில்லை.

ஆங்கிலேயர்கள் 'புதிய ஏற்பாடு' (நியூ டெஸ்டமெண்ட்) என்ற கிறிஸ்தவ ஆதாரத்தின் பேரில் பிராமணர்கள் மீதும் ஹிந்து தர்மத்தின் மீதும் அசிரத்தையை வளர்க்க திட்டங்கள் தீட்டினார்கள். ஆனால் அவர்களுக்கு ஒரு விவரம் தெரிந்திருக்க வில்லை.

நம் நாட்டில் இரண்டுவிதமான பிராமணர்கள் இருக்கின்றனர். ஒருவகையினர் உண்மையில் பிறப்பால், வளர்ப்பால் பிராமணர். மற்றொரு வகையினர் இறைவனையே அறிந்தவர்கள். அவர்களின் நடவடிக்கைகளும் சிந்தனைகளும் தூய்மை வாய்ந்ததாக இருக்கும். அவர்களும் பிராமணர்கள். அவர்களுக்கு ஜாதி முதலான பந்தங்கள் எதுவும் இல்லை.

ஆங்கிலேயர்கள் பிராமணர்கள்மீது ஏவிவிட்ட விஷமப் பிரசாரங்கள் அரசாங்கத்தின் அதிகார பலம், அளவு மீறின பணச்செலவு, பலவிதமான ஆசை காட்டல்கள் இவை இருப்பினும் போதிய பலனளிக்கவில்லை. அதற்குக் காரணம் இந்த இரண்டாவது பிரிவைச் சேர்ந்த பிராமணர்களே.

ஆங்கிலேயர்களால் நம் சமுதாயத்துக்கு எவ்வித நஷ்டமும் இழைக்க முடியவில்லை. (ஸ்ரீகுருஜி சிந்தனைக் களஞ்சியம், தொகுதி 5, பக்.45-47)

லாலா ஹர்தயாள் கூறியிருப்பதின் நிகழ்ச்சியில், சாதிய சமுதாயத்தில் இருந்த ஏற்றத்தாழ்வுகளைப் பயன்படுத்தி எந்த இடத்தில் ஆங்கிலேயன் பயன்படுத்த முயன்றான் என்பதைக் காட்டுகிறது. ஒரு இடத்திலாவது அந்த ஏற்றத்தாழ்வினை ஸ்ரீகுருஜி கோல்வால்கர் நியாயப்படுத்தவில்லை.

உடனே திராவிடர் கழகத்தினர் ‘சிந்தனைக்கொத்து’ (Bunch of Thoughts) புத்தகத்தில் இருந்துதான் நாங்கள் எடுத்தாண்டுள்ளோம் என்று சொல்வார்கள். அதனால் அப்புத்தகத்தில் என்ன இருக்கிறது என்பதையும் பார்த்துவிடுவோம். சிந்தனைக் கொத்து புத்தகத்தில் இந்நிகழ்ச்சி சில மாற்றங்களுடன் இருக்கிறது. அதில் இருப்பதாவது :-

நமது நாட்டு மாபெரும் புரட்சியாளர்களில் ஒருவரான லாலா ஹர்தயாள் அவர்கள் ஒரு சம்பவத்தைக் கூறியுள்ளார்.

தெற்கே ஓர் ஆங்கிலேய அதிகாரி இருந்தார். அவருக்கு உள்ளூர் வாசியான, நாயுடு சமூகத்தைச் சேர்ந்த ஒரு துணை அதிகாரி இருந்தார். அந்த ஆங்கிலேயருடைய ஏவலாளராக ஒரு பிராமணர் வேலை பார்த்து வந்தார்.

ஒருநாள் ஏவலாளர் பின்னே வர, அந்த ஆங்கிலேயர் தெரு வழியே சென்று கொண்டிருந்தார். துணை அதிகாரி எதிர்த் திசையிலிருந்து வந்து கொண்டிருந்தார். இரு அதிகாரிகளும் தங்களுக்குள் நலம் விசாரித்து, கைகுலுக்கிக் கொண்டார்கள். ஆனால் அந்தத் துணை

அதிகாரி, ஏவலரைக் கண்டதும் தாம் அணிந்திருந்த தலைப் பாகையை எடுத்துவிட்டு, அவரது காலைத் தொட்டு வணங்கினார்.

அந்த ஆங்கிலேய அதிகாரி ஆச்சரியம் அடைந்தார். 'என்ன இது? நான் உனக்கு மேலதிகாரி. ஆனால் என்னிடம் நீ நிமிர்ந்து நின்று கை குலுக்கியதோடு சரி. அந்த மனிதரோ எனது வேலைக்காரர். இவ்வளவு ஜனநடமாட்டம் உள்ள வீதியிலும் அவர் முன்னே விழுந்து வணங்குகிறாயே! என்ன காரணம்?' என்று கேட்டார்.

அதற்கு அந்தத் துணை அதிகாரி 'நீங்கள் என்னுடைய மேலதிகாரியாக இருக்கலாம். இருப்பினும் நீங்கள் மிலேச்சர். இவர் உங்கள் வேலைக்காரராக இருக்கலாம். ஆனால் இவர் எங்கள் மக்களிடையே இத்துணை நூற்றாண்டுகளாகப் பெரிதும் மதிக்கப்பட்டு வருகிற வகுப்பைச் சார்ந்தவர். அவர்முன் வணங்குவது என்னுடைய கடமை' என்று பதில் கூறினார்.

இந்த விவரத்தை எல்லாம் விளக்கி, இங்கிலாந்திலுள்ள இந்தியா ஹவுஸ் அலுவலகத்துக்கு அந்த ஆங்கிலேயர் எழுதிய கடிதம் இப்பொழுதும் காணக் கிடக்கிறது.

பிராமணனை அந்த நிலையிலிருந்து இறக்கிவிட்டு, ஆங்கிலேயன் அந்த இடத்தில் அமர்ந்தாலன்றி - அதாவது, அவர்களைப்போல அல்லது அவர்களைவிட அதிகமாக மதிக்கப்பட்டாலன்றி - தமது சாம்ராஜ்யம் நெடுநாள் நீடிக்காது என்று அக்கடிதத்தில் குறிப்பிட்டுள்ளார் அந்த ஆங்கிலேயர்.

இந்தக் குறிக்கோளை மனதில்கொண்டு ஆங்கிலேயன் நமக்குப் பல வழிகளிலும் பயிற்சி அளிக்கத் தொடங்கினான். *(ஸ்ரீகுருஜி சிந்தனைக் களஞ்சியம், தொகுதி 11, பக்.177-178)*

அதாவது முதலாவதாக, இச்சம்பவத்தை குறிப்பிட்டு இருப்பவர் லாலா ஹர்தயாள் என்பதையே மறைத்துவிட்டனர். இரண்டாவதாக, இதுதான் இந்து தர்மம் என்று அந்த சம்பவத்தைக் குறிப்பிட்டு ஸ்ரீகுருஜி சொன்னதாக சொல்வதும் பொய். அப்படி இதுதான் இந்து தர்மம் என்று அவர் குறிப்பிடவேயில்லை. மூன்றாவதாக, இச்சம்பவம் ஆங்கிலேயர் சாதிய ஏற்றத்தாழ்வுகளைக் கண்டு, படிநிலையில் உயர்வகுப்பாக இருந்த பிராமணர்களைப்போல் தாங்களும் மதிக்கப்பட்டால்தான் பாரதத்தில் தங்களுடைய சாம்ராஜ்யத்தை நிலைநிறுத்த முடியும் என்று உணர்ந்தனர். இவ்வாறு ஸ்ரீகுருஜி கோல்வால்கர் எழுதியிருப்பதையும் மறைத்துவிட்டனர்.

ஆர்எஸ்எஸ் மீது பொய்யான சாதியவாதத்தைக் கட்டமைத்து ஆர்எஸ்எஸ் சாதியத்தை ஆதரிக்கிறது, தீண்டாமையை ஆதரிக்கிறது என்ற பொய்யான பிம்பத்தை தங்கள் பிரச்சாரத்தின்மூலம் பரப்பிவிட்டிருக்கின்றனர்.

ஆகவே உண்மையில் ஆர்எஸ்எஸ் வர்ணங்கள், சாதிகள், தீண்டாமை பற்றி என்ன கருத்தைக் கொண்டிருக்கிறது என்பதை அடுத்ததாகப் பார்ப்போம்.

•

- 4 -

வர்ணங்கள் பற்றி ஆர்எஸ்எஸ்

வர்ணங்கள் நான்கு. சூத்திரர், வைசியர், க்ஷத்திரியர், பிராமணர். இவை பிறப்பின் அடிப்படையில் பிரிக்கப்படவில்லை; செய்யும் தொழில் மற்றும் குணத்தின் அடிப்படையில் பிரிக்கப்பட்டது. இதைத் தெளிவாகவே ஸ்ரீகுருஜி குறிப்பிட்டுள்ளார்கள். 1955 ஆகஸ்ட் 11 அன்று ஹரியானாவில் உள்ள ஹிஸ்ஸார் எனும் ஊரில், மாலை தேநீர் அருந்திக் கொண்டிருக்கும்போது, ஸ்ரீகுருஜி, தீன்தயாள் உபாத்யாயவிடம் சொன்னார் :-

> கம்ஸன் ஸ்ரீ கிருஷ்ண பகவானின் தாய்மாமனே. ஆனால் அவன் ராக்ஷஸன் எனப்படுகிறான். ராவணனுக்குப் பத்து தலைகள், இருபது கைகள், அவனும் ராக்ஷஸன். அவன் தம்பி விபீஷணன் சாதாரண மனித சரீரம் உடையவன். ஸாத்விக குணம் படைத்தவன். ஒருவன் ராக்ஷஸன், மற்றவன் மனிதன். காரணம் இதுவே. ராவணன் குணம் ராக்ஷஸத்தன்மை உடையது. விபீஷணன் குணம் மானிட சமுதாயத்துக்கு இசைவாக இருந்தது. இதனால் தெளிவாகத் தெரிவது, நம் நாட்டில் ஜாதிகள் குணங்களின் அடிப்படையில்தானே தவிர பிறப்பால் அல்ல. *(ஸ்ரீகுருஜி சிந்தனைக் களஞ்சியம், தொகுதி 9, பக்.293)*

வர்ணங்கள் சமுதாயத்தின் ஏற்பாடு. சமயத்தின் ஏற்பாடு அல்ல. அதில் ஏற்றத்தாழ்வு இல்லை என்பதுதான் இந்து ஆன்றோர்கள் - சான்றோர்களின் கருத்து. இதே கருத்தைத்தான் ஆர்எஸ்எஸ்

அமைப்பும் கருதுகிறது. *11-3-1954* அன்று ஸ்ரீகுருஜி கோல்வால்கர் பேசிய உரை இதைத் தெள்ளத்தெளிவாகக் காட்டுகிறது.

மனித சமுதாயத்தை சுகமாக வைத்திருப்பதற்கு நமது வர்ணாசிரம முறை மிகச் சிறந்ததாக உணரப்படுகிறது. ஆனால் இன்று ஜாதிப் பிரிவினை என்று சொல்லி, இதனை பரிகாசம் செய்கிறார்கள். பல தடவை இதை ஒரு முறைமை என்று சொல்லாமல், பிரிவினை என்று புரிந்துகொள்ளத் தொடங்கி இருக்கின்றனர். இதில் உயர்வு, தாழ்வு என்ற எந்த உணர்வுகள் வந்து இருக்கின்றனவோ அதுவும் சரியில்லை. உண்மையில், இந்த விதமான வேறுபாடுகளால் சமுதாயத்தில் வெவ்வேறு மக்களுக்கிடையில் எந்த வேற்றுமையும் உண்டாவதில்லை.

எவரெவர் தனக்கு விதிக்கப்பட்ட செயல்களைச் செய்து கொண்டிருக்கிறாரோ அவரவர் அதன் மூலமாகவே பரமாத்மாவை உபாசனை செய்வதாக பகவத் கீதையில் சொல்லப் பட்டிருக்கிறது.

ஸ்வே ஸ்வே கர்மணி அபிரதஹ ஸம்ஸித்திம் லபதே நரஹ

ஸ்வ கர்மணா தம் அப்யர்ச்ச ஸித்திம விந்ததி மானவஹ *(கீதை 18-45)*

அறிவுதானம் செய்து அந்தணன் ச்ரேஷ்டனாகிறான். க்ஷத்திரியன் எதிரியை அழித்து அதே அளவு ச்ரேஷ்டனாகிறான். வைசியன் விவசாயம் செய்து சமுதாயத்தைக் காப்பாற்றுகிறான். சூத்ரன் தமது கலைத் திறமைகளாலும் உழைப்பினாலும் சமுதாயத்துக்குச் சேவை செய்கிறான்.

சிரேஷ்டம் என்று சொல்கிற பெருமையில் யாரும் யாருக்கும் குறைந்தவராக எண்ணப்படுவதில்லை. எல்லோரும் ஒரே சமுதாயத்தின் அங்கம் என்ற அடிப்படையில் ஒருவருக்கொருவர் அனுகூலமாக நடந்தனர்.

சமுதாய அமைப்பைச் செய்கின்ற நம்முடைய சிந்தனை யாளர்களின் எண்ணத்திலும் இதே உணர்வுதான் இருக்கிறது. இருந்தும், இந்தப் பிரிவினை உணர்வு எங்கிருந்து வந்தது என்பது ஆச்சரியமாக இருக்கிறது.

நம்மிடத்தில் இந்த உணர்வை வெளிப்படுத்தக்கூடிய சொற்கள் கூட இல்லை. கிறிஸ்தவ மற்றும் இஸ்லாம் சமுதாயங்களில் தங்கள் மதங்களில் நம்பிக்கை வைக்காதவர்களுக்கு சுவர்க்கம் கிடைக்காது என்று கட்டாயமாகச் சொல்லியிருக்கிறார்கள். ஆனால் நாம் இந்தவிதமான எந்த விலக்கிக் காட்டும் எண்ணமும்

கொண்டிருக்கவில்லை. எனவே, இன்று காட்டப்படுகின்ற உயர்வு, தாழ்வு மற்ற பிரிவினை உணர்வுகள் தமது வர்ணாசிரம தர்மத்தின் விளைவாக ஏற்பட்டதே இல்லை.

மாறாக, இந்த வரைமுறையின் அடிப்படை வாழ்க்கைத் தத்துவங்களை மறந்துவிட்ட காரணத்தினால் ஏற்பட்டதாகும். இதனால் உண்டான பயங்கரமான விளைவுகளை அழிக்க வேண்டும்.

சமுதாயத்தைச் சரியான முறையில் நடத்திச்செல்வதற்கு என்ன ஏற்பாடுகள் இருக்கவேண்டும் என்ற கேள்வி இப்போது எழுதுகிறது. இங்கு ஆட்சியமைப்பே இல்லாத நிலைகூடக் கற்பனை செய்யப்படுகிறது. ஆனால் எப்போது எல்லோரும் ஹம்ச வர்ணத்தைச் சார்ந்தவர்கள் ஆகிறார்களோ அப்போதுதான் அது சாத்தியமாகும். எனவே, இன்று அதைச் சந்திக்க வேண்டிய அவசியமில்லை.

சமுதாயத்தின் அடிப்படை அமைப்பு திடமாக உறுதியாக இருக்கும்பட்சத்தில் அரசாட்சி முறையிலிருந்து குடியாட்சி முறைவரை எல்லா முறைகளும் நடைமுறைப்படுத்தப்பட இயலும். அவற்றுள் யாரும் நம் சமுதாய வாழ்வின் அமைப்பை அசைக்க முடியாது. சமுதாயம் தானே ஆட்சி செய்யலாம்.

ஆட்சியின் அடிப்படை ஆதாரம் கிராமப் பஞ்சாயத்து என்று ஒப்புக் கொள்ளப்பட்டது. அதில் கிராமத்திலுள்ள எல்லா சமுதாயத் தினருக்கும் பிரதிநிதித்துவம் கிடைத்தது. ஒவ்வொரு பிரதிநிதியும் தத்தம் தொழிலுள்ள கஷ்ட நஷ்டங்களையும், தத்தம் தேவைகளும் நேரிடையாக வெளிப்படுத்த முடிந்தது. பரஸ்பரம் தொடர்பை சரியாக வைத்துக்கொள்ள வேண்டிய அவசியத்தையும் உணர்ந்திருந்தனர். பஞ்சாயத்து இந்தக் காரியத்தை நிறைவேற்றிக் கொடுத்தது.

இந்த முறையை விரிவுபடுத்த வேண்டும். இந்த இடங்களிலிருந்து பிரதிநிதி வரவேண்டும். அவர்களுடைய பிரதிநிதி சபை பெரிய பிரதிநிதி சபை என்று இந்த விதமாக ஆட்சியின் முழு அமைப்பும் ஏற்பாடாக வேண்டும். இதுவே சுருக்கமாகச் சொல்லத்தக்க பிணைப்பு. மேற்சொன்ன ஏற்பாட்டில் ஒன்றை நினைவில் கொள்ள வேண்டும். இதனால் தத்தம் சிறப்பு நிறைந்த வாழ்க்கை முறை பாதிப்படையக்கூடாது. *(ஸ்ரீகுருஜி சிந்தனைக் களஞ்சியம், தொகுதி 2, பக்.150-152)*

வர்ணாஸ்ரம முறைகளினால் நன்மை ஏற்பட்டதா என்றால் ஆம். ஆனால் காலப்போக்கில் அவற்றால் நன்மை இல்லை என்றதும் அம்முறையை விட்டுவிட்டோம். இப்போது நாம் ஒன்றிணைப்பதில் ஏதும் உயர்வு, தாழ்வு இல்லை, தீண்டத்தகாதது இல்லை. இதைப் பற்றி கேள்வி கேட்பதற்கு மற்ற மதத்தவர்களுக்கு உரிமையில்லை என்பதை ஆர்எஸ்எஸ் தெளிவுபடுத்தியிருக்கிறது. இதைப்பற்றி 1-11-1972 அன்று ஒருவர் கேள்வி கேட்க, ஸ்ரீகுருஜி கோல்வால்கர் தெளிவாகவே பதில் கூறுகிறார் :-

வினா : இது ஹிந்து ராஷ்ட்ரம். இந்தத் தத்துவத்தை எதிர்ப்பவர்கள் ஒரு குற்றச்சாட்டை முன்வைக்கிறார்கள். ஹிந்துக்களின் இந்த தேசத்தில் முஸ்லீம்களையும் கிறிஸ்தவர்களையும் அடக்கு முறைக்கு உள்ளாக்குவார்கள். மேலும் மிகவும் பண்டைய காலத்தில் இருந்த வர்ணாசிரம முறையையும் ஜாதி அடிப்படையையும் செயல்படுத்தி தீண்டாமையை அதிகரிக்கச் செய்து பார்ப்பனர்களின் சிறப்பை, ஆதிக்கத்தை உண்டாக்கு வார்கள், ஏற்படுத்துவார்கள் என்று கூறுகின்றனர். இந்த மாதிரியான விபரீத முறைகளில் நம்மீது குற்றம் சுமத்துகின்றனர். ஹிந்து ராஷ்டிரம் அமைக்கவேண்டும் என்ற எண்ணம் நாட்டின் நன்மைக்கு தீங்கு விளைவிப்பதும், ஆபத்தை உண்டாக்குவதுமாகும் என்று வாதம் செய்கின்றனர்.

விடை : .... இது கலியுகம். இந்த யுகத்தில் அனைத்து வர்ணங்களும் அழிந்து, ஒழிந்து ஒரே வர்ணம் மட்டும் இருக்கும். நான்கு லட்சத்து இருபத்தேழாயிரம் ஆண்டுகள் வரை ஒரே வர்ணம்தான் இருக்கும். இதை ஏற்றுக்கொள் அல்லது ஒப்புக்கொள். நமது உள்ளத்தில் வர்ணாஸ்ரமம் என்றாலோ ஜாதி ஏற்பாடு என்றாலோ மிகவும் மனக்கஷ்டம், தயக்கம் ஏற்படுகிறது. நாம் Apologetic (மன்னிப்புக் கோருபவராக) ஆகிவிடுகிறோம்.

ஒரு காலத்தில் வர்ணாஸ்ரம முறை இருந்தது. இந்த முறை சமுதாயத்துக்கு மிகவும் உதவியாக இருந்தது. ஆனால் அம்முறையால் இன்று உதவி இல்லை. ஆகவே அம்முறையை விட்டுவிட்டோம்.

வேறு ஒரு புதிய முறையை ஏற்படுத்துவோம் என்று நாம் உறுதியுடன் கூற வேண்டும். உயிரியலில் எந்த வளர்ச்சி பற்றி கூறப்பட்டிருக்கிறதோ அது முற்றிலும் சாதாரண அமைப்பிலிருந்து சிக்கலான நிலைமையை நோக்கிச் செல்கிறது. உயிரின் ஆரம்ப நிலையில் கை, கால், முகம் ஒன்றும் இருப்பதில்லை. மாமிச பிண்டம்தான் இருக்கிறது. அந்த

பிண்டத்தின் மூலமாகத்தான் சாப்பிடுதல், குடித்தல், வெளியேற்றுதல் முதலியன நடைபெறுகிறது. அது வளர்ச்சியடைய அடைய புலன்கள் முதலியன தோன்றுகின்றன. இந்தப் படிப்படியான வளர்ச்சி (பரிமாண வளர்ச்சி) சமுதாய வாழ்க்கையில் இருக்கிறது. இவ்விதமாய் வளர்ச்சி இல்லாதவற்றை 'கற்காலத்தைச் சேர்ந்த சமுதாயம்' என்பார்கள். கொல்லும் ஆயுதங்களை ஆக்குவது மட்டும் வளர்ச்சி அன்று.

விவேகானந்தர் கூட வர்ணாஸ்ரமத்தால் சமுதாயத் துக்குச் சில, பல தீமைகள் ஏற்பட்டாலும்கூட அம்முறையை சிறந்த ஏற்பாடாகக் கருதினார். நாம் சமுதாயத்தைத்தான் கடவுளாக ஒப்புக்கொள்கிறோம். மற்ற கருத்து ஏதும் அறியோம். ஒன்றிணைந்து, ஒற்றுமையாக கடவுளுக்கு தொண்டு செய்வோம்.

ஒன்றிணைந்துள்ளதின் எந்த உருப்படியும் (அங்கமும்) தீண்டத்தகாதது இல்லை. வெறுக்கத்தக்கது அல்ல. ஒவ்வொரு உருப்படியும் அங்கமும் புனிதமானது. இது நம்முடைய கருத்தாகும். நாம் இந்தக் கருத்தின் அடிப்படையில்தான் சமுதாயம் அமைக்கவேண்டும். கடந்த காலத்தில் நடந்த முறைக்காக மன்னிப்பு கேட்க வேண்டிய அவசியம் இல்லை. நீ யார், என்னவாய் இருக்கிறாய்? மனித நாகரிகத்தின் நீண்ட நூற்றாண்டுகளில் உன்னுடைய ஒத்துழைப்பு, உன்னுடைய பங்கு என்ன என்று மற்றவர்களிடத்தில் கேட்க வேண்டும்.

இன்றும் கூட உன்னுடைய செயல்களில் மனித நன்மைக்காக உறுதிமொழி ஏதும் இல்லை. நீ எங்களுக்கு என்ன அறிவுரை கூறுகிறாய்? இஃது எங்களுடைய சமுதாயம். எங்களுடைய சமுதாயத்தை நாங்கள் மாறுபாடில்லாததாய் அமைப்போம். அதனுடைய அமைப்பாளர்களின் திறமையை, அறிவை முன்னால் கொண்டு வருவோம். அதனை வளர்ச்சியடையச் செய்வோம். *(ஸ்ரீகுருஜி சிந்தனைக் களஞ்சியம், தொகுதி 2, பக்.418-419)*

வர்ணாஸ்ரம முறை ஒரு காலத்தில் தேவையாக இருந்தது. ஆனால் கால ஓட்டத்தில் அம்முறை உபயோகமற்றதாகிவிட்டது. தற்போதைய காலகட்டத்துக்கு ஏற்றாற்போல் சமுதாயத்தின் அமைப்பை முன்னெடுப்போம் என்பதை ஆர்எஸ்எஸ் வலியுறுத்துகிறது. அதை குருஜி கோல்வால்கர் கூறுகிறார் :-

கண்முன்னுள்ள பிரச்னை இதுவே. இந்த சிக்கலுக்குத் தீர்வாக எந்தவிதமான சமுதாய அமைப்பு அல்லது சமுதாய சிந்தனை ஆதாரமாக இருக்க முடியும்? சமுதாயத்தில் சிலர் அறிஞர்களாக

இருக்கலாம். சிலர், தொழில் அதிபர்கள், வியாபாரிகளாக இருக்கலாம். சிலர், உழைக்கும் தொழிலாளர்களாக இருக்கலாம். நம் முன்னோர்கள் சமுதாயத்தில் நான்கு முக்கியமான செயல் ஆற்றல் கொண்டவர்களாக மக்களைப் பிரித்தனர். 'வர்ணம்' என்பது இந்த நான்கு பிரிவுகள். இதன்மூலம் ஒவ்வொருவரும் தன் திறமைக்கு ஏற்ப, சேவை மனப்பான்மையுடன் சமுதாய முன்னேற்றத்துக்கு உழைத்து, தானும், சமுதாயமும் ஒருங்கிணைந்து இசைவாக மேன்மை அடைய முடிந்தது. இவ்வித ஏற்பாடு தொடர்ந்து நடந்து வந்துகொண்டே இருந்திருக்குமானால் வாழ்க்கையில் எல்லோருக்கும் சமமான வாய்ப்பு இயல்பாகவே உறுதியாகக் கிடைத்திருக்கும்.

இந்த வகையான சமுதாய ஏற்பாட்டில் எந்தவிதமான போட்டிக்கும் இடமே இல்லை. இதுவே வர்ணாஸ்ரமத்தின் அடிப்படை. இப்போது, துரதிர்ஷ்டவசமாக 'இது உபயோகமற்றது' என்று கவனிக்காமல் விடப்பட்டுவிட்டது. ஆகையால் இதை சாஸ்த்ர ரீதியாய், அதாவது விருப்பு வெறுப்பின்றி விஞ்ஞான ரீதியாய் பார்ப்பது அவசியம். முக்கியமாக இந்த விஞ்ஞான யுகத்தில் நமக்கு இவ்விஷயத்தில் பொறுப்பு அதிகம். இந்த லட்சியத்தை அடைய அநேக விஷயங்கள் கவனிக்கப்பட வேண்டியவை. அதில் நிலையான அரசாட்சி என்பது ஒரு முக்கியமான அம்சமாகும்.

இவ்விதமான சமுதாய அமைப்பு ஒரு காலத்தில் தேவையான இருந்தது. ஆனால் இப்போதைய நிலையில் பலவித முன்னுதாரணமான வாதங்கள், சிந்தனைகள், ஒன்றோடொன்று சிக்கல் ஏற்படுத்திக் கொண்டுள்ளன. இதைப் போட்டி என்றே சொல்ல வேண்டும். இந்த நிலையில் நாம் இந்த சிந்தனா முறையை 'பழையன கழிதல்' என்ற அணுகுமுறையை விட்டுவிட்டு, விஞ்ஞான ஆதாரங்கள், அறிவியல் கண்ணோட்டத்துடன் பார்ப்போம். *(ஸ்ரீகுருஜி சிந்தனைக் களஞ்சியம், தொகுதி 5, பக்.42-43)*

'ஒரு காலத்தில் வர்ணாஸ்ரம முறை இருந்தது. இந்த முறை சமுதாயத்துக்கு மிகவும் உதவியாக இருந்தது. ஆனால் அம்முறையால் இன்று உதவி இல்லை. ஆகவே அம்முறையை விட்டுவிட்டோம்' என்கிற இதே கருத்தை ஸ்ரீகுருஜிக்கு பிறகு வந்த சர்சங்க சாலக் ஸ்ரீபாளாசாகப் தேவரஸ் தொடர்ந்து முன்னெடுத்து வந்தார்.

புனேயில் 'வசந்த வியாக்யான் மாலா' பெயரில் ஒரு புகழ்பெற்ற உரைத்தொடர் ஒவ்வொரு ஆண்டும் ஏற்பாடு செய்யப்பட்டது. லோகமான்ய திலகர் காலத்திலிருந்து புனே தேசிய அளவில் மகத்துவம் நிறைந்த நகராகக் கருதப்பட்டது. மாதம் முழுவதும் நடைபெறும் இந்த உரைத் தொடரில் புகழ்பெற்ற சிந்தனை யாளர்கள், இலக்கிய கர்த்தாக்கள், சமுதாய ஊழியர்களுடைய உரைகள் இடம் பெறுகின்றன. செய்திப் பத்திரிகைகள் இந்த உரைகளுக்கு முக்கியத்துவம் அளித்து வெளியிடுகின்றன. மே 8, 1974 அன்று பாளாசாகப் அவர்களுடைய உரை இந்நிகழ்ச்சியில் இடம் பெற்றது. பாளாசாகப் 'சமுதாய சமத்துவமும் ஹிந்து ஒருங்கிணைப்பும்' என்ற தலைப்பில் தெளிவுபடுத்தினார். ஸ்ரீபாளாசாகப் தேவரஸ் வர்ணாஸ்ரமத்தைப் பற்றிக் கூறுகிறார் :-

> தனிநபர் மற்றும் சமூகத்தின் திறன்களை மனதில் கொண்டு சமுதாயத்தில் வர்ண ஏற்பாடு உருவாகியிருக்கலாம். அதில் 'Classification' எண்ணம் இருந்திருக்கலாம். ஆனால் வர்ண ஏற்பாடு பேத பாவம் என்று பொருள்படவில்லை. எனவே வர்ண ஏற்பாடு பிறப்பின் அடிப்படையில் உருவாகவில்லை என சான்றோர்கள் கூறி உள்ளனர். ஆனால் வர்ண ஏற்பாட்டில், இவ்வளவு பெரிய நாட்டில், இவ்வளவு அதிக ஜனத்தொகையும், போக்குவரத்து சாதனங்களின் குறைவு காரணமாக எவரிடம் எப்படிப்பட்ட குணம் இருக்கிறது, ஒருவருடைய தரம் எவ்வளவு உள்ளது ஆகிய கேள்விகள் எழுவது இயற்கையே. அதை உறுதி செய்வதற்கு எந்த ஒரு முறையும் இல்லை. எனவே வம்ச பரம்பரையுடன் குணங்களைப் பொருத்தியிருக்கின்றனர். அந்தக் காலத்தில் இந்த ஏற்பாட்டை அனைவரும் ஏற்றுக் கொண்டிருந்தனர். அது சரியாகச் செயல்படுவதற்காக சில Checks and balances இருந்தன. உதாரணமாக அறிவார்ந்தோர் தரம் கொண்ட வகுப்புக்கு செல்வம் சேர்க்கும் உரிமையில்லை. ஆட்சி அதிகாரம் கொண்டோரிடம் நிதி கிடையாது. நிதி உடையோருக்கு ஆட்சி அதிகாரத்தோடு தொடர்பு கிடையாது. இந்த Checks and balances எதுவரை செயல்பாட்டில் இருந்ததோ அதுவரை ஏற்பாடு சரியாக இருந்தது எனலாம்.
>
> பிறப்பின் அடிப்படையில் உருவான வர்ண ஏற்பாட்டில் தேவையான நெகிழ்வுத் தன்மை இருந்த து. ஆனால் இப்போது முழு சூழ்நிலையும் மாறிவிட்டது. காலத்துக்கு பொருத்தம் இல்லாததாக ஆகிவிட்டது. பரம்பரையும் சூழ்நிலையும் ஏற்றத்தாழ்வுக்குக் காரணமாக ஆகின்றன என்றால் அந்த ஏற்றத்தாழ்வு ஏற்படுத்தும் சாஸ்திரத்தை அடிப்படையானதாக

ஏற்க வேண்டியதில்லை. சமுதாய நலனுக்காக ஜாதி ஏற்படும் வர்ண ஏற்பாடும் என்ன எதிர்பார்ப்புடன் உருவாக்கப்பட்டதோ அது இன்று அடிப்படையில் இல்லை.

இன்று என்ன உள்ளதோ அது ஏற்பாடே இல்லை. இது முடிவுக்கு வர வேண்டும். அது முடிவுக்கு வரும் நிலையில் உள்ளது. அதை நல்ல முறையில் எப்படி முடிவுக்கு கொண்டுவருவது என்பது குறித்து தான் நாம் சிந்திக்க வேண்டும். *(ஸ்ரீபாளாசாகப் தேவரஸ் வாழ்க்கை வரலாறு, பக்.267-269)*

ஆனாலும் ஆர்எஸ்எஸ் அமைப்பு வர்ணத்தை ஆதரிக்கிறது; ஸ்ரீகுருஜி ஆதரிக்கிறார் என்று தொடர்ந்து பொய்ப்பிரச்சாரம் நடைபெற்று வருகிறது. இதை பலதடவை ஆர்எஸ்எஸ் அமைப்பு தெளிவுபடுத்தியிருக்கிறது. 1974ல் புனேயில் வசந்த வியாக்யான் மாலா உரையில் பாளாசாகப் தேவரஸின் உரை சமுதாய நல்லிணக்கத்தோடு சம்பந்தப்பட்டிருப்பதால் பழைய நிகழ்ச்சி ஒன்று குறித்து பார்வையாளர்கள் ஒரு கேள்வி கேட்டனர். பூஜனீய ஸ்ரீகுருஜி புனேயில் ஆற்றிய உரையின்போது ஹிந்து சமுதாயத்தில் சாதுர் வர்ணம் சம்பந்தமாக சாஸ்திரங்கள் அடிப்படையில் விவரங்களைக் குறிப்பிட்டார். அதை சிலர் விவாதப் பொருளாக ஆக்கினர். ஸ்ரீகுருஜி மற்றும் சங்கம் சாதுர்வர்ணத்துக்கு ஆதரவானவர்கள் எனும் அவப் பிரச்சாரத்தை மேற்கொண்டு சமுதாய சூழ்நிலையைக் கெடுப்பதற்கு முயற்சி செய்தனர். இது சம்பந்தமாக பாளாசாகப் விவரம் அளித்து தனது பதிலில் தெளிவுபடுத்தினார்.

ஸ்ரீகுருஜி என்ன விரும்பினார், அல்லது என்ன விரும்பவில்லை? என்பதை இவர்கள் சரியாக அறியமாட்டார்கள். விவாதம் உருவாகிய பிறகு ஸ்ரீ குருஜியுடன் இது குறித்து கலந்துரையாடினேன். பழங்காலத்தில் நான்கு வர்ண ஏற்பாடு ஏன் வந்தது என்ற விஷயத்தை ஸ்ரீகுருஜி விளக்கியுள்ளார். சிலர் இவ்விஷயத்தை திரித்து தவறான கருத்துகளைப் பரப்பினர் சிலர் பின்னர் ஸ்ரீகுருஜியைச் சந்தித்து இது குறித்து பேசினர். அப்போது ஸ்ரீகுருஜி தெளிவான பதில் அளித்தார். பழைய காலத்தில் இது இப்படி இருந்தது என்பதை சாஸ்திர அடிப்படையில் விளக்கினேன். இன்று நான்கு வர்ண ஏற்பாடு சிதைந்து காலத்துக்கு பொருந்தாததாக ஆகியுள்ளது என்பது அவருடைய பதில். இதைக்கண்டு கொள்ளாமல் அரைத்த மாவையே அரைப்பது போல் தவறான கருத்துகளைத் திரும்பத் திரும்ப கூறி வருகின்றனர். *(ஸ்ரீபாளாசாகப் தேவரஸ் வாழ்க்கை வரலாறு, பக்.273-274)*

தற்போதைய காலகட்டத்தில் நடைமுறையில் இல்லாத வர்ணாஸ்ரமத்தை பேசி நிகழ்காலத்தை வீணாக்குவது நல்லதல்ல என்பது ஆர்எஸ்எஸ் அமைப்பின் கருத்து. அதுபற்றி ஒருவரிடம் காட்டமாகவே ஸ்ரீகுருஜி பதிலளிக்கிறார் :

> ஒருநாள் தேநீர் நிகழ்ச்சியில் ஒருவர், பண்டைய காலத்தில் இருந்த வர்ணாஸ்ரம் தருமத்தைப் பின்பற்றுவது விஷயமாக நீங்கள் என்ன செய்கிறீர்கள்? என்று கேட்டார். நாம் அவரைக் கேட்டேன் 'நீங்கள் அதை அனுசரிக்கிறீர்களா?' என்று கேட்டபொழுது அவர் 'இல்லை' என்றார். இப்படி இல்லாத விஷயங்கள் பற்றி கேள்விகள் கேட்பது பழக்கமாகிவிடுகிறது. *(ஸ்ரீகுருஜி சிந்தனைக் களஞ்சியம், தொகுதி 3, பக்.245)*

•

- 5 -

சாதி – அதற்கான தீர்வு பற்றி ஆர்எஸ்எஸ்

வர்ணங்கள் முதலில் பிறப்பின் அடிப்படையில் அமைந்திருக்க வில்லை. ஆனால் நாளடைவில் சமூக சூழ்நிலையின் காரணமாக வர்ணங்களில் பிறப்பு முதன்மைப்படுத்தப்பட்டது. அதன் தொடர் நிகழ்வாக வர்ணங்கள் சாதிகளாக உருமாறின. இதில் பிறப்பே முதன்மை வாய்ந்தது. ஒரு காலகட்டத்தில் சமுதாயத்தை, கட்டுக் கோப்பாக வைத்திருப்பதில் முக்கியப் பங்கு வகித்த சாதி, நாளடைவில் இந்து சமுதாயத்தில் பிரிவினையை ஏற்படுத்தியது. ஏற்றத்தாழ்வுகளை உண்டாக்கும் உயர்வு, தாழ்வு என்கிற மனோபாவம் வேரூன்றி ஆலமரமாக வளர்ந்து நிற்கிறது. ஸ்ரீகுருஜி கோல்வால்கர் அவர்கள் தன்னுடைய பெரும்பாலான பேச்சுகளில், எழுத்துகளில் சாதி, மொழி, மாநிலம் போன்ற வேற்றுமைகளால் பாரதம் அவதிப்படுகிறது என்பதைச் சுட்டிக்காட்டியிருக்கிறார். அதற்கு தீர்வும் சொல்லியிருக்கிறார்.

ஜாதிப் பிரச்னைகளைத் தீர்க்க ஸ்ரீகுருஜி தன் மாணவப் பருவத்திலேயே யோசித்திருக்கிறார். ஸ்ரீபாபுராவ் தெலங்க் என்பவருக்கு எழுதிய கடிதத்தில் இதைத் தெளிவாகக் குறிப் பிடுகிறார் :-

> *பிராம்மணர் - பிராம்மணர் அல்லாதோர் விவாதத்தைத் தீர்ப்பது என்றும் தீர்மானித்துள்ளேன். நான் மிகப்பெரிய தலைவனோ ஊழியனோ இல்லை. ஆனால் ஒவ்வொருவரும் தம்மால் இயன்ற உதவி செய்ய வேண்டும். (ஸ்ரீகுருஜி சிந்தனைக் களஞ்சியம், தொகுதி 6, பக்.228)..... நண்பர்களே நாட்டைக் காப்பாற்றுங்கள்,*

செல்வம் ஈட்டுங்கள். சக்தி பெறுங்கள். ஒன்றுபடுங்கள். ஒரு ஜாதிக்கும் மற்றொரு ஜாதிக்கும் இடையே தோன்றும் விரோதத்துக்கு முடிவு கட்டுங்கள். தாய்நாட்டுக்கும் ஹிந்து தர்மத்துக்கும் சேவை செய்யுங்கள். *(ஸ்ரீகுருஜி சிந்தனைக் களஞ்சியம், தொகுதி 6, பக்.230)*

தேசம் சின்னாபின்னமாக்கப்படுவதற்கு முக்கியக்காரணமாக ஆர்எஸ்எஸ் அமைப்பு கருதுவது ஜாதி வேற்றுமையையும் தான். அதைப்பற்றி ஸ்ரீகுருஜி கூறுகிறார் :-

பிராந்திய வேற்றுமை, மொழி வேற்றுமை, ஜாதி, இன வேற்றுமை, மதச் சம்பிரதாய விரோதங்கள், அரசியல் மற்றும் பொருளாதார ஏற்றத்தாழ்வுகள் மற்றும் பல்வேறு பிரிவினைச் சக்திகளால் தேசம் சின்னாபின்னமாக்கப்பட்டு வருகிறது. *(ஸ்ரீகுருஜி சிந்தனைக் களஞ்சியம், தொகுதி 7, பக்.361-362)*

மேலும் ஸ்ரீகுருஜி கூறுகிறார் :-

எல்லாவிதமான கீழ்த்தரமான மனோபாவங்கள், ஜாதி, சம்பிரதாயம், மொழி முதலிய செய்திகள் பெரிதாக்கப்பட்டு, வளர்ந்து வருகின்றன. மேலும் பெரிதாக்கப்பட்டுக்கொண்டே போகின்றன. *(ஸ்ரீகுருஜி சிந்தனைக் களஞ்சியம், தொகுதி 7, பக்.448)*

ஜாதி, மதம் போன்ற வேற்றுமைகளால் நமக்குள்ளே பிளவுபட்டுக் கொண்டே செல்கிறோம் என்று வருந்திக் கூறுகிறார் ஸ்ரீகுருஜி :-

இதற்குமுன் வரலாற்றிலேயே கண்டிராத அளவுக்கு நாம் நமக்குள்ளே பிளவுபட்டுக் கொண்டே செல்கிறோம். எல்லா கட்சிகள், ஜாதி, மதம் சார்ந்தவர்களின் செயல்கள், மனநிலைகள், பேச்சுக்கள், ஒருவர் பால் மற்றொருவர் கொண்டுள்ள வெறுப்பு, துவேஷம் ஆகியவை நிறைந்துள்ளது. *(ஸ்ரீகுருஜி சிந்தனைக் களஞ்சியம், தொகுதி 6, பக்.106)*

நீங்கள் யார் என்று கேட்கும்போது இந்து என்று சொல்லாமல் சாதியைப் பற்றி சொல்வதை ஆர்எஸ்எஸ் அமைப்பு முற்றிலும் நிராகரிக்கிறது. ஸ்ரீகுருஜி கூறுகிறார் :-

முதன்முதலில் நாம் யார் என்பதைச் சிந்திக்க வேண்டும். நாம் நம்மை மறந்துவிட்டோம். எவரையாவது நீ யார்? என்று கேட்டால் அவர் அவருடைய ஜாதியைக் கூறுவார். 'நான் ஹிந்து' என்று கூறமாட்டார்.

ஒரு மாநிலத்தைச் சார்ந்தவர்கள் பிற மாநிலங்களுக்குச் சென்றால் தன்னை பரதேசி (வெளியாள்) என்கிறார். சொந்த மண்ணில் பரதேசியா? முழு பாரதம் பற்றிய உணர்வும், தான் அதன் புதல்வன் என்ற உண்மையும் இதயத்திலிருந்து மறைந்துவிட்டது. சிறு சிறு மாநில, பிரதேச உணர்வுகளே மேலோங்கியிருக்கின்றது. ஹிந்து என்ற பெருமிதம் ஏற்படுத்துவதில் இது ஒரு தடையாகும்.

மக்கள் தம்மை குஜராத்தி, மராட்டி, பஞ்சாபி என்று கருதுவாரேயன்றி ஹிந்து என்று கருதுவதில்லை. குறுகிய ஜாதி அல்லது மாநிலம் பற்றிக் குறிப்பிடுவார்கள். ஆனால் பரந்த உணர்வும் உண்மையான அடையாளமுமான ஹிந்து என்று சொல்வதில் கூச்சமும் தயக்கமும் உள்ளது. சுயமறதியின் முதல் அடையாளம் இது. (ஸ்ரீகுருஜி சிந்தனைக் களஞ்சியம், தொகுதி 2, பக்.72)

ஜாதியின் பெயரில் ஒன்று கூடுவதைக்கூட ஆர்எஸ்எஸ் அமைப்பு ஏற்றுக்கொள்ளவில்லை. எல்லோரும் இந்துக்கள். ஜாதி வித்தியாசங்களைக் களைந்து எல்லோரின் குடும்பங்களுக்கு உள்ளும் செல்ல வேண்டும் என்று குரல் எழுப்புகிறார் ஸ்ரீகுருஜி :-

ஜாதி, சம்பிரதாயம், மாநிலம், மொழி முதலியவற்றைச் சொல்லி அழைத்த மாத்திரத்தில் மக்கள் ஒன்று சேர்ந்துவிடுவார்கள். ஆனால் ஹிந்து என்று சொன்னால் ஒன்றுகூடமாட்டார்கள் என்பது என்னவோ உண்மைதான்.

ஒருமுறை ஒரு தாலுக்காவில் ஷாகாக்கள் துவக்க முடிவு எடுக்கப்பட்டது. இதற்காக கார்யகர்த்தாக்கள் கிராமங்களில் மக்களுடன் தொடர்புகொண்டனர். எல்லா கிராமங்களிலும் ஷாகாக்கள் துவக்கப்பட்டன. ஆனால் ஒரு கிராமம் மட்டும் விடுபட்டுப் போய்விட்டது. அங்கு சென்று வந்த கார்ய கர்த்தாக்கள் அங்கு ஷாகா துவங்க இயலவில்லை என்றனர்.

விசாரித்ததில் அங்கு முஸ்லீம்களின் ஜனத்தொகை அதிகமாக உள்ளது என்றும், மீதம் இருக்கும் ஹிந்துக்கள் காங்கிரஸ்காரர்கள் என்றும் தெரிவிக்கப்பட்டது. இதைக் கேட்டு நான் ஆச்சர்யம் அடைந்தேன். 'என்ன, அந்த காங்கிரஸ்காரர்களும் சுன்னத் செய்து கொண்டுவிட்டனரா?' என்று நான் கேட்டேன். 'அப்படியொன்றும் இல்லை' என்றார் கார்யகர்த்தா. நான் விளக்கினேன். 'அரசியல் ரீதியில் காங்கிரஸ் நம்மிடம் ஒத்துப்போகாமல் இருக்கலாம். ஆனால் அவர்களுடைய எல்லா விவகாரங்களும் ஹிந்து என்ற முறையில்தானே நடக்கின்றன.

அவர்கள் ஹிந்து சமுதாயத்துக்கு வெளியில் உள்ளவர்கள் என்று நாம் கருதக்கூடாது' என்றேன்.

பிறகு அவர்கள் முயற்சி செய்து அங்கும் ஷாகாவைத் துவக்கினர். நாம் ஜாதி, பாஷை, பிரிவு, மாகாணம், அரசியல் கட்சி போன்ற வித்யாசங்களைக் களைந்து அதன் எதிர்ப்புகளை ஜீரணித்து எல்லா ஹிந்து குடும்பங்களுக்குள்ளும் பிரவேசம் செய்ய வேண்டும். *(ஸ்ரீகுருஜி சிந்தனைக் களஞ்சியம், தொகுதி 4, பக்.308-309)*

சாதி போன்ற பிரிவினைவாதத்தால் தேசிய ஒற்றுமை குலைந்துவிடும்; தேசம் நிலைத்து நிற்க முடியாது என்பதில் ஆர்எஸ்எஸ் தெளிவாக உள்ளது. ஸ்ரீகுருஜி கோல்வால்கர் கூறுகிறார்:-

இன்று ஜாதியை மையமாக வைத்து சுயநலமான செயல்கள் நடைபெறுகின்றன. வழிபாட்டு முறைகளையும் மொழிகளையும் மையமாக வைத்து சண்டைச் சச்சரவுகள் நடைபெறுகின்றன. சமுதாயத் துறையிலும் அரசியல் துறையிலும் இழிவான சுயநலம் கருதி, வேற்றுமையுணர்வும், போட்டியும் பொறாமையும் அதிகரித்துள்ளது.

உத்திரப்பிரதேசத்தில் தற்போது நடைபெறும் தேர்தலில், ஜாதிவாதம் என்ற பெயரில் 'ஜாட்' ஜாதியினரின் அக்கிரமம் அதிகரித்துள்ளது என்று என்னிடம் ஒருவர் சொன்னார். இப்படித் தீவிரமான பிரிவினைவாதத்தை அதிகரிப்பதனால் தேசிய ஒற்றுமை உடைந்துவிடும். ஆற்றல் அழிந்துவிடும். ஆற்றல் இழந்த நாடானது உலகில் ஒருபொழுதும் நிலைத்து நிற்க முடியாது என்று ஒருவரும் நினைத்துப் பார்ப்பதில்லை.

இப்படிப்பட்ட சூழ்நிலையில் எந்தவித வேறுபாடுகளையும் கருதாமல், தெற்கு வடக்கு, கிழக்கு மேற்கு என நாட்டின் எல்லா திசைகளிலும் ஏகாத்ம சமுதாயத்தை உணரச் செய்யும் வேலையை நமது சங்கம் மட்டுமே செய்கிறது. இதை ஒருபோதும் நாம் மறக்கலாகாது. *(ஸ்ரீகுருஜி சிந்தனைக் களஞ்சியம், தொகுதி 3, பக்.102-103)*

ஜாதி வர்ண முறைகளால் உயர்வு தாழ்வுகளும் சமுதாயத்துக்குள் முரண்பாடுகளும் தீண்டாமை போன்ற குற்றங்களும் வந்திருக்கின்றன. சில காலக்கட்டங்களில் சாதிகளுக்குள் போட்டி பூசல்கள் இருந்திருக்கவில்லை என்பதையும் பின்னால் அது சீரழிந்துவிட்டது என்பதையும் கருத்தில் கொண்டுள்ளது ஆர்எஸ்எஸ். இதைப் பற்றி விரிவாகவே ஸ்ரீகுருஜி கோல்வால்கர் 12-3-1954ல் பேசுகிறார் :-

... இங்கு ஜாதி வர்ண முறைகள் இருக்கின்றன. இதிலும் சில முரண்பாடுகள் வந்துவிட்டிருக்கின்றன. உயர்வு தாழ்வுகளும் தீண்டாமை முதலிய குற்றங்களும்கூட இதன் காரணமாக ஏற்பட்டவைதான். ஆனால் இந்த முறையானது வேறு பாடுகளுக்கோ பரஸ்பர போட்டி பூசல்களுக்கோ காரணமாக அமைய முடியாது. ஒரு ஜாதியினர் இன்னொரு ஜாதியினர் மேல் படையெடுத்ததற்கோ இதன் அடிப்படையில் தேச விரோத உணர்வுகள் ஏற்பட்டதற்கோ சரித்திரத்தில் சான்றுகள் கிடையாது. இதற்கு மாறாக வேறு உதாரணங்கள் கிடைக்கின்றன.

பிருத்விராஜனுக்கு எதிராக கோரி முகமதுவை அழைத்த ஜெயச்சந்திரன் அதே ஜாதிதான். மகாராணா பிரதாப்புக்கு எதிராக அக்பருக்கு ஆதரவளித்த மான்சிங் அதே ஜாதிதான். சம்பாஜியைப் பிடித்து அவனைக் கொல்வதற்குக் காரணமான அவனது மாமா அதே ஜாதிதான். பேஷ்வாக்களின் கோட்டையிலிருந்து அவர்கள் கொடியை இறக்கிவிட்டு அதனிடத்தில் பிரிட்டிஷ் கொடியை ஏற்றவிட்டவனும் அதே ஜாதிதான். எனவே சண்டையென்பது ஒரு ஜாதிக்கும் வேறொரு ஜாதிக்கும் இடையில் நடக்கவில்லை.

மாறாக, ஒரு மனிதனுக்கும் வேறொரு மனிதனுக்கும் நடுவில் நடந்தது. பல சமயங்களில் ஜாதிகள் முழு ராஷ்ட்ரத்தையும் கருத்தில் கொண்டுதான் தங்களுடைய ஆசார தர்மங்களையும் முறித்துக்கொண்டு ராஷ்ட்ரத்தின் ஒருமைப்பாட்டை உண்டாக்கிக் காட்டியிருக்கின்றன.

சிவாஜி ஆக்ராவிலிருந்து தப்பிச் சென்றபின் மாறுவேஷத்தில் இருந்தபோது அவரைப் பற்றி சந்தேகம் ஏற்பட்டபோது ஒரு பிராமணர் சம்பாஜியுடன் அமர்ந்து உணவருந்தி நாட்டுக்கு வந்த ஆபத்திலிருந்து காப்பாற்றினார். ஆனால் இன்றோ, ஜாதியின் பெயரால் பரஸ்பர விரோதமும் தேச நன்மைகளை அவமதிக்கும் உணர்வுகளும் நாற்புறமும் காணப்படுகின்றன. உதாரணமாக முனிசிபாலிடிகளை எடுத்துக்கொள்ளலாம். ஹிந்துக்களுக்கு மெஜாரிட்டி கிடைத்தும்கூட ஒரே ஒரு முஸ்லீம் மட்டும் ஜெயித்து வந்திருந்தாலும் கூட இந்த ஜாதி விபத்தின் பலனைக்கொண்டு அந்த முஸ்லீம் தலைவராகிவிடுகிறார்.

நாகபுரியில் பிராமணர், பிராமணரல்லாதார்க்கு இடையில் ஏற்பட்ட விவாதங்கள் தொடர்பாக ஏற்பட்ட ஒரு கூட்டத்தில் ஒரு முஸ்லீம் சொற்பொழிவு ஆற்றிக்கொண்டிருப்பதைப் பார்த்து எனக்கு ஆச்சரியம் ஏற்பட்டது. கூட்டம் ஏற்பாடு செய்தவர்களிடம்

கேட்டபோது முஸ்லீம்கூட பிராமணர் அல்லாதோர் தானே என்றார்கள்.

பிராமணர், பிராமணர் அல்லாதோர்க்கு நடுவில் கருத்து வேற்றுமை ஏற்பட்டால் அது ஹிந்து சமுதாயத்தினருடையது. முஸ்லீம்களைத் தலைமீது தூக்கிவைத்துக் கொள்வதற்கு என்ன அவசியம்? 1927 நாகபுரி கிளர்ச்சியில் இந்த உணர்வின் பலனை முஸ்லீம்கள் அடைந்தார்கள். முஸ்லீம்கள் பிராமணர்களை அடக்கிவிடுவார்கள் என்று பிராமணரல்லாதோர் கருதியிருந்தனர். ஆனால் கிளர்ச்சிக்குப் பின்தான் அவர்கள் கண்கள் திறந்தன. முஸ்லீம்கள் பிராமணர்களுக்கு மட்டுமல்லாமல் ஹிந்து சமுதாயம் முழுவதற்குமே விரோதிகள் என்று அப்போது தெரிந்து கொண்டனர்.

இருவிதமாக சம்பிரதாயம் மொழி, இனம் இவற்றை அடிப்படையாகக் கொண்டுகூட போட்டி உணர்வுகள் எழுகின்றன. பழைய காலத்தில் இத்தனை மொழிகள் இருந்திருக்கவில்லை. தமிழைத் தவிர வேறெந்த மொழியும் ஆயிரம் ஆண்டு பழைமையானதாக இருந்திருக்கவில்லை. பேச்சு வழக்கை எல்லாம் மொழி என்று சொல்லிக்கொண்டு சண்டை போடுகிறவர் இல்லை. ஆயிரம் ஆண்டுகள் முன்பு அந்நியர் ஆட்சி வருவதற்கு என்ன காரணங்கள் இருந்தனவோ அதே காரணங்கள் இன்றும் இருக்கின்றன. அதோடு வேறுபல காரணங்களும் தீவிரமான காரணங்களாக ஆகியிருக்கின்றன. இவை அனைத்தையும் நாம் அழிக்க வேண்டியிருக்கிறது.

இவற்றை எப்படி அழிப்பது? ஏதாவது எண்ணங்களை அழிக்க வேண்டுமென்றால் அதற்கு எதிரான எண்ணங்களைப் பழக்கத்துக்குள் கொண்டுவர வேண்டுமென்று சாஸ்திரங்கள் சொல்கின்றன. தேசிய எண்ணங்களும் தேச பக்தியும் நாலாபக்கங்களிலும் குறைவாக இருக்கிறது.

தேசிய உணர்வு பற்றிய சிந்தனைகளையும் இரவும் பகலும் உள்மனம் வரை கொண்டு சென்று கொண்டிருக்கவேண்டும். எந்த காரணங்களைக் கொண்டு பிரிவுகள் உண்டாகின்றனவோ அவை நம் வாழ்க்கையின் ஆதாரங்களில்லை. மாறாக, நம்முடைய வாழ்க்கையின் ஆதாரங்களோ வேறு.

ராமேஸ்வரம் முதல் இமயம் வரை தாய்நாட்டின் ஒற்றுமை, அதன் புதல்வர்களுக்காக வாழ்கின்ற ஹிந்து சமுதாயம், அதன் விதவிதமான இனங்கள், சம்பிரதாயங்கள், மொழி ஆகியவை வெவ்வேறாக இருக்கின்றபோதிலும் ஒரே ரசனையான

வாழ்க்கைதான் அதன் ஆதாரம். இதற்கு நம் ஸம்ஸ்காரங்களை தொடர்ந்து இடைவிடாது கொடுத்துக்கொண்டே இருக்க வேண்டும்.

வெளிப்புறம் பொய்ப் பிரச்சாரங்களாலும் கவர்ச்சி அழைப்பு களாலும் சிதைவடைந்துவிடாதபடி அவ்வளவு திடமானதாக நமது ஸம்ஸ்காரங்கள் இருக்கவேண்டும். இது ஒன்றுதான் நம் எல்லோர் முன்னாலும் இருக்கின்ற, எல்லாவற்றையும்விட முக்கியமான காரியம். (ஸ்ரீகுருஜி சிந்தனைக் களஞ்சியம், தொகுதி 2, *பக்.168-170)*

அதாவது, வர்ணம், ஜாதி, சம்பிரதாயம், மொழி, இனம் ஆகிய வற்றால் வேற்றுமைகள் உருவாகிவிட்டது. இந்த வேற்றுமைகளை அழிக்கவேண்டும் என்று சொல்கிறார் ஸ்ரீகுருஜி கோல்வால்கர். இவற்றை அழிப்பதற்கு தேசிய உணர்வை முன்னிறுத்த வேண்டும் என்றும் சொல்கிறார். மீண்டும் வர்ணம், ஜாதி வேண்டும் என்று அவர் வலியுறுத்தவில்லை. அதை அழிப்பதற்கு மற்றொரு வழியைச் சொல்கிறார்.

•

தேசத்துக்காக உழைத்தவர்களைக்கூட சாதித் தலைவர்களாக பிம்பப்படுத்தப்படுகிறார்கள். தமிழகத்தைக் கட்டமைத்ததில் பெரும்பங்கு வகித்த பெருந்தலைவர் காமராஜர் நாடார் சமுதாயத் தலைவராகவும், செக்கிழுத்த செம்மல் வ.உ.சிதம்பரனார் வேளாளர் சமுதாயத் தலைவராகவும், தேசியமும் தெய்வீகமும் எனது இரண்டு கண்கள் என்று கூறிய பசும்பொன் முத்துராமலிங்கத்தேவர் அவர்கள் தேவர் சமுதாயத் தலைவராகவும், சட்டமாமேதை அண்ணல் அம்பேத்கர் பட்டியல் சமுதாயத் தலைவராகவும் கட்டமைக்கப் பட்டுள்ளனர். இதற்குக் காரணம் இங்கு 50 வருடங்களாக ஆண்டுவரும் திராவிட கட்சிகளும் அதற்கு உறுதுணையாக இருக்கும் திராவிடக் கழகமும் சாதிய அமைப்புகளும்தான் முக்கியக் காரணம்.

இப்படி தேசத்திற்காக உழைத்தவர்களை - உழைப்பவர்களை சாதியப் பட்டப்பெயரோடு அழைப்பதை வேதனையுடன் குறிப்பிடுகிறார் ஸ்ரீகுருஜி கோல்வால்கர்.

தாய்நாடே தனக்கு எல்லாம் என இருப்பவர்கள், அதற்காகத் தன்னை முழுமையாக அர்ப்பணித்துக் கொண்டவர்கள் - இவர்களை குறுகிய ஜாதியப் பட்டப்பெயர்களால் அழைக்கின்றனர். (ஸ்ரீகுருஜி சிந்தனைக் களஞ்சியம், தொகுதி 7, *பக்.181)*

ஜாதி வித்தியாசங்களை ஒழிக்க சொல்பவர்கள்கூட எப்படி ஜாதியை முன்னிறுத்தி வேலை செய்கிறார்கள் என்பதை தோலுரித்துக் காட்டுகிறார் ஸ்ரீகுருஜி. நாம் நம் வீட்டில் தங்கும்போது எப்படி உரிமை உணர்கிறோமோ அதுபோலவே மற்றவர்கள் வீட்டில் தங்கும்போதும் அதே உரிமை உணர்வோடு தங்கவேண்டும். பழகுவதில்கூட நம் சகோதரர்களுடன் பழகுகிறோம் என்கிற எண்ணத்தோடு பழக வேண்டும் என்று அறிவுறுத்துகிறார் ஸ்ரீகுருஜி:-

இந்நாட்களில் சில பெரியோர்கள் ஜாதி வித்தியாசங்களை ஒழிக்க வேண்டும் என்று இரவு பகலாக உரக்கச் கூக்குரலிடுகின்றனர். ஆனால் அதே நபர்கள் அகர்வால் சமுதாயத்தினரைத் தேர்தலில் நிறுத்தியிருக்கிறோம் அல்லது வேட்பாளர் நம்முடைய வாணியச் செட்டியார் சமூகத்தைச் சேர்ந்தவரே. ஆகையால் தங்கள் ஓட்டை அவசியம் போடவேண்டும் என்று பேசுவதற்கும் தயங்குவ தில்லை. சொல்வதொன்று, செய்வதொன்று என்பது தீயவர்களின் அடையாளம் என்று கூறப்படுகிறது. நல்லவர்கள் சொன்னபடியே நடக்கவும் செய்வார்கள். ஆனால் நம் நாட்டில் நாலாபுறமும் ஏமாற்று வேலைகள் காணப்படுகின்றன. நான் எனக்கு ஏற்பட்ட அனுபவம் ஒன்றைச் சொல்ல முடியும். பிரயாணங்களில் பல இடங்களில் பல சகோதரர் வீடுகளில் தங்க நேரிடுகிறது. ஆனால் ஒவ்வொரு நாளும் ஒரே அனுபவத்தைத்தான் பெறுகிறேன். நாகபுரியில் எவ்வளவு சுகமும் நம்முடைய இடம் என்ற உரிமையுணர்வும் பெறுகிறேனோ, அதே அனுபவத்தைத்தான் எல்லா இடங்களிலும் அடைகிறேன்.

நம் பேச்சு, அல்லது தமாஷ், ஹாஸ்யங்கள் இவற்றில் நம்மவர் களுடன்தான் பழகுகிறோம் என்ற விஷயத்தில் பரிஹாசத்துக்கு இடமோ, அல்லது பேச்சில், செயலில் போலித்தனமோ தோன்றாதபடி ஜாக்கிரதையாக இருக்கவேண்டும். அப்போது உறவுமுறை தோன்றும்படியான நடைமுறை நம் பழக்கமாகி விடும். வாழ்க்கையில் முழுமை பெற்ற திருப்தி ஏற்படும். நாம் வாழ்க்கையைப் புரிந்துகொண்டே வெளிப்படையாகத் தெரியாத சுயக்கட்டுப்பாட்டைக் கடைபிடித்து, நம்மிடம் உள்ள குறை பாடுகளை அகற்றி தினந்தோறும் பழகவேண்டியது அவசியம். நம்முடைய வாழ்க்கையில் மாற்றத்தைப் புகுத்தி நாம் ஒருவரே என்றுசொந்தம் பாராட்டும் பண்பை ஏற்று நாம் ஒருங்கிணைந்த திறனை வெளிப்படுத்துவதில் வெற்றி பெறுவோம்.

நல்லொழுக்கம், நற்குணங்கள் கொண்டிருத்தல், பேச்சில் எளிமை இவை மக்களிடையே நல்லாதரவைப் பெற்றுத்தரும். ‘பிறப்பில்

ஏற்பட்ட சுபாவத்தை மாற்ற இயலாது' என்ற பொதுமொழியைச் சொல்லி, ஒருவருக்குப் பிறப்புடன் ஏற்பட்ட குணங்கள், நல்லதானாலும் சரி, கெட்டதானாலும் சரி, அவற்றை விடவோ, மாற்றவோ முடியாது என்பார்கள். சிலர் மனிதனின் சுபாவத்தை நாய்வாலுக்கு ஒப்பிடுவர். அதை எவ்வளவு முயன்றாலும் நிமிர்த்த முடியாது. ஆனால் அப்படிச் சொல்வதும் முழுதும் சரியாகாது. ஏனென்றால் மனிதன் முயற்சி செய்தால் நரனும் நாராயணன் ஆக முடியும். அப்படியானால், அவன் தன் சுபாவத்தை மாற்றிக்கொள்ள முடியாதா? இல்லையெனில் முயற்சி முறையாக அமையவில்லை என்று சொல்லலாம்.

நம் டாக்டர்ஜியின் உதாரணத்தையே எடுத்துக் கொள்ளுங்களேன். சங்கம் துவக்கப்பட்ட பின் அவர் மற்றவர்களிடம் எதிர்த்துக் கோபமாக வாதாடும் வழக்கத்தையே அடியோடு விட்டுவிட்டார். சங்கத்திலேயே கூட அதன் தினசரி பிரார்த்தனையிலும், பிரதிக்ஞையிலும், மனிதன் தன் வாழ்க்கையில் ஆரம்பம் முதலே ஏற்றுக்கொள்ள வேண்டிய மாறுதல்கள் செயல்முறைகள் உள்ளன. வாழ்வில் உறுதியுடன் இருக்கவும் லட்சியங்கள் நிறைவேறும் பொருட்டும் அவசியமான குணநலன்களைப் பயின்று பெற்றுக்கொள்ள முடியும். (ஸ்ரீகுருஜி சிந்தனைக் களஞ்சியம், தொகுதி 4, பக்.250-51)

நாம் பழகுவதில்கூட வேற்றுமை பாராட்டுகிறோம். குழந்தைகளிடம்கூட வேற்றுமை உணர்வுகளை நாம்தான் வளர்த்துவிடுகிறோம் என்பதை ஒரு சிறு சம்பவம் மூலம் விளக்குகிறார். தீண்டாமை ஒழிப்பு பற்றிப் பேசுகிற மற்ற சமுதாயத்தவர்கள் எப்படி வெளிவேஷம் போடுகிறார்கள் என்பதையும் மறுபடி மறுபடியும் தோலுரித்துக் காட்டுகிறார். தீண்டாமையை ஒழிக்க நம் மனதில் அந்த எண்ணத்தோடு வேலை செய்யக்கூடாது. உண்மையான சகோதரத்துவத்தோடு பழக வேண்டும் என்பதை ஸ்ரீகுருஜி கூறுகிறார் :-

சமுதாயம் முழுவதுமே நம்முடையது என்கிறோம். ஆனால் நாம் அனைவரும் ஒருதாய் வயிற்று மக்கள் என்பதை நம் பரஸ்பர உறவு முறைகளின் செயலில் காட்டுகிறோமா? தற்காலத்தில் நம் நாட்டில் எல்லாவிதங்களிலும் நம்மிடையே வேற்றுமைகள் நிலவுகின்றன. பரஸ்பர விவகாரங்களிலோ வேற்றுமை உணர்வுகள் மிகுந்து காணப்படுகின்றன. அது மட்டுமல்ல, சாதாரண பேச்சுவார்த்தைகளில்கூட ஒருவர் மற்றவரை இழிவுபடுத்திக் காண்பிக்க முற்படுகின்றோம். இம்மாதிரி

கதைகளையும் சொல்கிறோம். சிறுவர்களின் மனத்திலும் தெரிந்தோ தெரியாமலோ இந்த விஷத்தை ஊட்டுகிறோம்.

நாகபுரியில் நடந்த ஒரு சம்பவம். ஒரு பைட்டக்குக்காக ஒரு கார்யகர்த்தாவின் வீட்டுக்குச் சென்றிருந்தேன். பிறகு தேநீர் அருந்தும்போது, மற்ற காரியகர்த்தாக்களும் அங்கு வந்து உட்கார்ந்தனர். அவர் வீட்டில் சுமார் இரண்டு வயது சிறுமி இருந்தாள். மிகவும் அழகாக மழலை மொழிகள் பேசினாள். எங்களில் ஒருவர் அவளிடம் சொன்னார் :'உன் பக்கத்தில் உட்கார்ந்து இருப்பவர் மீது நீ கையை வைக்கக்கூடாது. அவர் மிகவும் கறுப்பு, நீ அவர் மேல் கையை வைத்தால் நீயும் கறுப்பாகிவிடுவாய்' என்றார். எப்போதாவது அந்தப் பெண் குழந்தையின் கை அவர்மேல் பட்டுவிட்டால், உடனே தமாஷாக 'பார் நீ தொட்டுவிட்டாய், அதனால் உன் கை மேல் கறுப்புக் கறை படிந்துவிட்டது' என்பார். பேச்சு தமாஷாகத்தான் சென்று கொண்டிருந்தது. ஆனால் அதன் விளைவு, அந்தப் பெண் தன் கையைத் தேய்த்துத்தேய்த்துத் துணியால் துடைத்துக்கொண்டாள். அந்த எண்ணம் அதன் மனதில் படிந்திருக்கும். பிறகு பெரியவளானாலும் கறுப்பு மனிதர்களைப் பார்த்தால், அவள் மனதில் காரணமற்ற வெறுப்பு நிலைத்துவிட்டிருக்கும்.

இவ்விதமே, ஜாதியில் ஆரம்பித்து பலவிதமான கதைகள் நடக்கின்றன. கேலி செய்வதாகச் சொல்லப்படும் கதைகள் அந்த ஜாதிகளைக் குறித்து விசேஷமான பழங்கதைகள் நியாயமற்ற வெறுப்பை ஏற்படுத்துகின்றன. இவை எல்லாவற்றுக்கும் காரணம், நம்மிடம் பரஸ்பரம் இருக்கவேண்டிய அன்பு இருப்பதில்லை. நம்முடைய மனதின் நிலை என்ன? சமுதாயத்தில் உள்ள ஒவ்வொருவரும் 'என்னவரே' என்ற உணர்வு ஏற்படுகிறதா? அவர் நகரவாசியோ, அல்லது வனவாசியோ, படித்தவரோ, படிக்காதவரோ இந்த விஷயங்கள் எப்படியிருந்தாலும் நம்முடைய ஆத்மார்த்தமான பரிவு எப்போதும் குறையக்கூடாது.

எனக்குத் தெரிந்தவர் ஒருவர் இருந்தார். அவர் தீண்டாமை ஒழிப்பு இயக்கத்தில் தொடர்பு உடையவர். அவர் ஒரு பொதுக் கூட்டத்தில் மிகவும் ரோஷமாக உரையாற்றினார். கூட்டம் அப்போது நடந்துகொண்டுதான் இருந்தது.

அந்த சமயம் தீண்டத்தகாததாகக் கருதப்படும் வகுப்பைச் சேர்ந்த ஒருவன், மேடை மேல் ஏறி வந்தான். அவன் கையில் தண்ணீர்

நிறைந்த கண்ணாடி டம்ளர் இருந்த து. அவன் சொன்னான். 'ஐயா, பெருந்தகையே, உங்கள் உரை மிகவும் நன்றாக இருந்தது. தாங்கள் என் கையில் உள்ள டம்ளர் தண்ணீரைப் பருகிவிட்டு, தங்கள் பேச்சில் உண்மையுள்ளதா என்று தெளிவுபடுத்துங்கள்' என்றான்.

அப்போது அவருக்குப் பிரச்னை எழுந்துவிட்டது. அதைக் குடிப்பதா வேண்டாமா என்று. தண்ணீரைக் குடித்தால் ஜாதியை விட்டு விலக்கப்பட்டுவிடுவார். குடிக்க மறுத்தால் இவ்வளவு பெரிய பொதுக்கூட்டத்தின் முன் தன் மூக்கு அறுபட்டுவிடும். எல்லோரும் தன் முகத்தில் உமிழ்வார்கள். மனதில் சஞ்சலம் ஏற்பட்டது. அவர் அவன் கையிலிருந்து கிளாஸ் தண்ணீரைப் பெற்றுக்கொண்டு, குடிப்பதுபோல் பாசாங்கு செய்து, திறமையாகத் தண்ணீரைக் கீழே கொட்டிவிட்டார். தூரத்திலிருந்து பார்த்தவர்கள் அவர் நீரைப் பருகிவிட்டார். ஜாதியிலிருந்து விலக்கப்பட்டு விடுவார் என்று நினைத்தார்கள். பொதுக்கூட்டம் முடிந்தபின் அவர் வீட்டுக்குச் சென்று, முக க்ஷவரம் செய்தபின், புரோஹிதர்களை வைத்து பிராயச்சித்தம் செய்துகொண்டார். பிறகு மீண்டும் முன்போல் மீசை வளரும்வரை வீட்டை விட்டு வெளியே வரவில்லை.

இவ்விதம் நடந்துகொள்வது நம்பிக்கைக்கு உகந்தது அல்ல. இவ்விதம் செய்வதால் ஒரு லாபமும் இல்லை. இதனால் மனிதனின் நேர்மை அழிந்துவிடுகிறது. நேர்மையில்லாத இடத்திலிருந்து வரும் சொல் பலமற்றது. அது மட்டுமல்ல எவர் உண்மையாக தீண்டாமையை நீக்க வேலை செய்கின்றனரோ, அவர்களும் சந்தேகத்துக்கு உள்ளாகிவிடுகின்றனர்.

ஆகையால், மேல் தோற்றத்துக்காக இல்லாமல் உண்மையில் மனத்தில் ஒற்றுமை ஏற்பட வேண்டும். சிவாஜி மஹாராஜா, பிர்ஜா ராஜா ஜெய்சிங்குக்கு ஒரு கடிதம் எழுதினார். அதில் உள்ள ஒரு வாக்கியம் என்னவென்றால் இரு உள்ளங்கள் ஒன்றிணைந்தால், அதன் பலத்தால் மலையையும் பிளந்துவிட முடியும். இங்கோ 35 கோடி மக்கள் உள்ளனர். இவர்கள் ஒன்று சேர்ந்தால் எவ்வளவு சக்தி கூடிவிடும். நம்முடைய முப்பத்தைந்து கோடி ஹிந்து மக்களும், சமுதாயமும், இதயங்களைப் பரிமாறிக் கொள்வோமானால், வாழ்க்கையில் மாற்றம் இவற்றைக் கொண்டுவருமானால், உடைக்க முடியாத, சர்ச்சையற்ற திறனை உருவாக்க முடியும். இது ஒருங்கிணைப்புக்காண பணி. *(ஸ்ரீகுருஜி சிந்தனைக் களஞ்சியம், தொகுதி 4, பக்.270-273)*

சாதி, மொழி மட்டுமல்ல சம்பிரதாயங்கள்கூட நம்மைப் பிரித்து விடக்கூடாது என்பதில் ஆர்எஸ்எஸ் அமைப்பு உறுதியாக இருக்கிறது. மடாதிபதிகள் இடையே சம்பிரதாயங்கள் வேறுபட்டிருப்பினும் மனதில் வேற்றுமை உணர்ச்சி கூடாது என்பதை ஸ்ரீகுருஜி கூறுகிறார் :-

இன்று இங்கு நாம் ஒன்று சேர்ந்துள்ளோம். இந்த மாநாட்டுக்கு பெரிய-பெரிய சான்றோர்கள், ஆன்றோர்கள் வந்துள்ளனர் என்பது நமது பாக்கியம். அவர்கள் ஒன்றாக ஒரே மேடையில் அமர்ந்துள்ளனர். நம் சமுதாய நிலையைப் பார்க்கும்போது இன்று இங்கு நாம் ஒன்றுசேர்ந்து உட்காருதலே மிகப் பெரிய வீரச் செயல் என்று கூறலாம். நான் ஒரு நிகழ்ச்சியைச் சொல்கிறேன்.

இங்கு வேறு வேறு சம்பிரதாயங்கள் நடக்கின்றன. இவை அனைத்துக்கிடையேயும் இணக்கத்தை உருவாக்குவதற்காக விஸ்வ ஹிந்து பரிஷத்தின் ஒரு மாநாடு திட்டமிடப்பட்டது. அதில் எழுந்தருளுவதற்காக அழைப்பு விடுப்பதற்காக நமது கார்யகர்த்தர்கள் பல்வேறு சம்பிரதாயங்களின் பிரமுகர்களிடம் சென்றனர். ஒரு மடத்தில் அழைப்பு விடுத்தபோது மடாதிபதி அதை ஏற்றுக்கொண்டார். ஆனால், அங்கு அமர்வதற்கான ஏற்பாடு எப்படி? என்று கேட்டார். நமது கார்யகர்த்தர்கள் அமர்வதற்கான ஏற்பாட்டை விவரித்தபோது அவர் நாங்கள் எப்படி வர முடியும்? மீதி அனைவரும் எங்களோடு அமர்வார்களா? என்ன ஏற்பாடு செய்திருக்கிறீர்கள்? முடிவாக எங்களுக்கென்று சில மரியாதைகள் உள்ளன. அதில் பெரியவர் சிறியவர் உண்டு. எனவே, அதற்கேற்ப ஏற்பாடு செய்தால் நாங்கள் வருகிறோம் என்றார்.

இந்த விஷயம் என் கவனத்துக்குக் கொண்டு வரப்பட்டது. அனைத்தையும் துறந்துவிட்டு காவி உடையை அணிந்துள்ள நபரும்கூட மான, அவமானம் பற்றிய சிறிய சிந்தனையை விட்டுவிட த் தயாராக இல்லை. இது என்ன மிகவும் விசித்திரமான விஷயமாக இருக்கிறது என்று நான் நினைக்கலானேன். எனவே அவரைச் சந்திக்கும் வாய்ப்பு கிடைத்தபோது அவரை வணங்கிவிட்டு, மகாராஜ்! சிறியவர்களோடு எப்படி அமர்வது என்று நீங்கள் சொன்னீர்களா? என்று கேட்டேன். அவர், 'ஆம். நான் அப்படிச் சொன்னேன்' என்றார். நான் அவரிடம் நீங்கள் இந்தக் காஷாய உடையைக் களைந்துவிடுங்கள். நான் எனது குர்த்தாவைக் கொடுக்கிறேன். அதைப் போட்டுக் கொள்ளுங்கள். பிறகு இப்படிப் பேசுங்கள். இந்த உடையில் உங்களது இந்தப்

பேச்சைக் கேட்க நான் தயாராக இல்லை. ஆனால் என் வாழ்க்கை சாதுக்களிடையில் கழிந்துள்ளது. 'குருஸ் ஸாக்ஷாத் பரப்ரம்ம' என்று கூறத் தகுதியுள்ள மாபெரும் மனிதர்கள் முன்னிலையில் கழிந்துள்ளது. அந்த அடிப்படையிலே நான் இந்த ஆடையைக் களைந்து விடும்படி உங்களிடம் சொல்கிறேன்' என்றேன்.

அவர் மிகவும் சிறந்த மனிதர். எனவே, சீற்றம் கொள்ளவில்லை. ஒரு வினாடி முழுதும் என்னை உற்று நோக்கியபின் அவர் 'சகோதரா! நீ சரியாகச் சொன்னாய். நாங்கள் மடம், மடாதிபதிகளின் மரியாதையைப் போஷித்து வளர்ப்பதிலேயே ஈடுபட்டிருக்கிறோம். நாங்கள் எங்களது துறவற நெறியையே விட்டுவிட்டோம். நீ சொன்னது சரி' என்றார். பின்னர் மாநாட்டில் அவர் பெரும் உற்சாகத்துடன் பங்கேற்றார். *(ஸ்ரீகுருஜி சிந்தனைக் களஞ்சியம், தொகுதி 5, பக்.171-172)*

நான் அனைவரும் இந்துக்கள். இதைத்தவிர நம் மனதில் வேறு சிந்தனை இருக்கக்கூடாது என்கிறது ஆர்எஸ்எஸ். இதில் உயர்ந்தவர், தாழ்ந்தவர் என்ற பேத உணர்ச்சிகள் தலையெடுக்கக்கூடாது என்று ஸ்ரீகுருஜி கூறுகிறார் :-

எல்லா ஜாதி இனங்களும் ஒன்றிணைந்து உண்டாகியுள்ள இந்த விசாலமான ஹிந்து சமுதாயம். என்னுடைய குடும்பம் என்ற மனோபாவம் ஒவ்வொருவருடைய உள் மனத்திலும் ஏற்பட வேண்டும். இந்தக் குடும்பத்தில் யாரும் பெரியவர், சிறியவர், உயர்ந்தவர், தாழ்ந்தவர் என்று கிடையாது.

எல்லோருடைய சுக துக்கங்களையும் புரிந்துகொண்டு, எல்லோருடைய சுகதுக்கங்களிலும் பங்கெடுத்துக்கொண்டு சுகத்தை கூட்டுவதற்கும் துக்கத்தைக் குறைப்பதற்கும் எவ்வளவு பாடுபட வேண்டியிருந்தாலும், பாடுபடுவதற்கு தயாராகும் மனநிலையை நமக்குள்ளே ஏற்படுத்திக்கொண்டு முழு சமுதாயத்தையும் கட்டுப்பாடு என்ற கயிற்றால் இணைத்து ஸ்தாபனமாக உருவாக்குவது என்னுடைய தர்மம். இதை நான் கட்டாயம் செய்வேன் என்ற ஓர் உறுதியை ஒவ்வொருவரையும் ஏற்கச் செய்யவேண்டும். *(ஸ்ரீகுருஜி சிந்தனைக் களஞ்சியம், தொகுதி 5, பக்.321)*

மேலும் இதுபற்றி ஸ்ரீகுருஜி கூறுகிறார் :-

நம் நாட்டின் நலனை மட்டுமே கருதி பாரதியர் அனைவரும் கருத்து மதம், இனம், ஜாதி ஆகிய வேற்றுமைகளை

இதயத்திலிருந்து நீக்கிவிட்டு, இந்தச் செயலில் ஈடுபட வேண்டியது அத்தியாவசியம். *(ஸ்ரீகுருஜி சிந்தனைக் களஞ்சியம், தொகுதி 6, பக்.25)*

•

ஆர்எஸ்எஸ் பத்திரிகையான ஆர்கனைசர் வார இதழ் ஸ்ரீகுருஜியைப் பேட்டி கண்டது. அதில் சாதி பற்றிய ஆர்எஸ்எஸ் அமைப்பின் கருத்தை மிகத் தெளிவாகவே ஸ்ரீகுருஜி விளக்குகிறார்.

ஆர்கனைசர் : ஜாதி குறித்து உங்கள் திட்டவட்டமான கருத்து என்ன?

ஸ்ரீகுருஜி : சங்கம் ஜாதிகளை ஏற்பதில்லை. சங்கத்தில் எவருமே ஹிந்துதான். ஜாதி என்பது ஒரு காலத்தில் முக்கியமான ஏற்பாடாக இருந்தது. இன்று அது இடம் பொருத்தமற்றது; காலப் பொருத்தமற்றது. காலத்துக்கு ஏற்ப வளைந்து கொடுக்க இயலாத எதுவும் புறந்தள்ளப்பட்டுவிடுகிறது. நான் தீண்டாமை சட்டங்களால் மட்டும் அல்லாமல் நடைமுறையில் கூட ஒழிக்கப்படவேண்டும் என்பது என் விருப்பம். சமய ஆன்றோர்களும் மடாதிபதிகளும் தீண்டாமை ஒழிப்பை சமயக் கடமையாக அறிவிக்கவேண்டும் என்பது என் தீவிர விருப்பம். (ஸ்ரீகுருஜி சிந்தனைக் களஞ்சியம், தொகுதி 9, பக்.199)

•

நமது வீழ்ச்சிக்கு ஜாதி, தீண்டாமை போன்றவையும் காரணம். அதனால் தேவையற்ற சமுதாய அமைப்பினை இடித்துத்தள்ள வேண்டும் என்பதுதான் ஆர்எஸ்எஸ் அமைப்பின் கருத்து. ‘முஸ்லீம்களையும் ஐரோப்பியர்களையும் நம் வீழ்ச்சிக்கான காரணங்களாகக் கூறி நமது சொந்தத் தவறுகளிலிருந்தும் பொறுப்பிலிருந்தும் நாம் தப்பிக்க முடியாது. ஏற்றத்தாழ்வுகளுடன் சமத்துவமற்ற சமுதாயம் என்பதே நமது வீழ்ச்சிக்கான காரணம் என்பதை நாம் ஒப்புக்கொள்ளவேண்டும். ஜாதி, ஜாதி உட்பிரிவுகள், போட்டி மனப்பான்மை, தீண்டாமை போன்ற பிளவுபட்ட போக்கு இந்த சமுதாய வேற்றுமைக்குக் காரணமாகும்’ என்று டாக்டர் ஹெட்கேவர் கூறுகிறார் .

ஸ்ரீகுருஜி, ‘ஒருமரம் தனது காய்ந்துபோன இலைகளையும் பட்டுப்போன கிளைகளையும் உதிர்த்துப் புதிய இலைகளையும் கிளைகளையும் வெளிக்கொணர்வதைப் போல சமுதாயம்

இன்றிருக்கும் வர்ண வியவஸ்தாவை உதிர்த்துவிட்டு, அதன் இடத்தில் சமுதாய நலனுக்கு உகந்த புதிய சமுதாய அமைப்பினை ஏற்படுத்திக் கொள்ளட்டும். இது சமுதாயத்தின் இயற்கையான வளர்ச்சி முறையேயாகும்... பழைய வீட்டினை இடித்துத் தள்ளிவிட்டுப் புதிய வீட்டினை அமைப்பதுபோல, தேவையற்ற சமுதாய அமைப்பினை இப்போதே இத்தருணமே முடிவடையச் செய்ய வேண்டும்' என்று கூறுகிறார்.

•

- 6 -

தீண்டாமை பற்றி ஆர்எஸ்எஸ்

இந்து தர்மத்தில் - இந்து சமயத்தில் தீண்டாமைக்கு இடமில்லை. வேதத்தில் - இந்து தர்ம சாஸ்திரங்களில் தீண்டாமைக்கு ஆதார மில்லை. இதை டாக்டர் அம்பேத்கரும் ஏற்கிறார். 'தீண்டப் படாதவர்கள்' என்ற தம்முடைய புத்தகத்தில், திரு.கானே என்கிற ஆய்வாளர் கூறிய கருத்தைச் சொல்லிவிட்டு தம்முடைய கருத்தாக டாக்டர் அம்பேத்கர் இவ்வாறு கூறுகிறார் :-

> வேத காலத்தில் தீண்டாமை கடைபிடிக்கப்பட வில்லை என்பது தெளிவாகிறது. தர்ம சூத்திரங்கள் காலத்தைப் பொறுத்தவரையில் தூய்மையின்மை இருந்து வந்ததைக் காண்கிறோமே தவிர தீண்டாமை இருந்ததை நாம் காணவில்லை. *(பாபா சாகேப் அம்பேத்கர் எழுத்துப் பேச்சும், தொகுதி 14, பக். 212)*

ஆனால், ஒரு காலக்கட்டத்தில் சமுதாயத்தில் ஏற்பட்ட தேக்கத்தின் காரணமாக தீண்டாமை புகுத்தப்பட்டுக் கடைபிடிக்கப்பட்டது. தீண்டாமையால் இந்து சமூகத்தின் ஒரு பிரிவினர் சொல்லொணாத் துயரத்துக்கு ஆளாகினர்.

தீண்டாமையை ஒழிப்பதற்கு ஆன்மிகப் பெரியவர்கள், ஞானிகள், அறிஞர்கள் பெரும் முயற்சி எடுத்தனர். அதன் காரணமாக மிகப் பெரும் மாற்றம் சமூகத்தில் ஏற்பட்டது என்றாலும் அதன் வீரியம் குறையவில்லை. ஆனாலும் தீண்டாமையை ஒழிப்பதன் வேலையில் ஆன்மிகப் பெரியோர் முதல் பல அமைப்புகள் திட்டமிட்டு வேலை செய்து வருகின்றன.

சாதியும் தீண்டாமையும் பருப்பொருள் அல்ல. அது ஒரு மனித மனத்தின் உள்ளார்ந்த உணர்வு. மனநோய். சாதி ஒழிப்பு, தீண்டாமை ஒழிப்பு என்பது மனிதர்களை ஒழிப்பது அல்ல. அவர்களின் மனதில் உள்ள சாதிய எண்ணம், தீண்டாமை எண்ணத்தை ஒழிப்பது. மனிதர்களுடைய மனமாற்றத்தின் மூலமே இதை சாதிக்க முடியும். மனிதர்களின் உளவியலில் மாற்றத்தைக் கொண்டுவருவதன் மூலமே தீண்டாமையை ஒழிக்கமுடியும். தீண்டாமை ஒழிப்பு வேலை அவ்வளவு எளிதான வேலை அல்ல. பல நூற்றாண்டுகளாக சமூகத்தில் நடைமுறைப்படுத்தப்பட்டு கெட்டியாக இறுகி இருக்கிறது. ஆனாலும் சகோதரத்துவத்தை வலியுறுத்துவதன் - கடைபிடிப்பதன் மூலம் கொஞ்சம் கொஞ்சமாக உளவியல் ரீதியாக தீண்டாமையை ஒழிக்க முடியும். இதைச் சரியாகச் செய்துவரும் அமைப்பு ஆர்எஸ்எஸ் அமைப்பு.

ஆர்எஸ்எஸ் அமைப்பும் அதன் பரிவார் அமைப்புகளும் தீண்டாமையை ஒழிப்பதற்கு பல்வேறு ஆக்கப்பூர்வமான வேலைகளை செய்துவருகின்றன. ஆர்எஸ்எஸ் அமைப்பின் இரண்டாவது தலைவர் ஸ்ரீகுருஜி கோல்வால்கர் அவர்களுக்கு ஆர்எஸ்எஸ் அமைப்பில் சேருவதற்கு முன்னமேயே தீண்டாமையை ஒழிப்பதில் ஆர்வம் கொண்டிருந்தார். தீண்டாமையால்தான் நாடு அழிவுப் பாதைக்குச் செல்கிறது என்பதை அவர் 1929, பிப்ரவரி 9ல் கூறுகிறார்:-

> தீண்டுதல், தீண்டாமை சம்பந்தப்பட்ட குருட்டு நம்பிக்கை இவ்வளவு கடுமையாக இல்லாமல் இருந்திருந்தால் நாடு முழுவதையும் அழிவுப்பாதை நோக்கி இழுத்துச் செல்லும் பிராமணர் - பிராமணர் அல்லாதார் என்ற வாதமே உருவாகி இருக்காது. இந்தத் தடை சாஸ்திரம் எழுதியவர்களால் ஏற்படுத்தப்பட்டது அல்ல. மனுஸ்மிருதியில் தீண்டாமை பற்றி எனக்கு ஒரு சிறிய ஆதாரம்கூடக் கிடைக்கவில்லை. *(ஸ்ரீகுருஜி சிந்தனைக் களஞ்சியம், தொகுதி 6, பக்.252)*

மனுஸ்மிருதியில் தீண்டாமை பற்றி எனக்கு ஒரு சிறிய ஆதாரம் கூட கிடைக்கவில்லை என்பது ஸ்ரீகுருஜியின் வாதம் மட்டுமல்ல டாக்டர் அம்பேத்கரும் அதையே சொல்கிறார். மனு காலத்தில் தீண்டாமை இருந்து வந்ததா? என்று டாக்டர் அம்பேத்கர் கேள்வி எழுப்பி அதற்கு பதிலும் அவரே அளிக்கிறார் :-

> ...மனுவின் காலத்தில் தீண்டாமை இருக்கவில்லை. தூய்மையின்மைதான் இருந்து வந்தது. *(பாபா சாகேப் அம்பேத்கர் எழுத்துப் பேச்சும், தொகுதி 14, பக். 214)*

... மனுவின் வாசகம் தீண்டாமையைக் குறிக்கவில்லை என்பதும், மனுவின் காலத்தில் தீண்டாமை கடைபிடிக்கப்பட்டது என்ற முடிவுக்கு வருவதற்கு நியாயமோ காரணமோ இல்லை என்பதும் தெளிவு.... மனு ஸ்மிருதி தீண்டாமையை எவ்விதத்திலும் குறிப்பிடவில்லை என்பதைத் திட்டவட்டமாகக் கூறமுடியும். (பாபா சாகேப் அம்பேத்கர் எழுத்துப் பேச்சும், தொகுதி 14, பக். 215)

சிலர் தங்களை எப்பொழுதுமே தனிப்பட்டவர்களாகக் கருதிக் கொண்டு வாழ்கிறார்கள். மற்றவர்களுடைய கையால் தண்ணீர்கூட வாங்கிக் குடிப்பதில்லை. மனிதனாகவே இருந்துகொண்டு, மனிதனையே வெறுப்பது எந்த விதத்தில் உசிதமானது? இது நாகரீகமுள்ள சமுதாயத்தின் ஒரு வியாதி தீண்டாமை என்று ஸ்ரீகுருஜி கூறுகிறார் :-

நம்முடைய இந்த ஹிந்து சமுதாயத்தில் பலவிதமான பிரிவுகள் ஏற்பட்டுவிட்டிருக்கிறது. மிகப் பழங்காலத்தில் இருந்தே நான்குவித வர்ணங்கள் ஏற்பட்டிருந்தன. அதில் ஜாதி பேதங்கள் உண்டாகிப் பரஸ்பரப் போட்டிகளை உண்டாக்கக்கூடிய பல சிறு சிறு பிரிவுகள் உண்டாகி ஜனங்கள் தங்கள் ஜாதிக்கும் ஜாதிப்பிரிவுக்கும் பற்றுக்காட்டத் தொடங்கினர். இப்படிப்பட்ட விபரீதமான ஒரு நிலைமை ஏற்பட்டுவிட்டது.

எந்த ஜாதியைச் சேர்ந்தவனாயிருந்தாலும், தான் இந்த சமுதாயத்தின் ஓர் அங்கம் என்பதை யாரும் நினைத்துப் பார்ப்பதில்லை. சமுதாயம் முழுவதையும் போற்றிப் பாதுகாத்து வளர்த்தால் அதன் ஓர் அங்கமாக இருக்கக்கூடிய தன்னுடைய ஜாதியின் பாதுகாப்பும் வளர்ச்சியும் தானாக ஏற்பட்டுவிடும் என்ற இந்த சாதாரண எளிய விஷயத்தை யாரும் சிந்தித்துப் பார்ப்பதில்லை.

நம்முடைய பெரிய பெரிய மகாபுருஷர்கள், பிரிவினைகளின் காரணமாக உற்பத்தியாகும் சின்னாபின்னங்களை நீக்குவதற்காக பலவிதமான முயற்சிகள் செய்தனர். ஆனால் துரதிருஷ்டவசமாக என்னதான் முயற்சிகள் செய்யப்பட்டாலும் அது சீக்கிரமே ஒரு ஜாதியின் வழிமுறையாக ஆகிவிடுகிறது. அதற்கான உபாய வழிமுறைகள் மேலெழுந்த வாரியான விஷயங்களாகவே நின்றுவிடுவதற்கு ஏதுவாகிறது என்பது ஆழமாகச் சிந்திக்க வேண்டிய விஷயம். இது நமக்குப் பிடிக்காத, விரும்பத்தகாத விஷயமும்கூட.

நமது சமுதாயத்தின் வாழ்க்கை அமைப்பு ஓர் ஆன்மிக நோக்கத்தை எடுத்துக் கொண்டுதான் அமையப்பெற்றது. இந்த ஆன்மீக நோக்கத்தை எட்டுவதற்காக எல்லா மக்களும் ஒரே சமமான வழியில் செல்ல இயலாதவர்களாகிவிட்டனர். இதனால் வெவ்வேறு இயல்புகள், குணநலன்கள் உடைய மனிதர்களுக்காக வெவ்வேறுவிதமான வழிமுறைகளை நிர்மாணித்து தரும் அவசியம் ஏற்பட்டுவிட்டிருக்கிறது. உண்மையில் இவை ஒன்றுக்கொன்று விரோதியில்லை. அப்படியானால் உண்மை நிலைமைதான் என்ன?

நான் ஒன்று கேள்விப்பட்டிருக்கிறேன். அதாவது ஒரு குறிப்பிட்ட வைஷ்ணவ பிரிவினரின் கோயிலுக்குள், வேறு வைஷ்ணவ பிரிவினர் போக முடியாது. இருவரும் வைஷ்ணவர்கள்தான் பகவானின் ஒரே உருவத்தை முன்னால் வைத்துக்கொண்டுதான் பூஜை செய்கிறார்கள். எல்லோரும் ஸ்ரீமத் பாகவதத்தை தங்களுடைய ஆதார புத்தகமாக ஏற்றுக்கொள்கிறார்கள். ஆனால் வழிபாட்டு முறையில் சிறுசிறு வேற்றுமைகள் உண்டாகி இருக்கின்ற காரணத்தினால் தங்களுடைய கோயில்களில் மற்ற வைஷ்ணவர்களை நுழையக்கூட விடுவதில்லை.

நம்முடைய இடத்தில் சமுதாயத்தில் வேற்றுமையை உண்டாக்குவதற்காக, தீண்டாமையும் ஒரு காரணமாக அமைந்து இருக்கிறது. சிலர் தங்களை எப்போதுமே தனிப்பட்டவர்களாகக் கருதிக்கொண்டு வாழ்கிறார்கள். மற்றவர்களுடைய கையால் தண்ணீர்கூட வாங்கிக் குடிப்பதில்லை. தன்னுடைய புனிதத் தன்மையைப் பாதுகாத்துக் கொள்வது என்பது வேறு விஷயம். ஆனால் மனிதனாகவே இருந்துகொண்டு, மனிதனையே வெறுப்பது எந்தவிதத்தில் உசிதமானது? இது நாகரிகமுள்ள சமுதாயத்தின் ஒரு வியாதி ஆகும். (ஸ்ரீகுருஜி சிந்தனைக் களஞ்சியம், தொகுதி 5, பக்.323-324)

தீண்டாமை என்ற வியாதியை ஒழிக்க நமது மனநிலை மாறவேண்டும். நான் பெரியவன் அகங்கார மனோபாவத்துடன் இருக்காமல் அனைவரும் நம்முடையவர் என்ற மனோபாவத்துடன் இருக்க வேண்டும் என்று உளவியல் ரீதியாக தீண்டாமையை ஒழிக்க ஸ்ரீகுருஜி அறிவுறுத்துகிறார் :-

நாமும் உள்மனத்துள் யாரையாவது பற்றி இவன் பாவி, தாழ்ந்தவன் என்ற மனோபாவத்தை வைத்துக்கொண்டு நமது இதயத்துள் நாம் பெரியவன் என்ற அகங்கார மனோபாவத்துடன் இருக்கக்கூடாது. மாறாக ஒவ்வொருவரையும் நம்முடையவராக

ஏற்றுக்கொள்ளும் மனோபாவத்தைக் கொள்ளவேண்டும். *(ஸ்ரீகுருஜி சிந்தனைக் களஞ்சியம், தொகுதி 2, பக்.226)*

ஆர்எஸ்எஸ் அமைப்பில் இதற்கான பயிற்சி உளவியல்ரீதியாகவே தரப்படுகிறது. எல்லோரையும் சகோதரனாக ஏற்கும் மனநிலையை ஆர்எஸ்எஸ் அமைப்பு எவ்வாறு ஏற்படுத்துகிறது என்பதை ஸ்ரீகுருஜி விளக்குகிறார் :-

நம்முடைய சங்கத்தின் அன்புடைய, பாசமுடைய, சகோதரத் தன்மையுடன் சூழ்நிலையில் கலந்துவிடுகிறோம். அந்த எண்ணத்தில் எந்தவிதமான உயர்வு - தாழ்வு எண்ணமற்று, வேற்றுமை உணர்வின்றி இயங்கிட சிறப்பான உறுதி இருக்கிறது. அந்தச் சூழ்நிலையில் தன் தனித்தன்மையின் உண்மையான நினைவு தோன்றிடினும், தன் விருப்பத்தால் செயல்புரியவும் பலதரப்பட்ட எண்ணங்களையும் சமன்படுத்திடும் ஒரு நிலைமையை நிர்மாணிக்கவும் முயற்சி செய்யப்பட்டுள்ளது. இப்படிப்பட்ட விசேஷமான ஆக்கப்பணி நமது இயக்கத்தில் (சங்கத்தில்) அமைந்துள்ளது. *(ஸ்ரீகுருஜி சிந்தனைக் களஞ்சியம், தொகுதி 2, பக்.279)*

ஸ்ரீகுருஜி மேலும் இதைப்பற்றி கூறுகிறார் :-

...நாம் இந்தத் தாய்நாட்டின் மைந்தர்கள் என்கின்ற உணர்வினை விழித்தெழச் செய்யவேண்டும். நம் அனைவரது நாடி நரம்புகளிலும் ஒரே இரத்தம்தான் ஓடுகிறது. ஒருமை உணர்வுடன் நாம் இணைந்து இருக்கிறோம். இனி நாம் நகரத்தில் இருந்தால் என்ன, கிராமத்தில் வசித்தால் என்ன, காடுகளில் வசித்தால்தான் என்ன? நாம் அனைவரும் 'இந்தத் தாய்நாட்டின் மைந்தர்களே' என்ற தீவிர தேசபக்தி உணர்வுதான் நாமனைவரும் ஒரே குடும்பத்தின் அங்கம் என்ற உணர்வுக்கு வலிமையூட்டுவதாய் அமையும். ராஷ்ட்ரீய ஸ்வயம்சேவக சங்கம் இந்த வேலையைத்தான் செய்துவருகிறது. *(ஸ்ரீகுருஜி சிந்தனைக் களஞ்சியம், தொகுதி 3, பக்.329-30)*

தீண்டாமை என்கிற மனநோயை ஒழிக்க மனநிலையில் மாற்றத்தைக் கொண்டுவர வேண்டும் என்பதில் ஆர்எஸ்எஸ் உறுதியாக இருக்கிறது. அதை பல்வேறு சமயங்களில் வலியுறுத்தவும் தயங்கியதில்லை. ஸ்ரீகுருஜி கூறுகிறார் :-

நம்முடைய தர்மம் எங்கும் நிறைந்துள்ளது. அது சத்தியமானது. அது நன்கு வளர்ந்து விரிவடைந்துள்ள இந்த பவித்ரமான நம் மாத்ரு பூமியின்மேல், தொன்றுதொட்டு வளர்ந்து வந்த பக்தியும்

பவித்ரமானது. அந்த சத்தியத்தை நாம் மீண்டும் நிலைநாட்ட வேண்டுமென்றால் சில விஷயங்களை மனதில் தோற்றுவிக்க வேண்டும்.

- ஓர் அன்னையின் புதல்வர்களாக நாமெல்லோரும் ஒரே குடும்பம்.
- ஒரே குடும்பத்தில் ஒருவன் உயர்ந்தவன், ஒருவன் தாழ்ந்தவன் என்றில்லை.
- ஒரே குடும்பத்தில் ஒருவருக்கொருவருக் கிடையில் தீண்டாமை என்பது இருக்கக்கூடாது.
- ஒரே குடும்பத்தில் தனது பிறரது என்ற வெறுப்பு நிறைந்த மனோபாவனைகள் இருப்பதில்லை.
- இப்படிப்பட்ட குடும்பத்தைப் பற்றிய மனோபாவம் எழுச்சிபெற வேண்டும்.

அதுவும் ஏதோ சிறிது காலத்துக்கு என்று இருக்கக்கூடாது. நாள்தோறும் சம்ஸ்காரங்களை ஒவ்வொருவருடைய உள்மனத்திலும் ஏற்படுத்திக் கொண்டு எல்லோரையும் ஒன்றுபட்ட உணர்வோடு கூடிய வாழ்க்கையில் கொண்டு செல்வதற்கான பயிற்சி இருக்க வேண்டும். ஒழுக்கத்தோடு கூடிய பயிற்சி பெற்று உடலையும், மனத்தையும் ஒரே பிரவாகம் போன்று இயங்கச் செய்யவேண்டும். இந்த ஹிந்து சமுதாயத்தை ஒருங்கிணைத்து உலகம் முழுவதையும் மங்களகரமாக ஆக்கும் கண்ணோட்டத்தில் எழுந்து நிற்குமளவுக்குத் தேவையான வேலைகளைச் செய்யவேண்டும். *(ஸ்ரீகுருஜி சிந்தனைக் களஞ்சியம், தொகுதி 5, பக்.327-328)*

தீண்டாமையை ஒழிக்கப் பல ஆன்மிகப் பெரியோர்கள் முயற்சி செய்தார்கள். ஆனாலும் முழுமையாக முடியவில்லை. காரணம் மனநிலையில் அவர்களால் முழுவதுமாக மாற்றம் கொண்டுவர முடியவில்லை. அதைப் பேசிப் பேசியே பெரிய பிரச்னையாக்கி விட்டனர். ஆனால் ஆர்எஸ்எஸ் அமைப்பு கபடி மூலமும் சமுதாய ஒருங்கிணைப்பு மூலமும் தீண்டாமையை உளவியல் ரீதியாக அகற்றி வருகிறது. ஸ்ரீகுருஜி கூறுகிறார் :-

நம்முன் பரவி இருக்கின்ற வேறுபாட்டைப் போக்குவதற்காக எத்தனையோ பெரியோர்கள் முயன்றார்கள். தீவிர ஹிந்து, தீவிர புரட்சியாளன், தீவிர மத அபிமானி சாவர்க்கர்ஜி மற்றும் தீவிர அஹிம்சாவாதியான காந்திஜி போன்ற மஹா புருஷர்கள் தீண்டத்தகாதவர்களின் முன்னேற்றத்துக்காக வேலை

செய்துகொண்டு இருந்தார்கள். ஆனால் அதன் விளைவு என்ன ஆயிற்று? அவர்களால் தீண்டாமையை முழுமையாக நீக்க முடியவில்லை. இம்முயற்சியின் காரணமாக அரசியல் அதிகார வர்க்கத்தில் அகம்பாவம் உண்டாகியது. தங்களை ஹிந்துக்களிலிருந்து தனியாகப் பிரித்துக்காட்டிக்கொள்வது தங்களுக்கு நல்லது என அம்மக்கள் நினைக்கலாயினர். இந்த மகா புருஷர்கள் பலர் முயற்சித்தும் தீண்டாமையின் காரணமாகப் பிரிவு ஏற்பட்டு தேசத்துக்கு பாதகம் அதிகரித்தது. இரவு பகலாக பிரிவை உருப்போட்டுக் கொண்டிருந்தவர்கள், அதை அடைந்து விட்டார்கள். தீண்டாமை பற்றியே உருப்போட்டுக் கொண்டிருந்த வர்களுக்கு தீண்டாமை ஆயுதமாகக் கிடைத்துவிட்டது. 'நீ எந்தப் பொருளை முடிவுக்கு கொண்டுவர விரும்புகிறாயோ அதன்பக்கம் கவனம் செலுத்துவதை விட்டுவிடு. அதை உருப்போடுவதையும் நிறுத்திவிடு. அது தானாகவே அழிந்துவிடும்' என்றான் ஒரு சிந்தனையாளன். எப்போது நாம் தீண்டாமை என்ற உணர்வை மறந்து நடந்துகொள்கிறோமோ அப்போதுதான் அந்த தீண்டாமை விலகும்.

சங்கமும் இதைத்தான் செய்தது. நாம் எப்போதும் வேறுபாடுகளைப் பற்றிக் கூறவில்லை. பாரதத்தில் ஜாதி, மதம், சமயம், மொழி என பலவேறுபாடுகள் இருக்கின்றன. ஆனால் நாம் ஒருமைப்பாட்டை பற்றி மட்டுமே கூறினோம். இந்த நாடு ஒன்று, இதன் உயிர் ஒன்று. கௌரவம் நிறைந்த வாழ்க்கை ஒவ்வொருவருக்கும் இருக்கிறது. இதைத் தவிர எந்த வேறுபாட்டைப் பற்றியும் யோசிப்பதற்கு அவசியம் இல்லை. நாம் ஒற்றுமை கொண்டுவர விரும்பினோம். அதைப் பெறுவதில் வெற்றியும் கண்டு கொண்டிருக்கிறோம்.

ஏதோ ஓர் இடத்தில், கொஞ்ச நேரத்துக்கு சரியான உருவத்தில் ஒன்றுபட்டு ஒருவரை மற்றொருவரோடு விளையாட, ஓடச் செய்தோமானால் சீர்திருத்தம் நடைபெறும் என நாம் நம்புகிறோம். அதுவே நமது விருப்பமும் கூட.

சீர்திருத்தம் செய்தபிறகு அதனால் நிர்மாணிக்கின்ற ஒற்றுமை உணர்வுக்கு ஏற்ப நடந்துகொள்வதினால் முழுமையான சமுதாயம் நம் எண்ணத்துக்கேற்ப நல்ல ஒருங்கிணைப்பு பெற்று நல்ல சீர்திருத்தம், ஒற்றுமை உணர்வோடு கூடிய ஒரு நல்ல சங்கமமாக இருக்கும். பிறகு பிராமணனோ அல்லது சூத்திரனோ, வைஷ்ணவனோ அல்லது சைவனோ, புத்திமானோ அல்லது புத்தி அற்றவனோ, பணக்காரனோ அல்லது ஏழையோ எல்லாம் மறந்து

அனைவரும் 'ஸ்வயம்சேவக்' என்ற அபிமானம் ஏற்பட்டுவிடும். எந்த ஒரு மரத்திலும் பல கிளைகள் இருக்கின்றன. அதனுடைய பழம், மலர்கள் எல்லாவற்றிலும்கூட வேறுபாடுகள் காணப்படுகின்றன. ஆனால் அனைத்துக்கும் உள்ளே ஒரே ஜீவ ஓட்டம்தான் ஓடுகிறது. இந்த மஹா ஹிந்து சமுதாயத்தின் உள்ளேயும் அப்படிப்பட்டதோர் ஒற்றுமை என்ற உணர்வை நிர்மாணித்து சமுதாயத்தை விழிப்படையச் செய்யமுடியும் என்ற நம்பிக்கை நமக்கு இருக்கிறது. *(ஸ்ரீகுருஜி சிந்தனைக்களஞ்சியம், தொகுதி 4, பக்.80-81)*

ஆர்எஸ்எஸ் அமைப்பில் தீண்டாமை எப்படி ஒழிக்கப்படுகிறது என்பதை நேரிடையாகவே கண்டு மகிழ்ந்தவர் காந்தியடிகள். வர்தாவில் 1934ம் ஆண்டு நடைபெற்ற சங்கத்தின் குளிர்கால முகாமில் 1500 ஸ்வயம் சேவகர்கள் பங்கு பெற்றார்கள். முகாம் ஏற்பாட்டுக் காகவும் டென்ட் முதலியவை நிர்மாணிக்கவும் முகாம் துவங்குவதற்கு பதினைந்து - இருபது நாட்கள் முன்னதாகவே ஸ்வயம் சேவகர்கள் அந்த இடத்துக்கு வந்து செல்லத் துவங்கி இருந்தனர்.

முகாம் நடைபெறும் இடத்துக்கு அருகிலேயே மகாத்மா காந்தியடிகளுடைய சத்யாகிரக ஆசிரமம் இருந்தது. அவர் அங்குள்ள ஒரு இரண்டு மாடி கட்டடத்தில் தங்கியிருந்தார்.

தினசரி காலையில் அவர் உலாவச் செல்லும்போது, முகாம் ஏற்பாட்டில் மூழ்கியிருந்த ஸ்வயம்சேவகர்களைக் கண்டார். எந்த அமைப்பைச் சார்ந்த நிகழ்ச்சி இங்கு நடைபெற உள்ளது எனக் கேட்டு அறிந்துகொண்டார்.

டிசம்பர் 22, 1934 அன்று சங்க முகாம் துவங்கியது. வர்தா நகரின் பிரமுகர்களுக்கும் புகழ்பெற்ற பெரியோர்களுக்கும் முகாமின் அழைப்பிதழ் அளிக்கப்பட்டது. அவர்களுள் மகாத்மா காந்தியடிகள், சத்யாகிரக ஆசிரமவாசிகள் அடங்குவர்.

முகாமில் சங்க சீருடை அணிந்த ஸ்வயம் சேவகர்களின் நிகழ்ச்சி துவங்கியது. கோஷ் வாத்தியங்களின் கர்ஜனையும் கேட்டது. மகாத்மா காந்தியடிகள் தாம் தங்கியிருந்த கட்டடத்திலிருந்து இந்நிகழ்ச்சிகளைக் காண முடிந்த து.

முகாமின் நிகழ்ச்சிகளைக் கண்டு காந்திஜி வியந்தார். தமது உதவியாளர் மகாதேவ தேசாயிடம் சங்க முகாமைக் காணும் விருப்பத்தினைத் தெரிவித்தார். மகாதேவ தேசாய் வர்தா ஜில்லாவுடைய சங்கசாலக் அப்பாஜி ஜோஷிக்கு இது குறித்து ஒரு கடிதம் அனுப்பினார்.

‘சத்யாகிரக ஆசிரமத்துக்கு எதிரேயே தங்களுடைய முகாம் நடை பெறுவது மகாத்மா அவர்களுடைய கவனத்தைக் கவர்ந்துள்ளது. முகாமைப் பார்வையிட காந்திஜி விரும்புகிறார். எனவே தங்களுக்கு எந்நேரம் வசதியாக இருக்கும் என்பதைத் தயைகூர்ந்து தெரிவியுங்கள். நீங்கள் நேரில் வந்து நேரத்தினை முடிவு செய்து கூறினால் மிகவும் நல்லது’ என்று தமது கடிதத்தில் காந்திஜியின் உதவியாளர் குறிப்பிட்டிருந்தார்.

இக்கடிதம் கிடைத்தவுடன் அப்பாஜி ஆசிரமம் சென்று மகாத்மா அவர்களைக் கண்டார். ‘தாங்கள் தங்களுக்கு வசதியான நேரத்தைக் கூறுங்கள். அந்நேரத்தில் சங்க முகாமில் தங்களை வரவேற்கக் காத்திருக்கிறோம்’ என்று காந்திஜியிடம் அப்பாஜி கூறினார்.

காந்தியடிகள் அன்று மௌன விரதத்தை அனுஷ்டித்துக் கொண்டிருந்தார். எனவே அவர் எழுதிக் காட்டினார். ‘நான் நாளை, டிசம்பர் 25ம் தேதி காலை 6 மணிக்கு சங்க முகாமுக்கு வருகிறேன். அங்கு ஒண்ணரை மணி நேரம் இருக்க முடியும்’. அப்பாஜி அதற்கு ஒப்புதல் அளித்துவிட்டு திரும்பினார்.

மறுநாள் காலை சரியாக 6 மணிக்கு காந்திஜி சங்க முகாமுக்கு வருகை புரிந்தார். முகாமின் அனைத்து ஸ்வயம்சேவகர்களும் காந்தியடிகளுக்கு சங்க முறைப்படி அணிவகுப்பு மரியாதை செய்தனர்.

காந்தியடிகளுடன் அவரது உதவியாளர் மகாதேவ தேசாய், மீராபென், ஆசிரமத்தைச் சேர்ந்த மற்றவர்களும் வந்திருந்தனர்.

சங்க ஸ்வயம்சேவகர்களின் கட்டுப்பாட்டுடன் கூடிய அணிவகுப்பு மரியாதைக் காட்சியைக் கண்டு காந்தியடிகள் வியந்தார். அப்பாஜியின் தோள்களில் கைவைத்துக்கொண்டு அவர் பேசும் போது, ‘நான் உண்மையில் மிகுந்த மகிழ்ச்சி அடைந்துள்ளேன். நம் நாடு முழுவதிலும் இத்தகைய பிரமிக்க வைக்கும் காட்சியினை நான் இதுவரை எங்கும் கண்டதில்லை’ என்றார்.

அதன்பிறகு காந்திஜி முகாமின் சமையல்கூடம் காணச் சென்றார். 1500 ஸ்வயம் சேவகர்கள் ஒருமணி நேரத்தில் எந்தக் குழப்பமும் இல்லாமல் உணவு ஏற்றுக்கொள்கிறார்கள். ஒரு ரூபாய், சிறிது தானியம் ஸ்வயம்சேவகர்களிடமிருந்து பெற்றுக் கொண்டு, ஒன்பது வேளைக்கான உணவு அவர்களுக்கு அளிக்கப்படுகிறது. முகாமில் பற்றாக்குறை ஏதேனும் ஏற்பட்டால் ஸ்வயம்சேவகர்களே அதையும் பொறுப்பேற்றுக் கொள்கிறார்கள் என்பதை அறிந்து காந்தியடிகள் மிகுந்த ஆச்சரியம் அடைந்தார்.

பின்னர் முகாமில் மருத்துவ நிலையம், ஸ்வயம்சேவகர்கள் தங்குமிட வசதியைக் காண காந்தியடிகள் சென்றார்.

மருத்துவ நிலையத்தில் சிகிச்சை பெற்றுக் கொண்டிருந்தவர்களிடம் காந்தியடிகள் உரையாடினார். அதன்மூலம் சங்கத்தில் கிராமங்களைச் சேர்ந்த விவசாயிகளும் உழைக்கும் வர்க்கத்தைச் சேர்ந்த தொழிலாளிகளும் இருப்பதை அவர் அறிய முடிந்த து.

மராட்டா, தலித் பிரிவைச் சேர்ந்த மஹார், பிராம்மணர் என எல்லா ஜாதிகளைச் சேர்ந்த ஸ்வயம்சேவகர்கள் ஒன்று சேர்ந்து சங்க முகாமுக்கு வந்து ஒரே இடத்தில் தங்கியிருக்கிறார்கள். மற்றும் ஒரே வரிசையில் அமர்ந்து உண்கிறார்கள் என்பதை காந்திஜி அறிந்தார். அறிந்த பின் இது குறித்து ஆராயும் எண்ணத்துடன் சில ஸ்வயம்சேவகர்களை அழைத்து அவர்களிடம் கேள்வி கேட்டார்.

காந்தியடிகள் கேட்ட கேள்விகளுக்கு ஸ்வயம்சேவகர்கள் பதில் கூறும்போது, ‘நாங்கள் சங்கத்தில் மராட்டா, பிராம்மணர், தையல் வேலை செய்பவர், மஹார் என வேறுபாடுகளைக் காண்பதில்லை. எங்கள் அருகில் உள்ள ஸ்வயம்சேவகர் எந்த ஜாதியைச் சேர்ந்தவர் என்று தெரியாது. தெரிந்துகொள்ளும் ஆர்வமும் எங்களிடம் இல்லை. நாம் அனைவரும் இந்துக்கள். எனவே நாம் அனைவரும் சோதரர்கள். எனவே உயர்ந்தவர், தாழ்ந்தவர் என்ற பாகுபாடு செய்யும் கற்பனை எங்களுக்குப் புரியாத ஒரு விஷயமாகும்’ என்றனர்.

வர்தாவில் நடைபெற்ற சங்க முகாமினைப் பார்வையிட வந்த மகாத்மா காந்தியடிகள் அங்கு உயர்ந்தவர், தாழ்ந்தவர் என்ற எண்ணம் அறவே இல்லாத சூழ்நிலைக் கண்டு வியந்தார்.

மகாத்மா அப்பாஜியிடம் ‘சங்கத்தில் நீங்கள் ஜாதி வேறுபாட்டு உணர்வினை எப்படி நீக்க முடிந்தது? நாங்களும் எங்களைப் போன்று மக்கள் ஜாதி வேறுபாட்டை மறப்பதில்லை. தீண்டாமையை ஒழிப்பது எவ்வளவு கடினமானது என்பதைத் தாங்கள் அறிவீர்கள். ஆனால் சங்கத்தில் நீங்கள் கடினமான இக்காரியத்தை எப்படி செயல்பாட்டில் கொண்டுவர முடிந்தது?’ என்று வியப்புடன் கேட்டார்.

காந்தியடிகளுக்கு அப்பாஜி அளித்த பதில் ‘ஹிந்துக்கள் அனைவரும் சகோதரர்கள். இந்த சகோதர உணர்வை வளர்ப்பதன் மூலம் ஜாதி வேறுபாடு, உயர்ந்தவர், தாழ்ந்தவர் எண்ணம், தீண்டாமை நீங்குகிறது. வெறும் உதட்டளவில் அல்ல; தம் வாழ்க்கையில் ஸ்வயம்சேவகர்கள் அனைவரும் இந்த சகோதர உணர்வைக்

கடைபிடிப்பதன் மூலம்தான் இத்தகைய மாற்றம் வந்துள்ளது. இவை அனைத்துக்கும் காரணம் டாக்டர் ஹெட்கேவார் என்று பதில் சொன்னார். மறுநாள் காந்தியடிகள் டாக்டர்ஜியை சந்தித்து மகிழ்ச்சியை வெளிப்படுத்தினார். *(டாக்டர் ஹெட்கேவார் வாழ்க்கை வரலாறு, பக்.533-536)*

•

தனிப்பெயர் கொடுப்பாலேயே தீண்டாமை ஒழிந்துவிடாது. அது ஆழமாகப் பரவியிருக்கிறது. நாங்கள் தனியானவர்கள் என்கிற மனோநிலை வேரூன்றிவிட்டிருக்கிறது. இதைக் களைய வேண்டு மானால் அனைவரும் இந்துக்கள் என்ற மனநிலையை ஏற்படுத்த வேண்டும் என்று ஸ்ரீகுருஜி ஒரு கேள்வி பதிலில் தெள்ளத்தெளிவாக விளக்குகிறார் :-

வினா :- சங்கத்தில் நாம் தீண்டாமையை ஏற்பதில்லை. ஆனால் சமுதாயத்திலிருந்து அதை நீக்குவதற்காக வேறு ஏதேனும் செயல் திட்டம் உண்டா? நாம் சிந்திக்கலாமா?

விடை:- இப்பொழுது தீண்டாமை நீக்குவது பற்றிய விஷயம் சொல்லப்பட்டது. அதற்காக ஏதாவது செயல்பாடு திட்டத்தால் பயன் உண்டாகுமா? மகாத்மா காந்தி அவர்கள் தீண்டாமை ஒழிப்பை காங்கிரஸ் கட்சியின் செயல்திட்டத்தில் அமைத்தார். சேர்த்தார். மேலும் அதற்காக மிகவும் முயற்சிகள் செய்தார். அதன் பலன் என்ன ஆயிற்று? ஹரிஜனங்கள் விலகினர். தனிப்பெயர் கொடுப்பதால் பிரிவு எண்ணம் அதிகரித்தது. பழைய பெயர்களுடன் இருந்த தொடர்பின் காரணமாக மனதில் தோன்றுகிற எண்ணங்கள் இந்த ஹரிஜன் என்ற பெயருடன் தோன்றாது என்று நினைத்து ஹரிஜன் என்ற பெயர் வைத்தார். அவர் சரியாகத்தான் நினைத்தார். ஆனால் அந்தப் பழைய எண்ணம் நீங்கவில்லை.

ஒரு ஹரிஜனத் தலைவருடன் டாக்டர் ஹெட்கேவாருக்கும் எனக்கும் தொடர்பு இருந்தது. அவர் சொன்னார்: ‘சங்கத்தின் வேலை மிகவும் நன்றாக உள்ளது. ஆனால் சங்கமானது எங்களின் பரம விரோதியாகும். ஏனெனில் மற்றவர்கள் எல்லோரும் எங்களுடைய தனி நிலைமையை ஏற்றுக்கொள்கிறார்கள். எங்களுடைய தனி உரிமைகளைப் பற்றிக் கூறுகிறார்கள்.

ஆனால் சங்கத்தில் சென்றால் எங்களுடைய தனித்தன்மையே மறைந்துவிடுகிறது. மற்றும் நாங்கள் ஹிந்துக்கள் என்று மட்டுமே இருந்துவிடுவோம். பிறகு சிறப்பு உரிமைகளையும் சலுகை களையும் எப்படிப் பெற முடியும்?’

தனிமை என்ற எண்ணம் அவர் உள்ளத்தில் கடுமையாக்கப்பட்டது. இதில் எனக்கு யாதொரு ஆச்சரியமும் இல்லை. ஏனெனில் அவரிடத்தில் வழக்கு எடுத்துச் செல்பவர்கள் ஹரிஜன் தலைவர் என்பதால் தூரத்திலிருந்து ஃபைலைத் (கோப்பைத்) தூக்கிப் போடுவர். இதனால் அவருடைய உள்ளத்தில் மிகவும் அதிக கோபமும் வெறுப்பும் உண்டாயிற்று.

இந்தக் கடுப்பு, தனியாக இருக்கும் எண்ணம் காரணமாய் அவருடைய மனதில், ஹிந்து சமுதாயத்தில் ஒன்றாக ஆகிவிட்டால் எங்கள் நிலைமை என்ன என்ற எண்ணம் உண்டாயிற்று. என்ன லாபம்? என்ன பயன்? என்ற எதிர்பார்ப்பு தோன்றியது.

1941ல் ஒரு மஹார் ஜாதியைச் சேர்ந்த சிறுவன் என்னைச் சந்திக்க வந்தான். சங்கத்தில் சேர்ந்து தினசரி நான் அங்கு வந்தால் எனக்கு என்ன லாபம் என்று அவன் கேட்டான்.

நீ உன்னைத் தனியாக எண்ணுகிறாய். மேலும் மற்றவர்களும் உன்னைத் தனியாக எண்ணுகிறார்கள். சங்கத்துக்கு வந்தால் இந்த தனியாக இருக்கிறாய் என்ற சுவர் இடிந்து விழுந்துவிடும். நீ எல்லோருடனும் இணைந்து இருப்பாய். இது உனக்கு லாபம் இல்லையா? அந்த பையன் என் கூற்றை ஒப்புக்கொண்டான். ஆனால் உடன் வந்தவர்கள் ஏற்றுக் கொள்ளவில்லை. ஏனெனில் அப்படி வந்து இணைவதால் அரசியல் ஆதாயம், உரிமை, சிறப்பு சலுகைகள் முதலியன கிடைக்காது போய்விடும் என்று அவர்கள் எண்ணினர். தனிமையை (பிரித்து வைத்திருக்கும் தன்மை) வளர்க்காமலேயே அவர்கள் துக்கம் நீங்குமா? இவ்வாறு ஏதாவது செய்ய முடியுமா? இது சிந்திக்க வேண்டிய விஷயம். இல்லையெனில் பிரச்னைகள்தான் உண்டாகும்.

தீண்டாமை என்ற எண்ணம் மிகவும் ஆழமாக சென்றுள்ளது. பார்ப்பனர்களிலும்கூட கீழ்,மேல் பிரிவுகள், தாழ்ந்த உயர்ந்த பிரிவுகள் உள்ளன. இவர்களுள் பலர் ஒருவர் தொட்ட தண்ணீரை மற்றொருவர் குடிக்கவிடமாட்டார். இப்பொழுது எல்லாம் சரியாகிவிட்டது. ஆனால் முன்பு பழைய காலத்தில் இந்த வேறுபாடு நடந்து வந்தது. ஹரிஜனங்களில்கூட ஒருவர் நிழல் மற்ற ஒருவர் மேல் படாதவாறு இருந்தனர். அவர்களிடையே கூட வேற்றுமை மனப்பான்மை இருந்து வந்தது. பிரச்னை மிக பயங்கரமாக இருந்தது. தீண்டாமையை பிராமணர்கள் மட்டுமே கடைப்பிடித்தனர் என்று சொல்வது கடுமையான தவறாகும். இத்துறையில் மிக உழைப்பு செய்ய வேண்டி நேரிடும். பரந்த கல்வி அளிக்க வேண்டும். பழைய பண்பாடுகள், வழக்கங்கள்

ஆகியவற்றைக் கைவிட வேண்டியதும் இருக்கும், ஏற்றுக் கொள்வதும் சில இருக்கும். பலநூறு வருடங்களாக உள்ளே நுழைந்து இருக்கின்ற விசித்திரமான பாவனைகளை, எண்ணங்களை நீக்குவதால் மட்டும் பயன் இல்லை. இதனால் தனிமை என்ற பாகுபாடு அதிகரிக்கும். இதுதொடர்பாக நிறைய யோசிக்க வேண்டியிருக்கிறது.

தீண்டாமையால் பின்தங்கிய நம் சகோதரர்களுக்குப் பொருளா தாரம், கல்வி முதலியவற்றை அளிக்கவேண்டும் என்று ஸ்ரீகுருஜி கூறுகிறார், 'ஜனசங்க முறைப்படி, வழிதவறியவர்கள் மேம்பாடு என்ற விஷயம் எனக்குத் தெரியாது. ஆனால் தீண்டாமை போன்ற விரும்பத்தகாத நடைமுறைகளை ஒழித்து, பொருளாதாரம், கல்வி, முதலிய விஷயங்களில் பின்தங்கியுள்ளவர்களுக்கு எல்லாவிதமான உதவிகளையும் செய்து மேல்நிலையில் உள்ள மக்களுக்கு இணையாக இருக்கச் செய்யவேண்டும் என்பது அவர்கள் கொள்கையாக இருக்கும்பட்சத்தில், அதை சகோதரர் களாகிய நாம் அனைவரும் ஆதரித்து உதவவேண்டும். அவ்வாறே விரும்பத்தகாத செயற்கையான வேற்றுமைகளை ஒழிக்கத் தகுந்த முயற்சிகள் செய்ய வேண்டும்' (ஸ்ரீகுருஜி சிந்தனைக் களஞ்சியம், தொகுதி 7, பக்.194)

டாக்டர் அம்பேத்கர் அவர்கள் தத்தோபந்த் தெங்கடி அவர்களிடம் 'இந்து மதத்தின் கோட்பாடுகள் எதிலும் தீண்டாமை சொல்லப்பட வில்லை' என்பதைப் பகிரங்கமாக அறிவித்திட வேண்டும் என்று தனது விருப்பத்தைத் தெரிவித்துள்ளார்.

தீண்டாமையை அகற்றிட வேண்டி ஆர்எஸ்எஸ் மேற்கொண்டு வருகிற முயற்சிகள் மீது எனக்கு முழுநம்பிக்கை இருக்கிறது. ஆனால் அது மெதுவாக நடக்கும். அதுவரை என்னால் காத்திருக்க இயலாது. எனது வாழ்நாள் முடிவதற்கு முன்பாகவே தீண்டாமை பிரச்னைக்குத் தீர்வு காணவே நான் விரும்புகிறேன் என்று டாக்டர் அம்பேத்கர் தத்தோபந்த் தெங்கடி அவர்களிடம் தெரிவித்துள்ளார். அண்ணல் அம்பேத்கரின் இந்த விருப்பத்தை அப்படியே ஸ்ரீகுருஜியிடம் தெரிவித்தார் தெங்கடி அவர்கள். அதை மனதில் நிலைநிறுத்திய ஸ்ரீகுருஜி டாக்டர் அம்பேத்கரின் கருத்து சரிதான் என்று பதில் சொன்னார். அதைச் செயலில் காட்ட வேண்டும் என்ற பெருவிருப்பத்தின் காரணமாக அன்றிலிருந்து தொடர்ந்து முயற்சித்து வந்தார். ஒவ்வொரு மடாதிபதிக்கும் தீண்டாமை ஒழிப்பின் அவசியத்தைப் பற்றி கடிதம் எழுதினார்.

துறவிகள் சமுதாயத்தை முன்னேற்ற வழிகாட்ட வேண்டும் என்பதை பலமுறை ஸ்ரீகுருஜி வலியுறுத்தி வந்தார். 11 ஜுலை 1964ல் மைசூரில்

உள்ள யோகானந்தேஸ்வரர் மடத்தைச் சார்ந்த ஸ்ரீசுவாமி சங்கரானந்த சரஸ்வதிகளுக்கு எழுதிய கடிதத்தில் இவ்வாறு குறிப்பிட்டார் :-

உண்மையான சூழ்நிலை, தாங்கள் எழுதியுள்ளபடியே உள்ளது. நாம் நமது சமுதாயத்தை அந்தக் குறைகளுக்காக விமரிசிக்க முடியாது. காரணம், சில மடாதிபதிகள் மட்டுமல்ல. பல்வேறு சம்பிரதாயங்களின் தர்ம குருமார்கள், தர்மத்தில் ஈடுபாட்டை விழிப்புடன் வைத்திருக்கவேண்டிய தங்கள் அடிப்படைக் கடமையை, தனி நபர்களின் சொந்த மோட்சத்துக்காக மட்டுமின்றி, சமுதாய முன்னேற்றத்தின் பொருட்டு தர்மத்தில் உறுதியான பற்றை ஏற்படுத்தும் கடமையை, அதற்கேற்பச் செயல்படுவதற்கு வழிகாட்ட வேண்டிய கடமையை நிறைவேற்றவில்லை. இந்தப் பிழையால்தான் சமுதாயம் இன்று தாழ்ந்த நிலையில் இருக்கிறது. தாங்கள் எழுதியுள்ளபடி முழுப்பணிவுடன் இப்பணியைச் சிறிய அளவில் தொடங்கினால், விரும்பிய அளவுக்கு இப்பணி வளரும் எனத் தோன்றுகிறது. இயன்ற அளவில் இப்பணியைத் தொடங்கத்தான் வேண்டும். *(ஸ்ரீகுருஜி சிந்தனைக் களஞ்சியம், தொகுதி 7, பக்.41)*

தீண்டாமையை ஒழிக்க வேண்டி 1964, டிசம்பர் 20ல் பல்வேறு சம்பிரதாயங்களைச் சார்ந்த மடாதிபதிகளுக்கு ஸ்ரீகுருஜி கடிதம் எழுதினார். அதில் இவ்வாறு குறிப்பிட்டார் :-

பூஜ்யபாதர்களான ஸ்ரீஆச்சார்யார்களின் திருவடிகளில் சாஷ்டாங்க நமஸ்காரம்.

தற்காலத்தில் நம் நாட்டில் தீண்டாமை (சாதி அடிப்படையில் அல்லது பிறப்பின் அடிப்படையில்) குறித்து நிலவிவரும் விவாதங்களும் வெறுப்புணர்வுகளும் வளர்ந்து வருவது பூஜ்ய ஆச்சார்யார்களுக்குத் தெரியும். சில காலமாகவே, நமது சமுதாயத்தில் தர்மத்தில் பற்று குறைந்து வருகிறது. சமுதாய வேற்றுமைகள் வளர்ந்து வருகின்றன. ஹிந்துத்துவத்துக்கு எதிரான சுயநலம் கொண்ட சில சக்திகள் வேண்டுமென்றே பரப்பிவரும் வெறுப்புணர்வினால் நமது சமுதாயத்தின் பிரிவுகளுக்கிடையேயும் சாதிகளுக்கிடையேயும் நம்பிக்கை இன்மையும் வேற்றுமையுணர்வும் வளர்ந்து வருகின்றன. உண்மையில், சமுதாயத்தை ஒருங்கிணைந்ததாகவும் சக்தியுள்ள தாகவும் ஆக்கி, வளர்ச்சியும் பெருமையும் அடையச் செய்வதே தர்மத்தின் நோக்கமும் பணியும் ஆகும். நமது முன்னோர்களான சான்றோர்கள் அவ்வப்போது, சமுதாயக் கோட்பாட்டை, காலத்துக்கேற்ற வகையில் சீர்திருத்திக் கொள்ளக் கட்டளையும் உரிமையும் அளித்து வழிகாட்டியுள்ளனர்.

கடந்த சில நூற்றாண்டுகளாகவே, சமுதாயச் சீரமைப்பின் தேவை உணரப்பட்டு வந்துள்ளது. அதிவேகமாகக் காலம் மாறிவருகிறது. எதிர்பாராத சூழ்நிலைகளின் தாக்குதலாலும் தாங்க முடியாத சுமையினாலும், சமுதாயத்தின் பரஸ்பர அன்பு என்ற கட்டு உடைந்துவிடும் நிலைக்கு வந்துவிட்டது. இந்த நிலையில் சமுதாயத்தின் அறைகூவலை ஏற்று, ஹிந்து சமுதாயம் முழுவதையும், தனது நடைமுறைப் பழக்கவழக்கங்களில் புத்துயிரூட்டக்கூடிய, தன்னம்பிக்கை ஏற்படுத்தக்கூடிய ஏற்பாட்டை அளிப்பது ஒன்றே இன்றைய அதிமுக்கியமான நல் கடமையாகிவிட்டது.

ஆச்சார்யார்களிடம் நாங்கள் வேண்டிக்கொள்வது, நமது தர்மத்தின் ஜகத்குரு அவர்களும் ஆச்சார்யார்களும் ஒன்றுகூடி சமுதாயத்துக்குச் சரியான வழிகாட்டினால், அது ஒரு புது யுகத்தைத் தோற்றுவிப்பதோடு அல்லாமல் நமது இந்த சனாதன சமுதாயத்துக்கு நெடுங்காலம் வரை புத்துயிரூட்டுவதிலும் வெற்றி பெறும்.

ஒருவேளை, மற்ற ஆச்சார்யார்கள் இவ்விதம் ஏற்பாடும் வழிகாட்டுதலும் செய்யாவிட்டாலும் கூட, தாங்கள் தங்களது அதிகாரத்துக்குட்பட்ட பகுதிகளில் வழிகாட்டி ஏற்பாடு செய்தால் அது மிகவும் பயனுள்ளதாக இருக்கும். அதற்கான முழு அதிகாரமும் தங்களுக்கு உண்டு. *(ஸ்ரீகுருஜி சிந்தனைக் களஞ்சியம், தொகுதி 7, பக்.46-47)*

அதுபோலவே *1964*, டிசம்பர் *20*ல் சங்கரமட ஆச்சார்யார்களுக்கு கடிதம் அனுப்பினார். அதில்,

பூஜ்யபாத ஸ்ரீமத் ஜகத்குரு, பீடாதிபதி ஸ்ரீமத் சங்கராச்சார்யர் அவர்களுக்கு பலநூறு சாஷ்டாங்க நமஸ்காரம்.

தற்காலத்தில் நமது சமுதாயத்தில் உள்ள ஏற்றத்தாழ்வுகள், சீர்கேடுகள், பலரது மனதில் சந்தேகங்களினால் தோன்றியுள்ள உறுதியற்ற நிலை. குறிப்பாக ஒரு பிரிவினரை அவர்களது பிறப்பின் காரணமாகத் தீண்டத்தகாதவர்கள் என வெறுத்து ஒதுக்குவது அனைவரும் அறிந்ததே. இதை வளர்ப்பதற்காக ஒரு அரசியல் சுயநல சிந்தனைகள், தத்துவங்கள் தடுப்புச் சுவர்களை எழுப்ப முயன்றுவருவது ஒருபுறமிருக்க, முழுமையான சமுதாயத்தின் கண்ணோட்டத்தில், வளர்ந்து வரும் வேற்றுமை உணர்வையும் தர்மத்துக்கு ஏற்பட்டுள்ள ஆபத்தையும் பற்றித் தீவிரமாக சிந்திக்க வேண்டியது அவசியம் எனத் தோன்றுகிறது.

சமுதாயத்தின் மனப்பான்மையைக் கட்டுக்கோப்புள்ளதாக்கி, ஒருங்கிணைந்த ஆற்றல்மிக்க, இக-பர நன்மைகளைத் தரவல்ல தர்மத்தின் நடைமுறைகள் சிலவற்றில், இந்த லட்சியத்தைக் கருத்தில் கொண்டு, மாற்றியமைப்பதும், புதிய நடைமுறைகளை அமல்படுத்தி பழைய தேவையற்ற, தீமை விளைவிக்கக்கூடிய நடைமுறைகளை விட்டுவிடுவதும், கடந்த காலத்தில் தேவைக்கேற்ப பூர்வாச்சார்யார்களினால் செய்யப்பட்டுள்ளது. எதிர்காலத்திலும், தேச காலச் சூழ்நிலைக்கேற்ப, இன்றி அமையாத நடைமுறைகளை ஏற்றுக்கொண்டு, தேவையற்ற அல்லது தீமைதரும் நடைமுறைகளை விட்டுவிடுவதற்காக, தகுந்த ஏற்பாட்டைச் செய்யும் உரிமை அந்தக் காலத்தில் உள்ள ஆச்சார்யார்களுக்கும் தர்ம குருமார்களுக்கும் உண்டு என்பதை மகான்களும் முனிவர்களும் விளக்கி வழிகாட்டியுள்ளனர்.

அந்த வழிகாட்டுதல்களின்படி, இன்றைய ஹிந்து சமுதாயத்தின் பூஜ்யபாத தர்மாச்சார்யார்கள், தேசகாலச் சூழ்நிலைகளைத் தீவிரமாகச் சிந்தித்து, சமுதாயக் கோட்பாட்டுக்கான ஏற்பாடு செய்வதும் தனது செல்வாக்குள்ள துறைகளில் தாமதமின்றிப் பின்பற்றுவதற்கு உத்தரவிடுவதும் அவர்களது உரிமையாகும். எந்தவகை ஏற்பாடுகள் தகுந்தவை என்பதைப் பற்றிக் கூறுவதற்கு எனக்கு உரிமை இல்லை. இது விஷயமாக நான் பணிவுடன் வேண்டிக்கொள்வதை மட்டுமே செய்கிறேன். இனி தங்கள் கட்டளைகளைச் சிரமேற்கொண்டு நடக்கச் சித்தமாக இருக்கிறோம். *(ஸ்ரீகுருஜி சிந்தனைக் களஞ்சியம், தொகுதி 7, பக்.44-45)*

தீண்டாமையை ஒழிக்க ஆர்எஸ்எஸ் தொடர்ந்து வேலை செய்து வந்தது. ஸ்ரீகுருஜி கூறுகிறார் :-

விஸ்வ ஹிந்து பரிஷத்தின் பைட்டக் 1966, ஜனவரி 22,23,24 தேதிகளில் மிகுந்த உற்சாகத்துடன் நடந்தது. எல்லா மத, சம்பிரதாயத்தவர்களும் சித்தாந்தவாதிகளும் ஒரே மேடையில் கூடியிருந்தனர். அவர்கள் முழு ஹிந்து சமுதாயத்தின் ஒற்றுமையை வலியுறுத்தினர். இதைக்கண்டு கேட்டு அனைவரும் பெரும் பாக்யசாலிகளானார்கள். இந்த பரிஷத்தைக் கற்பனை செய்தவர்களும் அதற்கு இவ்வளவு அழகான, மனங்கவரும் உருவம் கொடுத்தவர்களும் பாக்கியவான்களே. *(ஸ்ரீகுருஜி சிந்தனைக் களஞ்சியம், தொகுதி 7, பக்.331)*

ஒவ்வொரு மடாதிபதியையும் நேரில் சந்தித்துப் பேசினார். தொடர்ந்து இதற்காக உழைத்து வந்தார். தீண்டாமையை இந்து

சமயம் அங்கிகரிக்கவில்லை; தீண்டாமை ஒரு பாவம்; நாம் அனைவரும் சகோதரர்கள் என்பதை பகிரங்கமாக அறிவிக்க ஒரு மாநாட்டை ஏற்பாடு செய்ய வேண்டும் என்ற நோக்கத்தில் ஸ்ரீகுருஜி பணிபுரிந்துவந்தார். மாநாட்டுக்கு முன்பு சங்கராச்சாரியார்கள், மத்வாச்சாரியார்கள், சிவாச்சாரியார்கள், ஜைனாச்சாரியர்கள், பௌத்த பிக்குகள் போன்ற முக்கியமான தர்மாச்சாரியர்களை அணுகி, உயர்வு - தாழ்வு, தீண்டத்தக்கவர் - தகாதவர் என்ற பாரபட்சங்களை சமூக, சமய நடவடிக்கை எதிலும் இல்லாமல் செய்து எல்லா இந்துக்களும் ஒரே குடும்பத்தார்போல் ஒற்றுமையாக இருக்க வேண்டும் என்ற பிரகடன வாசகத்தை எடுத்துக்கூறி அவர்களது ஒப்புதலும் கையொப்பமும் பெறப்பட்டது.

தீண்டாமைக்கு சாஸ்திரத்தில் இடமில்லை என்பதை அறிவிக்க அண்ணல் அம்பேத்கரின் கனவை நனவாக்க 13-12-1969ல் எல்லா சம்பிரதாய மடாதிபதிகளையும் அழைத்து கர்நாடகாவில் உள்ள உடுப்பியில் ஒரு மாநாட்டைக் கூட்டினார். விஸ்வ ஹிந்து பரிஷத் இந்த மாநாட்டுக்கு ஏற்பாடு செய்திருந்தது. அதில் சைவம், வீரசைவம், மத்வம், வைஷ்ணவம், ஜைனம், சீக்கியம் போன்ற எல்லா பிரிவு மடாதிபதிகளும் கலந்துகொண்டனர்.

அதில் மிகவும் பிரசித்தி பெற்ற மடங்களின் சுவாமிகளும் கலந்துகொண்டனர். சித்கங்கா தும்குர் மடம், அத்மர் மடம் - உடுப்பி, கோகர்ண பத்கலி மடம், முட்டுகஜேந்திரா, சுவாமி சென்னவீர சுவாமியின் வனவாசி மடம், சைவாச்சார்யா சுவாதி - உதிகர், தக்ஷிணபத், ஸ்ரீராமானந்த் கோஸ்வாமி-அஸ்ஸாம், புத்ராக்ஷித் தேர்-பெங்களூர் போன்றவர்கள் குறிப்பிடத்தக்கவர்கள்.

இந்த மாநாட்டில் 5,000 பேர் எதிர்பார்க்கப்பட்டனர். ஆனால் 15,000க்கும் மேற்பட்டவர்கள் கலந்துகொண்டனர்.

இந்துக்களின் எல்லா தர்ம ஆச்சார்யார்களும் ஒரே மேடையில் தோன்றினார்கள். அவர்கள் எல்லோரும் வெளிப்பார்வைக்காவது தங்களில் யார் பெரியவர், யார் சிறியவர் என்று பாராமல், தங்கள் சொந்த கௌரவத்தை ஒதுக்கிவைத்துவிட்டு வந்தமாதிரி இருந்தது. நாடெங்கிலும் இருந்து திரண்டு வந்திருந்த சன்யாசிகள், துறவியர்கள், மடாதிபதிகள், ஆன்மிகப் பெரியோர்கள் அனைவரும் ஒன்று சேர்ந்து ஒரே குரலில் ''ஹிந்து தர்மசாஸ்திரங்கள் எந்த ஒரு இடத்திலும் தீண்டாமையை அங்கீகரிக்கவில்லை'' என்று ஒருமனதாகத் தீர்மானம் ஒன்றினை நிறைவேற்றினர். அதனால் இந்து மதத்தில் தீண்டாமைக்கு இடமில்லை என்று அறிவித்தார்கள். பிறப்பின் அடிப்படையில் அனைவரும் சமம். பிறவியில் உயர்வு

தாழ்வு காண்பது பாவச் செயலாகும் என்று பிரகடனம் செய்யப் பட்டது.

தீர்மானம் இயற்றும் நிகழ்ச்சிக்குத் தலைவராக இருந்த கர்நாடக மாநில பொதுப்பணித்துறை கமிஷனின் உறுப்பினரான திரு.ஆர்.பரணையா ஐ.ஏ.எஸ் தீண்டத்தகாத ஜாதியைச் சார்ந்தவர். மனம் நெகிழ்ந்த அவர், மாநாட்டின் நிறைவுக்குப் பிறகு கண்ணீர் மல்க, ஸ்ரீகுருஜியைக் கட்டிப்பிடித்துக்கொண்டு, 'குருஜி எங்களைக் காப்பாற்றக் கடைசியில் நீங்கள் வந்துள்ளீர்கள்' என்றார். 'நான் மட்டுமல்ல, ஒட்டுமொத்த இந்து சமுதாயமும் உங்களுடன்தான்' என்று ஸ்ரீகுருஜி பதிலளித்தார்.

பொதுவாக உணர்ச்சிகளை அதிகம் வெளிக்காட்டாமல் கட்டுப்பாட்டுடன் இருக்கும் கோல்வல்கர், அப்போது மிகவும் மகிழ்ச்சியுடன் நடனமே ஆடினார் என்று சொல்வதுண்டு. *(ஆர்.எஸ்.எஸ். கடந்துவந்த பாதையும், செய்யவேண்டிய மாற்றங்களும், சஞ்சீவ் கேல்கர், தமிழில் சாருகேசி, பக்.118)*

துறவியர் மாநாட்டில் முன்மொழியப்பட்டதைப் பற்றி மேலும் ஸ்ரீகுருஜி கூறுகிறார் :-

> ...கடந்த காலத்தில் என்னென்ன வழிமுறைகளும் சட்ட திட்டங்களும் இருந்தனவோ, அவை அக்காலத்தில் தேவைப்பட்டனவாக இருந்திருக்கலாம். இப்போது நமக்கு பயனற்றவையாக எவை ஆகிவிட்டனவோ அவற்றை மாற்ற வேண்டும். இவற்றையெல்லாம் மனதில் கொண்டு நான் இந்தக் கருத்துகளைக் கூறுகிறேன். இந்த சமுதாயத்தில் எந்த ஒரு பிரிவினரும் தீண்டத்தகாதவர்கள் என்று இருக்கக்கூடாது. எல்லோருக்கும் எங்கும், எப்போதும், எந்தவித சமுதாயப் பணிகளிலும் சரிசமமாக இணைந்து பணியாற்றும் உரிமை இருக்கவேண்டும்.
>
> சமுதாய ரீதியாக 'தீண்டத்தகாதவர்கள்' என்று கடந்த காலத்தில் இருந்து வந்த தீமையை, வேரோடு அறுத்து எறிய வேண்டும். இந்தத் தீமையால் பாதிக்கப்பட்டுள்ள நம் சகோதரர்களிடம் அன்பும் ஆதரவும் பாராட்டி, அரவணைத்து மற்றவர்களுக்கு இணையாக கௌரவம் கொடுக்க வேண்டும். இது நமது உறுதியான கொள்கை. இது நமது சமுதாய ஏற்பாடும் மற்றும் அறத்தின் கடமையாகும். இம்முறை அறத்தின் கட்டளையுமாகும். இவ்விதம் சம அந்தஸ்துடன் நடந்துகொள்ள அறைகூவல் விடப்படுகிறது. *(ஸ்ரீகுருஜி சிந்தனைக் களஞ்சியம், தொகுதி 5, பக்.54)*

உடுப்பியில் நடைபெற்ற துறவியர்கள் மாநாட்டின் அடுத்த நாள் அதாவது, 1969, டிசம்பர் 14ம் ஸ்ரீகுருஜி மனதை நெகிழ்க்க வைக்கக்கூடிய மிகச் சிறந்த சொற்பொழிவாற்றினார். அதில் ஸ்ரீகுருஜி கூறுகிறார் :-

இரண்டு நாட்கள் கூடி முக்கியமான விஷயங்களைக் குறித்து ஆலோசனைகள் நடந்துள்ளன. ஆயினும், பேசுவது அல்லது தீர்மானங்கள் நிறைவேற்றுவது இவற்றால் மட்டும் நிலைமையில் மாறுதல் ஏற்பட்டுவிடாது. உதாரணமாக நாம் எல்லோரும் ஒருமித்த கருத்தோடு 'தீண்டாமையை ஒழிப்போம்' என்று தீர்மானம் நிறைவேற்றியுள்ளோம்.

இதற்கு முன்புகூட நம்மில் அநேக சாதுக்கள், மகான்கள், சமுதாய அரசியல் தலைவர்கள் தீண்டாமை தவறு என்று கூறி, அதை ஒழிப்பதற்கு முயற்சி செய்துள்ளனர். இவர்களில் சிலர் - குருநானக், ராமானுஜர், பஸவேஸ்வரர், காந்திஜி, வீர சாவர்க்கர் முதலானோர். இவர்கள் இந்த திசையில் முடிந்த அளவு உழைத்துள்ளனர். அப்படியும் இந்த தீமை இருந்து வருகிறது. இப்போதுகூட உயர் ஜாதியினர் என்று சொல்லப்படுவோர், தாழ்ந்த ஜாதியினர் என்று அழைக்கப்படுவோருடன் சமமாகப் பழகத் தயாராக இல்லை. ராஜஸ்தானில் ஒரு ஹரிஜனன் மீசை வைத்துக்கொண்டிருந்தான் என்ற காரணத்துக்காகவே கொல்லப் பட்டான் என்ற செய்தி செய்தித்தாள்களில் வந்துள்ளது. ஏனென்றால் மீசை வைத்துக்கொள்வது க்ஷத்ரியர்களுக்கு மட்டுமேயான உரிமை என்று கருதப்படுகிறது. நம் தர்ம குருமார்களும் இதைக் கண்டிக்கவில்லை. ஏனென்றால் அவர்களும் நடைமுறைப் பழக்கத்தை சாஸ்திரம் என்று கருதும் தவறைச் செய்கின்றனர். ஆனால் இப்போது தர்மசார்யர்களே தீண்டாமையை ஒழிக்க அறிவுரை வழங்கியுள்ளனர். இந்த அறிவுரையை ஆயுள்முழுதும் பின்பற்றவேண்டியது நம் கடமையாகும்.

நாம் இந்த பூமியில் பிறந்துள்ள ஒவ்வொரு புத்திரனையும், ஒவ்வொரு தனி தர்மத்தை, சம்பிரதாயங்களைப் பின்பற்றும் சகோதரனையும், அவனுடைய ஜாதி என்ன என்று கேட்காமல் நம் சகோதரனாகவே மதிக்க வேண்டும். நாம் எப்போது ஒற்றுமை எனும் கோட்பாட்டுக்கு பலமளித்து, சம்பிரதாய பேதங்களை மறக்கிறோமோ, அப்போதுதான் இது சாத்தியம். இதிலிருந்துதான் பரஸ்பர உறவு, இவற்றை வளர்க்க முடியும். இதை நான், சார்ந்துள்ள ராஷ்ட்ரீய ஸ்வயம்சேவக சங்கத்தின் சாதாரண ஸ்வயம்சேவகன் என்ற என் அனுபவம் காட்டிய ஆதாரத்தின்

அடிப்படையில் சொல்வேன். மேல்சொன்ன பொன்னான சித்தாந்தத்தைப் பின்பற்றும் சங்கத்தில் ஜாதி, சம்பிரதாயம், மொழி அல்லது வேறு எந்த வித்தியாசங்களும் பாராட்டப்படுவதில்லை. பேதபாவங்களைப் பார்க்க இயலாது. (ஸ்ரீகுருஜி சிந்தனைக் களஞ்சியம், தொகுதி 5, பக்.119-120)

தீர்மானம் நிறைவேற்றிவிட்டோம் என்று குருஜி அமைதியாக இருந்துவிடவில்லை. சங்க ஸ்வயம்சேவகர்களுக்கு இதுபற்றிக் கடிதம் எழுதினார். தொடர்ந்து இதைப் பிரசாரம் செய்தார்.

இந்தச் சவாலை நாம் எப்படிச் சமாளிக்கப்போகிறோம்? உடுப்பி மாநாட்டில் வரையறுக்கப்பட்ட தீர்மானங்களையும் அருளாணைகளையும், வெறும் புனிதமான பேச்சுகளால் மட்டும் அன்றாட வாழ்க்கையில் நடைமுறைப்படுத்திவிடமுடியாது. வெறும் சொற்களாலேயோ அசைபோடுவதாலேயோ, பல நூற்றாண்டுகளாக உலவி வரும் தவறான கருத்துகள் ஓய்ந்துவிடாது. அயராது உழைக்க வேண்டும். சரியான முறையில் பிரசாரம் செய்ய வேண்டும். ஊர் ஊராக - கிராமம் கிராமமாக - வீடுவீடாகச் சென்று மக்களுக்கு விளக்கிச்சொல்லவேண்டும். இந்தத் தீர்மானங்களை அவர்கள் ஏற்றுக்கொண்டு நடைமுறைப்படுத்தவேண்டும் என்று சொல்லவேண்டும். நவீன காலத்தின் நிர்பந்தங்களுக்குப் பணிந்து சலுகை காட்டுகிறமாதிரி இது அமைந்துவிடக்கூடாது. மாறாக, இதுவே நமது நிரந்தரக் கொள்கையாகவும் வாழ்க்கை முறையாகவும் மாறிவிடவேண்டும். கடந்த காலத்தில் செய்திருக்கும் தவறுகளுக்குப் பிராயச்சித்தம் செய்யும் வகையில் அடக்கத்தோடு இந்தப் பணி நடந்துவர வேண்டும். இதற்கேற்ப மக்களது மனம் மாறவேண்டும். கண்ணோட்டத்திலும் செயல் முறையிலும் தார்மீகரீதியான மற்றும் உணர்வுபூர்வமான நிலைகளில் மாற்றங்கள் ஏற்படுத்தப்படவேண்டும்.

ஒதுக்கித் தள்ளப்பட்டிருக்கும் மக்களுடைய பொருளாதார மற்றும் அரசியல் முன்னேற்றத்துக்காக வேலை செய்வது, அவர்களும் இதர மக்களுடன் தோளோடு தோள் இணைந்து நிற்கக்கூடிய நிலையை உருவாக்குவது என்பது பகீரதப் பிரயத்தனம்தான். ஆனால் நாம் விரும்புவதும் பாடுபடுவதும் வெறும் பொருளாதார மற்றும் அரசியல் சமத்துவம் மட்டுமல்ல. நாம் உண்மையான மாற்றத்தையும் முழுமையான ஒருங்கிணைப்பையும் விரும்ப வேண்டும். இந்த மாற்றமானது, அரசியல் சக்தியாலோ அரசின் திட்டங்களாலோ நிறைவேற்றப்படக்கூடியது அல்ல. அரசியல் கட்சிகள் ஒருங்கிணைப்பு என்ற பெயரில் ஒட்டுத்துணியைப் போன்ற ஒற்றுமையை உருவாக்குகிறார்கள். இது போன்ற

சாமர்த்தியமான முறைகளால் இந்த ஒருங்கிணைப்பை உருவாக்க முடியாது. இதற்காகக் கடுமையாக உழைக்க வேண்டும். உள்ளத்திலிருந்து உணர்வுகள் ஊற்றெடுத்து வரவேண்டும். நமது அன்றாட நடத்தையிலும் மாற்றம் ஏற்படவேண்டும். இதற்காக ஆன்மிகத்துறையிலும் தார்மிகத்துறையிலும் சமூக மட்டத்திலும் பணியாற்றுவது அத்தியாவசியத் தேவை. (ஸ்ரீகுருஜி சிந்தனைக் களஞ்சியம், தொகுதி *11*, பக்.*438-39*)

ஆர்எஸ்எஸ் அமைப்பு எப்போதுமே தீண்டாமையை ஒழிக்க தன்னுடைய பணியை வேகமாகவே செய்து வந்திருக்கிறது. எல்லோரையும் அரவணைத்து சமூகத்தில் மாற்றத்தை உருவாக்குவதுதான்.

மாற்றம் என்பது பிறர் மீது தாக்குவதோ, கண்டனம் செய்வதோ அல்ல. சங்க ஷாகாவில் ஆரம்பத்திலிருந்தே ஜாதிரீதியான ஏற்றத்தாழ்வு முடிவுக்கு வந்துவிடுகிறது. இது சம்பந்தமாக ஆர்எஸ்எஸ் அமைப்பின் மூன்றாவது தேசியத் தலைவர் பாளாசாகப் தேவரஸ் ஜி, டாக்டர்ஜி காலத்திய ஏராளமான எடுத்துக்காட்டுகளை முன்வைத்தார். முதல் சங்க ஷிபிர் பற்றிய அனுபவத்தை அவர் குறிப்பிட்டார்.

அந்த ஷிபிரில் நானும் இருந்தேன். நிறைய பட்டியல் சமூகத்தைச் சேர்ந்தோரும் இருந்தனர். உணவு நேரத்தில் சிலருடைய மனதில் தயக்கம் ஏற்பட்டது. பட்டியல் சமூகத்தைச் சேர்ந்தோருடன் உணவு ஏற்றுக்கொள்வதா? ஏனெனில் அத்தகைய சூழ்நிலை அவர்களுக்கு முதல்முறையாக ஏற்பட்டது. டாக்டர்ஜியிடம் தன்னுடைய தயக்கத்தை வெளிப்படுத்தினர். டாக்டர்ஜி அவர்களுக்கு கட்டுப்பாடு பாடத்தை போதிக்கவில்லை. சிபிரை விட்டு வெளியேறவும் கூறவில்லை. நமது சங்கத்தில் பழக்கம் என்னவென்றால் அனைவரும் சேர்ந்து உணவு ஏற்றுக் கொள்வோம். நாம் அதையே பின்பற்றுவோம் என்றார் டாக்டர்ஜி. பிறகு டாக்டர் ஜி நான், இதர அனைவரும் பட்டியல் சமூக ஸ்வயம் சேவகர்களுடன் சேர்ந்து வரிசையில் அமர்ந்தோம். யாருக்கு தயக்கம் இருந்ததோ, அவர்களிடம் டாக்டர்ஜி 'நீங்கள் தனிவரிசையில் அமரலாம்' என்றார். மதிய உணவை அவ்விதம் அனைவரும் ஏற்றுக்கொண்டனர்.

ஆனால் தனிவரிசையில் அமர்ந்திருந்த நான்கு ஸ்வயம்சேவகர்கள் இரவு உணவு நேரத்தில் டாக்டர்ஜியிடம் தாமே சென்றனர். 'டாக்டர்ஜி பகல் நேரத்தில் நாங்கள் தவறு செய்துவிட்டோம். நாங்கள் அப்படி செய்திருக்கக்கூடாது' என்று கூறினர். அதன்பிறகு

அவர்களுக்கு வேறு எதுவும் கூறவதற்குத் தேவைப்படவில்லை. அதாவது எந்த மாற்றத்தைக் கொண்டு வர விரும்பினோமோ, அது இயல்பாக நடந்தது. டாக்டர்ஜி அவர்கள் ஷிபிரை விட்டு வெளியே அனுப்பியிருந்தால் அவர்கள் மத்தியில் இத்தகைய மாற்றம் ஏற்பட்டிருக்காது.

... வஞ்சிக்கப்பட்ட சமூகத்தினர் கருணையை எதிர்நோக்க வில்லை. அவர்கள் சமத்துவம் நிறைந்த செயல்பாட்டினை எதிர்பார்க்கிறார்கள். அதனைத் தனது சுயபலத்தில் பெற விரும்புகின்றனர். இதுவரை அவர்கள் பின்தங்கியநிலையில் இருந்த காரணத்தினால், அவர்களுக்கு எல்லாவிதமான வசதிகளையும் ஏற்படுத்திக்கொடுப்பது அவசியம் ஆகும். அத்தகைய வசதிகளை அவர்கள் கோருகிறார்கள் என்றால் அது அவர்களுடைய உரிமையாகும். மேலும் அத்தகைய வசதிகள் எதுவரை தொடர வேண்டும் என்பதை முடிவுசெய்வதும் அவர்களின் விருப்பத்தின் அடிப்படையில் அமைய வேண்டும். ஆனால், நிறைவாக நாம் அனைவரும் சமமானவர்கள், சமமான தகுதி படைத்தவர்கள் என்று சமுதாயத்தில் பிரகடனம் செய்யும் காலம் வரவேண்டும். (ஸ்ரீபாளாசாகப் தேவரஸ் வாழ்க்கை வரலாறு, பக்.268-272)

மாற்றம் என்பது மனிதர்கள் உணர்ந்து, ஏற்று, நடைமுறையில் கொண்டுவரும்போதுதான் நிரந்தரமாக இருக்கும். இல்லை என்றால் வெறுப்புதான் நீடிக்கும் என்பதில் ஆழ்ந்த கருத்தைக் கொண்டிருக்கிறது ஆர்எஸ்எஸ். அதை வெற்றிகரமாக செயல் படுத்தியும் காட்டியது. ஸ்ரீகுருஜியைத் தொடர்ந்து தீண்டாமையை ஒழிக்க பாளாசாகப் தேவரஸ் தொடர்ந்து தீவிரமாக பரப்புரை செய்து வந்தார். தீண்டாமை பாவம் இல்லையெனில் வேறு எதுவுமே பாவம் இல்லை என்று ஸ்ரீபாளாசாகப் தேவரஸ் கூறுகிறார் :-

இதைக் காட்டிலும் இன்னுமொரு வருத்தத்துக்கு உரிய விஷயம் உள்ளது. சமுதாய ஏற்றத்தாழ்வின் ஒரு விளைவு தீண்டாமை யாகும். நமது சமுதாயத்துக்கு இது மிகுந்த துர்பாக்கியம் நிறைந்த மற்றும் வேதனை நிறைந்த நிலையாகும். தீண்டாமை மோசமாகும்.

It must go lock, stock and barrel! வேரோடும் வேரடி மண்ணோடும் அது பிடுங்கி எறியப்பட வேண்டும். அமெரிக்காவில் அடிமை முறையை முடிவுக்குக் கொண்டுவந்த ஆபிரகாம் லிங்கன் கூறியது: If slavery is not wrong, nothing is wrong. நாமும்

'if untouchability is not wrong, nothing is wrong' என்று சொல்ல வேண்டும், சொல்லுவோம்.

சமுதாய ஏற்றத்தாழ்வை நீக்குவதற்கான முயற்சிகளில் அனைவருடைய பங்களிப்பும் எதிர்பார்க்கப்படுகிறது. கட்டுப் பாட்டுடன் சிறப்பான செயல்பாட்டின் மூலம் இம்முயற்சி மேற்கொள்ளப்பட்டால்தான் வெற்றி கிடைக்கும். நமது சமுதாயத்தில் தர்ம குருமார்கள், துறவியர் பெருமக்கள், அறிஞர் பெருமக்கள் நிறைந்துள்ளனர். மக்கள் மனங்களில் அவர்கள் சிறப்பான இடம் பெற்றுள்ளார்கள். அவர்களைத் தொடர்பு கொண்டு அவர்களை வேண்டுதல் வேண்டும். சாஸ்வதமான மற்றும் மாறுதலுக்கு உட்பட்ட என்ற வகையில் விவேகம் கொண்ட தர்ம ஆச்சார்யர்கள், துறவியர் பெருமக்களுடைய வழிகாட்டுதல், இந்த சிந்தனையை நாலாபக்கங்களிலும் எதிரொலிக்க வேண்டும். இந்த முயற்சியினை அவசியம் மேற்கொள்ள வேண்டும். சிலர் இதை கஷ்டமானது எனக் கருதுகின்றனர். ஆனால் அப்படியல்ல.

நமது சங்கத்தின் பரம பூஜனிய ஸ்ரீகுருஜி விஸ்வ ஹிந்து பரிஷத் மூலமாக இம்முயற்சியை மேற்கொண்டார். அதன் பலனாக துறவியர் பெருமக்களும், தர்மாச்சார்யர்களும் சமுதாயத்தின் எல்லாப் பகுதிகளுக்கும் சென்று அங்குள்ள மக்கள் அனைவருடனும் தங்குகின்றனர். தனது மதத்தை விட்டு பிற மதங்களுக்கு மாறியவர்களை தாய்மதம் திருப்புவதை முன்னே எதிர்த்தவர்கள் தற்போது தமது பிடிவாதத்தை விட்டுவிட்டு அவர்களை தாய்மதத்தில் ஏற்றுக்கொள்ள முன்வருகின்றனர். (ஸ்ரீபாளாசாகப் தேவரஸ் வாழ்க்கை வரலாறு, பக்.269-270)

ஆர்எஸ்எஸ் தலைவர்களின் இதுபோன்ற வீரியம்மிக்க பரப்புரையின் விளைவாகப் பல்வேறு மாற்றங்கள் சமூகத்தில் ஏற்படத் துவங்கியது.

1981 செப்டம்பரில் கர்நாடகத்தின் பெரிய மடாதிபதிகள் சிலர் ஒன்று சேர்ந்து ஒரு புரட்சிகர நடவடிக்கை மேற்கொண்டார்கள். அவர்கள் இதுவரை தங்களுடைய சீடர்களுக்கு மட்டுமே அளித்து வந்த மந்திரோபதேசத்தை இந்துக்கள் அனைவருக்கும் தலித்துகள் உள்பட அனைவருக்கும் வழங்கத் தீர்மானித்தார்கள். மடங்களில் அனைவரும் வந்து தரிசிக்கலாம் என்று அறிவித்தார்கள். அத்துடன் பூஜை, தீர்த்தம், பிரசாதம் ஆகிய விஷயங்களில் எல்லோருக்கும் சம உரிமை வழங்குவதாக அறிவித்தார்கள். இதுவரை அவரவர் உள்பிரிவு மக்களுக்கு மட்டுமே மடாதிபதிகளாக விளங்கியவர்கள் இந்த

நடவடிக்கைகளினால் மெல்ல மெல்ல இந்து மடாதிபதிகளாக மாறி வருகிறார்கள். இந்தத் தீர்மானங்களையெல்லாம் இன்னும் ஏராளமான மடாதிபதிகள் செயல்படுத்தத் துவங்கிவிட்டார்கள். மடாதிபதிகள், சமயத் தலைவர்கள் ஆகியோர் தலித் சகோதரர்கள் வசிக்கும் பகுதிகளுக்கு விஜயம் செய்வது, அவர்களுடைய இல்லங்களுக்கு செல்வது, அவர்கள் வழிபடும் கோயிலில் பூஜை செய்வது போன்ற சமூக சீர்திருத்தத்தை முன்னெடுத்தனர்.

புறக்கணிக்கப்பட்ட தலித் சகோதரர்களிடையே பழகுவது அற்புதமான அனுபவம் என்று துறவிகள் கூறுகின்றனர். அந்த சகோதரர்களின் மனத்தூய்மை, ஆழ்ந்த பக்தி போன்று வேறு எங்குமே கண்டதில்லை என்கிறார்கள். அதமார் மடாதிபதி ஒருமுறை இப்படிக்கூட சொல்லியிருக்கிறார் : 'அந்த மாதிரி சந்தர்ப்பங்களில் நானே தூய்மையடைவதாக உணர்ந்தேன். பணக்காரர்கள் வசிக்கும் பகுதிகளுக்குப் போனால் அவர்களின் தடபுடல் ஆரவாரங்களும் வெளிவேஷமான பக்தியும் என்னை மூச்சுத் திணறச் செய்துவிடும். நமது புறக்கணிக்கப்பட்ட சகோதரர்களின் பகுதிக்குச் செல்லும் போதுதான் அந்தக் களங்கம் துடைக்கப்படுவதாக உணர்கிறேன்'.

இந்த சமய, சமுதாய தாகத்தைத் தீர்க்கும் வகையில் இரண்டு பரிசோதனைகள் நடக்கத் துவங்கிவிட்டன. கர்நாடகத்தில் தென் கன்னட மாவட்டத்தில் உள்ள நரிக்கொம்பு என்ற ஊரில் ஆண்டு தோறும் ஒருமாத காலம் 'வேத சிக்ஷா சிபிர்' (வேதப் பயிற்சி முகாம்) நடைபெறுகிறது. சிருங்கேரி அருகில் ஹரிஹரபுரா என்ற ஊரிலும் இதே போன்ற முகாம் நடைபெறுகிறது. எல்லா ஜாதிகளையும் சம்பிரதாயங்களையும் சேர்ந்த சுமார் 100 சிறுவர்கள் (இவர்களில் பலர் தலித்துகள்) இந்த இரண்டு முகாம்களிலுமே கலந்துகொண்டு வேதப் பயிற்சி பெறுகிறார்கள். சில ஜாதிக்காரர்களுக்கு வேதம் ஓதுவதில் ஈடுபாடு வராது, அவர்கள் வேதம் ஓதுவது சுலபமல்ல என்றெல்லாம் பேசிய வாதங்கள் அடிபட்டுப் போய்விட்டன. உண்மையில் இந்த முகாம்களிலேயே கணீரென்று வேத மந்திரங்களை ஓதியவர்கள் பின்தங்கிய பிரிவு குடும்பங்களைச் சேர்ந்த சிறுவர்கள்தான். சில குறிப்பிட்ட ஜாதிகளில் பிறந்தவர்களால்தான் ஸ்வர சுத்தமாக வேதம் ஓத முடியும். அவர்களுக்குத்தான் ஞாபகசக்தி அதிகம் என்பதெல்லாம் கட்டுக்கதை என நிரூபணமாகிவிட்டது.

சமஸ்கிருதம், வேதங்கள் மற்ற சமய சாஸ்திரங்கள் இவையெல்லாம் பிராமணர்களுக்கே உரிய சொத்து என்பதாகப் பல நூற்றாண்டு காலமாக நிலவி வந்த நம்பிக்கை எல்லாம் படிப்படியாக மாறிவிட்டது. வேதம் என்பது ஜாதி வித்தியாசமில்லாமல் எல்லா

இந்துக்களுக்கும் பொதுவான பரம்பரைச்சொத்து என்ற உறுதியான நம்பிக்கை ஏற்படத் துவங்கியிருக்கிறது.

ஆந்திரப் பிரதேச மாநிலத்தின் கிராமப்புறங்களில் வசிக்கும் தலித்துகளின் அனைத்துமுக வளர்ச்சியை ஊக்குவிக்கும் நோக்கத்துடன் திருமலை திருப்பதி தேவஸ்தானத்தின் உதவியுடன் விசுவ இந்து பரிஷத் 1982ஆம் ஆண்டு திருப்பதியில் ஒரு நிகழ்ச்சியை நடத்தியது. பின்தங்கிய பிரிவுகளைச் சேர்ந்த 150 ஊழியர்கள் (அவர்களில் சிலர் வனவாசிகள்) திருமலை திருப்பதி தேவஸ்தான வளாகத்தில் நடைபெற்ற இரண்டு வார கால தீவிரப் பயிற்சி முகாமில் பயிற்சி பெற்றார்கள். பயிற்சி பெற்றவர்களில் பலர் 'மலதாசரிகள்' என்று அழைக்கப்பட்ட கிராமப் பூஜாரிகள். அவர்கள் ஏற்கனவே தங்களுடைய ஊர்களில் சில சமயச் சடங்குகள் நடத்துவதில் ஈடுபட்டு வந்தவர்கள்தான். பூஜை, பெயர் சூட்டும் சடங்கு, தாய் மதம் திரும்பும் சடங்கு இவற்றில் அவர்களுக்குத் தேவையான பயிற்சி அளிக்கப்பட்டது.

பயிற்சியில் கலந்துகொண்ட அனைவருமே நடனமாடியபடியே பஜனை செய்வது முதலிய கூட்டு வழிபாட்டு நிகழ்ச்சிகளில் கலந்து கொண்டார்கள். பயிற்சியாளர்களின் அறிவைக் கூர்மையாக்குவதற் காகவும் அவர்களின் உணர்ச்சிகளைப் பண்படுத்துவதற்காகவும் சொற்பொழிவுகள், கதைகள், இந்து சமயக் கோட்பாடுகள் பற்றிய கலந்துரையாடல்கள், இந்து சமுதாய ஒற்றுமையின் அவசியம் பற்றிய கருத்தரங்குகள் போன்ற நிகழ்ச்சிகள் நடத்தப்பட்டன. புறக்கணிக்கப்பட்ட பிரிவைச் சேர்ந்த மகான்கள், வீரர்கள் ஆகியோரின் வாழ்க்கைச் சம்பவங்கள், புகழ்பெற்ற சமுதாய சீர்திருத்தவாதிகள் தீண்டாமையை ஒழிப்பதற்கு இதுகாறும் செய்துவரும் முயற்சிகள் ஆகியவை விளக்கிக் கூறப்பட்டன.

சமுதாய மாற்றம் காண்பதில் கேரள ஸ்வயம்சேவகர்கள் பலதுறைகளில் துடிப்பாகச் செயல்பட்டு வருகிறார்கள். ஒரு காலத்தில் கேரளத்தில் நிலவிய பயங்கரமான தீண்டாமைப் பழக்கத்தைப் பார்த்த சுவாமி விவேகானந்தர், 'கேரளம் என்ன பைத்தியக்கார விடுதியா?' என்று அதிர்ந்து போய்க் கேட்டார். ஆனால், கேரளத்தில் உள்ள 9,200 ஊர்களில் 3,000 ஷாகாக்கள் நடைபெறத் துவங்கிய பிறகு எல்லாவிதத்திலும் சமத்துவம் பரவத் தொடங்கியுள்ளது.

எர்ணாகுளத்தில் 1983ஆம் ஆண்டு நடந்த விசால இந்து சம்மேளனத்தில் மிக விமரிசையாக ஒரு பூஜை நடைபெற்றது. வைதீகமான சமயச் சடங்குகளிலும்கூட எவ்வளவு புரட்சிகர

மாறுதல்கள் வந்துகொண்டிருக்கின்றன என்பதை அந்த பூஜை நிரூபித்தது. அந்த பூஜையில் தாழ்த்தப்பட்ட பிரிவினராகிய ஈழவ பூஜாரிதான் தலைமை வகித்தார். பரம்பரை பிராமண பூஜாரி வகுப்பைச் சேர்ந்த ஒரு நம்பூதிரி அவருக்கு உதவியாக இருந்தார். இந்த மாநாட்டுக்குப் பிறகு இன்னொரு முக்கியத்துவம் வாய்ந்த நிகழ்ச்சி நடைபெற்றது. ஆல்வாய் நகரில் ஸ்ரீநாராயண குரு ஸ்தாபித்த அத்வைத ஆசிரமத்தில், புறக்கணிக்கப்பட்ட பிரிவைச் சேர்ந்த பக்தர்களுக்காக, பூஜை மற்றும் சமயச் சடங்குகளை நடத்துவது எப்படி என்பது பற்றி ஒரு பயிற்சி வகுப்பு நடத்தப்பட்டது. சங்க பிரசாரகர் ஒருவர் துவக்கிய 'தந்த்ர வித்யா பீடம்' என்னும் சமயச் சடங்கு பற்றிய பயிற்சி பள்ளி இந்த பயிற்சி வகுப்பை நடத்துவதில் முன்னணி வகித்தது. பயிற்சி வகுப்பின் நிறைவு விழாவில் காஞ்சி காமகோடி பீடம் சங்கராச்சார்யர் ஸ்ரீஜெயேந்திர ஸரஸ்வதி ஸ்வாமிகள் தமது மடத்து முத்திரையுடன் கூடிய சான்றிதழ்களை பயிற்சி பெற்றவர்களுக்கு வழங்கினார். எர்ணாகுளத்தில் ஈழவ பக்தர்களுக்குச் சொந்தமான ஐயப்ப ஆலயத்தில் இந்த விழா நடைபெற்றது என்பது குறிப்பிடத்தக்கது.

தலித்துகளுக்கு ஆலயப் பிரவேசம் கிடைக்கச் செய்வதற்காக 1931-32ல் நடைபெற்ற ஆலயப் பிரவேச சத்யாக்கிரகத்தின் பொன்விழா கொண்டாடுவது என்று விசால இந்து சம்மேளனம் ஒரு தீர்மானம் நிறைவேற்றியது. அது சமூக ஏற்றத்தாழ்வுகளைத் தகர்த்தெறியும் மற்றொரு சாதனமாகப் பயன்பட்டது. சத்யாக்கிரகத்தின் பொன்விழா 1982 அக்டோபரில் குருவாயூரில் நடைபெற்றது. பழைய சத்யாக்கிரகத்தில் கலந்து கொண்டவர்களில் 27பேர் இந்த நிகழ்ச்சியில் கலந்துகொண்டனர். அநேகமாக அவர்கள் அனைவருமே 75வயதுக்கும் மேற்பட்ட முதியவர்கள். அந்தக் காட்சியே மெய்சிலிர்க்கச் செய்யும்விதத்தில் அமைந்தது. மாநிலத்தின் தலைசிறந்த சிந்தனையாளர்களும் சமுதாயத் தலைவர்களும் இந்த நிகழ்ச்சியில் கலந்துகொண்டது, இந்த நிகழ்ச்சிக்கு சமுதாயம் அளித்த அங்கீகாரமாக விளங்கியது.

சில கம்யூனிஸ்டுத் தலைவர்கள் இதெல்லாம் ஆர்.எஸ்.எஸ். நடத்துகிற கூத்து என்று விமர்சனம் செய்தபோது கேரளத்தின் தலைசிறந்த நாளேடான 'மாத்ருபூமி'யின் இணையாசிரியர் வி.எம்.கோரத் இப்படி பதிலடி கொடுத்தார் : 'ஆர்.எஸ்.எஸ். நடத்துகிற நிகழ்ச்சியாக இருந்தால் என்ன தப்பு? இந்துக்களை ஒற்றுமைப்படுத்துவதற்காக நாடு தழுவிய அளவில் செயல்படும் இயக்கம் அது! இந்துக்களை ஒற்றுமைப்படுத்துவது என்பது காந்திஜி

மனதார விரும்பிய ஒரு பணி. இந்து சமுதாயத்தில் நிலவிய பிரிவினைவாத மனப்பான்மையைக் களைந்து, இந்துக்களை ஒற்றுமைப்படுத்துவதற்காகத்தான் காந்திஜி குருவாயூரில் ஆலயப் பிரவேச சத்தியாக்கிரகத்தை நடத்தினார். காந்திஜி சுதந்திரப் போராட்டத்தில் முழுமூச்சாக ஈடுபட்டுவிட்டபடியால் இந்துக்களை ஒன்றுபடுத்தி அவர்களிடையே உள்ள ஆதிக்க மனப்பான்மையைக் களையும் பணியை டாக்டர் ஹெட்கேவர் மேற்கொண்டார். எனவே சத்தியாக்கிரகத்தின் பொன்விழாவைக் கொண்டாட ஆர்.எஸ்.எஸ். பொறுப்பு ஏற்றிருப்பது பொருத்தம்தான்' என்றார்.

குருவாயூரிலேயே 1983 பிப்ரவரியில் மற்றொரு அற்புதமான சம்பவம் நடைபெற்றது. திருவனந்தபுரத்திலிருந்து 200 தலித்துகள் பாத யாத்திரையாக குருவாயூருக்குப் புறப்பட்டார்கள். குருவாயூரிலுள்ள கிருஷ்ணன் ஆலயத்தில் பிராமணர்களுக்கு மட்டுமே உணவளிக்கும் பழக்கம் இருந்தது. இந்த பாரபட்சமான பழக்கத்துக்கு முற்றுப்புள்ளி வைப்பதற்காக இவர்கள் பாதயாத்திரை புறப்பட்டார்கள். அந்தக் குழுவின் தலைவர் சங்கத் தலைவர்களின் ஒத்துழைப்பையும் கோரியிருந்தார். அதனை ஏற்று, பாதயாத்திரையாக வருபவர்களுக்கு வழிநெடுக ஒத்துழைப்பு நல்குமாறு ஸ்வயம்சேவகர்களுக்கும் விசால இந்து சம்மேளன ஊழியர்களுக்கும் அறிவுறுத்தி ஆர்.எஸ்.எஸ். தலைவர்களும் விசால இந்து சம்மேளனத் தலைவர்களும் அறிக்கை வெளியிட்டார்கள். இப்படி ஒரு வரவேற்பு வழிநெடுக தங்களுக்குக் கிடைக்குமென்று பாதயாத்திரைக் குழுவினர் கனவிலும் கருதியிருக்கமாட்டார்கள். அந்த அளவு நல்ல வரவேற்பு அவர்களுக்குக் கிடைத்தது.

ஒவ்வொரு ஊரிலும் பாதயாத்ரீகர்களை ஸ்வயம்சேவகர்கள் வரவேற்று அவர்களோடு இனிமையாகப் பழகி, உணவு, தங்குமிடம் முதலிய ஏற்பாடு செய்து உபசரித்தார்கள். வழியில் பாதயாத்திரைக் குழுவினரைப் பற்பல கோயில்களுக்கு அழைத்துச் சென்று, பஜனை நிகழ்ச்சிகளில் கலந்துகொள்ளச் செய்து, விருந்தும் அளித்தார்கள். சில ஊர்களில் குழுவினரை பூரண கும்பத்தோடு வரவேற்றார்கள். துவக்கத்தில் குழுவினருக்கு சங்கத்தைப் பற்றி என்ன அபிப்ராயம் இருந்தாலும் இப்போது அதெல்லாம் அடியோடு மாறி சங்கத்தின் மீது அவர்களுக்கு அன்பு பிறந்தது.

கோயில் நிர்வாகிகளும் பாதயாத்திரைக் குழுவினரை அன்புடன் வரவேற்றார்கள். ஆர்.எஸ்.எஸ். ஊழியர்களும் விசால இந்து சம்மேளன ஊழியர்களும் அவர்களைக் கோயிலுக்குள் மேளதாளத்தோடு அழைத்துச் சென்றார்கள். பஜனைப் பாடல்கள்,

இறைவன் திருநாமத்தை முழக்கியபடி அனைவரும் ஆலயத்துள் பிரவேசித்தார்கள். அனைவருக்கும் ஆலயத்தின் போஜன சாலையில் சாப்பாடு போடப்பட்டது. ஸ்வயம்சேவகர்களும் தங்களுடைய குடும்பத்தோடு வந்து பாதயாத்திரைக் குழுவினரோடு ஒன்றாக அமர்ந்து உணவருந்தினார்கள். இவர்களில் பலர் ஆசாரமான நம்பூதிரிக் குடும்பத்தைச் சேர்ந்தவர்கள். சுமூகமான சூழ்நிலையும் நல்லுறவும் நிலவுவது கண்ட மாநில முதலமைச்சரும் அவர்களோடு உணவருந்த அமர்ந்தார்.

மாத்ருபூமி இவ்வாறு வர்ணித்தது : 'பாதயாத்திரைக் குழுவினரையும் விட இந்த நிகழ்ச்சியில் தீவிரமாகப் பங்கு கொண்டவர்கள் ஆர்.எஸ்.எஸ். ஸ்வயம்சேவகர்கள்.'

சமரஸதா மஞ்ச் அமைப்பின்கீழ் ஆர்.எஸ்.எஸ். பூலே-அம்பேத்கர் யாத்திரை (இருவரும் இந்துமதத்தையும் குறிப்பாக பிராமணியத்தையும் பல வருடங்களாக விமர்சித்து வந்திருக் கிறார்கள்) என்ற ஒன்றை முன்னின்று நடத்தியது. இந்த யாத்திரை மகாராஷ்டிராவில் 47 நாட்கள் நடந்தது. 7000 கிலோமீட்டர் தூரத்தைக் கடந்தது. நோக்கம் சமூக விழிப்புணர்வும் ஒற்றுமையும்தான். அதைத் தொடர்ந்து சாது கட்கேபாபா சமதா விருது வழங்கலும், சமரஸதா சாகித்ய பரிஷத் என்ற தேச ஒற்றுமை மற்றும் சமச்சீர் தன்மைக்கான இலக்கியப் பரிசும் நிறுவப்பட்டன.

நாடோடிகளாக மகாராஷ்டிரத்திலேயே அலைந்து திரிந்து வாழும் பராதிகள், பில்கள், கோபாலர்கள், மாரியைவலே, மேதங்கி ஜோஷி, தேவதாசிகள் போன்ற பழங்குடியினர் எந்தவித நிலையான வருமானமும் வீடும் இன்றி வறுமையில் உழன்றார்கள். அங்கே ஆர்.எஸ்.எஸ். தொண்டர்கள் அருமையாகப் பணியாற்றினார்கள். இந்த முயற்சிகளுக்கெல்லாம் சமூகம் அளித்த ஆதரவு அடித்தட்டு மக்களின் வரலாற்றில் புதிய அத்தியாயங்களாக அமைந்தன.

நாசிக் கலாராம் கோயிலில் ஆர்எஸ்எஸ்

ஆர்.எஸ்.எஸ், சமரஸதா மஞ்ச் மற்றும் பாஜக போன்றவை ஒரு முயற்சி எடுத்தன. ஆர்.எஸ்.எஸ். மற்றும் பரிவார் இயக்கங்கள் ஒன்றிணைந்து ஒரு பிரசாரத்தைத் துவக்கியது. இந்தப் பிரசாரத்தின் நோக்கமே உயர்ஜாதி மக்களின் மனமாற்றமே சமுதாயத்தில் ஒற்றுமையை நிலைநாட்ட முடியும் என்பதை உணர்த்துவதுதான். இதற்காக மகாராஷ்டிர மாநிலத்தின் பல்வேறு பகுதிகளில் பல திட்டங்கள் மேற்கொள்ளப்பட்டன. இந்தப் பிரசாரத்தின் முதல் கட்ட

நடவடிக்கையாக நாசிக் நகரில் உள்ள காலாராம் கோயில் முன்பாக பேரணி ஒன்று ஏற்பாடு செய்யப்பட்டிருந்தது. இதே கோயிலில் டாக்டர் அம்பேத்கரை அந்தக் கோயில் தலைமைப் பூசாரி கோயிலுக்குள் அனுமதிக்க மறுத்த காரணத்தால் அவர் 1930ம் ஆண்டில் மாபெரும் போராட்டம் ஒன்றை நடத்தினார் என்பது குறிப்பிடத்தக்கது. அந்தப் போராட்டத்தில் பல தலித்துகள் உயிரிழந்தனர்.

அதை நினைவுபடுத்தும்வகையில் ஆர்.எஸ்.எஸ். ஒரு பிரசாரப் பேரணிக்கு ஏற்பாடு செய்திருந்தது. பிரசார இயக்கம் தொடங்கிய போது அந்தப் பேரணி குறித்துக் கேள்விப்பட்ட கோயில் பூசாரி, அந்தப் பேரணியின் நோக்கத்தை அறிந்து அதற்காகச் சிறப்பு பூஜை செய்தார். கோயிலுக்குள் நடந்த அந்தப் பூஜையில் பல தலித் மக்கள் கலந்துகொண்டனர். அதன் பிறகு பக்தர்கள் கோயிலின் கருவறைக்குள் அழைத்துச் செல்லப்பட்டனர். முன்பு அம்பேத்கரைக் கோயிலுக்குள் நுழைய அனுமதி மறுத்த தலைமைப் பூசாரியின் பேரன்தான், அந்தக்கட்டத்தில் பூசாரியாக இருந்தவர் என்பது குறிப்பிடத்தக்கது. அவர் தனது பாட்டனார் செய்த தவறுக்கு மன்னிப்புக் கோரினார். (நூல் : வலைவிரிக்கும் இந்துத்துவம், பத்ரி நாராயண் திவாரி, பக்.41)

அயோத்தியில் ராமர் கோயில் கட்ட, அடிக்கல் நாட்டப்படுவதற்கு முதல் செங்கல்லை எடுத்துக்கொடுக்க ஒரு பட்டியல் சமூகத்தைச் சார்ந்தவரைத்தான் தேர்ந்தெடுத்தது விஸ்வ ஹிந்து பரிஷத். காரணம் எல்லோரும் இந்துக்கள் என்பதைப் பறைசாற்றத்தான்.

பட்டியல் சமூகத்தைச் சேர்ந்த காமேஷ்வர் சௌபால் பீகாரின் மிதிலா பிராந்தியத்தில் சுபால் மாவட்டத்தில் ஒரு தொலைதூர கிராமத்தில் பிறந்தார். சௌபாலின் தந்தை அவரை மதுபனி மாவட்டத்தின் எல்லையில் உள்ள கோசியின் மேற்குக் கரையில் உள்ள ஒரு பள்ளிக்கு அனுப்பினார். இங்குதான் சௌபால் ஆர்எஸ்எஸ் சங்கத்துடன் தொடர்புகொண்டார். அவரது ஆசிரியர்களில் ஒருவர் ஆர்.எஸ்.எஸ்காரர். இங்குதான் சௌபால் தனது உயர்நிலைப் பள்ளியை முடித்தார். தனது ஆசிரியரின் உதவியுடன், சௌபால் கல்லூரியில் சேர்க்கை பெற முடிந்தது. சௌபால் தனது பி.ஏ. முடித்த நேரத்தில், அவர் ஒரு சங்க முழுநேர பணியாளராகிவிட்டார். பின்னர், அவர் மிதுபானி பகுதிக்கு ஜில்லா பிரச்சாரராக அனுப்பப்பட்டார்.

நவம்பர் 1989 இல், அடித்தளக் கல்லைப் புனிதப்படுத்தும் ஒரு விழாவான ஷிலா நியாஸ் தொடங்கியது. சௌபால் அயோத்தியில்

ஒரு கூடாரத்தில் இருந்தபோது, திரு.அசோக் சிங்கலின் நெருங்கிய நண்பர்களில் ஒருவர் சௌபாலிடம், அவரது பெயர் மேடையில் இருந்து அறிவிக்கப்படுவதாகக் கூறினார். சௌபால் அங்கு விரைந்தபோது, அனைத்து முக்கிய தலைவர்களும் அவரைப் பார்ப்பதைக் கண்டார். அந்த சந்தர்ப்பத்தின் முக்கியத்துவத்தையும், என்ன நடக்கிறது என்பதில் அவரது பங்கையும் அவர் உணர்ந்தார்.

அந்த அடிக்கல்நாட்டு விழாவில் முதல் செங்கல்லை பட்டியல் சமூகத்தவரான காமேஷ்வர் சௌபால் எடுத்து வைத்தார். இந்துக்கள் அனைவரையுமே ஒருங்கிணைத்தல் இதன் உள்ளீடு. இந்தப் பணிக்காகவே சௌபால் தேர்வு செய்யப்பட்டார். யாரும் தீண்டத்தகாதவன் அல்ல; எல்லோருக்குமே இதில் உரிமை இருக்கிறது என்பதை அன்று விஸ்வ ஹிந்து பரிஷத் பறைசாற்றியது.

•

ஆசார்ய ஸ்ரீதுளசி அவர்களுக்கும் ஸ்ரீகுருஜி அவர்களுக்கும், நாகபுரியில் 11 மே 1970 அன்று நடந்த ஒரு உரையாடல் மிக முக்கியமானது. தீண்டாமையை ஒழிக்கும் பணியில் ஈடுபட்டிருக்கும் ஆச்சார்யர் ஒருவரிடம் ஸ்ரீகுருஜி பேசியதைப் பார்க்கும்போது எந்த அளவுக்கு தீண்டாமை ஒழிப்பு மற்றும் பட்டியல் சமூகத்தை ஒருங்கிணைக்கும் பணியில் ஆர்எஸ்எஸ் ஈடுபட்டிருக்கிறது என்பது நமக்குப் புலனாகும்.

ஸ்ரீதுளசி : தீண்டாமை குறித்த சங்கராச்சார்யரின் ஒரு அறிக்கையைத் தொடர்ந்து பெரிய விவாதம் கிளம்பியது. அப்போது நீங்கள் ஏன் ஒன்றும் சொல்லவில்லை?

ஸ்ரீகுருஜி : நான் மௌனமாக இருக்கவில்லை. என்னுடைய கருத்து. ஒத்த கருத்துள்ள பத்திரிகைகளில் பிரசுரமாகியிருந்தது. எனக்கு சங்கராச்சாரியாரின் கருத்தில் சம்மதம் இல்லை. (ஸ்ரீகுருஜி சிந்தனைக் களஞ்சியம், தொகுதி 9, பக்.277)

ஸ்ரீதுளசி : அணுவிரத இயக்கத்துக்காக நான் நாடு முழுவதும் சுற்றினேன். நம்மிடம் மக்களுக்கு நல்லெண்ணம் இருந்தது. நான் ஜாதிவாதம், தீண்டாமை இவற்றுக்கு ஒருபோதும் முக்கியத்துவம் அளித்ததில்லை. எனவே அனைவரும் எங்கள் கருத்துகளை வரவேற்றார்கள். இந்த தென்னாட்டு சுற்றுப் பயணத்தின்போது நாங்கள் மக்களிடம் இன்னும் அதிகமாகவே நெருங்கிவிட்டோம். ஆனால் இன்று கூட பல மதப் பிரமுகர்கள் சமயத்தின் பெயரால் தவறான கோஷங்களை எழுப்புகின்றனர்.

ஸ்ரீகுருஜி : பண்டைய தவறான பழக்கங்கள் மறைந்து வருகின்றன. இருந்தாலும் இப்போதுகூட நிறைய குறைபாடுகள் உண்டு. நமக்கு நன்றாக அறிமுகமான ஆச்சார்யர் ஒருவர் ஜாதிகளுக்கு எதிராகக் குரல் எழுப்பினார். அவர் ஹரிஜனங்கள் மத்தியில் உரையாற்றவும் செய்கிறார். இதன் விளைவு, அவரது பக்தர்கள் எதிர்த்துக் கிளம்பினார்கள். ஆச்சார்யரின் சீடரான ஒரு சாஸ்திரியேகூட அவருக்கு எதிரியாகிவிட்டார். அப்போது அந்த ஆச்சார்ய ஸ்வாமிகளுக்குப் பயம் ஏற்பட்டு தான் பேசியதற்கு எதிராகப் பேசத் தொடங்கினார். எனக்கு இந்த சம்பவம் தெரிய வந்தது. நான் அந்த ஆச்சார்யரை சந்தித்தபோது, 'நீங்கள் ஏன் இப்படி விபரீதம் செய்தீர்கள்? நீங்கள் பயப்பட வேண்டிய அவசியமே இல்லை. நீங்கள் ஒரு சாஸ்திரிக்கு பயந்துவிட்டீர்கள். ஆச்சார்யர் என்று உங்களை நினைப்பதா, அல்லது அந்த சாஸ்திரிரையா? நீங்கள் ஹரிஜன மறுமலர்ச்சிக்காக உழைப்பவ ரானால் அந்த சாஸ்திரியிடம், 'நான் நியாயம் எது என்று அறிந்து இவ்வாறு செய்தேன். நீ என் சொல்லை ஏற்க வேண்டும்' என்று சொல்லியிருக்க வேண்டும். நீங்களே சொல்லுங்கள். நீங்கள் பெரியவரா அல்லது அந்த சாஸ்திரி பெரியவரா? நான் உங்களுக்கு நமஸ்காரம் செய்வதா அல்லது அந்த சாஸ்திரிக்கு நமஸ்காரம் செய்வதா?' என்று கேட்டேன். *(ஸ்ரீகுருஜி சிந்தனைக் களஞ்சியம், தொகுதி 9, பக்.279)*

•

தீண்டாமை பற்றி ஆர்எஸ்எஸ் அமைப்பின் இறுதியான அதேசமயம் உறுதியான கருத்துப் பற்றி ஸ்ரீகுருஜி கூறுகிறார் :-

சங்கத்துக்கு யாருமே தீண்டத்தகாதவர் இல்லை. எதுவுமே தீண்டத்தகாதது அல்ல. எப்படிப்பட்ட எண்ணத்தை உடையவ ரானாலும் சரி, எந்த ஜாதி, இனத்தைச் சேர்ந்தவராயிருந்தாலும் சரி, காங்கிரஸோ, கம்யூனிஸ்டோ நமது இனத்திலிருந்து அவர் வேறுபட்டவர் இல்லை. அவரும் சமுதாயத்தின் ஒரு பிரிக்க முடியாத அங்கம்தான். நம்முடைய உறவினர்தான். இந்த உணர்வுடனேயே நாம் செயல்படுவோம். *(ஸ்ரீகுருஜி சிந்தனைக் களஞ்சியம், தொகுதி 5, பக்.228)*

•

- 7-

பட்டியல் சமூகத்தவர்கள் பற்றி ஆர்எஸ்எஸ்

ஆர்எஸ்எஸ் அமைப்பு இந்து ஒற்றுமைக்காகவும், ஒருங்கிணைப்புக் காகவும் செயலாற்றிக் கொண்டு வருகிற இயக்கம். அனைவரையும் இந்து என்ற ஒற்றைக் கொடியின் கீழ் ஒருங்கிணைக்கின்ற மாபெரும் செயலை முன்னெடுத்துப் பணி செய்து வருகின்ற அமைப்பு. ஆர்எஸ்எஸ் அமைப்புக்கு வேற்றுமைப்படுத்தும் எண்ணமே இல்லை. ஒன்றுபடுத்தும் எண்ணம் மட்டுமே உண்டு.

1956 ஆகஸ்ட் 20ல் பண்டிட் கோவிந்த வல்லப பந்த் அவர்களுக்கு எழுதிய கடிதத்தில் இதைத் தெளிவாகவே சொல்கிறார் ஸ்ரீகுருஜி :-

> *நாங்களோ, சீக்கியர்கள், சனாதனிகள், ஆர்ய சமாஜத்தவர், ஜைனர்கள், பௌத்தர்கள் போன்ற அனைவரையுமே ஒரே ஹிந்து சமுதாயத்தின், கலாச்சாரத்தின் பிரிக்க முடியாத அங்கத்தினர் களாகக் கருதி ஹிந்து என்ற ஒரே சொல்லில் அனைத்தையும் ஐக்கியப்படுத்த முயன்று வருகிறோம். (ஸ்ரீகுருஜி சிந்தனைக் களஞ்சியம், தொகுதி 7, பக்.138)*

மேலும் ஸ்ரீகுருஜி கூறுகிறார் :-

> *சீக்கியர்கள், ஹிந்துக்கள் என்ற வேற்றுமை யுணர்வைத் தோற்றுவிக்கும் சொற்பிரயோகங்களை அறவே விட்டொழித்த நிலையில், ஹிந்து என்ற சொல்லில் சைவம், வைஷ்ணவம் முதலியவற்றுடன் சமண, பௌத்த, சீக்கிய, ஆர்ய சமாஜம் போன்ற அனைத்தும் உள்ளடங்கும். (ஸ்ரீகுருஜி சிந்தனைக் களஞ்சியம், தொகுதி 7, பக்.150)*

மாநிலம் விட்டு மாநிலம் செல்லுபவர்கள் தங்கள் சமுதாயத்தினரிடையே மட்டுமே பழகுகிறார்கள் என்று வேதனைப்படுகிறார் ஸ்ரீகுருஜி. வேற்றுமைகளை மனதிலிருந்து வேரோடு களைய சொல்கிறார் ஸ்ரீகுருஜி :-

> வெவ்வேறு மாநிலங்களுக்குப் படிப்பதற்கு, வேலைப் பார்ப்பதற்கு, அல்லது வியாபாரம் காரணமாக மற்றொரு மாநில சகோதரர் செல்கிறார் என்றால், அந்த மாநிலத்தைச் சேர்ந்த மக்கள் சமுதாயத்துடன் ஒன்றிப்பழகி, நட்புறவு ஏற்படுத்திக் கொள்ளாமல், தங்களுடைய மாநிலம், மொழி, ஜாதியைச் சேர்ந்தவர்களுடனேயே வசிக்கின்றனர். எல்லா சமுதாய நிகழ்ச்சிகள், விழாக்கள், இவற்றைக் கொண்டாடுகின்றனர். ஆப்ரிக்கா போன்ற தூர தேசங்களுக்குச் சென்றும்கூட இந்த விரும்பத்தகாத போக்கைக் கைவிடுவதில்லை. மாறாக, அங்கும் குஜராத்தி, பஞ்சாபி, ஆர்ய சமாஜி, சீக்கியர் இவ்விதமாக, தனித்தனியாக அமைப்புகளை ஏற்படுத்திக்கொண்டு துண்டுபட்ட சிறுசிறு சமூகங்களாக வாழ்கின்றனர். இதே காரணத்தால் அதிக எண்ணிக்கையில் இருந்தபோதிலும் அவர்கள் வாழ்வு, கஷ்டங்களில் சிக்கி அவமதிக்கப்படுவதும், சில சமயங்களில் நசுக்கப்படும் நிலைகூட காணப்படுகின்றது.
>
> இதே சூழ்நிலையின் அனுபவம் உங்களுக்கும் ஏற்படுகிறது என்றால் அதில் வியப்பதற்கு ஒன்றுமில்லை. எனவே எதிர்கால நன்மைகளைக் கருதி, நம்முடைய முழு சமுதாயத்தின் ஒற்றுமையை உணர்த்தி, குறுகிய மனப்பான்மைகளால் தோன்றும் வேற்றுமைகளை மனதிலிருந்து வேரோடு களைய வேண்டியது அவசியம். நம் சங்கத்தின் மூலம் இந்தப் பணி நடந்து வருகிறது. *(ஸ்ரீகுருஜி சிந்தனைக் களஞ்சியம், தொகுதி 7, பக்.338)*

நாம் அனைவரும் இந்து, இந்நாட்டின் புதல்வர்கள். ஒரே ரத்தம்தான் நம் எல்லோருக்கும் உயிரூட்டியுள்ளது. இதில் வேறுபாடு இல்லை என்று ஆணித்தரமாக ஸ்ரீகுருஜி கூறுகிறார் :-

> நாம் இந்த நாட்டின் புதல்வர்கள். இந்தப் பூமித்தாயின் புத்திரர்கள் ஆனதால் ஹிந்துக்கள். நாம் அனைவரும் சகோதரர்கள் என்று ஒவ்வொரு ஹிந்துவுக்கும் எடுத்துச்சொல்ல வேண்டும்.
>
> உலகம் முழுவதும் உள்ள மக்களுடன் நட்புறவு கொள்ளவே நாம் விரும்புகிறோம். ரஷ்யர்கள், சீனர்கள், ஜப்பானியர்கள், அராபியர்கள், அமெரிக்கர் ஆகிய எல்லோருடனும் ஆன்மநேயத்துடன் உறவாடவே விரும்புகிறோம். ஆனால்,

நமக்குள்ளேயே சகோதரர்களையே ஒருவருக்கு ஒருவர் வெட்டிச் சாய்க்கவே தயாராக உள்ளோம். இந்த நிலை மிகவும் முரணானது. வேதனைக்குரியது. இதைச் சரிசெய்ய வேண்டும். நாம் எந்த ஜாதியினரானாலும் எந்த வழிபாட்டு முறையைச் சேர்ந்தவர்களாயினும் நமது மொழி எதுவாக இருந்தாலும் வடக்கிலிருந்து தெற்கு மற்றும் கிழக்கில் இருந்து மேற்கு வரை நாம் ஒரே அன்னையின் மைந்தர்கள் என்ற பாடத்தை மீண்டும் ஒருமுறை படித்து நினைவுகொள்ள வேண்டும். இந்த பாரத அன்னையின் உணவு மற்றும் தண்ணீரால் நமது நாடி நரம்புகளில் ஒரே ரத்தம்தான் பாய்கிறது. ஒரே ரத்தம்தான் நம் எல்லோருக்கும் உயிரூட்டியுள்ளது. இந்த உணர்வில்தான் ஒருமை ஏற்பட முடியும். ஒருசில இடங்களில் அரசியல் அல்லது பொருளாதார சமத்துவத்தினாலோ மேற்பூச்சு பூசும் வறட்டுச் சித்தாந்தங் களினாலோ ஒற்றுமை ஏற்படுத்த முடியாது. *(ஸ்ரீகுருஜி சிந்தனைக் களஞ்சியம், தொகுதி 3, பக்.355)*

ஆர்எஸ்எஸ் அமைப்பைப் பொறுத்தவரை பிராமணர்கள், பிராமணர் அல்லாதவர்கள் என்ற வேறுபாடே கிடையாது. அனைவரும் இந்து என்ற நோக்கத்துக்காகவே ஆர்எஸ்எஸ் அமைப்பு வேலை செய்து கொண்டுவருகிறது. பட்டியல் சாதி மக்களின்மீது எப்போதுமே தனிகவனம் செலுத்தி வந்திருக்கிறது ஆர்எஸ்எஸ். அவர்கள் சமுதாய வேற்றுமைகளால் பாதிக்கப்பட்டவர்கள்; அதன் காரணமாகவே பின்தங்கியவர்கள். அவர்களுக்கு உதவி செய்து மற்ற சமுதாயத்தினரைப் போல சமமாகக் கொண்டுவர வேண்டியது அனைத்து மக்களின் கடமை. அது உதவி என்ற மனநிலையில் செய்யக்கூடாது. நமது சகோதரருக்கு நாம் செய்யும் கடமை என்ற மனநிலையில் செய்ய வேண்டும் என்பதுதான் ஆர்எஸ்எஸ் அமைப்பின் கருத்து.

பாதிக்கப்பட்ட, பின்தங்கிய மக்களுக்கு உதவிகள் செய்ய வேண்டும். ஆனால் அவர்களை தனியாக பார்க்கும் மனநிலை கூடாது என்பதுதான் ஆர்எஸ்எஸ் கருத்து. அனைவரும் இந்து என்றுதான் பார்க்க வேண்டும். மனமாற்றத்தின் மூலமே வேற்றுமைகளை களைய முடியும் என்பதில் உறுதியாக இருக்கிறது ஆர்எஸ்எஸ். *1955*, ஜுலை *11*ல் நாகபுரியில் உள்ள ஸ்ரீபூனம்சந்த் ராங்கா அவர்களுக்கு எழுதிய கடிதத்தில் இதை கூறுகிறார் ஸ்ரீகுருஜி :-

பகுதுரா கிராமத்தில் தாங்களும், மற்ற ஈடுபாடுள்ள நண்பர்களும் சேர்ந்து, நடத்திய அகிம்சைப்புரட்சி இயக்கம் பற்றிய நூல் கிடைத்தது. முழுதும் படித்துவிட்டேன். நமது சமுதாயத்திலுள்ள

வேற்றுமைகளில் அதிமுக்கியமான ஒரு வேற்றுமையை வேருடன் களையும் பணி என்பதால் இது மிகவும் சிறந்த து. ஆனால் அதன் பக்கம் 5-ல் ஹிந்துக்களும் அரிஜனங்களும் என்று பிரித்துக் குறிப்பிடப்பட்டுள்ளது. இந்த உணர்வினால் ஒற்றுமை எவ்வாறு ஏற்படும் என்பது எனக்கு விளங்கவில்லை. இதன்மூலம் தங்கள் தங்கள் உரிமைகளுக்கான போட்டியும் அதன் அடிப்படையில் வெறுப்புமே தோன்றும் என்ற சந்தேகம் உள்ளது.

வேற்றுமைகளின் வேர் மனதில் உள்ளது. அதில் மாற்றம் ஏற்படுத்துவதே தகுந்த உபாயம். கட்டாயத்தின் மூலம் மனமாற்றம் ஏற்படாது. இந்தக் கருத்துகளெல்லாம் முற்றிலும் சரியானவை. இவற்றின் வழியில் நடந்தால் வெற்றி நிச்சயம்.

மனமாற்றத்துக்கு வேற்றுமைகளை உணர்ந்து வருபவர்களிடம் நமது பாரம்பரியம், வரலாறு ஆகியவற்றை எடுத்துக்கூறும் சமத்துவத்தை வெளிப்படுத்தக்கூடிய, அனைவரிடமும் சமமான அன்பு, ஒத்துழைப்பு ஆகிய நோக்கங்களில் ஈடுபாடு ஏற்படுத்துவது அவசியம்.

அந்த ஈடுபாடும், சமுதாயத்தின் அறிவை ஒருங்கிணைப்ப தாகவும், அப்படிப்பட்ட நடைமுறைக்கு ஏற்ற, தலைமுறை தலைமுறையாக இதயத்தில் பதிந்துள்ள தூய லட்சியத்தைக் காண வைப்பதாக இருந்தால்தான் பயனளிக்கும் எனக் கருதுகிறேன். அதில் அதிக கவனம் செலுத்துவதாலும் வெளிப்படையான நடத்தையை மட்டும் வலியுறுத்துவதை சிலகாலம் தளர்த்துவ தாலும், மனமாற்றம் ஏற்படுவது எளிதாகும். இனி பெரியோர் களாகிய நீங்கள் தக்கது எது எனக் கருதிச் செயல்படவும். *(ஸ்ரீகுருஜி சிந்தனைக் களஞ்சியம், தொகுதி 7, பக்.131-132)*

ஹரிஜனங்கள் மற்றும் இந்துக்கள் என்று பிரித்து சொல்லவும் கூடாது; எழுதவே கூடாது. இங்கிருப்பவர்கள் அத்தனை பேரும் இந்துக்கள்தான் என்கிறது ஆர்எஸ்எஸ் அமைப்பு. இதை மறுபடி மறுபடியும் வலியுறுத்துகிறார் ஸ்ரீகுருஜி :-

ஒரே மக்கள் என்ற உணர்வு, மனப்பூர்வமான அன்பு இவை இல்லாததால் மக்களிடையே இவ்வளவு பரஸ்பர எதிர்ப்பு உணர்வு தோன்றியுள்ளது. நம்முடைய மனதின் அடித்தளத்தில் உள்ள ஒற்றுமையைப் பார்ப்பதை விடுத்து, வெவ்வேறானவர்கள் என்ற விதத்தில் தனிமையைப் பாராட்டி பரஸ்பரம் விலகி நின்று பழகுகிறார்கள். சில ஆண்டுகளுக்கு முன் நடந்த சம்பவம். எனக்கு சிக்ஷக்காக இருந்த ஒருவர் சர்வோதயத்திலும் பணிபுரிந்து வந்தார்.

ஹரிஜனங்கள் குடியிருப்புகளுக்குச் சென்று சேவைப் பணிகளாற்றி வந்தார். அவர் பணியாற்றிய கிராமத்தைப் பற்றி ஒரு சிறு வெளியீடு தயார் செய்திருந்தார். அதன் ஒரு பிரதி என் பார்வைக்கு வந்தது. எல்லா விவரங்களையும் விரிவாக விளக்கியபின் அவர் 'இந்தப் பணியின் விளைவாக ஹரிஜனங்களும், ஹிந்துக்களும் தங்களிடையே நட்பு பாராட்டினார்கள்' என்று எழுதியிருந்தார். நான் அந்த சிக்ஷக்கிடம் 'நீங்கள் எழுதிய கருத்து சமுதாயத்தை இணைப்பதற்கு பதில் துண்டிப்பதற்காக அமைகிறது' என்றேன். இவ்விதம் தனிப்பட்டும், தனிமைப்படுத்துவதுமான போக்கு நன்றாகப் பரவிவிட்டது. (ஸ்ரீகுருஜி சிந்தனைக் களஞ்சியம், தொகுதி 4, பக்.361)

ஏதோ ஒரு காலகட்டத்தில் ஒதுக்கிவைத்தார்கள் என்ற காரணத்துக்காக இப்போதும் அவர்கள் யாரையும் ஒதுக்கிவைக்கக்கூடாது. அது தவறு மட்டுமல்ல நியாயமுமல்ல. அப்படி ஒதுக்கிவைப்பதால் இந்து சமுதாயத்திலிருந்து பிரிந்துபோய் தாங்கள் தனி என்கிற மனநிலை உருவாகிவிடுகிறது. இது இந்நாட்டுக்கு நல்லதல்ல. நாம் இதைத் தடுத்தே ஆக வேண்டும் என்று ஸ்ரீகுருஜி கூறுகிறார் :-

முன்பு நமது நாட்டில் மொத்தம் 18 ஜாதிகள் இருந்தன. ஆனால் தற்சமயம் 18,000 ஜாதிகள் இருக்கலாம். அவற்றுள் ஒன்றுக் கொன்று சம்பந்தம் இல்லை என்று கூறப்படுகின்றது. சிலர் சில ஜாதி மக்களை தொடக்கூடக்கூடாது என்று கூறுவது எனக்கு மிகவும் ஆச்சரியமாக இருக்கிறது.

மேலும் 'அதிகமாகப் பாவம் செய்திருந்தால் அவர்களை ஊருக்கு வெளியே வைத்திருப்பது அவர்களுக்கு கொடுக்கப்பட்ட தண்டனை' என்றும் கூறுகிறார்கள். இந்த நிகழ்ச்சிகளெல்லாம் பல நூற்றாண்டுகளுக்கு முன்பு நடந்தவை. அதற்காக அவர்களது வம்சா வழியினரை இன்று தண்டிப்பது எந்த வகையிலும் நியாயம் இல்லை. அவர்களை தலைமுறை தலைமுறையாக சமுதாயத்தை விட்டு விலக்கி வைத்திருப்பது எனக்கு முற்றிலும் தவறு என்றே தோன்றுகிறது.

சமுகத்துக்கு விரோதமாக ஏதாவது காரியம் செய்தால் அப்படிச் செய்தவனுக்கு தண்டனை கொடுக்கப்படுகிறது. ஆனால் அவன் வாரிசுகளுக்கும் தண்டனை கொடுப்பது எந்த வகையில் நியாயம்? எந்தப் பிரிவினரையும் சமுதாயத்தை விட்டே வெளியேற்றுவதில் மிகப் பெரிய அபாயம் இருக்கிறது. நம்முடைய சமுதாயத்தின் ஒரு பகுதியை இவ்வாறு ஒதுக்கிவைப்பதால் அந்தப் பகுதி,

தாங்கள் வாழ்வதற்காக, இயல்பாகவே ஒரு குழுவாக அமைத்துக் கொள்கிறது. அந்தக் குழு காலப்போக்கில் தனது மாறுபட்ட பழக்க வழக்கத்தால், முழு சமுதாயத்தையும் நிர்மூலமாக்கிவிடும். இப்படி நிர்மூலமாக்கப்பட்ட சமுதாயம் உலகில் நிலைத்து நிற்க முடியாது. அதனால் ஒரு சமுதாயத்தை இப்படி நிர்மூலமாக்கும் தீண்டாமையை நாம் தடுத்துத்தான் ஆகவேண்டும். *(ஸ்ரீகுருஜி சிந்தனைக் களஞ்சியம், தொகுதி 3, பக்.183)*

நீங்கள் எந்த சாதியினராக இருந்தாலும் சரி, எந்த மதத்தினராக இருந்தாலும் சரி, எந்த மொழி பேசுபவராக இருந்தாலும் சரி, எந்த சம்பிரதாயத்தைக் கடைபிடிப்பவராக இருந்தாலும் சரி நீங்கள் இந்து. இதுதான் ஆர்எஸ்எஸ் அமைப்பின் தீர்க்கமான கருத்து. ஸ்ரீகுருஜி கூறுகிறார் :-

'ஹிந்து ராஷ்ட்ரம்' என்ற கற்பனை சரியானது அல்ல என்று இங்கு வெளியாகும் ஒரு செய்தித்தாளில் ஒரு கட்டுரை வெளிவந்தது. எனது நண்பர் அதை எனக்குப் படித்துக் காண்பித்தார். 'ஹிந்து ராஷ்ட்ரம் என்று ஆகிவிட்டால் இங்குள்ள கிறிஸ்தவர், தலித் மக்கள், புத்தர்கள், ஜைனர்கள், சீக்கியர் - இவர்களது நிலை என்ன?' என்று அந்தக் கட்டுரையில் வினா எழுப்பப்பட்டிருந்தது. திட்டமிட்டு, இந்த நாட்டைத் தாழ்வடையச் செய்த அந்நியர்களான கிறிஸ்தவர்களிடம் எத்தனை பாசமும் பரிவும் பார்த்தீர்களா?

தேசத்தை முன்னேற்ற நாங்கள்தான் களத்தில் இறங்கியுள்ளோம் என்று பறைசாற்றிக் கொள்ளும் எழுத்தாளர்கள், 'தீண்டத் தகாதவர்களின் நிலை என்ன?' என்று கேட்கும்போது, அவர்களும் ஹிந்துக்களே என்ற அறிவு அந்த எழுத்தாளர்களுக்கு இல்லையா?

இந்த நாட்டின் ஆன்மாவின் தரிசனம் அந்த எழுத்தாளருக்கு ஏற்படவில்லை என்றுதான் கூறவேண்டும். எந்த அஞ்சாத சீக்கிய வீரர்கள் சத்திரிய தர்மத்தைக் கடைப்பிடித்து, அந்நிய ஆக்கிரமிப்பாளர்களையும் காட்டுவாசிகளான கபாலியிலிகளையும் எல்லைக்கு அப்பால் விரட்டியடித்தனரோ, ரிஷி முனிவர்களின் வேள்விகள் மூலமாக புனிதமான பஞ்சாப் என்ற பூமியை எதிரிகளிடமிருந்து பறித்து அதன் புனிதத்தை நிலைநாட்டினரோ அந்தச் சீக்கியர்கள் சகோதரர்களாகத் தெரியவில்லையா?

வேள்வியில் கால்நடைகளைப் பலிகொடுத்து மிருகத்தனமாய் மாறிக்கொண்டிருந்த ஹிந்து சமுதாயத்தை மீண்டும் சரியான பாதைக்குத் திருப்பிய, யுகபுருஷர்களான ஜைனர்களும்

பௌத்தர்களும் இந்தக் கட்டுரையாளருக்கு ஹிந்துவாகத் தெரியவில்லையா?

இவ்வாறு தன்னைத்தானே மறந்துவிட்ட ஹிந்து சமுதாயம் ஏனோதானோ என்று வாழ்க்கை வாழ்ந்து வருகிறது. இதன் பலனாக, சமுதாயத்தில் ஒற்றுமையுணர்வு ஏற்படவில்லை. மாறாக வேற்றுமையுணர்வை வளர்த்து சமுதாயத்தைப் பிரிக்கும் செயல்தான் பரவிவருகிறது. நோயைக் குணப்படுத்தச் சரியான மருந்து கொடுப்பதற்குப் பதில், நோயை அதிகரிக்கச் செய்யும் மருந்து கொடுக்கப்படுகிறது.

ஹிந்து சமுதாயம் பலசாலியாகவும் சாமர்த்தியசாலியாகவும் ஆவதற்கு, நோயின் மூல காரணத்தை ஆராய்ந்து அறியாமல், 'பிச்சை போடு' என்று கையேந்தி நிற்கின்றனர். நமது சமுதாய வாழ்க்கையைப் புறக்கணிக்காமல், நம்மவர் என்று ஒற்றுமை உணர்வுடன் ஹிந்து சமுதாயத்தைத் தட்டி எழுப்ப, இந்த மூலமந்திரத்தைக் கையிலெடுக்காமல் நோயாளியிடம் புதுப் புது ஆராய்ச்சிகளைச் செய்வதுபோல, சக்தியிழந்து கிடக்கும் ஹிந்து சமுதாயத்தின் மீது புதுப் புது முயற்சிகளைச் செய்து அந்தச் சமுதாயத்தின் நிலையைக் கவலைக்கிடம் ஆக்கி வைத்துள்ளனர்.

அந்நியரை அருகில் அனுமதித்து, நம்மவரை, விரட்டியடிக்கும் தேச துரோகத்தைச் சுய உணர்வற்ற இவர்கள் செய்து வருகின்றனர். இப்படிப்பட்ட விபத்திலிருந்தும்கூட இந்த சமுதாயம் தன்னுடைய தனித்தன்மையை இழக்காமல் ஜீவித்து வருகிறது. *(ஸ்ரீகுருஜி சிந்தனைக் களஞ்சியம், தொகுதி 3, பக்.31-32)*

இந்துக்கள் - பட்டியல் சமூக மக்கள் என்று பிரித்து எழுதுவதன் மூலம் மக்களிடையே பிரிவினையை பிரிட்டிஷ்காரர்கள் முதல் பலர் செய்து வந்தனர். இதன் காரணமாக சமுதாயத்தில் பிரிவினை அதிகமானது. இதை கடுமையாக எதிர்க்கிறது ஆர்எஸ்எஸ். ஸ்ரீகுருஜி கூறுகிறார் :-

இன்று நாட்டைத் துண்டாடும் சக்திகள் முனைப்புடன் செயல்படுகின்றன. மேலும் வெளிநாட்டு சக்திகள் அவற்றின் மூலம் பயன்பெறத் தயாராய் உள்ளன. அஸாமில் நடைபெற்ற மொழிச் சண்டைகளுக்குப் பின்னால் வெளிநாட்டு சக்திகளின் பங்கு உள்ளது.

ஹரிஜனங்களுக்கு இழைக்கப்படும் கொடுமைகளைத் திடுக்கிடச் செய்யும் செய்திகளாகப் பிரசுரிக்கும் செய்தித்தாள்களின் பின்னணியிலும் அந்நிய நாட்டு செய்தி ஏஜென்சிகளின் பங்கு

உள்ளது. ஹிந்து சமுதாயத்தைப் பிளவுபடுத்தினால் தான் இங்கு தங்களது ஆதிக்கத்தைச் செலுத்த முடியும் என்று இவர்களுக்கு நன்றாகத் தெரியும். ஹிந்து முஸ்லீம் சண்டைப் பற்றிய செய்திகளைத் தெரிவிக்கும்பொழுது மதங்களின் பெயர்களைக் குறிப்பிடத் தடை உள்ளது.

ஆனால் பிராம்மணர்களுக்கும், பிராம்மணர் அல்லாதவர் களுக்கும், அல்லது பிற சாதியினருக்கும் ஹரிஜனங்களுக்கும் சண்டை என்பன போன்ற திடுக்கிடும் செய்திகள் கொடுக்கப்படு கின்றன. இப்படி வெளிநாட்டுச் சக்திகள் பத்திரிகைகள் மூலம் இப்படிப்பட்ட திடுக்கிடும் செய்திகளைப் பரப்பி, நம் சமுதாயத்தின் ஒற்றுமையைக் குலைக்கும் வகையில் சூழ்ச்சி செய்துகொண்டிருக்கின்றவோ என்ற சந்தேகம் எனக்கு உண்டு. பாரதத்தில் உள்ள வெளிநாட்டு சக்திகளின் தாக்கம் காரணமாகத் தான் இதுநாள்வரை இதைத் தடுக்க முயலவில்லை போலும்.

இப்படிப்பட்ட கஷ்டங்கள் நிறைந்த சூழ்நிலையில் சமுதாயத்தின் ஒருமைப்பாட்டுக்கும் தேசிய விழிப்புணர்வுக்கும் செய்ய வேண்டிய பணிகளை முழுமையாகச் செய்வதில் நாம் வெற்றி பெறவில்லை. எந்த அளவுக்கு நாம் அதை முழுமை பெறச் செய்து அனைவரது கண்முன்னாலும் திடமான உதாரண வடிவத்தைக் காட்டுகிறோமோ அந்த அளவிலேயே இந்த வெளிநயாட்டினரின் தலையீடு விலகி, நாட்டில் ஒற்றுமையுடன் ஒருவருக்கு ஒருவர் பரஸ்பரம் அன்பு காட்டும் சூழ்நிலையைப் பார்க்க முடியும்.

நம்முடைய இந்தக் கடமையை அறிந்துகொண்டு, பொறுப்பை உணர்ந்து கொண்டு நம்முடைய பணி பற்றி எல்லாவிதத்திலும் சிந்திக்க வேண்டும். பணியைப் பரவச் செய்வதற்காக, நமது கார்யகர்த்தர்கள் நாலாபக்கமும், உள்ள பணிகளில் முனைப்புடன் ஈடுபட வேண்டும். நாடு முழுவதிலும் இருந்து பிரதிநிதிகள் இங்கு வந்துள்ளனர். அவர்கள் இந்தக் கண்ணோட்டத்துடன் தங்கள் தங்கள் பகுதியில் முழுமையாக முயற்சிசெய்வார்கள். *(ஸ்ரீகுருஜி சிந்தனைக் களஞ்சியம், தொகுதி 3, பக்.116-117)*

நாம் அனைவரும் சமுதாயத்தின் ஒரே அங்கங்கள்தான். இதில் வேறுபாடு இல்லை. நாம் அனைவரும் இந்துக்கள். இதை விளக்கி *11-3-1954*ல் சமுதாய அமைப்பு எப்படி இருக்க வேண்டும் என்று ஸ்ரீகுருஜி கூறுகிறார் :-

நம்மிடம் பல சிறப்புகள் இருந்தும்கூட, நம்மிடம் மிக உன்னதமான நிலைமை இருந்தும்கூட, நாம் நம்முடைய சுய

அபிமானத்தைத் தொலைத்துவிட்டு நிற்கிறோம். பரஸ்பரம் ஒருவருக்கிடையிலான விஷம் போன்ற வெறுப்பு, தீண்டாமை ஆகியவற்றின் பெருக்கம் இயற்கைக்கு மாறான நிலையில் வந்துவிட்டதால் நம்முடைய நன்கு அமைந்ததும் சாமர்த்திய மானதுமான வாழ்க்கை நஷ்டமாகிவிட்டது....

....மனிதனை அதன் உண்மையான பொருளில் மனிதனாக வைத்திருப்பதற்கு நமது முன்னோர்கள் என்ன அமைப்பு செய்து கொடுத்தார்களோ, அந்த அமைப்பை மீண்டும் புனர் நிர்மாணம் செய்து அதை என்றும் அழியாத சிரஞ்சீவி அமைப்பாக மாற்ற வேண்டும். நாம் சுய அபிமானம் என்னும் உறுதியான அடித்தளத்தில் நின்றுகொண்டு, நம் எல்லோருடைய ஜீவனுக்கும் ஹிந்து எழுச்சி என்கிற ஒரு சூத்திரக் கயிறுதான் நமக்கு உத்வேகம் தரக்கூடியது என்பதையும், நாம் எல்லோரும் நன்கு பிணைக்கப்பட்ட ஒரு சக்தியாக எழுந்து நிற்கவேண்டும் என்பதையும் நன்கு உணர வேண்டும். அப்போதுதான் இது சாத்தியமாகும்.

ஒருவருக்கொருவர் தருகின்ற பரஸ்பர உதவி, அன்பு, கவர்ச்சி மற்றும் ஒருவருக்கொருவர் பகிர்ந்து கொள்கின்ற சுக துக்க உணர்வுகள் இவையெல்லாம் நம் ஒவ்வொருவருடைய உள்மனத்துள் சதாசர்வகாலமும் விழித்துக் கொண்டிருக்க வேண்டும். விழிப்பூட்டுவதாகவும் இருக்கவேண்டும். அந்த இன்ப உணர்வு மனித இனம் முழுமைக்கும் வேண்டும். அதைக்கொண்டு நமது சமுதாய நிலைமையை நிர்மாணம் செய்வதுதான் நமது அவசியமான தவிர்க்க முடியாத ஒரு கடமையாகும். இதுதான் எழுச்சியின் வடிவமாக இருக்க முடியும் என்ற திடமான உணர்வு அனைவருடைய உள்மனத்திலும் எழுச்சியடையவேண்டும்.

எல்லோருக்கும் ஒரே ராஷ்ட்ர ஜீவன்தான். நாமனைவரும் ஒரே உணர்வுபூர்வமான சமுதாய புருஷனின் அங்கங்கள்தான் என்ற உணர்வு ஏற்பட வேண்டும். பரஸ்பரம் உதவுகின்ற அன்புமயமான வாழ்க்கைதான் நம் அனைவரிடமும் இருக்கின்ற ஒரே சக்தி. நமது சமுதாய வாழ்வுதான் சிறந்தது என்ற உணர்வும், சுய அபிமானத்துடன் சொல்கின்ற நம்பிக்கையும், துணிவும், சாமர்த்தியமும் நம்மிடம் இருக்க வேண்டும். இந்த உணர்வுகளை ஒருங்கிணைத்து மனித சமுதாயம் முழுவதும் இதை ஏற்றுக் கொள்ளும் அளவுக்கு அவர்களைத் தயார் செய்ய வேண்டும். இந்த எண்ண சூத்திரக் கயிறுகள் நமது நிரந்தரமான எண்ணங்களாக

இருக்க வேண்டும் என்பதை நாம் புரிந்துகொள்ள வேண்டும். அப்போது, நமது சங்க காரியங்களில் ஆங்காங்கு சந்தேகங்கள் ஏற்பட அவசியமே இருக்காது. *(ஸ்ரீகுருஜி சிந்தனைக் களஞ்சியம், தொகுதி 2, பக்.154-155)*

பாஜகவும் பட்டியல் சமூகத்தவர்களும்

பட்டியல் சமூக மக்கள் சமூகத்தில் சமத்துவத்தைப் பெறுவதற்கும், கல்வி, பொருளாதாரத்தில் முன்னேறுவதற்கும் ஆர்எஸ்எஸ் பரிவார் அமைப்பான பாரதிய ஜனதா கட்சி பெரும் முயற்சி எடுத்து வெற்றி பெற்றிருக்கிறது.

அரசியல் அதிகாரம்

பட்டியல் சமூக மக்களுக்கான அரசியல் அதிகாரத்தை இதுவரை வேறு எந்தக் கட்சியும் கொடுத்ததில்லை. 2014 நாடாளுமன்றத் தேர்தலில் எஸ்சி தனித்தொகுதி 84ல் 40ல் பாஜக வெற்றி பெற்றது. 2019 தேர்தலில் எஸ்சி தனித்தொகுதி 84ல் 46ல் வெற்றிபெற்று பட்டியல் சமூக மக்களின் ஆதரவான கட்சி பாஜக என்பதை நிரூபித்தது. திரு.வாஜ்பாய் ஆண்டபோதும் தற்போது பிரதமர் நரேந்திரமோதி ஆள்கிறபோதும் பட்டியல் சமூகம் மற்றும் பழங்குடியின சமூகத்தைச் சேர்ந்தவர்கள் 9 பேர் அமைச்சர்களாக அமர்ந்திருக்கின்றனர். இது இந்திய வரலாற்றில் இதுவே மிகப் பெரிய சாதனை. காங்கிரஸ் ஆண்டபோதுகூட இவ்வளவு எஸ்சி.எஸ்டி அமைச்சர்கள் பிரதிநிதித்துவம் இல்லை.

எஸ்.சி. சமூகத்தைச் சார்ந்தவர்கள் 6 பேர்: 1.தாவர்சந்த் கெலாட், 2.அர்ஜுன்ராம் மேக்வால், 3.மறைந்த திரு ராம்விலாஸ் பஸ்வான், 4.ராம்தாஸ் அத்வாலே, 5.சோம் பிரகாஷ், 6.ரத்தன்லால் கட்டாரியா

அதேபோல் பழங்குடி சமுதாயத்தவர்கள் 3 பேர்: 1.அர்ஜுன் முண்டா, 2.ஃபக்கான் சிங் குலஸ்டே, 3.ரேணுகா சிங் சருடா

கவர்னராக பட்டியல் சமூகத்தவர்களை பாஜக அரசு நியமித்திருக்கிறது. சூரஜ்பான் அவர்கள் உத்திரபிரதேசம், இமாச்சல் பிரதேசம், பீகார் ஆகியவற்றுக்கு கவர்னராக நியமிக்கப்பட்டார். அதுபோலவே திரு.ராம்நாத் கோவிந்த் அவர்களும் பீகார் மாநிலத்துக்கு பாஜகவால் கவர்னராக நியமிக்கப்பட்டார். இவர் ஏற்கனவே திரு.வாஜ்பாய் மந்திரி சபையில் விவசாயத்துறை அமைச்சராக இருந்தார். பின்பு துணை சபாநாயகராகவும் வலம் வந்தார்.

இந்திய ஜனாதிபதியாக திரு.ராம்நாத் கோவிந்த் அவர்களைத் தேர்ந்தெடுத்து அழகுபார்த்தது பாஜக.

கட்சி தலைவர் பொறுப்பில்கூட இதுவரை தேசிய தலைவராக ஒரு எஸ்சி வந்ததில்லை. காங்கிரஸ், கம்யூனிஸ்ட் போன்ற கட்சிகள் தேசியத் தலைவராக இதுவரை பட்டியல் சமூகத்தைச் சார்ந்த யாரையும் நியமிக்கவில்லை. ஆனால், பாரதிய ஜனதா கட்சியில் தேசியத் தலைவராக திரு.பங்காரு லட்சுமணன் (பட்டியல் சமூகத்தவர்) 2000-2001வரை தேசியத் தலைவராக இருந்திருக்கிறார்.

கல்வி

- பாரதப் பிரதமர் நரேந்திர மோதியின் தலைமையிலான பாஜக மத்திய அரசாங்கம் தற்போது முதன்முறையாக தலித் ஆய்வு மாணவர்களின் கல்வி உதவித்தொகையை உயர்த்தி இருக்கிறது. மாதம் தோறும் 16,000 ரூபாயிலிருந்து 25,000 ரூபாயாக இரண்டு வருடமும், 18,000 ரூபாயிலிருந்து 28,000 ரூபாயாக மீதமுள்ள மூன்று வருடமும் உயர்த்தி இருக்கிறது.
- தலித், பழங்குடி, பிற்படுத்தப்பட்ட பிரிவைச் சேர்ந்த மாணவர்கள் அரசுத் துறைகளில் வேலைவாய்ப்பைப் பெற பல்வேறு வகையான போட்டித் தேர்வுகளை எழுத வேண்டியுள்ளது. அவர்கள் கட்டணம் கொடுத்துப் பயிற்சி பெற வேண்டியுள்ளது. இனி பயிற்சிக் காலத்தில் ஆகும் மொத்த செலவையும் பாஜகவின் மத்திய அரசே ஏற்கிறது. இதற்கான திருத்தம் ஒன்றை சமூகநீதி மற்றும் அதிகாரமளித்தல்துறை அமைச்சகம் நிறைவேற்றியுள்ளது.
- தலித், பழங்குடி, மற்றும் இதர பிற்படுத்தப்பட்டோர் பிரிவைச் சேர்ந்தவர்கள் முதுகலை பட்டப்படிப்பில் 50 சதவீத மதிப்பெண் பெற்றாலே என்.இ.டி (NET) எனப்படும் தேசிய திறனறி தேர்வில் பங்கேற்க முடியும் என்று பாஜகவின் மத்திய அரசு புதிய அறிவிப்பாணையை வெளியிட்டுள்ளது. இதனால் கிராமத்தில் உள்ள தலித் மற்றும் பழங்குடி மாணவர்கள் பெரும் அளவில் பங்கேற்கக்கூடிய சூழ்நிலையை பாஜக அரசு ஏற்படுத்தியுள்ளது.
- ஐஐடியில் படிக்கும் மாணவர்களின் ஆண்டுக் கல்விக்கட்டணம் 2 லட்சம் ரூபாயாக அண்மையில் உயர்த்தப்பட்டது. இதனால் தலித், பழங்குடி மாணவர்கள் ஐஐடியில் சேர முடியாமலும் படிக்க முடியாமலும் தவித்தனர். இதனைக் கருத்தில் கொண்ட பாஜகவின் மத்திய அரசு இனி ஐஐடியில் படிக்கும் பட்டியல் சமூகம், பழங்குடி, மாற்றுத்திறனாளி மாணவர்களுக்கு கல்விக்

கட்டணம் செலுத்துவதிலிருந்து முழுவிலக்கு அளித்துள்ளது. அதாவது அவர்களுக்குரிய கட்டணத்தை பாஜகவின் மத்திய அரசே செலுத்தும்.

- அண்ணல் அம்பேத்கரின் 125வது பிறந்தநாளை முன்னிட்டு அண்ணல் அம்பேத்கர் படித்த இடமான லண்டன் மற்றும் அமெரிக்கா பல்கலைக்கழகத்துக்கு 100 பேர் கொண்ட தலித் ஆராய்ச்சி மாணவர்கள் குழுவை கல்வி சுற்றுலாவாக அனுப்பி வைத்தது பாஜகவின் மத்திய அரசு.
- பல்கலை மற்றும் கல்லூரிகளில் இன வேறுபாடு, மாணவர்கள் சேர்க்கையில் பாகுபாடு, விடுதியில் பாரபட்சம் போன்ற பிரச்னைகளைப் போக்கவும், தலித், பிற்படுத்தப்பட்டோர், பெண்கள், மாற்றுத்திறனாளி மாணவர்களின் குறைகளைத் தீர்க்கவும் சம உரிமை மையத்தைக் கண்டிப்பாகத் துவங்க வேண்டும் என்று உத்தரவிட்டுள்ளது.

பொருளாதாரம்

ஆரம்பத்திலிருந்தே பாரதிய ஜனதா கட்சி பட்டியல் சமூகம் மற்றும் பழங்குடி மக்களுக்களின் உயர்வுக்காகவே குரல் கொடுத்து வந்துள்ளது. 1991 பிப்ரவரி 1,2,3ம் தேதிகளில் ஜெய்பூரில் அகிலபாரத மாநாடு நடைபெற்றது. அப்போது தேசியத் தலைவராக தேர்ந்தெடுக்கப்பட்ட திரு.முரளி மனோகர் ஜோஷி அவர்கள் அம்மாநாட்டில் ஆற்றியத் தலைமையுரையில், பட்டியல் சமூக மக்களின் உள்ளங்களில் ஏற்படுகின்ற எண்ணங்களைப் பிரதிபலித் திருக்கிறார் என்றுதான் சொல்ல வேண்டும்.

திரு.முரளிமனோகர் ஜோஷி பேசியதாவது : சுதந்திரம் பெற்று 43 ஆண்டுகள் ஆன பின்பும் இந்த சகோதரர்கள் தாழ்த்தப்படுவது குறையவில்லை. ஹைதராபாத், அலிகர், ஆக்ரா, ஜெய்பூர் ஆகிய ஊர்களில் நடைபெற்ற சமீபத்திய வகுப்பு கலவரங்களில் அதிகம் பாதிக்கப்பட்டது தாழ்த்தப்பட்ட மக்கள்தான். ஷெட்யூல்டு ஜாதியினர், மரபினரது உரிமைகளுக்கான போராட்டத்திலும், ஜாதியில் உயர்வு தாழ்வு, தீண்டாமை ஆகியவை வேரோடு களையவும் முன்னணியில் நின்று போரிடுமாறு பாரதிய ஜனதா கட்சியின் தொண்டர்களை நான் வேண்டுகிறேன். இந்த மக்களை வறுமைக்கோட்டின் எல்லையிலிருந்து உயர்த்த இதுவரை எடுக்கப்பட்ட நடவடிக்கைகள் மிகக் குறைவு. அவை அரைமனதுடன் செய்யப்பட்டவையே. எனவே, உடனடியாகக் கீழ்க்கண்ட நடவடிக்கைகள் எடுக்கப்பட வேண்டும்.

1. ஷெட்யூல்டு ஜாதியினர் மற்றும் மரபினர் முன்னேற்றத்துக்காகவே குறைந்தபட்சம் 2000 கோடி ரூபாய் மூலதனத்துடன் ஒரு நிதி நிறுவனம் NABORD (நபார்டு) போலவே அமைக்கப்பட வேண்டும்.
2. விசேஷ ஒருங்கிணைந்த திட்டம் எட்டாவது ஐந்தாண்டு திட்டத்தில் நிறைவு பெற வேண்டும்.
3. ஏழைகள் குறிப்பாக ஷெட்யூல்டு ஜாதி மற்றும் மரபினர் பொருளாதார சுயசார்பு பெறும் வகையில் எட்டாவது ஐந்தாண்டு திட்டம் டாக்டர் அம்பேத்கருக்கு அர்ப்பணிக்கப்பட வேண்டும்.
4. உடல் தகுதியும் கல்வித்தகுதியும் உள்ள ஷெட்யூல்டு ஜாதியினர் ராணுவத்தில் சேர அதிக வாய்ப்புகள் ஏற்படுத்தப்பட வேண்டும்.
5. மகரிஷி வால்மீகி மற்றும் சந்த் ரவிதாஸ் ஆகியோரது பிறந்த நாட்கள் தேசிய விடுமுறையாக அறிவிக்கப்பட வேண்டும்.
6. ஷெட்யூல்டு ஜாதி மற்றும் மரபின் பெண்கள் கல்வி கற்க ஊக்கம் தருதல் வேண்டும்.
7. 1980 வனப்பாதுகாப்பு சட்டம் திருத்தப்பட வேண்டும். ஒரு புதுகொள்கை உருவாகவேண்டும். அரசு நிர்வாகத்துக்கும் காட்டிலே வாழும் மக்களுக்கும் பங்கு தேவை. முன்னேற்றத் திட்டங்கள் காரணம் காட்டி காட்டிலே வாழ்ந்து வரும் மக்களை அப்புறப்படுத்தும்போது அவர்களுக்கு வேறொரு வனப்பகுதி மாற்று ஏற்பாடு செய்யப்படல் வேண்டும்.
8. வன கிராமங்கள் எல்லாம் ரெவின்யூ கிராமங்களாகட்டும். காட்டு விளைபொருட்கள் தான் அந்த மக்களது ஜீவாதார அடிப்படை. எனவே அது பாதிக்கப்படக்கூடாது.
9. ஷெட்யூல்டு பிரிவினரது நன்மை குறித்து ஒரு தனித்திட்டம் தேவை.
10. தலையில் மலம் சுமந்து செல்வது தடை செய்யப்பட வேண்டும். *(நூல் : பாரதிய ஜனதா என்ன சொல்கிறது?)*

இந்த தீர்மானங்கள் 1991லேயே இயற்றப்பட்டதாகும். இதில் கவனிக்கப்பட வேண்டிய விஷயம் எட்டாவது ஐந்தாண்டு திட்டம் டாக்டர் அம்பேத்கருக்கு அர்ப்பணிக்கப்பட வேண்டும் என்று அண்ணல் அம்பேத்கருக்கு உயரிய மதிப்பளித்துள்ளது. அதுமட்டுமல்லாமல் முத்ரா வங்கிக்கான விதை (1வது தீர்மானத்தைப் பாருங்கள்) அப்போதுதான் போடப்பட்டது. மேலும் சிலவற்றைப் பார்ப்போம்.

- எஸ்சி, எஸ்டி மக்கள் பொருளாதார ரீதியாக முன்னேற வேண்டும் என்ற நோக்கத்துடன் பாஜக அரசாங்கம் தொழில் தொடங்க விரும்பும் எஸ்சி, எஸ்டி மக்களுக்கு ஒவ்வொரு வங்கி கிளையும் ரூ.1கோடிவரை கடனை பிணையம் இல்லாமல் வழங்க வேண்டும் என்று ஸ்டேண்ட் அப் இந்தியா திட்டத்தின் கீழ் 5-4-2016 அன்று தொடங்கி வைத்தார் பாரதப் பிரதமர் நரேந்திர மோதி அவர்கள்.

- பஞ்சாப் மாநிலம் லூதியானாவில் 18-10-2016 அன்று பிரதமர் மோதி அவர்கள் தலித் மற்றும் பழங்குடி மக்களை தொழில் முனைவர்களாகவும், பிறருக்கு வேலை வாய்ப்புகளை அளிக்கும் முதலாளிகளாக உருவாக்குவதற்காகவும் 'தொழில் வளர்ச்சி மைய'த்தை (National SC/ST Hub) தொடங்கி வைத்தார். இதன்மூலம் அவர்களுக்கு திறன் மேம்பாட்டுப் பயிற்சி அளிக்கப்படும். தொழில் தொடங்க தேவையான கடனுதவி, மற்றும் உரிய வழிகாட்டுதல்களும் வழங்கப்படும்.

- 2016-2017 ரயில்வே பட்ஜெட்டில் முதன்முறையாக பட்டியல் சமூகம் மற்றும் பழங்குடி மக்களுக்கு சுயதொழில் வேலைவாய்ப்பு உருவாக்கப்பட்டது. ரயில்வே நிறுத்தங்களில் உள்ள ஸ்டால்கள் ஒப்பந்தத்தில் இட ஒதுக்கீட்டை அமல்படுத்தப்படுதல், ரயில்வே டிராக் பக்கவாட்டில் தோட்டக்கலை மற்றும் மரம் நடுவதில் தலித் மக்களுக்கு வேலைவாய்ப்பை உருவாக்குதல், காதி மற்றும் கிராம தொழில் நிறுவனங்களில் பங்குதாரர்களாக தலித் தொழில் முனைவோர்களை ஈடுபடுத்துதல், ரயில்வே ஸ்டேஷன் சுவரோவியங்கள் மூலம் பழங்குடியினரின் கலையை ஊக்கு வித்தல் ஆகியவை கொண்டுவரப்பட்டன.

- சிறு, குறு தொழில் செய்யும் பட்டியல் சமூகம், பழங்குடி, பிற்படுத்தப்பட்ட மக்கள் வங்கியில் கடன் கிடைக்காமல் வாழ்க்கையில் முன்னேற முடிவதில்லை. இதைக் கருத்தில் கொண்டு மூன்று விதமான முத்ரா கடன்களை அறிவித்துள்ளது பாஜக.

  சிசு கடன் ரூ.50ஆயிரம் வரை

  கிஷோர் கடன் ரூ.50ஆயிரத்திலிருந்து 5லட்சம்வரை

  தருண் கடன் ரூ.5லட்சத்திலிருந்து ரூ.10லட்சம்வரை

- தேசிய தலித் நிதி மேம்பாட்டு நிறுவனம் (National Scheduled Castes Finance and Development Corporation) தலித் மக்களின் தொழில் வளர்ச்சியை முன்னேற்றுவதற்காக ஆரம்பிக்கப்பட்டதாகும். 2016 ஜனவரியில் பாரதப் பிரதமர் மோதி அவர்கள் இந்நிறுவனத்தின்

முதலீட்டை ரூ.1000 கோடியிலிருந்து ரூ.1200 கோடியாக உயர்த்தினார்.

சமூகம்

திரு.வாஜ்பாய் ஆட்சியில்தான் பட்டியல் சாதியினருக்கான தேசிய ஆணையத்தின் விதிகள் பிப்ரவரி 20, 2004 அன்று சமூக நீதி மேம்பாட்டு அமைச்சகத்தால் அறிவிக்கப்பட்டன. தேசிய எஸ்சி ஆணையத்தின் முதல் தலைவர் திரு.சூரஜ்பான் அவர்கள்தான். தற்போது பாரதப் பிரதமர் நரேந்திரமோதி அவர்கள் ஆட்சி பொறுப்பேற்ற பின், ஆணையத்தின் தலைவர் மற்றும் துணைத் தலைவர் ஆகியோருக்கு மத்திய அமைச்சருக்கான அந்தஸ்து கொடுத்து அவர்களுடைய பலத்தைக் கூட்டினார். இந்த ஆணையத்தின் மூலம் பட்டியல் சமூக மக்களுக்கு ஏற்படுகின்ற துன்பங்கள் களையப்பட்டு வருகின்றன.

- துப்புரவு தொழிலாளர்களுக்குக் குறைந்தபட்ச ஊதியமாக மாதம் ரூ.20 ஆயிரம் வழங்கப்பட வேண்டும். தலித் சமுகத்தின் ஒரு பிரிவான வால்மீகி இனத்தவரை மட்டும் கழிவுகள் சுத்திகரிப்புப் பணிக்கு பயன்படுத்தும் போக்கும் அதிகமாகக் காணப்படுவது துரதிருஷ்டமானது. வால்மீகி சமூகத்தினரை இது போன்ற பணிகளுக்கு பயன்படுத்தும் போக்கை உடனடியாக சம்பந்தப்பட்ட அமைப்புகள் கைவிடவேண்டும் என்று மாநிலங்கள் அவையில் 9-3-2016ல் பாஜக எம்.பி. தருண் விஜய் கோரிக்கை வைத்தார்.

- பட்டியல் சமூகம் மற்றும் பழங்குடி மக்களைப் பாதுகாக்கும் எஸ்சி, எஸ்டி வன்கொடுமை தடுப்புச் சட்ட திருத்த மசோதா காங்கிரஸால் கடந்த 10 ஆண்டுகளாக கிடப்பில் போடப் பட்டிருந்தது. பாரதப் பிரதமர் நரேந்திரமோதி, தலித் மக்களை வன்கொடுமையிலிருந்து பாதுகாக்கும் எண்ணத்துடன் கடுமையான, புதிய சட்ட திருத்தத்துடன் மசோதாவை உடனடியாகக் கொண்டுவந்து நிறைவேற்றினார். வன்கொடுமை களை விசாரிப்பதற்கு சிறப்பு நீதிமன்றங்களை அமைக்கவும் இந்த மசோதா வழிவகை செய்கிறது.

- ஜனவரி 26, 2016-ல் அமலுக்கு வந்த எஸ்சி, எஸ்டி வன்கொடுமை தடுப்பு மசோதாவை இந்திய மாநிலங்கள் கடுமையாகக் கடைபிடிக்க 17-2-2016 மற்றும் 3-6-2016 நாட்களில் சமூகநீதித்துறை செயலாளர்களின் கூட்டம் முதன்முறையாக நடைபெற்றது. இதுபோன்ற கூட்டங்கள் காங்கிரஸ் ஆட்சிக் காலங்களில் நடைபெற்றதில்லை. பாஜக ஆட்சியிலேயே முதன்முறையாக

எஸ்சி, எஸ்டி மக்களைப் பாதுகாக்க இதுபோன்ற கூட்டங்கள் நடைபெறுகின்றன.

- கலப்பு மணமே சாதியை ஒழிக்கும் என்கிற அண்ணல் அம்பேத்கரின் கருத்தைச் செயல்படுத்தும் விதமாக கலப்புத் திருமணத்தை ஊக்குவிக்கும் செயலாக கலப்புத் திருமணம் செய்துகொள்ளும் தம்பதிகளுக்கு ரூபாய் 2.5 லட்சம் (இரண்டரை லட்சம்) அளிக்கிறது மத்திய பாஜக அரசு.

•

- 8 -

வனவாசியினர் பற்றி ஆர்எஸ்எஸ்

இந்தியாவில் கிட்டத்தட்ட 550 பழங்குடி (வனவாசி) சமுதாயங்கள் இருக்கின்றன. 2011 மக்கள்தொகைக் கணக்கெடுப்பின்படி, இந்தியாவில் 10, 42, 81, 034 பேர். அதாவது மக்கள் தொகையில் 8.6 சதவீதம்பேர் இந்தியாவில் வசிக்கின்றனர்.

மலைகளிலும் வனங்களிலும் வசிக்கும் இவர்கள் படும் துன்பத்துக்கு அளவேயில்லை. இன்றும் விழிப்புணர்வு பெறாத சமூகமாகவே இருக்கின்றனர். சமூகத்தில், கல்வியில், பொருளாதாரத்தில், அரசாங்க வேலையில் என்று எதிலுமே பங்குகொள்ள முடியாத அளவுக்குத்தான் இன்றும் வறுமையில் வாழ்ந்து கொண்டிருக்கின்றனர்.

சுதந்திரத்துக்கு முன்னும் சரி, பின்னும் சரி இவர்களின் நலனுக்காக யாரும் முன்வரவில்லை. ஒரு சில தனிமனிதர்களைத் தவிர. இவர்களுக்காக சமூகநீதி பேசுகின்ற அமைப்புகள், கட்சிகள் இவர்களை பகடைக்காயாக உருவாக்கி தாங்களே வளர்ந்து கொண்டிருந்தார்கள், இப்போதும் வளர்ந்து கொண்டிருக்கிறார்கள். இன்னும் சிலர் இவர்களுக்காகப் போராடுகிறோம் என்று கூறிப் பழங்குடி மக்களை வன்முறை மூலம் அடக்கி ஒடுக்கி வருகின்றனர். மேலும் அவர்களில் பலரை வன்முறையாளர்களாக உருமாற்றி இருக்கிறார்கள்.

தமிழ்நாட்டில் திராவிடர் கழகம் உள்ளிட்ட திராவிட இயக்கங்கள் ஒருபோதும் வனவாசி மக்களைப் பற்றி கவலைப்பட்டது கிடையாது.

அவர்களின் சமூக வாழ்க்கை முன்னேற்றத்துக்காக, பொருளாதார முன்னேற்றத்துக்காக எந்த ஒரு செயலையும் அவர்கள் செய்ததில்லை.

மலைவாழ் மக்களின் துன்ப துயரத்தைத் தீர்ப்பதற்கு இந்துக்கள் எவ்வித முயற்சியும் எடுக்கவில்லை என்று 1936-லேயே தொடர்ந்து வலியுறுத்தி வந்தவர் அண்ணல் அம்பேத்கர் அவர்கள்.

அண்ணல் அம்பேத்கர் கூறுகிறார் :-

> விலக்கப்பட்ட பிரதேசங்கள் எவை, ஓரளவு இணைக்கப்பட்ட பிரதேசங்கள் எவை என்பது பற்றி அண்மையில் நடந்த விவாதம் இந்தியாவிலுள்ள மலைவாழ் பழங்குடி மக்களின் நிலையைப் பற்றிக் கவனம் செலுத்தத் தூண்டியுள்ளது. இவர்களின் எண்ணிக்கை குறைந்தது ஒரு கோடியே முப்பது லட்சமாவது இருக்கலாம். புதிய அரசியலமைப்பில் அவர்களைச் சேர்க்காமல் விலக்கி வைத்திருப்பது முறையா இல்லையா என்ற கேள்வி ஒருபுறம் இருந்தாலும் இந்த நாட்டின் நாகரிகம் ஆயிரக்கணக்கான ஆண்டுகள் தொன்மையுடையது என்று பெருமையடித்துக் கொள்ளும் அதே நேரத்தில் இங்குள்ள பழங்குடி மக்கள் தம் தொடக்கக் காலத்திலிருந்தது போன்ற நாகரிகமற்ற நிலையில் மூழ்கிக் கிடக்கிறார்கள் என்பதுதான் உண்மைநிலை.
>
> அவர்கள் நாகரிகமற்றவர்களாக இருப்பது மட்டுமல்லாது அவர்களில் பலர் மேற்கொண்டுள்ள தொழில் காரணமாகக் குற்றப்பரம்பரையினர் என்றும் வகைப்படுத்தப்பட்டுள்ளனர். இவ்வளவு நாகரிக வளர்ச்சிக்கு இடையில் 1.30 கோடி மக்கள் நாகரிகமற்றவர்களாகவும் குற்றப் பரம்பரையினராகவும் வாழ்க்கை நடத்த வேண்டிய அவலம் உள்ளது என்பதற்காக இந்துக்கள் எவரும் எப்போதும் வெட்கித் தலைகுனிந்ததில்லை. என்னுடைய கருத்தில் இது வேறு எங்கும் காண முடியாத விநோத நிகழ்ச்சி என்பேன். இந்த வெட்கக்கேடான நிலைக்குக் காரணமென்ன?
>
> இந்தப் பழங்குடி மக்களை நாகரிகமுள்ளவர்களாக ஆக்கவும் கண்ணியமான வாழ்க்கையை மேற்கொள்ளவும் அவர்களை வழிநடத்திச் செல்வதற்கு எந்த ஒரு முயற்சியும் மேற்கொள்ளப் படாதது ஏன்? பழங்குடியினர் பிறவியிலேயே மூடர்களாக அமைந்துவிட்டதுதான் அவர்களின் நாகரிகமற்ற நிலைக்குக் காரணம் என்று கூற இந்துக்கள் முற்படலாம். இந்தப் பழங்குடி மக்களை நாகரிகமுள்ளவர்களாக ஆக்கவும், மருத்துவ உதவிகள்

செய்யவும், சீர்திருத்தவும் நல்ல குடிமக்களாக ஆக்கவும் இந்துக்கள் எவ்வித முயற்சியும் மேற்கொள்ளாததுதான் அவர்கள் நாகரிகமற்றவர்களாக நீடிக்கக் காரணம் என்பேன். இதை ஏற்றுக்கொள்ள இந்துக்கள் மறுக்கலாம். (டாக்டர் பாபா சாஹேப் அம்பேத்கர் : பேச்சும் எழுத்தும், தொகுதி 1, பக்.76)

பழங்குடி மக்களை முன்னேற்றுவதற்கு இந்துக்கள் யாரும் முன்வர வில்லை என்பதுதான் அண்ணல் அம்பேத்கரின் முக்கியக் குற்றச்சாட்டு. பழங்குடி மக்களுக்கு அண்ணல் அம்பேத்கர் இட ஒதுக்கீட்டைக் கொண்டு வந்து வாழ்க்கைப் பாதையில் ஒளியேற்றினார்.

அண்ணல் அம்பேத்கர் வைத்த குற்றச்சாட்டு உண்மையானது. அதுபோலவே ஸ்ரீகுருஜி கோல்வால்கரும் பாரத சமூகத்தைக் கடுமையான வார்த்தைகளால் கண்டித்தார். ஒரு வேதாந்திகூட மனிதர்களை வேறுபடுத்தி பார்க்கும் அளவுக்குதான் இங்கு நிலைமை இருக்கிறது என்பதை பட்டவர்த்தனமாக விமர்சித்தார்.

ஸ்ரீகுருஜி கூறுகிறார் :-

வேறு சிலரோ, சாதிக்கான, மொழிக்கான சர்ச்சையில் மூழ்கிவிடுகின்றனர். அவர்களது பகுதியில் அவர்களது இந்தப் பிரதேச வாதம் வெகுவாகப் புகழப்படுகிறது. சுயநல அடிப் படையில் செய்யப்படும் இந்த விவாதங்களைப் பெருமையுடன் பார்க்கின்றனர். தங்களது செல்வாக்கினால் திரட்டிய சிலர் குழுக்களாகக் கூடி, மத சம்பந்தமான ஆதரவு பெற்றுத் தங்களது சிறு வட்டத்துக்குள் மகிழ்ச்சி அடைகின்றனர். இந்த மாதிரியான பிரிவினைப் போக்கை வளர்ப்பதில் அரசியல் கட்சிகளும் கூட முன்னணியில் உள்ளன. வெவ்வேறு அரசியல் கட்சிகளுக் கிடையில் மட்டும் இல்லாது, ஒரே கட்சியின் பல குழுக்களுக் குள்ளும் சண்டைகள் நடைபெறுகின்றன. கல்வியறிவுள்ளவர் களும், உயர் பதவியில் உள்ளவர்களும் கூட இந்த மாதிரி சர்ச்சைகளுக்கு அப்பாற்பட்டவராய் இல்லை. ஹிந்து என்ற ஒருமைப்பாட்டுணர்வு இல்லவே இல்லை.

மனித குலத்தின் ஒற்றுமை - சகோதரத்துவம் பற்றிப் பேசுபவர்களும் இருக்கிறார்கள். ஆனால் உண்மையில் அவர்கள் யார்? தான் என்ன பேசுகிறோம் என்பதை அவர்கள் அறிவார்களா?

தங்களது குடும்பத்திலுள்ளவர்களுடன் சேர்ந்து உணவருந்துவது போல் வனவாசி மக்களுடன் சேர்ந்து உணவருந்துவார்களா?

மனித குலத்தின் ஒற்றுமை பற்றிப் பேசும் ஒரு வேதாந்தியைச் சந்தித்தேன். ஆனால் ஓர் ஆப்பிரிக்க நீக்ரோவைச் சந்தித்த மாத்திரத்தில் அவரது சமநிலை பறிபோயிற்று. நீக்ரோக்கள் இவ்வளவு பயங்கரமாகக் காணப்படுகிறார்களே! அவர்களை மனிதர்கள் என்று சொல்வதே கடினம் என்றார். அவரது வேதாந்தம் இந்த அளவுதான். (ஸ்ரீகுருஜி சிந்தனைக் களஞ்சியம், தொகுதி 3, பக்.327)

1967 அக்டோபர் 14ல் ஸ்ரீஸபாராம் பார்தோலாயி என்பவருக்கு எழுதிய கடிதத்திலும் இதையே வலியுறுத்தினார் ஸ்ரீகுருஜி :-

இந்த கார்பி பந்துக்கள் ஹிந்து சமுதாயத்தின் துடிப்புள்ள அங்கமாவார்கள். இதை நாம் உணர்கிறோம். இதை நீங்களும் அறிவீர்கள். வருத்தமளிக்கும் விஷயம் என்னவென்றால், நமது சமுதாய சரீரத்தின் அங்கமாகிய இவர்களைக் குறித்து நாம் வெகுகாலமாக கவலைப்படவில்லை. இதுபற்றிக் கவனமும் செலுத்தவில்லை. இந்தக் குறையை நாம் போக்கிக் கொள்ள வேண்டும். (ஸ்ரீகுருஜி சிந்தனைக் களஞ்சியம், தொகுதி 7, பக்.354)

1956ல் நடைபெற்ற சங்க சிக்ஷா வர்க-விலும் இதையே வலியுறுத்தினார் ஸ்ரீகுருஜி. எல்லோரையும் சகோதரர்களாக பாவிக்காமல் பிரச்சாரகர்கள் சங்கத்தில் முழுநேரமாக செயல் புரிவதாக இருந்தால் அவர்கள் சங்கத்தில் இருந்து விடுபட்டு வீட்டுக்குப் போகலாம் என்று சொன்னவர் ஸ்ரீகுருஜி. பின்தங்கியவர் களைக் கவனிக்காமல் விட்டது நம்முடைய குற்றம் என்று சொல்கிறார் ஸ்ரீகுருஜி :-

சங்க காரியம் செய்கின்ற ஆசையினால் ஒரு ஸ்வயம்சேவக் பிரசாரகராகப் பணிசெய்யக் கிளம்பினார். அது அவரை தன்னுடைய வாழ்நாளில் நகரத்திலேயே இருந்தவர். அந்த வாழ்க்கையில்தான் அவருக்கு அனுபவம் இருந்தது. பிரசாரகர் ஆனபிறகு அவர் சங்கவேலை செய்யும் பகுதி கிராமப் பகுதி. அவருக்கு அது பிடிக்கவில்லை. கிராமத்தினரின் பேச்சு, வாழும் முறை, உடுத்தும் உடை, நடவடிக்கைகளைப் பார்த்து அவர் பொறுமை இழந்தார். அவருக்கு இது ஒரு வாழ்க்கையா என்று தோன்றியது. மனதில் சலிப்பு ஏற்பட்டவுடன் அங்கு அவரால் தங்க முடியவில்லை. தன் மனப்போக்கை நண்பர்களிடம் கூறினார். அவருடைய நண்பர் பிரசாரகரின் மனநிலைமை பற்றி என்னிடம் கூறினார். நான் அவரை அழைத்து 'ஹிந்துக்கள் எப்படியிருந்தாலும் நம்மவர்களே. அவர்களுடைய நிலையை மாற்ற வேண்டும். அந்த உணர்வு உன் மனதில் இல்லையென்றால்

சந்தோஷமாக நீ வீட்டுக்குப் போகலாம்' என்று சொன்னேன். பிறகு அந்த பிரசாரகர் என்ன செய்தார் என்பது வேறு விஷயம். ஆனால் இப்படிப்பட்ட எண்ணம் நம் மனதில் வருவது ஏன்? பின்தங்கியவர்களாக இருந்தாலோ நாகரீகமற்றவர்களாக இருந்தாலோ அது அவர்கள் குற்றமா? குற்றம் நம்முடையதுதான். ஏனெனில் நாம் நம்முடைய சமுதாய சகோதரர்களைப் பற்றிக் கவலைப்பட்டது இல்லை (ஸ்ரீகுருஜி சிந்தனைக் களஞ்சியம், தொகுதி *4*, பக்.*145*).

வனவாசிகள் எப்படி இந்து சமுதாயத்தில் உயர்ந்த நிலையில் வைக்கப்பட்டிருந்தார்கள் என்பதையும் அவர்கள் சமுதாயத்தின் பிரிக்க முடியாத அங்கம் என்பதையும் அவர்களை பலம் உள்ளவர்களாக்குவது நமது கடமை என்பதையும் வலியுறுத்துகிறார் ஸ்ரீகுருஜி.

நம் தேசத்தில் வனவாசி சகோதரர்களிடம் நமது மதத்தின்மீது உறுதியான நம்பிக்கை இல்லாமல் போயிருக்குமானால், இன்று பெயர் சொல்லுவதற்குக்கூட அவர்களிடையே ஒரு ஹிந்துவையும் காணமுடியாது. அவ்வளவு பேரும் கிறிஸ்தவர்களாக மாறி இருப்பார்கள்.

மஹாராணா பிரதாபுக்கும் சத்ரபதி சிவாஜிக்கும் இவர்கள் (வனவாசிகள்)தான் உதவியளித்தார்கள். வனவாசிகள் நம் சமுதாயத்தின் பிரிக்க முடியாத ஓர் அங்கம். நான்கு வர்ணங்கள் என்ற கோட்பாட்டின்படி வனவாசிகள் ஹிந்து சமுதாயத்தைச் சேர்ந்தவர்கள் அல்ல என்ற குழப்பத்தைப் பரவச் செய்ய சிலர் முயற்சி செய்கிறார்கள். ஆனால் பல்லாயிரம் ஆண்டுகளுக்கும் முன் எழுதப்பட்ட நூல்களிலிருது நம் சமுதாயக் கட்டமைப்பு கிராமப் பஞ்சாயத்தை ஆதாரமாகக் கொண்டிருந்தது என்பது தெளிவாகத் தெரிகிறது. பஞ்சாயத்தில் இருந்த ஐந்து அங்கத்தினர்களில் ஒருவர் பிராமணர், ஒருவர் க்ஷத்திரியர், ஒருவர் வைசியர், ஒருவர் சூத்ரர், ஐந்தாமவர் நிஷாதர். இதில் நிஷாதர் (வனவாசி) முக்கியம் என்பது வலியுறுத்தப்பட்டும் உள்ளது.

இந்த ஐவரும் சேர்ந்து 'ஐந்து பரமேஸ்வர்கள்' என்று அழைக்கப்பட்டனர். முற்றுமாக ஒருங்கிணைந்த நிலையில் இறைவனின் 'விராட் ஸ்வரூபம்'

....நம் சமுதாய முன்னேற்றத்தைக் கருத்தில் கொண்டு, பலவீனமான நிலையில் இருக்கும் இந்த மக்களை (வனவாசிகளை) பலம் பெற்றவர்களாக்குவது அவசியம். இதை

நாம் உணர வேண்டும். அவர்களை உதாசீனப்படுத்துவது தவறு. நம் லட்சியத்துக்கு அது உதவாது. அவர்களுக்கு கல்வி பயில்வித்து, சமுதாயத்தில் உள்ள மற்றவர்களுக்கு சமமாக அவர்களை நிலைநிறுத்தி, சுயசார்பு உடையவர்களாக ஆக்குவதற்காக முழுமனதுடன் பணிகளைச் செய்ய வேண்டும். *(ஸ்ரீகுருஜி சிந்தனைக் களஞ்சியம், தொகுதி 5, பக்.45-47)*

வனவாசி மக்களிடம் மடாதிபதிகள் செல்லவேண்டும். அவர்களிடமும் ஆன்மிகம் கொண்டு செல்லப்பட வேண்டும் என்றும் ஸ்ரீகுருஜி கூறுகிறார் :-

இறைவனின் திருவருளால் விஸ்வ ஹிந்து பரிஷத்தின் பணியின் காரணமாக, பிரயாகையில் நிகழ்ந்த சாது சம்மேளனத்தில் அவர்களுள் ஒரு முக்கியமான ஸத்ராதிகாரி வந்திருந்தார். அவருடைய முன்முயற்சியினால் எல்லா ஸத்ராதிகாரிகளும் 2,3 ஆண்டுகளுக்கு முன் அஸ்ஸாமில் கூட்டப்பட்டிருந்த ஒரு நிகழ்ச்சிக்கு வந்தார்கள். அப்போது அவர்கள் எல்லோருடனும் உரையாடல்கள் நடந்தன.

அப்போது அவர்களிடம் கேட்டோம். மலைவாழ் மக்கள், எல்லோரும் உங்கள் சீடர்கள். அவர்களிடம், யாராவது உங்கள் மடாதிபதிகள் உங்களிடம் வருகிறார்களா என்று கேட்க முடியுமா? அவர்களுக்கு யார் வழிகாட்டுகிறார்கள்? பஜனை, வழிபாடுகள் செய்ய யார் கற்றுக் கொடுக்கிறார்கள்? அவர்களுடைய இதயத்தில் அவர்களுடைய சமுதாயத்துக்கு, பக்குவம், அவர்கள் சிரத்தை, தர்மங்களை சீராக வைத்திருத்தல் ஆகியவற்றை யார் செய்கிறார்கள்? அவர்கள் வம்ச பரம்பரையாக உங்கள் ஸத்ரத்தின் சிஷ்யர்கள். அவர்களுக்கு நல்வழி காட்டும் அதிகாரம் இயல்பாகவே உங்களிடம் இருக்கிறது. அதை மறந்து சும்மா இருப்போம் என்பது சரியா? என்றோம்.

அவர்கள் எல்லோரும் 'இது எங்கள் தவறுதான். இதை சரி செய்துவிடுகிறோம்' என்றனர். அவர்கள் வேலைகளைத் துவக்கவும் செய்தார்கள். அவர்களுடைய பணிகளில் உதவி செய்ய நம் ஆட்களையும் அனுப்பியும் வைத்தோம். அங்கு பஜனை நடத்துவதற்காக ஒரு அறையைத் தயார் செய்தார்கள். அங்கு அக்கம்பக்கத்தில் இருந்த முதிய ஹிந்து வைஷ்ணவர்களை வைத்து பஜனை, கீர்த்தனைகள் துவக்கப்பட்டன. ஷங்கர்தேவ் மகாபிரபு இயற்றிய பஜனைகள் பாடப்பட்டன. பாகவதம் படிக்கப்பட்டது. *(ஸ்ரீகுருஜி சிந்தனைக் களஞ்சியம், தொகுதி 5, பக்.137-138)*

இதே கருத்தை மறுபடியும் மறுபடியும் ஸ்ரீகுருஜி 1969 டிசம்பர் 13 அன்று சமயத் தலைவர்களின் ஆலோசனைக் கூட்டத்தில் அவர்களுக்கு விடுத்த வேண்டுகோளில் வலியுறுத்தினார் :-

மடாதிபதிகள், பொதுமக்களுடன் கலந்து பழக ஆரம்பித்தார் களேயானால், அரிய சாதனைகள் நிறைவேறிவிடும். இதுவரை தங்கள் மடத்தில் நான்கு சுவருக்குள் வேலிக்குள் இருக்கும் யானையைப்போல அடைபட்டு இருந்துள்ளனர். இதன் விளைவாக நம் சமுதாயம், குறிப்பாக வெகுதொலைவில் உள்ள வனம், மலைக்காடுகளில் வசிக்கும் நம்முடைய மக்கள் நமது தர்மத்தின் உதவி கிடைக்காமல் வஞ்சிக்கப்பட்டுள்ளனர்.

அஸ்ஸாமில் உள்ள நான்கு 'ஸத்ராதிகாரி கோஸ்வாமி' மடாதி பதிகளும் கடந்த பல நூற்றாண்டுகளாக தங்கள் மடங்களிலிருந்து வெளியே செல்லவில்லை. அந்த நான்கு மடங்களும் பிரம்மபுத்ரா நதியில் உள்ள ஒரு சிறு தீவில் அமைந்திருந்தாலும், அந்த மடாதிபதிகள் ஒருவரை ஒருவர் இன்றுவரை சந்தித்துக் கொண்டதில்லை. அவர்கள் நால்வரும் அஸ்ஸாம் விஸ்வ ஹிந்து பரிஷத்தின் சம்மேளனத்துக்கு வந்தபோது, ஒருவர் மற்றொருவரை 'நீங்கள் யார்?' என்று கேட்டுக் கொண்டனர். ஆனால் இப்போது நிலைமையில் சிறிது மாற்றம் ஏற்பட்டுள்ளது.

...நம் தர்மாச்சார்யார்களின் பணி நம்மிடையே நிலவும் தவறான நெறிமுறைகளிலிருந்து நம்மை விலக்கிப் பாதுகாக்க வேண்டும் என்பதே.

நம்முடைய ஒவ்வொரு மதகுருவுக்கும் ஏதாவது ஒருமுறையில் விசேஷமான மடத்தின் சம்பிரதாயம் இருந்தே தீரும். அவர் கண்டிப்பாக அந்த மடத்தின் பூஜை பத்ததிகளைப் பாதுகாக்க வேண்டும். ஆனால் அவர்கள் மடத்துக்கு வெளியே வந்தால், எல்லோருக்கும் பொதுவான ஏற்கக்கூடியதான சமயக்கோட்பாடு களையே வலியுறுத்த வேண்டும்.

குறிப்பிட்ட ஒரு ஆன்மிக சம்பந்தமான சித்தாந்தத்தை உபதேசம் கொடுத்துவிட்டு அல்லது விசேஷமான ஓர் உருவ வழிபாட்டுக்கு ஆதரவளித்துவிட்டு, மற்ற சம்பிரதாயங்களை விமரிசனம் செய்வது ஹிந்து சமுதாயத்தின் ஒற்றுமை, புனருத்தாரணம் போன்ற மிகவும் அவசியமான லட்சியத்துக்கு அனுகூலமாக இருக்காது. *(ஸ்ரீகுருஜி சிந்தனைக் களஞ்சியம், தொகுதி 5, பக்.117-118)*

பாரத தேசத்தில் உள்ள அனைவரும் இந்து என்றே அழைக்கப்பட வேண்டும் என்பதுதான் ஆர்எஸ்எஸ் அமைப்பின் கருத்து. மக்கள் தொகை கணக்கெடுப்பின் போதுகூட நாங்கள் இந்துக்கள் என்றே குறிப்பிட வேண்டும் என்று ஸ்ரீகுருஜி அறிக்கை வெளியிட்டார்.

அடுத்து நாம் கவனமாக இருக்கவேண்டியது எதைப் பற்றி என்றால், நாம் எல்லோரும் நம்மை 'ஹிந்து' என்று எழுதிக் கொடுக்கவேண்டும். வெவ்வேறு உட்பிரிவு, அல்லது மலைவாழ் மக்களின் ஜாதிப்பெயரை வைத்துக்கொண்டு ஜனத்தொகைக் கணக்கெடுப்பின்போது வராதீர்கள். (பொருள் ஹிந்து என்று மட்டுமே சொல்லிக் கொண்டு வாருங்கள்) ஒருவர் 'காஸி'யாகவோ, ஒருவர் 'ஜெயந்தி'யாகவோ, ஒருவர் 'உப்ன'வாகவோ, மிகிராகவோ, நாகாவாகவோ, எப்படி இருந்தாலும் எல்லோரும் ஒன்றுசேர்ந்து 'ஹிந்து' என்றே குறித்துக் கொள்ளுங்கள். எந்த ஒரு புராதன மதத்திலிருந்து பிரிந்து ஒரு குறிப்பிட்ட சம்பிரதாயத்தைப் பின்பற்றினாலும் முதலில் எது நம் தர்ம மார்க்கத்தின் மூலமாக உள்ளதோ, அதனையே குறிப்பிட வேண்டும். அந்தச் சொல் 'ஹிந்து' என்பதே.

நான் பம்பாய் சென்றிருந்தபோது ஒருவார இதழில் ஜைன சகோதரர்களுக்கு அறைகூவல் விடும்வகையில், 'வரும் ஜனத்தொகைக் கணக்கெடுப்பில் உங்களை 'ஹிந்து' என்று பதிவு செய்துகொள்ளாதீர்கள். ஜைனர் என்று பதிவு செய்து கொள்ளுங்கள்' என்று ஒரு கட்டுரை எழுதப்பட்டிருந்தது. 'ஹிந்து தர்மத்தில் பிராமணர்கள் ஆதிக்கம் உள்ளது. இதனால் நீங்கள் உங்களை ஹிந்து என்று கூறிக்கொண்டால் அவர்கள் ஜைன சமுதாயத்தின் மேலும் அதிகாரம் செலுத்துவார்கள்' என்று எழுதியிருந்தது. இதற்குப்பின் ஒரு முக்கிய ஜைனத் தலைவரை நான் பார்த்தேன். இந்தக் கட்டுரையை அவர் கவனத்துக்கு கொண்டு வந்தேன். அவர் என்னிடம் 'எந்த ஜைனர்கள், ஹிந்துக்களிடமிருந்து வேறானவர்கள் என்று சொல்கிறார்களோ அவர்கள் முழு சமுதாயத்தையும் அழிக்கும் வேலையைச் செய்கிறார்கள்' என்று சொன்னார்.

இதே மாதிரியான பிரிவினைவாதப் போக்குகள் சிறிய அளவிலும் பெரிய அளவிலுமாக, நம் பரந்த ஹிந்து சமுதாயத்தின் பல்வகை சம்பிரதாயங்கள், அவைகளின் உட்பிரிவுகளில் காணப்பட்டன. விசாலமான இந்த தேசத்தில் ஜைனர்கள், சீக்கியர்கள், பௌத்தர்கள், சைவர்கள், சாக்தர்கள், லிங்காயத்துக்கள், வைஷ்ணவர்கள் முதலான எத்தனை பிரிவுகளும், மார்க்கங்களும்

> உள்ளனவோ அத்தனைப் பிரிவுகளையும் பிரித்துக் காட்டுகிறார்கள். அன்றியும் பிராந்திய அடிப்படையில் பிரிவினை ஏற்படுமாயின் நம்முடைய தேசிய வாழ்க்கை சங்கடத்தில் ஆழ்ந்துவிடும் என்ற உண்மையை மறைக்க முயல்கிறார்கள். *(ஸ்ரீகுருஜி சிந்தனைக் களஞ்சியம், தொகுதி 5, பக்.145)*

நாம் எல்லோரும் இந்துக்கள் என்பதில் அசைக்க முடியாத நம்பிக்கை கொண்ட அமைப்பு ஆர்எஸ்எஸ். வனவாசிகளை முன்னேற்ற வேண்டும் என்பதிலும் தொடர்ந்து பிரச்சாரம் செய்து வந்த அமைப்பு ஆர்எஸ்எஸ். அவர்களுடன் உணவருந்த வேண்டும், அவர்களுக்கு கல்வி அளிக்க வேண்டும் என்று ஸ்ரீகுருஜி கூறுகிறார் :-

> ....இந்தத் தொல்லைகளுக்கு நிவாரணம் கண்டுபிடிப்பது, உண்மையில் சுலபம்தான். நான் அனைவரும் ஹிந்துக்கள், நாம் எந்த மொழி பேசுபவர்களானாலும் சரி, தற்காலத்து கல்வி முறைப்படி எழுதப்படிக்க அறிந்தவர்களானாலும் சரி, இல்லையென்றாலும் சரி, நாம் ஹிந்து சமுதாயத்தினர் என்ற பாவனையைக் கிளர்ந்தெழச் செய்ய வேண்டும். பேச்சளவில் மட்டும் இருந்தால் போதாது. பேச்சுக்கு ஏற்றாற்போல் நம் நடத்தை, பழகுமுறைகள், அதன்மூலம் நாம் அனைவரும் ஒருவரே என்ற உணர்ச்சி உயிர்த்துடிப்புடன் தோன்ற இடைவிடாத நிரந்தரமான முயற்சிகள் செய்வது அவசியம்.
>
> காடுகளில் வசிக்கும் சகோதரர்கள் இருக்குமிடம் சென்று மலைக் குகைகளில் வசிக்கும் சகோதரர்களையும் சந்திக்க வேண்டும். அவர்கள் தங்கள் வாழ்க்கையை நடத்த எல்லாவித பயிற்சி களையும் அளித்து, அவர்களுக்கு பல்வகை வசதிகளைப் பெருக்கும் சாதனங்களைக் கொடுத்து அவர்களுடைய வாழ்க்கை இன்பமாக அடைவதற்குத் தேவையானவற்றைப் பெறச் செய்ய வேண்டும். அத்துடன் அவர்களுடைய உள்ளத்தில் ஹிந்து தர்மத்தின்பால் ஈடுபாட்டை வளர்த்து, ஒற்றுமை உணர்ச்சியை மனத்தில் ஊன்றச் செய்ய வேண்டும். வேறுமாதிரியான உதவிகள் செய்கிறோம் என்றால் எந்தப் பயனும் விளையாது.
>
> நம் சகோதரர்கள் யோசித்து முடிவெடுக்க வேண்டும். விஸ்வ ஹிந்து பரிஷத்தின் திட்டங்களில் அனுதினமும் ஒத்துழைப்போம். அல்லது வாரம் ஒருமுறை அந்தப் பணிக்குச் செல்வோம். நாடோடிகள் என்று முத்திரையிடப்பட்டுவிட்ட சகோதரர்களுடன் சேர்ந்து உடன் இருப்போம். அவர்களுடைய கஷ்டங்களைப் புரிந்துகொள்வோம். அவர்களுக்கு உதவிகள் செய்வோம். கல்வி கற்பிப்போம். நம் தர்மத்தின்பால் சிரத்தையை வளர்ப்போம்.

அவர்களுடனே உணவு அருந்துவோம். நாம சங்கீர்த்தனம் செய்வோம். இந்தத் தீர்மானங்களுடன் நம் வாழ்க்கைத் திட்டத்தை வகுத்துக்கொண்டு பணிபுரிவது அவசியம்.

....இந்தப் பணி நம் எல்லா சகோதரர்களும் மேன்மையடையவும் உத்தமர்களாகவும் செய்வதற்காகவே. ஆனால் நம் மனதில் 'நாம் கொடுக்கிறோம்' என்ற அகங்கார அபிமானம் இருக்கக்கூடாது. 'இது செய்ய வேண்டிய கடமை' என்ற பாவனையுடன் நிதியளிக்க வேண்டும். பணத்தின் பயன்பாடு, அதைக் கொடுப்பதில்தான் இருக்கிறது. நம்முடைய சுகபோகங்களுக்காகப் பணம் செலவு செய்வது இழிவானது. நம் முழு சமுதாயத்தினுடைய நன்மை, தர்மத்தின் பாதுகாப்பு, நம் சமுதாய மக்களுக்கு உயர்ந்த வாழ்க்கையை அமைத்துத் தருவது, இதற்காக பணம் செலவு செய்தல் இவைதான் பணத்தின் நல்ல பயன்கள்.

நம்மிடமுள்ள பணம் சமுதாயத்தினுடையதே. சமுதாயத்தின் நலனுக்கு செலவழிக்கவே பகவான் அதை நமக்குக் கொடுத்துள்ளார். அதே பகவான் பற்பல உருவங்களில் நம் சமுதாய சகோதரர்களாக வருகிறார் என்ற நம்பிக்கையுடன் அவர்கள் உதவிக்கு செல்வத்தைப் பயன்படுத்த வேண்டும். *(ஸ்ரீகுருஜி சிந்தனைக் களஞ்சியம், தொகுதி 5, பக்.142-143)*

வனவாசிகள் முன்னேறாமல் இருப்பதற்கு காரணம் நாம்தான் என்று ஸ்ரீகுருஜி குற்றம்சாட்டுகிறார். அவர்களை நமக்கு பயன்படுத்திக் கொள்கிறோமே தவிர அவர்களைப் பற்றி சிந்திப்பதில்லை. அவர்கள் சாப்பிடும் பசு மாமிசத்தை வைத்து அவர்களை ஒதுக்குவது சரியல்ல. காரணம் பசு மாமிசத்தைச் சாப்பிடுவது அவர்களுடைய குற்றம் அல்ல. அவர்களிடம் நாம் செல்லாததும் அவர்களிடத்தில் நம்முடைய கருத்துகளைக் கொண்டு செல்லாததும்தான் காரணம் என்று ஸ்ரீகுருஜி கூறுகிறார் :-

மலைவாழ் மக்கள், வனவாழ் மக்கள் என்று சொல்லப் படுபவர்களிடம் நாம் செல்வதில்லை. பாதுகாப்பு என்று வரும்பொழுது அவர்களிடம் சென்று 'நீ பெரிய வீரன். நம் படையில் சேர்ந்து கொள்' என்று கூறுகிறோம். அவர்களை இதற்கு மட்டும் உபயோகப்படுத்தி அவர்களிடம் மனிதத்தன்மை காட்டாமல் இருப்பது சரியா?

இதற்கு மாறானவர் மகாராணா பிரதாப் சிங். மகாராணா அவர்களுடன் (மலைவாசி, வனவாசிகளுடன்) உறவை ஏற்படுத்திக் கொண்டார். ஆனால் ஏனையோர் தங்களின்

சுயநலத்துக்காக, அவர்களை உபயோகப்படுத்திக்கொண்டனர். இது கவலைக்குரிய விஷயம்.

அவர்களுக்கு மதம் தெரியாது. கடமை தெரியாது. இது யார் குற்றம்? அது நம்முடையது.

அஸ்ஸாம் மாநிலத்தில் வசிக்கும் மலைவாழ் மக்கள் பசுவின் மாமிசத்தைச் சாப்பிடுவார்கள். மற்ற மாநிலங்களிலுள்ள இந்து மக்களுக்கு இது தெரியவந்தால் அவர்கள் கொதித்தெழுவார்கள். 'அவர்கள் எத்தனை பெரிய பாவம் செய்கிறார்கள்?' என்று இழிவாகக் கூறுவார்கள்.

ஒரு சாது, 'அவர்கள் பசு மாமிசம் சாப்பிடுகிறார்களே, அவர்களை இந்து என்று எப்படி அழைப்பது?' என்று கேட்டார். அவர்கள் பசுவின் மாமிசத்தை ஏன் சாப்பிடுகிறார்கள்? அவர்கள் விருப்பமுடன் சாப்பிடுகிறார்களா? அவர்களுக்கு வேறொன்றும் சாப்பிடக் கிடைப்பதில்லை. அவர்களுக்கு உணவு கிடைப்பதற்கு ஏற்ற ஏற்பாடும் நாம் செய்யவில்லை. எந்தக் கல்வியும் கொடுக்க வில்லை. வேலை கொடுக்கவில்லை. இன்று மட்டுமல்ல, சில நூற்றாண்டுகளாகவே நாம் நம் கடமையைச் செய்யவில்லை என்று பதில் கூறினேன்.

ஆகையால் அவர்கள் பசுவின் மாமிசத்தை சாப்பிடுகிறார்கள் என்றால், அது அவர்கள் செய்த பாவம் அல்ல. நம்முடைய பாவம். அந்த பாவத்தின் பங்குதாரர்கள் நாம். சரியான சூழ்நிலை இருந்தபோதும் நாம் அவர்களுக்குக் கல்வி அறிவு கொடுக்கச் செல்லவில்லை. அவர்களை பாரத சமுதாயத்தின் மதிப்புடைய உறுப்பினராகச் செய்ய யாரும் முயற்சி செய்யவில்லை. 'இந்த பசு வணக்கத்துக்குரியது' என்று யாராவது அவர்களிடம் கூறினார்களா? அவர்கள் இந்துக்கள் என்று யாராவது அவர்களிடம் கூறினார்களா? அவர்களினுடைய மனதில் இந்த எண்ணத்தை யாராவது ஏற்படுத்தினார்களா?

அவர்களின் வீட்டிலுள்ள பசு மரத்துப்போன பசு. பால் கொடுப்பதில்லை. இதுதான் அங்குள்ள நிலை. பசுமாட்டை ஆடு என்று சொல்லும் அளவுக்கு மிகச் சிறியதாக இருக்கிறது. இந்த நிலையில் அவன் அந்த விலங்கைச் சாப்பிடுகிறான் என்றால் அவனுக்கு தண்டனை கொடுக்கக்கூடாது. தண்டனைக் குரியவர்கள் நாம் தான். நாம் இந்த தண்டனையை ஏற்றுக் கொண்டு, நாம் நம்முடைய சுயநலத்தை ஒரு கட்டுக்குள் வைத்து, நம்முடைய புத்தி, பணத்தை இவர்கள் கல்வி கற்க, பண்பாடு

> உள்ளவர்களாக மாற செலவு செய்வோம் என்று நிச்சயிக்க வேண்டும். அப்படி இல்லாவிடில் வெளிநாட்டுத் தீய சக்திகள் இந்த மலைவாழ் மக்களின் பரம்பரையைத் தவறான முறையில் பயன்படுத்தி, அங்கே தங்களின் அதிகாரத்தை நிலைநாட்ட முயற்சி செய்யும். நம்மிடமிருந்து அவர்களைத் தனியாகப் பிரித்து இந்த நாட்டின் வாழ்வைத் துன்பத்தில் தள்ள அவர்களின் சூழ்ச்சி நடைபெற்றுக்கொண்டிருக்கிறது. *(ஸ்ரீகுருஜி சிந்தனைக் களஞ்சியம், தொகுதி 5, பக்.158-160)*

வெளிநாட்டு தீயசக்திகள் வனவாசிகளைப் பயன்படுத்திக் கொள்வார்கள் என்று ஸ்ரீகுருஜியின் இந்தக் கருத்தை அப்படியே அண்ணல் அம்பேத்கர் கூறுகிறார் :-

> ....இவர்கள் (மலைவாழ்மக்கள்) இப்படியே நாகரிக மற்றவர்களாக நீடித்தால் இந்துக்களுக்கு இவர்களால் எவ்வித இடைஞ்சலும் இருக்காது. ஆனால் இந்துவல்லாத மதத்தவர்கள் இவர்களை மீட்டுத் திருத்தித் தம் மதத்தில் சேர்த்துக்கொண்டால் இந்துக்களின் பகைவர்கள் தொகை பெருகிவிடும். இந்த நிலைமை ஏற்பட்டால் இந்துக்கள் தங்களையும் தங்களுடைய ஜாதி முறையையும்தான் நொந்துகொள்ள நேரிடும் என்று அம்பேத்கர் கூறுகிறார். *(டாக்டர் பாபா சாஹேப் அம்பேத்கர் : பேச்சும் எழுத்தும், தொகுதி 1, பக்.77)*

ஆர்எஸ்எஸ் எல்லோரையுமே இந்துக்களாக பாவிக்கிறது. ஆனால் பாரத மக்களிடையே பிரிவினையை உண்டாக்க வனவாசிகள் வேறு இனம் என்று பிரசாரம் செய்தனர். அவர்கள் இராமனை, சிவனை, விஷ்ணுவை, விநாயகனைக் கும்பிடுவதில்லை. மாறாக இயற்கையை வழிபடுகிறார்கள். அதனால் அவர்கள் இந்துக்கள் இல்லை என்ற பொய்ப் பிரச்சாரத்தைக் கட்டவிழுத்துவிட்டனர். இதை ஆர்எஸ்எஸ் அமைப்பு கடுமையாக எதிர்த்தது. அவர்கள் அனைவரும் இந்துக்கள் என்று அறிவித்தது. 1970 மார்ச், 29 அன்று ஜோர்ஹாட்டில் நடந்த அஸ்ஸாம் விஸ்வ ஹிந்து பரிஷத்தின் இரண்டாவது மாநாட்டில் பிரதிநிதிகள் முன் ஸ்ரீகுருஜி கூறினார் :-

> மிகவும் துர்பாக்கியமான உண்மையென்னவென்றால் மதம் மாறிய கிறிஸ்தவர்களைக் குடிமக்களாக நமது அரசியல் சாசனம் ஏற்றுக்கொண்டுள்ளது. ஆனால் மீதமிருக்கும் பூர்விகக்குடிகளை அந்த ஹிந்துமக்களை அரசியல் சாசனம் பாரத நாட்டுக் குடிமக்களாக ஏற்கவில்லை. அவர்களை நாடோடிகள் என்று பெயரிட்டு, ஹிந்து சமுதாயத்திலிருந்து தனிமைப்படுத்தியுள்ளது.

அவர்கள் கல், மரம், சர்ப்பம் முதலானவைகளைப் பூஜை செய்து வருவதால் ஹிந்துக்கள் அல்லர் என்று வாதம் சொல்கிறார்கள்.

ஹிந்துக்களாகிய நாம் மரங்களை பூஜை செய்வதில்லையா? நம் நாட்டில் துளஸி, வில்வம், அரசமரம் பூஜிக்கப்பட வில்லையா?

ஸ்ரீகிருஷ்ண பகவான் பகவத் கீதையில், மரங்களில் நான் அஸ்வத்தம் (அரசமரம்) என்று கூறியுள்ளார். நாகங்களும் பலவித விலங்கு - பறவைகளும் பூஜிக்கப்படுகின்றன. மலைகள், நதிகள் இவையும் குறிப்பிடப்பட்டுள்ளன. எங்கெல்லாம் மேன்மையுண்டோ அங்கெல்லாம் இறைவன் குடியிருக்கிறார்.

யத்யத் விபூதிமத்ஸத்வம் ஸ்ரீமதூர்ஜிதமேவ வா

தத்ததேவாவகச்ச த்வம் மம தேஜோ(அ)ம்ச ஸம்பவம்

(கீதா: அத் 10, சுலோகம் 41)

இவற்றிலெல்லாம் நான் வசிக்கிறேன் என்று ஸ்ரீகிருஷ்ண பகவான் கூறியுள்ளார். நாம் இவற்றைப் பூஜை செய்கிறோம். நாகபூஜை நம் நாடெங்கும் வழக்கிலுள்ளது. தெற்கே தொலைவில் உள்ள சுப்ரமண்யா என்னுமிடத்தில் சர்ப்பம் பெரிய கோயிலில் பூஜிக்கப்படுகிறது. இவற்றைப் பின்பற்றுவோர் இயற்கையை பூஜிப்பவர்கள் அல்ல. அவ்விதமே மலைப்பிரதேசங்களில் வாழும் காஸீக்களும், ஜெயந்தியா வகுப்பைச் சார்ந்த நம் சகோதரர்கள் இயற்கையை பூஜிக்கும் பண்படாத மனிதர்கள் அல்லர். இவை பொய்யான பிரசாரங்கள்.

ஆனால் நம் துர்பாக்யம் என்னவென்றால், ஹிந்து சமுதாயத்தைப் பிரித்து அதன் சக்தியைப் பலவீனப்படுத்த, ஆங்கிலேயர்கள் என்னென்ன வேலைகள் செய்தார்களோ, அதே சூழ்ச்சிகளை நம் ஹிந்து சமுதாயத்திலே தோன்றிய அரசியல் தலைவர்கள் இன்றைக்குச் செய்துவருகிறார்கள். *(ஸ்ரீகுருஜி சிந்தனைக் களஞ்சியம், தொகுதி 5, பக்.140-141)*

வனவாசிகள் இந்த தேசத்துக்காக அந்நியர்களுடன் போரிட்டிருக்கிறார்கள். தங்கள் உயிரைத் தியாகம் செய்திருக்கிறார்கள். ஆனால் அவர்களை நாம் மறந்துவிட்டோம். அவர்களைக் கைதூக்கிவிடுவது நமது கடமை. இதைச் செய்யும்போது செயற்கைத்தன்மை வந்துவிடக்கூடாது. அதாவது அவர்கள் தனியானவர்கள் என்கிற உணர்வை நாம் அவர்களுக்கு ஊட்டிவிடக்கூடாது என்பதில் கவனமாக இருக்கவேண்டும் என்று ஸ்ரீகுருஜி கூறுகிறார் :-

விஸ்வ ஹிந்து பரிஷத் சமுதாயத்தை ஓரிழையில் இணைக்கும் பணி செய்கிறது என்பதை நாம் எல்லோரும் அறிவோம். எனவே சமுதாயத்தில் எழுகிற பிரச்னைகளைப் பற்றி இங்கே சிந்திக்க வேண்டும். இங்கு நிகழ்த்தப்பட்ட சில சொற்பொழிவுகளில், நம் சமுதாயத்தின் ஒரு பெரிய பகுதியை 'தாழ்த்தப்பட்டோர், ஒதுக்கப்பட்டோர்' என்ற சொற்களால் குறிப்பிட்டார்கள்.

இந்த சமுதாயத்தில் கடந்த சில வருடங்களாக இருந்த நிலை, அதன் விளைவாக சமுதாயத்தின் பெரியதொரு பகுதிக்கு கல்வி வாய்ப்பு மறுக்கப்பட்டுள்ளது தெளிவாகிறது. எனவே, நமது நாட்டின் பொருள் உற்பத்தித் திறன் வெகுவாகக் குறைந்து விட்டது. மிக கொடுமையான வறுமையைச் சந்திக்கிற நிலை நிலவி வருகிறது. சமுதாயத்தில் இந்த வகுப்பினருக்கான மரியாதை உணர்வும் குறைந்துள்ளது.

முன்காலத்தில் இந்த சகோதரர்களுக்கு முழு மரியாதை கிடைத்து வந்தது. பஞ்சாயத்து ஏற்பாட்டில் அவர்களுக்கும் ஒரு பிரதிநிதி இருந்து வந்தார். ராமபிரானின் ஆட்சிமுறை பற்றிய விளக்கத்தில் நான்கு வருணங்களுக்கு நான்கு பிரதிநிதிகள், ஐந்தாவதாக வேடர் ஒருவர் (நமது வனவாசி சகோதரர்களின் பிரதிநிதி) இவ்வாறு அக்காலத்தில் பஞ்சாயத்து அமைப்பு இருந்தது தெரியவருகிறது. இவ்வாறு ஊர் நிர்வாகத்தில் அவர்களுக்கு மதிப்புமிக்க இடம் இருந்தது. ஆனால் இடைப்பட்ட காலகட்டத்தில் அந்த ஏற்பாடு சிதைந்துவிட்டது.

வரலாறு நெடுக இந்த சகோதரர்களின் வீரியமிக்க பங்களிப்பு காணக்கிடைக்கிறது. மேவார் சமஸ்தானத்தை முகலாயப்படை எடுப்பின்போது காப்பாற்றுவதற்கு வனவாசி சகோதரர்கள் ஆற்றிய வீர-தீரச் செயல்கள் மிகவும் போற்றத்தக்கவை.

மேவாரில் பிற மதத்தார் படையெடுப்பின்போது மதத்தைக் காப்பாற்றிட நடை பெற்ற தீரமிகு போராட்டத்தில் காட்டில் வசிக்கும் இந்த 'பில்' பிரிவு வனவாசி மக்கள் ராஜபுத்திரர்களோடு ஒன்றாக நின்றார்கள். மதக்காவலர், மாவீரர், சூரிய குலத்தவர் என்று போற்றப்படும் ராணா பிரதாப்புடன் சேர்ந்து தங்களுடைய உயிரைப் பணயம் வைத்துப் போரிட்டார்கள். இன்னல் பல ஏற்றார்கள். ஆனால் அவர்களின் இந்த ஒளிமிகு வரலாற்றை நாம் மறந்துவிட்டோம்.

இந்த நிலையில் தலித்துகள், புறக்கணிக்கப்பட்டவர்கள் என்று கூறப்படுகின்ற இந்த சகோதரர்களிடம் கவனத்தைச் செலுத்தி,

அவர்களை நமக்கு இணையானவர்களாக்க விஸ்வ ஹிந்து பரிஷத் முயற்சி செய்வது பாராட்டுக்குரியது.

ஆனால் இதைச் செய்யும் நேரத்தில் ஒரு விஷயத்தில் கவனத்தோடு இருக்க வேண்டும். அப்படிப்பட்ட முயற்சிகளில் அவ்வப்போது செயற்கைத்தன்மை புகுந்துவிடும். அது வரவிடக்கூடாது.

அவர்களுக்காக கொஞ்சம் சிறப்பாக ஏதாவது செய்வதற்கான முயற்சி நடக்கும்போது அதில் செயற்கைத்தன்மை தலைதூக்கி விடலாம். இதனால் அவர்கள் தங்களைச் சமுதாயத்தின் அங்கமாக உணரும் இயல்பு இல்லாமல் போய்விடுகிறது. அது ஒருமைக்கு ஊட்டமளிப்பதாக இருப்பதில்லை. *(ஸ்ரீகுருஜி சிந்தனைக் களஞ்சியம், தொகுதி 5, பக்.167-168)*

1966, அக்டோபர் *2* அன்று அஸ்ஸாமில் உள்ள கௌஹாத்தியில் நடைபெற்ற விஸ்வ ஹிந்து பரிஷத்தின் முதல் மாநாட்டில் ஸ்ரீகுருஜி வனவாசிகளைப் பற்றி நிகழ்த்திய உரை ஆர்எஸ்எஸ் வனவாசிகளை எப்படி அணுகுகிறது என்பதை பட்டவர்த்தனமாக நமக்குக் காட்டுகிறது.

பல நூற்றாண்டுகளாக வனங்களிலும் மலைகளிலும் வாழும் நம் சகோதரர்களைச் சந்திக்க நாம் தவறிவிட்டோம். முற்றிலுமாக நாம் அவர்களை மறந்துவிட்டோம். அவர்கள் பின்தங்கிய நிலையில் இருப்பதற்கு ஒருவிதத்தில் நாமே காரணகர்த்தர்கள் ஆகிவிட்டோம். பிரிட்டிஷார்கள் நம் சமுதாயத்தை சிறு சிறு பிரிவுகளாகப் பிரித்துவைக்க விரும்பினார்கள். அவர்கள் நம் சகோதர சகோதரியரை 'ஆதிவாசிகள், பழங்குடிகள், மலைவாழ்மக்கள்' என்று வித்தியாசம் பாராட்டும் வகையில் அடையாளப்படுத்தினார்கள். வெளிநாட்டு ஆட்சியாளர்களின் பிரித்தாளும் சூழ்ச்சிக்கு வித்திடும் இப்போக்கை அறியாமல் நாமும் அவர்கள் விரித்த வலையில் விழுந்துவிட்டோம். நம் பரந்த தேசத்தில் சிலர் பெரிய நகரங்களிலும், சிலர் முக்கியமான வியாபார ஸ்தலங்களிலும், மிகப் பெரும்பான்மை மக்கள் கிராமங்களிலும், சிலர் மலைப்பகுதிகள், காடுகள் போன்ற இடங்களிலும் வசிக்க நேருவது தவிர்க்க முடியாதது. அவ்விதம் வசிக்க நேர்ந்தாலும் நாம் எல்லோரும் ஒரே மக்கள் என்பது இல்லாமல் போய்விடுமா? நாம் இந்த மக்களிடம் செல்லவில்லை (தொடர்பு வைத்துக் கொள்ளவில்லை) என்பதே உண்மை. நாம் இந்த நம் சகோதரர்களுக்கும் சகோதரியருக்கும் நவீன காலத்திய கல்வி, பண்பியல்புகள், கலைகள் இவற்றைப் புகட்டவில்லை. ஏன், அறிமுகப்படுத்தக்கூட இல்லை. ஆகையால் அவர்கள்

பின்தங்கியே இருக்கிறார்கள். எந்த சமுதாயத்திலும் சிலர் முன்னேற்றம் அடைகிறார்கள். சிலர் பின்தங்கிவிடுகின்றனர். சிலர் துக்கங்களை அனுபவிக்கின்றனர். சிலர் சுகமாக வாழ்கின்றனர். சிலர் படிப்பு, பயிற்சி முதலியன பெற வாய்ப்பிழந்து வாழ்க்கையில் சுக சௌகரியங்களுக்கான வசதிகளின்றி துக்கம், ஏழ்மை இவைகளுடன் வாழ்க்கையை நடத்துகின்றனர். ஆனால் இவை அனைத்துக்கும் காரணம் இவர்கள் அல்லர். நாம் நாமேதான்.

நம் தேசத்திலும் அயல்நாடுகளிலும் ஹிந்துக்களுக்கே உரிய வாழ்க்கை நெறிமுறைகளை அறியாத காரணத்தால், புனிதமான ஹிந்து கலாச்சாரங்கள், உயர் பண்பை வெளிப்படுத்தும் பழக்கவழக்கங்கள் (ஆசாரங்கள்) இல்லாமல் வாழ்ந்துவரும் ஹிந்துக்கள் உள்ளனர். கருத்தரிப்பு முதல் இறுதிப்பயணம் வரை ஹிந்துக்களாகிய நமக்குப் பற்பல சடங்குகள் நிர்ணயிக்கப் பட்டுள்ளன. இந்தச் சடங்குகள் நம்முடைய வாழ்க்கைக்கு லக்ஷியங்களையும் முன்னுதாரணங்களையும் தந்து வழி காட்டுகின்றன.

நம் ஹிந்து சகோதரர்களில் எவரெவர் இவ்வித நல்ல கோட்பாடுகள், சடங்குகளை இழந்து நிற்கிறார்களோ, அல்லது அறியாமல் இருக்கிறார்களோ, அவர்களை நம் வாழ்க்கை முறைகளை ஏற்றுக்கொள்ளும்படி நாம் ஊக்கப்படுத்த வேண்டும். இப்படிப்பட்ட மக்கள் பாரதத்திலிருந்து வெகுதூரத்தில் வேறு நாடுகளில் வசிப்பவர்கள் இல்லை. இதே தேசத்தில் காடுகள், மலைகள், குகைகளில் வசிக்கின்றனர். அவர்கள் அனைவரையும் இன்று பழக்கத்திலிருக்கும் பாஷையில் 'கீழ்ப்பட்ட, பின்தங்கிய' போன்ற பலவித பெயர்களைச் சொல்லி அடையாளம் காட்டுவது மிகவும் கொடுமையான அநீதி. சில எழுத்தாளர்கள், 'நாகர்கள் ஹிந்துக்கள் அல்ல' என்று எழுதுகிறார்கள்.

நாமும் அதையே சொல்ல முற்படுகிறோம். மலைவாசி, வனவாசி சகோதர சகோதரிகள் ஜடவஸ்துக்களை வணங்குபவர்கள் என்கிறோம். இவர்கள் பாம்பு, மரங்கள், நதிகள், மேகம் முதலியவைகளைப் பூஜிக்கின்றனர்.

ஒருமுறை நான் அரசியல்வாதி ஒருவரை ஹிந்து நாகாக்களுக்கு ஏன் எந்த கமிட்டி, கமிஷன் அல்லது அரசுத்துறைகளில் இடம் அளிப்பதில்லை? அவர்கள் பிரச்னை என்ன என்று அவர்களை அழைத்து ஆலோசனைகள் செய்வதில்லை. கிறிஸ்தவ மதத்தைத்

தழுவியுள்ள நாகாக்களைவிட இவர்கள் அதிகமாக ஜனத் தொகையில் உள்ளனரே என்று கேட்டேன்.

அதற்கு அவர், 'இவர்கள் இயற்கையைத் தொழுபவர்கள். இவர்கள் ஹிந்துக்கள் இல்லை' என்றார். அவர்கள் கல், மரம் முதலியவைகளை பூஜை செய்பவர்கள். அவர்கள் ஹிந்து அல்ல என்பதுதான் அவர் சொல்ல விரும்புவது. நான் அவரிடம் 'நான் கூட மற்ற ஹிந்துக்களைப்போல் அரசமரம், பாம்பு இவற்றை பூஜை செய்கிறேன். நான் ஹிந்து இல்லையா?' என்றேன். எல்லா ஹிந்துக்களும் இயற்கையை வணங்குவார்களே. நம் தேசத்தில் சர்ப்பங்கள், விருக்ஷங்கள், நதிகள், மலைகள் இவற்றை வழி படாத ஹிந்து யார்? இறைவன் எங்கும் நிறைந்தவன் என்று நாம் நம்புகிறோம். எல்லாவற்றையும் இறைவன் உருவாகவே கருதி பூஜை செய்கிறோம். முருகப்பெருமான் கோயிலில் சர்ப்பமும், மயிலும், சிவன் கோயிலில் நந்தி பகவானும், ஸ்ரீராமன் கோயிலில் வானரமும், மஹாவிஷ்ணு ஆலயத்தில் கருட பகவானும் சிலாரூபமாக (விக்ரஹரூபமாக) பூஜை செய்யப்படுகின்றன. நாகபஞ்சமி என்ற புண்ணிய நாளில் சர்ப்ப பூஜை விழாக் கோலமாக நாடு முழுவதும் கொண்டாடப்பட்டு வருகிறது.

உயிருள்ள பிராணிகளை பூஜை செய்வது சரியா என்று சிலர் கேட்கலாம். இதில் ஆச்சரியப்படுவதற்கு எதுவும் இல்லை. நம்முடைய வேதங்களில் ஞானம், விஞ்ஞானம், இவற்றின் கருவூலமான யமன், வருணன், வாயு, சூரியன், அக்னி முதலிய இயற்கைத் தெய்வங்கள் உபாசனை முறைகூட வர்ணிக்கப் பட்டுள்ளன. வேதகால ரிஷி முனிவர்கள், 'இந்த தேவதைகள், ஹிந்து தேவதைகளினின்று வேறானவை' என்று கருதினார்கள் என்பது பொருத்தமற்றது. தனித்தனி உருவங்களைக் கொண்டு தனித்தனி பத்ததிகளைப் பின்பற்றி பூஜைகள் செய்தாலும், அவை எல்லாம் பரம்பொருள் அம்சங்களே என்று அவர்கள் கருதினார்கள் என்பதே உண்மை.

ஒரே பரம்பொருள் அத்வைதம். இந்த கோட்பாடுகளுக்கு வலுவூட்டிய பகவான் சங்கராச்சார்யாரே சிவன், விஷ்ணு, கணேசர் மற்றும் சக்தி பூஜைகளுக்கான விதிகளை விளக்கியுள்ளார். அவரே ஐந்து தேவி - தேவதைகள் கொண்ட 'பஞ்சாயதன' உபாசனையை தேசம் முழுவதும் பரப்பினார். நாம் வெவ்வேறான உபாஸனை வழிகளைப் பின்பற்றினாலும் நாம் எல்லோரும் ஒருவரே. ஈஸ்வரோபாசனை (இறைவழிபாடு) வெவ்வேறு முறையிலிருந்தாலும், மலைகளையோ, மரங்களையோ,

நதிகளையோ அல்லது உருவமற்ற தத்துவங்களையோ எதுவாக இருந்தாலும் எவர், எதை ஆத்மார்த்தமாக உபாசனை செய்கிறார்களோ, வழிபடுகிறார்களோ, அவர்கள் எல்லோரும் நம்மைச் சேர்ந்தவரே.

ஜாதி, பாஷை, நம்பிக்கைகள், சம்பிரதாயங்கள் என்ற வகையில் ஆதிவாசி, கிரிவாசி, வனவாசி, ஹரிஜன் முதலிய பெயர்கள் சூட்டி, துக்கமளிக்கும் வகுப்பு வேற்றுமை பார்க்கும் மனப்பாங்கினால் சமுதாயத்தைத் துண்டங்களாக்கி, அந்நிய தேசத்தைச் சேர்ந்த ஆட்சியாளர்களும், நம் நாட்டின் பகைவர்களும் லாபம் அடைந்திருக்கிறார்கள். நமக்கோ, நம் சமுதாயத்துக்கோ எந்தவிதமான நன்மையும் ஏற்படவில்லை. அயல்நாட்டு ஆட்சியாளர்கள் மிகிர், நாகா, காரோ, காஸீ முதலியவர்களைத் தனித்தனி பெயர் கொடுத்து அழைத்ததற்குக் காரணம் ஒருவரிடமிருந்து மற்றவரைப் பிரித்துத் தனிமைப்படுத்தி முற்றிலுமாக ஹிந்து சமுதாயத்திலிருந்து விலகச் செய்யப்பட்ட சதிதான். எவ்வளவு முடியுமோ அவ்வளவு பேதங்களை உற்பத்தி செய்து தேசத்தின் ஒற்றுமையைப் பலவீனப்படுத்துவது எதிரிகளுக்கு அவசியமாகிறது.

ஆங்கிலேயர்கள் ஆட்சி துவங்கிய நாள்முதல் இதே சூழ்ச்சியான அணுகுமுறையைப் பின்பற்றி நம் சமுதாயத்தைத் துண்டுதுண்டாக ஆக்குவதற்காக சமுதாய அமைப்புகளை அழிக்க முற்பட்டனர். ஏனென்றால் சிறுசிறு பிரிவுகளாகப் பிரிந்த சமுதாயத்தை அவர்கள் கவலையின்றி அடக்கியாள முடியும். சுதந்திரம் அடைந்தபின் இருபது ஆண்டுகள் ஆகியும் நாம் எதிரியின் பிரித்தாளும் சூழ்ச்சியையும் அதன் கெட்ட விளைவுகளையும் புரிந்துகொள்ள முயலவில்லை.

இப்போது நாம் நம் தவறான நம்பிக்கைகளை தொலைதூரம் விலக்கி, நம்முடைய தொன்றுதொட்டு வரும் தர்மத்தின் அஸ்திவாரத்தின் மேல் அமையப்பெற்ற மகத்தான ஹிந்து சமுதாயத்தை, ஒரு நூலில் கோர்க்கப்பட்டதாக ஆக்க வேண்டும். நாம் நம் தர்மத்தைக் காக்க, நம் சகோதர, சகோதரியரைக் காப்பாற்ற, தாய்நாடான பாரதவர்ஷத்தின் பாதுகாப்புக்காக முன்னேறிச் செல்வோம். ஹிந்து ராஷ்ட்ரம் என்பதால் மக்களின் சாந்தி, அமைதி காக்கும் பொறுப்பு நமக்கு ஏற்பட்டுள்ளது. அதற்காகவே விஸ்வ ஹிந்து பரிஷத் நிறுவப்பட்டுள்ளது.

ஒரே மாதிரியான சடங்கு, சம்பிரதாயங்களில் ஒரே அச்சில் வார்த்தெடுக்க மக்களை உருவாக்கவேண்டும் என்பதல்ல நம்

> இலக்கு. அப்படிச் செய்தால் விஸ்வ ஹிந்து பரிஷத்தே ஓர் மதமாகிவிடும். அநேக மக்கள் அதற்கு எதிர்ப்பு தெரிவிக்க ஆரம்பித்துவிடுவார்கள். நாம் வெவ்வேறு வழிபாட்டு சம்பிரதாயங்களில் தலையிட விரும்பவில்லை.
>
> எல்லா வழிபாட்டு முறைகளும் ஹிந்து தர்மத்தில் ஏற்கப்பட்டுள்ளன. ஹிந்து என்ற சொல்லுக்கே 'எல்லோரையும் அரவணைத்துக் கொள்வது; ஏற்றுக்கொள்வது' என்பதுதான் கருத்து. ஹிந்து என்ற சொல்லின் பொருளே 'எல்லோரிடமும் மரியாதை, எல்லோருடைய இயல்புகளையும் பொறுத்துக் கொள்வது' என்பதுதான். *(ஸ்ரீகுருஜி சிந்தனைக் களஞ்சியம், தொகுதி 5, பக்.77-80)*

வனவாசி மக்கள் இந்துக்கள் என்பதைத் தொடர்ந்து பரப்புரை செய்துவரும் ஒரே அமைப்பு ஆர்எஸ்எஸ் மட்டுமே. அவர்களுக்கு சேவை செய்வது நமது தர்மம். அவர்களுடைய குருமார்கள், புரோகிதர்கள் கௌரவமாக நடத்தப்பட வேண்டும் என்பதிலும் ஆர்எஸ்எஸ் அமைப்பு கொள்கை கொண்டுள்ளது. இதைப்பற்றி ஸ்ரீகுருஜி கூறுகிறார் :-

> வனவாசி மக்கள் ஹிந்துக்களே. ஆனால் அவர்களில் சிலர் ஏதோவொரு காரணத்தால் ஹிந்து அல்லாதவர்கள் ஆகியுள்ளனர். அவர்களை ஹிந்து சமுதாயத்துக்குள் அழைத்து அவர்களைத் தகுந்த முறையில் பராமரிப்பதே அவர்களுக்குச் சேவைகள் செய்வதே நம்முடைய கடமை. தர்மம். எல்லா ஹிந்துக்களும் பரஸ்பரம், அன்பு, நட்பு, ஒத்துழைப்பு, உதவிக் கொள்ளுதல் என்ற முறையில் பழக வேண்டும். எல்லோரும் இறைபக்தி என்ற வடிவில் தர்மத்தைப் பின்பற்றுங்கள்.
>
> சமுதாயத்தில் ஒருமைப்பாட்டுணர்வை விழிப்புடன் வைக்கவும். அனைவரும் கூட்டாக பஜனை, நாம சங்கீர்த்தனம், பக்தி இலக்கியங்களைப் படித்தல் ஆகிய நிகழ்ச்சிகளைத் திட்டமிட்டு நடத்த வேண்டும். இந்து மந்திரங்களைத் தந்து ஆசியுரை வழங்க வேண்டும். அந்த பிரதேச மக்களின் தர்ம குருமார்களும் புரோகிதர்களும் கௌரவிக்கப்படவேண்டும். *(ஸ்ரீகுருஜி சிந்தனைக் களஞ்சியம், தொகுதி 7, பக்.457)*

கோழிக்கோடில் பிப்ரவரி 1966ல் நடைபெற்ற பிராந்திய ஷிபிரில் ஸ்ரீகுருஜி நாம் அனைவரும் சகோதரர்கள் என்ற கருத்துகள் உள்பட சங்க கருத்துகள் வனவாசி மக்களிடமும் சென்றடைய வேண்டும் என்று கூறுகிறார் :-

ஹிந்துக்கள் நகரத்திலோ கிராமத்திலோ மட்டும் வசிக்கவில்லை. பரந்த இந்த தேசத்தில் எங்கும் இருக்கிறார்கள். மேலும் பெரும்பான்மையாகவும் இருக்கின்றனர் என்பதும் நமக்குத் தெரியும். சிலர் வனப்பகுதிகளிலும் வசிக்கின்றனர். அவர்கள் எல்லோரும் நம்முடைய சொந்தக்காரர்கள். சங்கக் கருத்துக்கள் இந்த எல்லா இடங்களிலும் உள்ள ஒவ்வொரு ஹிந்துவையும் சென்றடையும்படிச் செய்யவேண்டும். இல்லாவிட்டால் ஹிந்துக்கள் எல்லோரையும் இணைக்கவேண்டும் என்ற நமது சங்கற்பம் பொருளற்றதாகவிடும். *(ஸ்ரீகுருஜி சிந்தனைக் களஞ்சியம், தொகுதி 3, பக்.51-52)*

வனவாசி மக்களிடம் எவ்வாறு சேவை செய்யப்படவேண்டும் என்பதை 1968, ஏப்ரல் 18ல் வனவாசி சேவைத் திட்டத்தின் செயலாளர் ஸ்ரீமனோகர் ரெட்டிக்கு எழுதிய கடிதத்தில் ஸ்ரீகுருஜி குறிப்பிடுகிறார்:-

ரவிஷங்கர் பல்கலைக்கழகத்தின் மாணவர்கள் வனவாசிப் பகுதிகளில் பணியாற்ற, நீங்கள் திட்டம் தீட்டியுள்ளீர்கள் என்பது சந்தோஷமளிக்கும் விஷயம். அங்குள்ள நம் சகோதரர்களுடன் நேர்மையான உள்ளத்துடன் இயல்பாகப் பழக வேண்டும். தனது நகர வாழ்க்கையின் கர்வம் தோன்றக்கூடாது. இப்படிப்பட்ட விரும்பத்தகாத உணர்வை இதயத்திலிருந்து அகற்றிவிட்டு நடந்துகொள்ள வேண்டும்.

செயல்பாடுகளில் செயற்கைத்தன்மை புகுந்துவிட இடமளிக்கக் கூடாது. இயல்பான வழியிலேயே நம்முடைய சமுதாயத்தின் ஒருமித்தநிலை வெளிப்படும் வகையிலேயே பேச வேண்டும். பழக வேண்டும். அதாவது வனப்பகுதிகளில் நமக்குப் பழக்க மில்லாத வாழ்க்கைமுறைகளைக் காணும்போது, சிறிதளவுகூட வெறுப்போ, உதாசீனமோ மனதில் இடம்பெறவிடக்கூடாது. இதற்கான சில கட்டுப்பாடுகளைப் பழக்கிக்கொண்டு வேலை செய்தால் சிறந்த பலன் கிடைக்கும். சகோதரர்களாகிய நீங்கள் அனைவரும் பாராட்டுக்கு உரியவராவீர்கள்.

கோடை விடுமுறையில் தொடங்கப்பட்ட பணியை அதேநிலையில் விட்டபடி வருவது சரியன்று. எனவே அதற்குப் பின்பும் மாதம் ஓரிருமுறை ஒருநாளை ஒதுக்கி நம் நண்பர்கள் அந்த இடங்களுக்குச் சென்று வந்து கொண்டிருக்க வேண்டும். புதிதாக ஏற்பட்ட ஆத்மார்த்தமான நட்பும் உறவும் திடமாகி அதிகம் பரிணமிக்க வேண்டும். இதற்குப் பிறகும் என்னென்ன பணிகளை எவ்வாறு செய்யலாம் என்று யோசித்து வைக்க

வேண்டும். அதன்படி அதை நிறைவேற்றுவதற்கான ஏற்பாடுகள் செய்தால் நம் வேலைக்கு அனுகூலமாக இருக்கும். (ஸ்ரீகுருஜி சிந்தனைக் களஞ்சியம், தொகுதி 7, பக்.450-451)

ஆர்எஸ்எஸ் அமைப்பினுடைய ஒரே நோக்கம் நாம் அனைவரும் இந்துக்கள்; சகோதரர்கள். வனவாசி சகோதரர்களுக்கு இழைக்கப் பட்ட அநீதிகளைத் துடைக்கவேண்டும் என்பதை ஸ்ரீகுருஜி விளக்குகிறார் :-

எல்லா சம்பிரதாயங்களும் அவற்றின் உட்பிரிவுகளும் என்னுடையதே. எல்லா ஜாதிகளும் என்னுடையதே. மலை, குன்றுகளில் வசிப்போர் எல்லோரும் என் பந்துக்களே. அவர்களுக்கு துன்பம் ஏற்பட்டது என்றால் அதற்குக் காரணம் நம்முடைய கவனக்குறைவே. ஹிந்து சமாஜத்தின் அறிஞர்கள் என்று கருதப்படும் பெரிய மனிதர்கள் காரணமாக ஒதுக்கப்பட்ட நம் வனவாசிகள் நம்முடைய பிரிக்கமுடியாத அங்கம் ஆவார்கள். இவர்களுக்கு இத்தனை காலம் இழைத்து வந்த அநியாயங்களைத் துடைக்க என்னென்ன அவசியமோ, அவற்றைச் செய்வேன். இவ்வித திடமான மனோபாவத்தை எல்லோரும் மனதில் ஊன்றிக்கொண்டு, ஓரிழையால் கட்டுப்பட்டவர்களாகவும், சக்தி பெற்றவர்களாகவும் உலகில் தலைநிமிர்ந்து நடக்கவேண்டும். (ஸ்ரீகுருஜி சிந்தனைக் களஞ்சியம், தொகுதி 5, பக்.75-76)

ஆர்எஸ்எஸ் அமைப்பு வனவாசி மக்கள் இந்து சகோதரர்கள் என்பதில் அசைக்க முடியாத கருத்தைப் பரப்பிவருகிறது. பரப்புரை மட்டுமல்லாமல் செயலிலும் இறங்கிய அமைப்பு ஆர்எஸ்எஸ் மட்டுமே.

வனவாசிகளாகட்டும் அல்லது வேறு எவராவது ஆகட்டும் அவர்களை சகோதரர்களாக நினைத்து பாச உணர்வை வளர்த்துக் கொள்ள வேண்டும். அவர்களுக்கு உணவு, உடை, இருப்பிடம், கல்வி ஆகியவற்றைக் கொடுத்து உதவவேண்டும் என்று ஒரு சம்பவத்தை உதாரணமாகக் கூறி ஸ்ரீகுருஜி எடுத்துக்காட்டுகிறார் :-

சமுதாயத்தில் உள்ள ஒவ்வொரு சகோதரருக்காகவும் நமது இதயத்தில் தூய்மையான பாச உணர்வு அவசியம். உண்மையான பாச உணர்வு எது என்பதற்கு ஒரு உதாரணத்தை உங்கள் முன்வைக்கிறேன்.

8-9 வயதான ஒரு ஏழைச் சிறுமி இருந்தாள். பிச்சை எடுத்து வந்தாள். அவள் எந்த ஜாதி இதுபோன்ற விவரங்கள் எனக்குத் தெரியாது. அவள் மிக ஏழ்மை நிலையில் இருந்தாள். மானத்தைக்

காப்பாற்றுமளவுக்கு மட்டுமே அவளது உடலில் துணி இருந்தது. எத்தனை நாள் குளிக்கவில்லை என்றும் தெரியாது. தலைமுடி சீவப்படாமல் கலைந்திருந்தது. பிச்சை எடுத்ததில் அவளுக்கு ஒரு ரொட்டித்துண்டு கிடைத்தது. ரொட்டியைத் தின்று விட்டுத் தண்ணீர் குடிக்கலாம் என்று நினைத்து அவள் குழாயை நோக்கிச் சென்றாள். அவள் பல நாட்களாகப் பட்டினி கிடந்ததை அவளது தள்ளாத நடை காட்டிக் கொடுத்தது. அவள் எந்தக் குழாயை நோக்கிச் சென்றாளோ அங்கு ஒரு சிறுவன் இருந்தான். அந்தப் பையன் அவளைவிடச் சிறியவன். பல நாட்களாக அவனுக்கும் சாப்பாடு கிடைக்கவில்லை என்று தெரியவந்தது. பரிதாபகரமான அவன் குழாயின் அருகே உட்கார்ந்திருந்தான். இந்தப் பையனை அவளுக்கு முன்னமே தெரிந்திருக்க வாய்ப்பில்லை.

இப்படிப்பட்ட ஏழ்மையில் மிகவும் இளைத்திருந்த அந்தப் பையன், அவள் கையில் ரொட்டித் துண்டை எடுத்துக்கொண்டு குழாயை நோக்கி வருவதைப் பார்த்ததும் அந்த ரொட்டியைப் பெற வேண்டும் என்ற ஆசை அவன் கண்களில் தெரிந்தது. மிகுந்த நம்பிக்கையுடன் ரொட்டியையே பார்த்துக் கொண்டிருந்தான். அந்தப் பெண்ணும் அதைப் பார்த்தாள். நிலைமையைப் புரிந்துகொண்டாள். அந்தப் பையனிடம் வந்து, ‘உனக்கு சாப்பிட ஒன்றும் கிடைக்கவில்லையா?’ என்று கேட்டாள். அந்தச் சிறுவன் ஆம் என்று சொல்லவே, தன் கையில் இருந்த ரொட்டித் துண்டை அவனுக்குக் கொடுத்தாள்.

இந்த நிகழ்ச்சி என் கண்ணெதிரிலேயே நடந்தது. இதை முழுவதுமாக விவரிக்க என்னால் முடியவில்லை. ஆனால் ஒரு கேள்வி மனதில் தோன்றுகிறது. நாம் தானங்கள் செய்கிறோம். தியாகங்கள் செய்கிறோம் என்று பெருமையாகப் பேசிக்கொள் கிறோமே நம்மிடம் உண்மையிலேயே இப்படிப்பட்ட உண்மையான மனிதாபிமானம் இருக்கிறதா? தனது வயிற்றுப் பசியைப் பொருட்படுத்தாமல் முன்பின் தெரியாத சிறுவனுக்கு ரொட்டித் துண்டைக் கொடுக்குமளவுக்கு உண்மையான இரக்க சிந்தனை நம்முள் இருக்கிறதா?

சில நாட்களுக்கு முன் தொழிலதிபர்கள் மற்றும் செல்வந்தர்கள் எனக் கருதப்படும் சிலர் கலந்துகொண்ட பைட்டக்கில் பேச என்னை அழைத்திருந்தனர். நான் கூறினேன் ‘செல்வந்தர்கள் பலர் இங்கு குழுமி இருக்கிறீர்கள். எல்லாவிதமான சுகபோகங்களும் உங்களுக்குக் கிடைக்கின்றன. இருந்தாலும் சற்று சிந்தித்துப் பார்க்கவேண்டும். இந்த சமுதாயத்தில் பல பேருக்குச் சாப்பிட

உணவு கிடைக்கவில்லை. அவர்கள் பட்டினி கிடக்கிறார்கள் என்று உங்களுக்குத் தெரியுமா? அப்படித் தெரிந்திருந்தால் நீங்கள் சாப்பிடும்போது உணவு உங்கள் தொண்டையில் எப்படி இறங்கும்?' என்று கேட்டேன்.

உண்மையான ஆன்மநேயம் வேண்டும் என்பதை வலியுறுத்தவே இதைச் சொன்னேன். எப்படிப்பட்ட மனிதாபிமான உணர்வு என்றால், பரந்து விரிந்த இந்த நமது ஹிந்து சமுதாயம் அரை பட்டினி, முழு பட்டினியாக, படிக்க வசதியில்லாதும் அவல நிலையில் இருக்கும்போது நாம் மட்டும் சுகமாக வாழ்வதற்கு என்ன உரிமை இருக்கிறது? இவ்வாறு எண்ணி ஒரு குடும்பத்தில் குறைந்தபட்சம் இப்படிப்பட்ட துன்பப்படும் சகோதரர் ஒருவருக்காவது அடைக்கலம் அளிக்க உறுதி ஏற்க வேண்டும். நமது சமுதாயத்திலுள்ள யாராவதொரு ஆதரவற்ற சகோதரரை ஆலிங்கனம் செய்து கொண்டு, அவரைத் தன் குடும்பத்தின் ஒரு உறுப்பினராய்க் கருதி, அவனது உணவு, உடை, இருப்பிடம் மற்றும் கல்விக்கு ஏற்பாடு செய்யும் பொறுப்பை ஏற்கவேண்டும்.

இவ்வாறு நாம் நமது வீட்டில் ஒரு சகோதரருக்காவது நேச மனப்பான்மையுடன் குடும்பத்தினர் போல் அன்பு பாராட்டி, அவரை ஏற்றுக்கொண்டு, அவரை எல்லாவிதத்திலும் திறமை உள்ளவனாக ஆக்கி முன்னேறச் செய்துவிட்டால் அவரது ஏழ்மையைப் பயன்படுத்திக் கொண்டு ஹிந்து அல்லாத சமுதாயத்தினர் நம்மீது தாக்குதல் நடத்த இயலாது. நான் அந்த ஏழை எளிய சகோதரர்களைக் குற்றம் சொல்லமாட்டேன். குறை நம்முடையது. அதாவது நானும் குற்றவாளிதான். நீங்கள் அனைவரும் அதேபோல் குற்றவாளிகளே. எனவே, நமது இந்தக் குறையை வாழ்க்கையிலிருந்து அகற்ற வேண்டும். இந்தக் குறையிலிருந்து விடுபட முயற்சிக்க வேண்டும்.

நிராசையைக் கைவிட்டு உண்மையான பாச உணர்வுடன் நமது சமுதாயத்திலுள்ள சகோதரர்களின் கஷ்டங்களைப் போக்க மனதில் உறுதி ஏற்கவேண்டும். (ஸ்ரீகுருஜி சிந்தனைக் களஞ்சியம், தொகுதி *3*, பக்.*344-345*)

வனவாசி மக்கள் அனுபவித்து வருகின்ற துன்பங்கள் பற்றி ஆர்.எஸ்.எஸ். அமைப்பும் அறிந்திருந்தது. அதற்கான முயற்சிகளிலும் வெகுசீக்கிரத்திலேயே ஆரம்பித்தது. ஆர்.எஸ்.எஸ். அமைப்பின் சமூக சேவையில் வனவாசிகளுக்கே முதல் கவனம் செலுத்தப்படுகிறது. வனவாசிகளுக்கு ஏற்பட்டுள்ள பிரச்னைகளும்,

சவால்களும் மிகவும் சிக்கலானவை. எனவே பல கோணங்களில் அவற்றை அணுகித் தீர்வு காண வேண்டும். இந்த மக்கள் பணியில் சேவையாற்றி முன்னோடியாக விளங்கியவர் ஆர்.எஸ்.எஸ். பணியில் சமர்ப்பணமான பாலாசாகப் ராமகாந்த் கேசவ் தேஷ்பாண்டே என்ற ஊழியர்தான். இவர் ஒரிசா மாநில அரசின் பழங்குடியினர் நலத்துறையில் பணிபுரிந்து வந்தார்.

வனவாசிகள் மத்தியில் தீவிரமாகப் பணிபுரிய வேண்டும் என்பதற்காகவே அந்த வேலையை ராஜினாமா செய்துவிட்டு 1952ல் மத்திய பிரதேசத்திலுள்ள ஜஸ்பூரைத் தலைமையகமாகக்கொண்டு 'வனவாசி கல்யாண் ஆஸ்ரம்' ஒன்றை நிறுவினார். இதற்கு ஜஸ்பூர் மகாராஜாவின் முழு ஆதரவும் கிடைத்தது.

மலைவாழ் மக்களுக்காக ஜஸ்பூரில் மாணவர் விடுதி, துவக்கப்பள்ளி இவற்றோடு பணி துவங்கியது. 1963ல் வனவாசி கல்யாண் ஆஸ்ரமத்தின் நிரந்தரக் கட்டடத் திறப்பு ஸ்ரீகுருஜி கோல்வால்கர் அவர்களால் திறந்துவைக்கப்பட்டது. அதில் ஜஸ்பூர் மன்னர் முதலானோர் கலந்துகொண்டனர்.

இதையடுத்து மத்தியப்பிரதேசத்தின் பிற பகுதிகளுக்கும் மற்ற மாநிலங்களுக்கும் வனவாசி கல்யாண் ஆஸ்ரமத்தின் பணி பரவியுள்ளது. நூற்றுக்கணக்கான பணித் திட்டங்களையும் நிகழ்ச்சிகளையும் வனவாசி கல்யாண் ஆஸ்ரமம் நடத்திவருகிறது.

வனவாசிப் பகுதிகளில் வனவாசி கல்யாண் ஆஸ்ரமம் நடத்தும் குருகுலமுறைப் பள்ளிகளும் மாணவர் விடுதிகளும் வெறும் ஏட்டுப் படிப்புடன் நின்றுவிடுவதில்லை. இளம் உள்ளங்களில் இந்துக் கருத்துகளைப் பதியச் செய்யும் உன்னதப் பணியையும் அவை செய்து வருகின்றன. பெண்களுக்கும் குழந்தைகளுக்குமாகப் பல்வேறு இடங்களில் ஆங்காங்கே பண்பாட்டு மையங்கள் செயல்பட்டு வருகின்றன. இந்த முயற்சிகளின் பலனாக, சூதாடுவது, மது அருந்துவது போன்ற தீய பழக்கங்கள் வெகுவாகக் குறைந்துள்ளன. ரக்ஷாபந்தன் நேரத்தில் வனவாசிகளின் பல்வேறு பிரிவினர் ஒன்று கூடி சகோதர உணர்வை வளர்த்துக்கொள்கிறார்கள். அது போலவே நகர்ப்புற மக்களுடனும் வனவாசி மக்கள் பழக இது ஒரு வாய்ப்பாக அமைகிறது. பள்ளிகள், கோயில்கள், மாணவர் விடுதிகள், நூலகங்கள், விளையாட்டுப் போட்டிகள் என சேவைகள் வளர்ந்து கொண்டே போகின்றன. மருத்துவ உதவி கிடைப்பது அரிதாகியுள்ள பகுதிகளில் இலவச மருந்தகங்களும் மருத்துவமனைகளும் திறக்கப்பட்டு வருகின்றன.

கிராமத் தொழில்கள், குடிசைத்தொழில்கள், அம்பர் சர்க்கா பயிற்சிக் கேந்திரங்கள், தையல் பயிற்சி கேந்திரங்கள், தேனீ வளர்ப்பு மையங்கள் ஆகியவை துவக்கப்பட்டிருக்கின்றன. இவற்றின் மூலம் வனவாசிகளுக்கு லாபகரமான தொழில் செய்து வருவாய் ஏற்பட வழி செய்யப்பட்டிருக்கிறது.

வனவாசிகள் மனதில் சமுதாய சமத்துவம், கௌரவ உணர்வு ஆகியவை ஏற்பட வேண்டுமென்பதற்காக வெளியிலிருந்து புகழ் பெற்ற பிரமுகர்கள் கலந்துகொள்ளும் சமபந்தி நிகழ்ச்சிகள் நடைபெறுகின்றன. 1968ம் ஆண்டு ராஜ்மாதா விஜயராஜே சிந்தியா ஜஸ்பூர் நிகழ்ச்சியில் கலந்துகொண்டது கல்யாண் ஆஸ்ரமப் பணிக்கு பெரிதும் வலிமை சேர்த்துள்ளது. 1985ல் பிலாயில் கல்யாண் ஆஸ்ரமம் வனவாசி மகளிர் மாநாட்டை நடத்தியது.

1977 ஆம் ஆண்டில், ஜனதா கட்சி அரசாங்கத்தின் போது, வனவாசி கல்யாண் ஆஸ்ரம் தேசிய அந்தஸ்தைப் பெற்றது. பாரதிய வனவாசி கல்யாண் ஆஸ்ரம் என்ற புதிய பெயர் வைக்கப்பட்டது. பாரதப் பிரதமர் மொரார்ஜி தேசாய் 1978ம் ஆண்டு ஜஸ்பூர் வனவாசி கல்யாண் ஆஸ்ரமத்துக்கு விஜயம் செய்தார். வனவாசிகள் மத்தியில் ஆஸ்ரமத்தின் உதவியால் எத்தனையோவிதங்களில் மாற்றம் ஏற்பட்டிருப்பதைக் கண்டு அவர் மிகவும் மகிழ்ச்சி அடைந்தார்.

ராஜஸ்தானத்தில் 'வனவாசி கல்யாண் பரிஷத்' என்ற அமைப்பு வனவாசிகளுக்குத் தொண்டுகள் புரிந்துவருகிறது. இந்த அமைப்பு உதய்பூர், பன்ஸ்வாரா, பியார்வாட, ஜாலாவாத் ஆகிய ஊர்களில் தானிய வங்கி, ரத்த வங்கி, மருந்து வங்கி ஆகியவற்றின் முன்னோடியாக விளங்கிவருகிறது.

மகாராஷ்ட்ரத்தில் தாணே மாவட்டத்திலுள்ள தலாசரி என்ற வனவாசி பகுதியில் மூத்த ஸ்வயம்சேவகர் ஒருவர் 1967 முதலே இந்தப் பணிக்காகத் தம்மை அர்ப்பணித்துக் கொண்டுள்ளார். வனவாசி மாணவ மாணவியருக்கு அங்கு நடத்தப்படுகிற விடுதிகளில் தொழிற்பயிற்சி அளிக்கப்படுகிறது. மேலும் விவசாயத்திலும் தோட்டக் கலையிலும் விசேஷப் பயிற்சி அளிக்கப்படுகிறது. இப்படி பயிற்சி பெற்ற பல மாணவர்கள் இன்று அரசுத் துறைகளில் பணிபுரிந்து வருகிறார்கள்.

வனவாசி இளைஞர்கள், யுவதிகளின் அபாரமான ஆற்றல்களை வெளிக் கொண்டுவருவதற்காக வனவாசி கல்யாண் ஆஸ்ரமம் ஏகலைவன் பெயரால் விளையாட்டுப் போட்டிகளை நடத்திக் கொண்டு வருகிறது. இது அபாரமான வரவேற்பைப் பெற்றுள்ளது.

இந்தத் திட்டத்தின் கீழ் 1987ஆம் ஆண்டு முழுவதிலும் மாவட்ட மையங்களில் நடைபெற்ற விளையாட்டுப் போட்டிகளில் மொத்தம் 9,500 இளைஞர்களும், யுவதிகளும் கலந்துகொண்டனர். இவர்களிலிருந்து 412 வீரர்களும், வீராங்கனைகளும் தேர்ந்தெடுக்கப்பட்டு, 1988 ஜனவரியில், பம்பாயில் இறுதிச் சுற்றுப் போட்டிகளுக்காக வந்திருந்தார்கள். இந்த வனவாசி விளையாட்டு விழாவின் துவக்க விழாவிலும், நிறைவு விழாவிலும் மகாராஷ்ட்ர சட்டப்பேரவையின் சபாநாயகர், பம்பாய் மாநகர மேயர், மாநில அமைச்சர் போன்ற பிரமுகர்கள் கலந்துகொண்டார்கள். பாரத நாட்டின் புகழ்பெற்ற ஓட்டப்பந்தய வீரர் மில்கா சிங் இந்த விழாவில் கலந்துகொண்டு பேசினார்.

வனவாசி கல்யாண் ஆஸ்ரமம் முழுநேர ஊழியர்கள் 350 பேரில் 50 பேர் பெண்கள். 120 பேர் வனவாசி குடும்பங்களைச் சேர்ந்தவர்கள். இவர்கள் பல்வேறு மாநிலங்களில் பல்வேறு பொறுப்புகளை வகித்துவருகிறார்கள். நாட்டில் மொத்தம் உள்ள 175 வனவாசி மாவட்டங்களில் 91 மாவட்டங்களில் வனவாசி கல்யாண் ஆஸ்ரமப் பணி நடந்து வருகிறது. மொத்தம் உள்ளவை 50,000 வனவாசி கிராமங்கள். இவற்றில் 6500ல் கல்யாண் ஆஸ்ரமத்தின் கிளைகள் உள்ளன. கல்யாண் ஆஸ்ரமத்தின் 200 மையங்களில் மொத்தம் 101 மாணவர் விடுதிகள். 118 இலவச மருத்துவ உதவி மையங்கள் (அவற்றில் சில முழு அளவிலான மருத்துவமனைகள்) 102 பள்ளிகள் (பல நிலைகளில் உள்ளவை) 37 தொழிற்பயிற்சி மையங்கள் ஆகியவை நடைபெற்று வருகின்றன.

இந்தப் புள்ளிவிபரங்கள் மூலம் கல்யாண் ஆஸ்ரமப் பணியின் அளவைக் கணக்கிடக்கூடாது. இந்தப் பணிகள் எல்லாம் எதற்காக நடைபெற்று வருகின்றன என்ற உணர்வுதான் பணியின் வெற்றிக்கு அளவுகோல். நாட்டின் வடகிழக்குப் பகுதியைச் சேர்ந்த வனவாசித் தலைவர் ஹிப்சன் ராய் 1982ம் ஆண்டு மத்தியப் பிரதேசத்தில் உள்ள கல்யாண் ஆஸ்ரமத்துக்கு வந்து பார்வையிட்ட பின்னர் உணர்ச்சி மயமாகி குறிப்பிட்டார் : 'நமது உள்ளத்துக்கும் சரி, நம்முடைய அறிவுக்கும் சரி, ஒரு நிறைவு கிடைப்பது இங்கேதான் என நாம் உணர முடிகிறது'.

டாக்டர் கேசவ பலிராம் ஹெட்கேவார் அவர்களின் நூற்றாண்டு விழா 1988ல் வந்தது. அதற்காக நிறைய நிகழ்ச்சிகள் திட்டமிடப்பட்டன. அதில் ஒன்று 'வனவாசிகளை நோக்கிச் செல்வது' என்று முடிவெடுக்கப்பட்டது. டாக்டர்ஜி நூற்றாண்டு விழா ஏற்பாட்டின் ஒரு முக்கியமான நோக்கம் எல்லா வனவாசி, கிராம மற்றும்

நகர்ப்புறங்களில் உள்ள வஞ்சிக்கப்பட்ட மக்களைச் சென்றுசேர்வது, சமுதாய நல்லிணக்கத்தை மனதில் கொண்டு விழிப்புணர்வு ஏற்படுத்துவது மற்றும் தற்போதைய நிலையை அறிந்து கொள்ளச் செய்வது பாரதத்தின் எல்லா மாநிலங்களிலும் இதைக் கவனத்தில் கொண்டு நிகழ்ச்சிகள் திட்டமிடப்பட்டன.

நௌகாவ் சம்பாகில் நடைபெற்ற ஹிந்து சம்மேளனத்தின் ஊர்வலத்தில் சங்கத்தின் கணவேஷ் அணிந்த ஸ்வயம்சேவகர்கள், ராஷ்ட்ர சேவிகா சமிதியின் கணவேஷ் அணிந்த சேவிகைகள் மற்றும் கோஷ் வாத்திய இசைக்குழுவினர் பங்கு பெற்றனர். கார்னீ, போடோ மற்றும் லாலூங் ஜனஜாதிகளைச் சேர்ந்த ஆயிரக்கணக்கான ஆண்களும், பெண்களும் பாரம்பரிய உடை அணிந்து வந்தனர். வனவாசி பகுதியில் உள்ள ஹிந்து ஜன ஜாதிகளின் வரலாற்றில் முதல்முறையாக இதுபோன்ற சுய கௌரவ உணர்வுடன் மகிழ்ச்சி மற்றும் உற்சாகம் நிறைந்த ஊர்வலத்தில் ஹிந்து என்ற உணர்வோடு பங்குபெறும் வாய்ப்பு சங்கத்தின் காரணமாகக் கிடைத்தது. அஸ்ஸாமின் இந்நிகழ்ச்சிகளில் மானனீய சேஷாத்திரிஜியின் வழிகாட்டுதல் கிடைத்தது.

கர்நாடகத்தில் மங்களூர் பகுதியில் ஜனவரி 22,1989 அன்று 50,000 பேர் பாதயாத்திரை மூலம் புறக்கணிக்கப்பட்ட சகோதரர்களிடம் செல்வோம் என்ற இயக்கத்தைத் துவக்கினர். 810 கிராமங்களிலிருந்து மக்கள் இந்தப் பாதயாத்திரையில் பங்குபெற்றனர். பெஜாவர் மடாதிபதி, சுப்ரமண்யம் மடாதிபதி, கோல்யாகே ஸ்ரீராமானந்த ஸ்வாமி, குருபுர்ஜங்கம் மடத்தின் சிவபிரகாஷ் ஸ்வாமி ஆகிய துறவிகள் இந்த பாதயாத்திரைகளுக்குத் தலைமை தாங்கினர். இந்த பாதயாத்திரை அபியான் நிறைவுற்ற பிறகு நடைபெற்ற பொதுநிகழ்ச்சியில் 70,000 ஆண்கள், பெண்கள் பங்குபெற்றனர்.

மைசூரில் இதுபோல தீண்டாமைக்கு எதிராக அபியான் நடைபெற்றது. கர்நாடகத்தில் 1988 ஆம்ஆண்டு டாக்டர் அம்பேத்கர் நினைவு நாளில் 14 இடங்களில் பொதுநிகழ்ச்சிகள் ஏற்பாடு செய்யப்பட்டன. மகாராஷ்டிரா மாநிலத்தில் புனேயில் டிசம்பர் 4, 1988 அன்று பெரிய சாமாஜிக் சமரஸதா சம்மேளனம் நடைபெற்றது. ஸ்ரீகங்காதர் பானதாவணே, ஸ்ரீகேசவ் மேஷ்ராம் ஆகியோர் இதில் பங்கு பெற்றனர். மும்பை, ரத்னாகிரி, கோவா, நாகாப், கடசிரோலி ஆகிய பல இடங்களில் சமரஸதா சம்மேளனம் நடைபெற்றன.

ஆந்திரப் பிரதேசத்தில் விஜயவாடா அருகே கார்த்திகை வனபோஜன நிகழ்ச்சி மற்றும் ஹிந்து சம்மேளனம் நடைபெற்றன. எல்லா

பிரிவினரையும் சேர்ந்த பத்தாயிரம் ஆண்கள், பெண்கள் அதில் கலந்துகொண்டனர்.

எல்லா மாநிலங்களிலும் இதுபோல நிகழ்ச்சிகள் ஏற்பாடு செய்யப்பட்டன. அத்தருணத்தில் துறவியர் பெருமக்கள், சங்கராச்சாரியர்கள், மகான்கள் புறக்கணிக்கப்பட்ட பகுதிகளுக்கு சென்றனர். வஞ்சிக்கப்பட்ட சகோதரர்களின் வீடுகளில் அவர்களுக்கு உணவு ஏற்பாடு செய்யப்பட்டது. பல கிராமங்களில் சமுதாயத்தில் இருந்த சண்டைகள் நின்றன. தீண்டாமைக்கு எதிராக ஹிந்து சமுதாயத்தின் மனநிலை தயார் ஆகியது. ஜார்கண்ட் மாநிலத்தில் கும்லா பகுதியில் நடைபெற்ற வனவாசி சம்மேளனம் மிகச் சிறப்பாக நடைபெற்றது. 1200 கிராமங்களிலிருந்து சிலர் நடந்து, சிலர் குதிரையில், பஸ்களில், சைக்கிள்களில் என வனவாசிகள் நிகழ்ச்சிகள் பங்கேற்க வந்து சேர்ந்தனர். 20,000 வனவாசி தாய்மார்களும் அந்நிகழ்ச்சியில் பங்கேற்றனர்.

60 கி.மீ. தூரத்தில் உள்ள சைன்புர் பகுதியிலிருந்து 8000 வனவாசிகள் இரண்டு வரிசைகளாக பாதயாத்திரை மேற்கொண்டு நிகழ்ச்சிக்கு வந்து சேர்ந்தனர். கோர்பா வனவாசிகள் வில், அம்பு எடுத்துக் கொண்டு மூன்று நாட்கள் நடந்து நிகழ்ச்சிக்கு வந்தனர். கும்லாவிலிருந்து 200 கி.மீ.தூரத்தில் உள்ள ஜாம்ஷெட்புரிலிருந்து 23 ஸ்வயம்சேவகர்கள் சைக்கிளில் டாக்டர் ஹெட்கேவார் ஜோதி ஏந்திக்கொண்டு நிகழ்ச்சிக்கு வந்தனர். இவர்கள் அனைவரும் வனவாசி சகோதரர்கள். அநியாயம் மற்றும் சுரண்டலுக்கு எதிராக தர்மயுத்தத்தை துவக்கும் வகையில் காவிக்கொடி ஏந்திய வீரர்களுடைய சேனை ஒவ்வொரு கிராமத்திலிருந்தும் வந்தது.

பல துறவியர் பெருமக்கள், ஆச்சாரியர்கள் இந்த சம்மேளனங்களில் உரையாற்றினர். பூஜனீய சர்சங்கசாலக் பாளாசாகப் உடைய உணர்வுபூர்வமான உரை இந்நிகழ்ச்சியில் சிறப்பாக நடைபெற்றது. 1லட்சம் வனவாசி சகோதரர்கள் இந்த சம்மேளனத்தில் பங்கு பெற்றனர். இதுபோன்ற சம்மேளனங்கள், விளையாட்டுப் போட்டிகள், டாக்டர் ஹெட்கேவார் மராத்தான் என எண்ணற்ற நிகழ்ச்சிகள் வனவாசி பகுதிகளில் ஏற்பாடு செய்யப்பட்டன. ஹெட்கேவார் நூற்றாண்டு விழா தருணத்தில் சமுதாய நல்லிணக்க அனுபவத்தை எழுச்சி பெறச் செய்யும் பல சம்பவங்கள் நடைபெற்றன. (ஸ்ரீபாளாசாகப் தேவரஸ் வாழ்க்கை வரலாறு, பக்.373-374)

வனவாசிகளுக்காக ஆர்.எஸ்.எஸ். அமைப்பு ஆற்றியிருக்கிற பணிகளை, தொண்டுகளைக் குறிப்பிட வேண்டுமென்றால் அதற்காக

தனி புத்தகத்தையே எழுதலாம். அந்த அளவுக்குப் பணி செய்திருக்கிறது. இதுமட்டுமல்லாமல் வனவாசிகளின் பண்பாடு, ஆன்மிகம், சடங்குகள் போன்றவற்றை மீட்டெடுக்க ஆர்.எஸ்.எஸ்., பல அமைப்புகளை ஏற்படுத்திச் செயல்படுத்தி வருகிறது.

இந்துக்கள் வனவாசிகளைப் புறக்கணித்தார்கள் என்ற அண்ணல் அம்பேத்கரின் மனதில் இருந்த வேதனையை நீக்கிய அமைப்பு ஆர்.எஸ்.எஸ். மட்டுமே. அதுமட்டுமல்ல பழங்குடி சமுகத்துக்கு அரசியல் அதிகாரத்தை கொடுத்தவர்கள் ஆர்எஸ்எஸ் அமைப்பின் பரிவார் அமைப்பான பாரதிய ஜனதா கட்சி மட்டுமே.

பாஜகவும் பழங்குடியினர் முன்னேற்றமும்

இந்திய வரலாற்றில் முதன்முதலாக பழங்குடியினரின் வாழ்க்கைத் தரத்தை மேம்படுத்த பழங்குடியினர் நலத்துறை அமைச்சகத்தை 1999ல் உருவாக்கினார் அப்போதைய பிரதமராக இருந்த வாஜ்பாய் அவர்கள். ஜோயல் ஓரம் தோமர் என்ற பழங்குடி சமுதாயத்தைச் சேர்ந்தவரை பழங்குடியினர் நலத்துறைக்கு மத்திய அமைச்ச ராக்கினார். 2014ல் மறுபடியும் ஆட்சிக்கு வந்த பிரதமர் நரேந்திரமோதி அவர்களும் ஜோயல் ஓரம் தோமரை மறுபடியும் அமைச்சராக்கினார்.

பழங்குடியின மக்களின் வளர்ச்சிக்காக செயல்படுத்தப்படும் பல்வேறு திட்டங்களைக் கண்காணிப்பதற்காக பிரதமர் நரேந்திர மோடியின் நேரடி கட்டுப்பாட்டின்கீழ் 'தேசிய பழங்குடியினர் ஆலோசனை கவுன்சில்' அமைக்க மத்திய அரசு முடிவு செய்து செயல்படுத்தியது. பாரதப் பிரதமர் நரேந்திரமோடி ஆட்சி வந்த பிறகு வனவாசி மக்களை முன்னேற்றுவதற்கு பல்வேறு திட்டங்கள் செயல்படுத்தப்பட்டன. ஜனவரி 21, 2015ல் டெல்லியில் நடைபெற்ற பழங்குடியினர் நல்வாழ்வு தொடர்பான உயர்நிலை ஆலோசனைக் கூட்டத்தில் பிரதமர் நரேந்திரமோதி பல்வேறு கட்டளைகளை வெளியிட்டார். அவை :-

- பழங்குடியினர் பகுதியில் வளர்ச்சி மையங்களை அடையாளம் கண்டு அங்கு கல்வி வளர்ச்சி, சுகாதாரம் மற்றும் விளையாட்டு வசதிகள் இருப்பதைக் பழங்குடியினர் நலத்துறை உறுதிப்படுத்த வேண்டும்.
- பழங்குடியினர் பகுதியில் தொழில்நுட்ப வசதிகள் குறிப்பாக மின்சாரம், மொபைல் போன் சென்றடைய வேண்டும்.
- வளர்ச்சியுறாத பழங்குடியினர் பகுதிகளைச் சிறந்த கட்டமைப்பு வசதிகள் மூலம் வளர்ந்த பகுதிகளுடன் இணைக்க வேண்டும்.

- பழங்குடியினர் பகுதி வளர்ச்சிக்கான திட்டமிடுதலில் தொடர்புடைய ஆய்வு நிறுவனங்கள் மற்றும் தலைசிறந்த நிபுணர்களைக் கொண்ட கொள்கைக்குழு ஈடுபட வேண்டும்.
- பழங்குடியின மக்களின் கலாச்சாரம், தொன்மையான அறிவு ஆகியவற்றை பழங்குடியினர் நலத்துறை டிஜிட்டல் முறையில் ஆவணப்படுத்தவேண்டும்.
- குடியரசு தின விழா அணிவகுப்பில் இடம்பெறுவதுபோல் பழங்குடியினர் கலாச்சார குழுக்கள் மூலம் நிகழ்ச்சிகளுக்கு ஏற்பாடு செய்யவேண்டும்.
- பழங்குடியினர் உற்பத்தி செய்யும் பொருட்களை ஆன்லைன் மூலம் விற்பனை செய்வதற்கான வாய்ப்புகளை ஆராய வேண்டும்.
- பழங்குடியினர் ரத்த சோகையால் பாதிக்கப்பட்டவர்களைக் கண்டறிவது அவசியம். ஸ்டெம் செல் சிகிச்சை மூலம் இந்நோயை குணப்படுத்துவற்கான வாய்ப்புகளைச் சுகாதாரத் துறை கண்டறிய வேண்டும்.

இந்தியாவில் உள்ள பல்வேறு மாநிலங்களில் வாழும் பழங்குடியின மக்களின் முதலாவது தேசிய கலாச்சார திருவிழா 'வனஜ்' என்ற பெயரில் 13-2-2015 அன்று டெல்லியில் 5 நாட்கள் நடைபெற்றது. பழங்குடியின மக்களின் வாழ்க்கைத் தரத்தை மேம்படுத்தும் விதத்தில் கலைப் பண்பாட்டுத்துறை சார்பில் நடைபெற்ற இந்த விழாவில் தமிழகம் உள்ளிட்ட பல்வேறு மாநிலங்களில் இருந்து வந்த 900க்கும் மேற்பட்ட கலைஞர்கள் பாரம்பரிய நடனங்களை நிகழ்த்தினர். இந்த கலாச்சார விழாவில் பழங்குடியின மக்கள் தயாரித்த மருந்துப் பொருட்கள், கலைப் பொருட்கள், கைவினைப் பொருட்கள் ஆகியவை விற்பனை செய்யப்பட்டன. பழங்குடியினர் திருவிழாவைக் குறிக்கும்வகையில் வரையப்பட்ட ஒரு காலண்டரையும் நிகழ்ச்சியின்போது மத்திய அமைச்சர் ஜோயல் ஓரம் வெளியிட்டார்.

ஒவ்வொரு ஆண்டும் மத்திய அரசின் சார்பில், கலா உத்சவ் என்ற கலாச்சாரப் போட்டி மாணவர்களுக்கு நடத்தப்படும். இதில் தேசிய அளவில் முதலிடம் பெறுபவர்களுக்கு அல்லது அணிக்கு 5 லட்சம் ரூபாய், இரண்டாம் இடம் பெறுபவர்களுக்கு 3 லட்சம் ரூபாய், மூன்றாம் இடம் பெறுபவர்களுக்கு 2 லட்சம் ரூபாய் பரிசு வழங்கப்படும். இந்த வருடம் 2016 நாட்டுப்புறம், பழங்குடியினர் பாரம்பரியத்தை மாணவர்கள் அறிந்து அதைப் போற்ற வேண்டும் என்ற காரணத்துக்காக மத்திய அரசு முடிவு செய்து முதன்முதலாக

நாட்டுப்புறம், பாரம்பரியக் கலை மற்றும் பழங்குடியினர் பாரம்பரியம் என்ற தலைப்பில் கலா உத்சவ் போட்டி நடத்தியது.

2019ல் மீண்டும் வெற்றி பெற்ற பாஜக மறுபடியும் பழங்குடியின அமைச்சகத்துக்கு அர்ஜுன் முண்டா அவர்களை அமைச்சராக நியமனம் செய்தது. அதுபோலவே இணை அமைச்சராக ரேணுகா சிங் சரூடா என்கிற பழங்குடியினப் பெண்ணை முதன்முதலாக இணை அமைச்சராக்கியிருக்கிறது பாஜக. அதுபோலவே ஃபக்கான் சிங் குலஸ்டே எஃகு அமைச்சகத்தின் அமைச்சராக வலம் வருகிறார்.

கடந்த 50 ஆண்டுகளுக்கும் மேலாக நரிக்குறவர், குருவிக்காரர்கள் ஆகியோர்களை எஸ்டி பட்டியலில் சேர்க்கவில்லை. தற்போது மத்திய இணை அமைச்சர் திரு.பொன்.ராதாகிருஷ்ணன் அவர்களின் அயராத முயற்சியால் பாஜக மத்திய அரசு அவர்களை எஸ்டி பட்டியலில் சேர்க்க ஒப்புதல் அளித்துள்ளது.

2014 தேர்தலில் மொத்தமுள்ள 47 எஸ்டி தனித்தொகுதிகளில் 27 தொகுதிகளில் பாஜக வெற்றிபெற்றது. 2019 தேர்தலில் எஸ்டி தனித்தொகுதிகளில் 31 தொகுதிகளில் பாஜக வெற்றி பெற்றது. இந்திய வரலாற்றில் எந்த கட்சியும் இவ்வளவு பழங்குடியின தொகுதிகளில் வெற்றிபெற்றதில்லை. ஏனென்றால் பழங்குடியின மக்கள் மற்ற கட்சிகளைவிட பாஜகவையே தங்களின் முன்னேற்றத் துக்கான கட்சியாக நினைத்து வாக்களித்து வருகின்றனர்.

பழங்குடியினர், பட்டியல் சமுதாயத்தினர் மீதான குற்றங்கள் 2013ல் 46,201லிருந்து 2016ல் 40,801 ஆகக் குறைந்திருக்கிறது. அதாவது 12 சதவிகிதம் குறைந்திருக்கிறது. (Reports of Crime in India 2013, 2016 by National Crime Research Bureau http://ncrb.gov.in/StatPublications/ நன்றி: துக்ளக்)

சேவாபாரதியும் பழங்குடியினரும்

சாதிபேதம் பார்க்காமல் அனைவருக்கும் சேவை ஆற்றிவரும் ஆர்எஸ்எஸ் நடத்தும் சேவாபாரதி விடுதியில் 5ம் வகுப்பு முதல் வேல்மணி படித்து வருகிறார். இவர் கேரளாவில் உள்ள பழங்குடி சமூகத்தைச் சேர்ந்தவர். தற்போது ஆயுர்வேத மருத்துவப் படிப்பை முடித்திருக்கிறார். கேரளாவில் அட்டப்பாடி கிராமத்தில் இருந்து உருவாகும் முதல் பழங்குடியின மருத்துவப் பெண் இவர்.

•

- 9 -

மனு ஸ்மிருதி பற்றி ஆர்எஸ்எஸ்

ஆர்எஸ்எஸ் என்றாலே உடனடியாக மனு ஸ்மிருதியோடு முடிச்சுப்போட்டு இந்தியா முழுவதும் ஒரு பொய்ப் பிரச்சாரம் நடைபெற்று வருகிறது. அதில் ஒன்று கீழ்க்கண்ட செய்தி. திராவிடர் விடுதலைக் கழகத்தைச் சேர்ந்த விடுதலை ராஜேந்திரன் 'ஆர்எஸ்எஸ் ஓர் அபாயம்' *(பக்.118-119)* என்ற புத்தகத்தில் இவ்வாறு குறிப்பிடுகிறார் :-

> Economical and political weekly *வார இதழ் (6-3-82) இது பற்றி வெளியிட்ட செய்தி இது :*
>
> *பூனாவில் - ஆர்எஸ்எஸ்காரர்கள் 1981 டிசம்பரில் ஒரு ஊர்வலம் நடத்தினார்கள். அந்த ஊர்வலத்தில் அம்பேத்கர், மகாத்மா பூலே, காந்தி, கோல்வால்கர் ஆகியோர் படத்தோடு மனுதர்ம சாஸ்திர நூலையும் அலங்கரித்து எடுத்துச் சென்றனர். மராட்டிய பத்திரிகையான சரிதாவில் பாய் வைதியா என்ற எழுத்தாளர் ஒரு கட்டுரை எழுதினார். அதில் அம்பேத்கர் மனுதர்மத்தை எரித்தவர். நான் இந்துவாகப் பிறந்தாலும் இந்துவாக சாகமாட்டேன் என்றவர். அவர் படத்தையும் மனுதர்மத்தையும் ஒன்றாக எடுத்துப் போவதா என்று அந்தக் கட்டுரையில் எழுதியிருந்தார்.*
>
> *இவ்வாறு அந்த இதழ் குறிப்பிட்டிருக்கிறது.*

Economical and political weekly *வார இதழில் வந்த இந்த செய்தியை எடுத்துக்கொண்டு திராவிடர் கழகம் உள்பட பல அமைப்புகள்,*

கட்சிகள் கடந்த 25 வருடங்களுக்கும் மேலாக ஆர்எஸ்எஸ் மனுதர்மத்தை ஆதரித்தது என்று ஒரு பொய்யைப் பரப்பி வருகின்றனர். அதனால் இச்செய்தியின் உண்மைத்தன்மையை ஆராய்வோம்.

முதலில் Economical and political weekly வார இதழ் இடதுசாரி சார்புள்ள பத்திரிகை (கம்யூனிசம் சார்புள்ள) என்பதை புரிந்துகொண்டாலே இச்செய்தியில் எவ்வளவு உண்மைத்தன்மை இருக்கும் என்பதை நாம் புரிந்துகொள்ளலாம். விடுதலை ராஜேந்திரன் எழுதியிருக்கிற பொய்களை ஒவ்வொன்றாகப் பார்ப்போம்.

பொய் 1 :-

Economical and political weekly வார இதழ் *(6-3-82)* இது பற்றி வெளியிட்ட செய்தி இது என்று குறிப்பிட்டிருக்கிறார்.

உண்மையில் அது செய்தி அல்ல. ஒரு கட்டுரை. செய்தி என்பது நடந்ததை அப்படியே எழுதுவது அல்லது குறிப்பிடுவது. கட்டுரை என்பது தங்களுடைய கருத்தையும் விமர்சனத்தையும் சேர்த்து எழுதுவது. Economical and political weekly வெளியிட்டது கட்டுரையே தவிர செய்தி அல்ல.

Behind the Communal Fury என்ற தலைப்பில் அஸ்கர் அலி இன்ஜினியர் (Asghar Ali Engineer) ஒரு கட்டுரை எழுதியுள்ளார். அக்கட்டுரையில்தான் இந்தத் தகவல்களை அவர் குறிப்பிடுகிறார்.

பொய் 2 :-

மராட்டிய பத்திரிகையான சரிதாவில் பாய் வைதியா என்ற எழுத்தாளர் ஒரு கட்டுரை எழுதினார் என்று குறிப்பிட்டிருக்கிறார்.

இதுவும் பொய். மராட்டிய பத்திரிகை சரிதா அல்ல. சாத்னா என்ற பத்திரிகை. அப்பத்திரிகையில் எழுதியவர் பாய் வைதியா அல்ல. பாய் வைதியா ஒரு எழுத்தாளரும் அல்ல. N.G.Gore என்பவர்தான் எழுதியிருக்கிறார். அதில் என்.ஜி.கோர் வேறொரு தகவலைத்தான் பதிவு செய்திருக்கிறார். மனுதர்ம நூலை அலங்கரித்துக் கொண்டு சென்றார்கள் என்று கோர் எழுதவில்லை. அக்கட்டுரையில் பின்வருமாறு அஸ்கர் அலி இன்ஜினியர் இப்படிக் குறிப்பிட்டிருக்கிறார்.

N.G.Gore has made an appropriate comment on the activities of the Parishad in an article in Sadhna, a Marathi weekly from Pune.

He writes that in the old days in order that the screams of a woman thrown on the burning pyre of her husband were not heard, the people around the pyre used to beat drums loudly.

பாய் வைதியா எழுத்தாளர் அல்ல. அவர் ஜனதா கட்சியின் பொதுச்செயலாளர். விஸ்வ ஹிந்து பரிஷத் நடத்துகின்ற இந்த ஊர்வலத்தில் காங்கிரஸ், ஜனதா கட்சியினர் கலந்து கொண்டனர். அவர்களைக் கலந்துகொள்ள வேண்டாம் என்று பிப்ரவரி 4ம்தேதி செய்திக் குறிப்பில் கேட்டுக் கொண்டார் பாய் வைதியா என்று அஸ்கர் அலி இஞ்ஜினியர் குறிப்பிடுகிறார் :-

The procession was joined by members of Congress(l), Janata Party, etc. Janata Party members Joined the procession despite an appeal not to do so by its general secretary, Bhai Vaidya, issued through a press note on February 4. After exposing the communal nature of VHP, Bhai Vaidya had appealed to members of the Janata Party not to associate themselves with it.

அதற்கு அடுத்த பாராவில் அஸ்கர் அலி இஞ்ஜினியர் இப்படிக் குறிப்பிடுகிறார் :-

The procession carried portraits of Ambedkar, Mahatma Phule and Gandhiji along with that of Golwalkar and a copy of "Manusmriti_. Bhai Vaidya asked how Golwalkar and "Manusmriti_ could be bracketted with Ambedkar and Mahatma Phule. Ambedkar had burnt a copy of "Manusmriti_. He had said that he had been born a Hindu but would not die a Hindu and had fulfilled his vow.

இந்த ஊர்வலத்தில் அம்பேத்கர், மகாத்மா பூலே மற்றும் காந்திஜி ஆகியோரின் ஓவியங்களும் கோல்வால்கரின் உருவங்களும், 'மனுஸ்மிருதி' நகலும் கொண்டு செல்லப்பட்டன என்று குறிப்பிடுகிறார் அஸ்கர் அலி. என்ன ஆதாரம் என்று அவர் குறிப்பிடவில்லை. அஸ்கர் அலி எழுதினால் அதுதான் உண்மை, அதுதான் ஆதாரம். அடுத்து பாய் வைதியா இதைக் கேள்வி கேட்டாராம். யாரிடம் கேட்டார்? அது எந்த பத்திரிகையில் செய்தியாக வந்திருக்கிறது என்பதற்கு எந்த ஆதாரமும் இக்கட்டுரையில் இல்லை. ஆதாரமே இல்லாமல் பாய் வைதியா கேட்ட கேள்வியை வைத்துக்கொண்டு அஸ்கர் அலி என்கிற இஸ்லாமியர் எழுதிய கட்டுரையை திராவிடர் இயக்கத்தினர் அடித்து, திருத்தி தங்களுக்கு ஏற்றாற்போல் பொய்களை நுழைத்து ஆர்எஸ்எஸ்

மீது அபாண்டமாக பழியைச் சுமத்திவருகின்றனர். அந்தச் செய்தியானது வேறு எந்தச் செய்தித்தாளிலும் பத்திரிகையிலும் பதிவாகியிருக்கவும் இல்லை. திராவிடர் இயக்கத்தினர் உண்மையிலேயே அந்த முழு கட்டுரையையும் படிக்கவில்லை என்பதற்கு அவர்கள் குறிப்பிடிருக்கிற பத்தியே உதாரணம்.

பொய்யான செய்தியை ஏதேனும் ஒரு பத்திரிகையில் வெளியிடுவார்கள். அதை மேற்கோள் காட்டி வேறொருவர் எழுதுவார். இதற்கு ஆதாரம் என்ன என்று கேட்டால் இவர் அவரை மேற்கோள் காட்டுவார். அவர் இவரை மேற்கோள் காட்டுவார். இடதுசாரிகளுக்கும் திராவிட இயக்கத்தினருக்கும் கைவந்த திருட்டுக் கலை என்பதற்கு இது இன்னொரு நல்ல எடுத்துக்காட்டு.

•

ஆர்எஸ்எஸ் எங்கேயாவது மனு ஸ்மிருதியை ஆதரித்துப் பேசியிருக்கிறதா? ஆதரித்து அறிக்கை வெளியிட்டிருக்கிறதா? மனு ஸ்மிருதி வழியில்தான் ஆட்சி நடக்கவேண்டும் என்று சொல்லி இருக்கிறதா? மனு ஸ்மிருதி மீண்டும் நடைமுறைப்படுத்தப்பட வேண்டும் என்று எங்காவது அறிக்கை வெளியிட்டிருக்கிறதா? குறைந்தபட்சம் எங்காவது பேசியிருக்கிறதா? தங்களுடைய பத்திரிகையில் எழுதியிருக்கிறதா? இல்லவேயில்லை. ஆனாலும் ஆர்எஸ்எஸ் மனு ஸ்மிருதியை ஆதரிக்கிறது என்று பொய்ப்பிரச்சாரம் மட்டும் ஓயவில்லை.

ஆர்எஸ்எஸ் தலைவர் தேவரஸ் அவர்கள் 'பெண்ணடிமை மற்றும் மானிடத்துவ ஒருமைக்கு எதிரான நூல்கள் மாற்றப்பட வேண்டும் அல்லது தூக்கி எறியப்பட வேண்டும்' என்று கூறுகிறார்.

2005ல் பாஜக தலைவர் சூரஜ்பான், மனுஸ்மிருதி போன்ற சில பழைய சாஸ்திர நூல்களில் சாதிரீதியாக ஒரு சாராரை இழிவு செய்யும் வெறுப்புணர்வு வாசகங்கள் நீக்கப்படவேண்டும் என்ற கோரிக்கையை முன்வைத்த போது, பல சம்பிரதாய வாதிகளும் ஆசாரவாதிகளும் சாஸ்திரங்களில் தவறானதாக ஏதும் இல்லை, எனவே இதற்கு அவசியமும் இல்லை என்றும் கருத்துக் கூறினர். ஆனால், விஸ்வ ஹிந்து பரிஷத்தின் தலைமைப் பொறுப்பில் இருந்த அசோக் சிங்கல் அவர்கள் சூரஜ்பான் கோரிக்கையை முற்றிலுமாக ஆதரித்தார் (https://swarajyamag.com/politics/how-ashok-singhal-fought-the-caste-orthodoxy)

மனுஸ்மிருதியை விஸ்வ ஹிந்து பரிஷத் நிராகரிக்கிறது என்று பகிரங்கமாகவே அறிவிக்கவும் செய்தார். விஸ்வ ஹிந்து பரிஷத்தின்

அகில உலகத் தலைவராக இருந்த திரு.அசோக் சிங்கால் கூறுகிறார் :-

நாகரிக மற்றும் பண்பட்ட சமுதாயத்தில் மனு ஸ்மிருதிக்கு இடமில்லை என்பதால் விஸ்வ இந்து பரிஷத் முற்றிலும் நிராகரிக்கிறது. பகவத் கீதையே ஆதி மனு. தர்மச்சார்யர்கள், மகாமண்டலேஷ்வர்கள் மற்றும் மஹந்தர்கள் ஆகியோரால் அமைக்கப்பட்ட விஸ்வ இந்து பரிஷத்தின் தர்ம சன்சாத் மற்றும் மார்கதர்ஷக் மண்டல் ஆகியவை இந்து சமுதாயத்தில் இன்று நிலவும் சாதித் தீண்டாமையை முற்றிலும் நிராகரித்தன. எந்தப் பாகுபாடும் இல்லாமல் மந்திர தீட்சத்தை (தீட்சை) கொடுக்க அவர்கள் முடிவு செய்துள்ளனர். வேதங்களில், நான்கு வர்ணங்களிடையே பாகுபாடு இல்லை. அனைவரும் தங்கள் சொந்தத் துறைகளில் மேதைகள் மற்றும் சூத்திரதாரிகள் என்று கருதப்படுகிறார்கள், அனைவருமே பாராட்டப்பட்டனர் மற்றும் ஒருவருக்கொருவர் மரியாதையுடன் பார்த்தார்கள். (https://vhp.org/featured-article/vhps-view-of-manu-smriti-and-other-smritis/)

மனு ஸ்மிருதியைக் கண்டித்து ஒரு புத்தகத்தை எழுதினார் திரு.அசோக் சிங்கால். அதைப்பற்றி திரு.கோயாங்கா அவர்கள் எழுதியதாவது :-

சமீபத்தில், விஸ்வ இந்து பரிஷத்தின் (வி.எச்.பி) தலைவர் ஸ்ரீ அசோக் சிங்கால் எழுதிய 'ஸ்ரீமத் பகவத்கீதா ஹீ ஆதி மனுஸ்மிருதி' (Srimadbhagavatagita hi aadi Manusmriti' ('Bhagvad Gita is the original Manu Smrithi') என்ற நூலில் நகலை ஒருவர் எனக்கு அனுப்பினார். இந்த புத்தகத்தில் அவர் மனுஸ்மிருதியை நிராகரித்திருப்பதைக் கண்டு மிகுந்த மகிழ்ச்சி அடைந்தேன்.

உண்மையிலேயே, மனுஸ்மிருதி என்ற புத்தகம் இந்தியாவின் இரு முக்கிய சமூகங்களிடையே கசப்பான விரோதத்தை ஏற்படுத்தி தேசத்துக்கு பெரும் தீங்கு விளைவித்தது. இந்தப் புத்தகத்தை பாரத் ரத்னா டாக்டர் பாபாசாகேப் அம்பேத்கர் பகிரங்கமாக எரிக்க சரியான முடிவை எடுத்ததற்கு இதுவே காரணம்....ஸ்ரீ அசோக் சிங்கால் இந்த விஷயத்தில் சரியான நடவடிக்கைகளை எடுத்துள்ளார். தற்போதைய மனு ஸ்மிருதியை நிராகரிப்பதன் மூலம் அவர் சமூகத்துக்கு ஒரு சேவையைச் செய்துள்ளார். (https://www.vridhamma.org/node/2397)

2017 ஆம் ஆண்டில் ஆர்.எஸ்.எஸ் பரிவார் அமைப்பான சம்ஸ்கார் பாரதி, 'தலித் எதிர்ப்பு மற்றும் பெண் விரோதமான மற்றும்

பெரும்பாலும் இந்து வேதங்களுக்கு எதிரான வாதங்களில் மேற்கோள் காட்டப்பட்ட மனுஸ்மிருதியிலிருந்து பகுதிகளை அகற்றுவது குறித்து விவாதிக்கிறது' என்று கூறியது. (https://timesofindia.indiatimes.com/blogs/seeing-the-invisible/rsss-standardised-hinduism-part-4/)

மனுஸ்மிருதியில் பல்வேறு நல்ல கருத்துகள் இருக்கின்றன. அவற்றை மட்டும் பல்வேறு ஞானிகள், சன்னியாசிகள் எடுத்து இயம்பியிருக்கின்றனர். உதாரணத்துக்கு தயானந்த சரஸ்வதி சுவாமிகள், சுவாமி விவேகானந்தர் போன்றவர்கள் குறிப்பிட்ட சில சுலோகங்களை எடுத்துக்காட்டியிருக்கின்றனர். அதுபோலவே சில நல்ல கருத்துகள் அதில் அடங்கியிருந்தால் அதை ஆர்எஸ்எஸ் எப்போதாவது எடுத்துக்காட்டியிருக்கலாம். அதற்காக மனுஸ்மிருதியை ஆர்எஸ்எஸ் மற்றும் பரிவார் அமைப்புகள் முழுமனதோடு ஏற்றுக்கொண்டன என்பது அர்த்தமல்ல. பகிரங்கமாகவே விஸ்வ ஹிந்து பரிஷத் மனுஸ்மிருதியை நிராகரிக்கிறது என்று அறிவித்துள்ளதை நாம் கவனத்தில் கொள்ள வேண்டும்.

•

இந்துக்கள் அனைவருக்கும் வேதம் உரியது என்பது ஆரிய சமாஜத்தின் கருத்து மட்டுமல்ல, ஆர்எஸ்எஸ் அமைப்பின் கருத்தும் அதுதான். 1958ம் ஆண்டு சுற்றுப்பயணத்தின்போது ஸ்ரீகுருஜி கேரளத்திலுள்ள பாலக்காட்டில் ஸ்ரீபி.கே.நாராயண அய்யர் என்பாரின் வீட்டில் தங்கியிருந்தார். அந்த சமயம் அவ்வூரில் ஸ்வாமி சின்மயானந்தா அவர்களின் 'கீதா ஞான யக்ஞம்' என்ற பிரபலமான சமயத்தொடர் சொற்பொழிவு நடந்துகொண்டிருந்தது. ஸ்வாமி சின்மயானந்தா, கொச்சியில் பிராம்மணர் அல்லாதார் வகுப்பில் பிறந்தவர் என்பது யாவரும் அறிந்ததே. ஒருநாள் காலையில் அருகில் உள்ள நூரணி என்ற கிராமத்திலிருந்து ஆசாரசீலர்களும் கர்ம காண்டத்தில் சிரத்தையுள்ளவர்களுமான ஐந்தாறு பிராம்மணர்கள் அவருடன் உரையாட வந்தார்கள். அவர்களில் சிலர் வைணவ பெரியார் வேதாந்த தேசிகரின் 'ஸத தூஷணி' என்ற நூலைக் கண்டித்து 'ஸதபூஷணி' என்ற நூல் எழுதியவர்கள், அவர்கள் ஸ்ரீகுருஜியுடன் சம்ஸ்க்ருதத்தில் பேசினார்கள். அப்போது அவர்களில் சிலர் 'குருஜி, தாங்கள் வேதசாஸ்திரங்கள் அறிந்தவர். வேத விதிமுறை தெரிந்தவர். சாஸ்திரப்படி பிராம்மணர் அல்லாத ஒருவர், வேத நூல்களைப் படிக்கவோ வியாக்யானம் செய்யவோ முடியுமா?' என்று கேட்டார்கள்.

அவர்கள் இலக்கு எது என்பதை உடனே கணித்துவிட்ட ஸ்ரீகுருஜி, 'பெரியோர்களே, நான் மத விஷயங்களிலோ வேத விதிமுறை களிலோ அதிகாரப்பூர்வ ஞானம் உள்ளவனல்லன். எனக்கு சம்ஸ்க்ருதம் தெரியும் என்று சொல்லிக் கொள்ளும் துணிச்சல் இல்லை. ஆனால் சம்ஸ்க்ருதத்தைப் பற்றி நிச்சயம் தெரியும்' என்றார். (பண்டிதர்கள் ஒருவரை ஒருவர் நோக்கி புன்னகை புரிந்தார்கள்)

ஸ்ரீகுருஜி மேலும் தொடர்ந்தார். 'ஆனால் உங்களால் சுட்டிக் காட்டப்பட்ட விஷயத்தைப் பற்றி அவ்வப்போது எனக்கும் சந்தேகம் எழுவதுண்டு. காயத்ரி மஹாமந்திரத்தை அருளியவர் பிறப்பில் பிராம்மணரா? நமக்கு ராமாயணத்தை அளித்த வால்மீகி முனிவர் பிராம்மணரா? நமக்கு பகவத் கீதையை அளித்தவர்கள் இருவரும் (ஸ்ரீகிருஷ்ணர், அர்ஜுன் ன்) பிராம்மணர்களா? உபநிஷத் குறித்த விவாதங்களிலும் எனக்கு இந்தவித சந்தேகங்கள் ஏற்படுகின்றன. பிரச்னை சிக்கலாகவே இருக்கும்போலத் தோன்றுகிறது. நான் என்ன செய்ய முடியும். தங்களைப் போன்றவர்கள்தான் இதற்குத் தீர்வு காணத்தகுந்தவர்கள்' என்றார். பிறகு என்ன? அந்தப் பேச்சு அத்துடன் முற்றுப்பெற்றது. (ஸ்ரீகுருஜி சிந்தனைக் களஞ்சியம், தொகுதி 9, பக்.297-298)

சாஸ்திரப்படி பிராம்மணர் அல்லாத ஒருவர், வேத நூல்களை படிக்கவோ, வியாக்யானம் செய்யவோ முடியுமா?' என்று கேட்ட கேள்விக்கு ஸ்ரீகுருஜி சில உதாரணங்களைக் கொடுத்து தெளிவாக்கியுள்ளார். அதாவது வேதம் படிப்பதற்கு பிராமணர் அல்லாதவர்களுக்கு உரிமை உள்ளது என்பதைத் திட்டவட்டமாகத் தெளிவாக்கியுள்ளார் ஸ்ரீகுருஜி.

•

- 10 -

அனைத்து சாதியினரும் அர்ச்சகர் பற்றி ஆர்எஸ்எஸ்

இந்தியா எப்படி மறுபடியும் எழுச்சி பெறும்? இந்த கேள்வியை சுவாமி விவேகானந்தரிடம் அவருடைய சீடர் கேட்டார். அதற்கு சுவாமிஜி கூறுகிறார் :

> '...இதுவரையில் பிராமணர்கள் மதத்தைத் தங்கள் கைகளுக்குள் வைத்திருந்தார்கள். காலத்தின் மாறுதலுக்கு முன்னால் அவர்களால் நிற்க முடியவில்லை. எனவே இந்த நாட்டில் உள்ள ஒவ்வொருவருமே சமயத்தைத் தன் கைகளில் எடுத்துக் கொள்வதற்கான நடவடிக்கைகளை எடுங்கள். அவர்கள் மனத்தில், பிராமணனுக்கு எந்த அளவு மதத்தில் உரிமை உள்ளதோ அந்த அளவு அவர்களுக்கும் உரிமை உண்டு என்பதை உறுதிப்படுத்துங்கள். நெருப்பைப் போன்று ஆற்றலைத் தரும் இந்த மந்திரத்தைச் சண்டாளர்கள் முதல் அனைவருக்கும் கொடுங்கள்.

சுவாமி விவேகானந்தரின் இந்த அறைகூவலை அப்படியே ஏற்று செயல்படுத்தி வருபவை ஆர்எஸ்எஸ் மற்றும் இந்து இயக்கங்கள்தாம். வேதங்களை கற்றுக் கொடுப்பதிலிருந்து அனைத்து சாதியினரையும் அர்ச்சகராக்குதல் வரை இந்து மதத்தை எல்லோருக்கும் கொண்டுசெல்பவை ஆர்எஸ்எஸ் - இந்து இயக்கங்கள் மட்டுமே.

எச்சாதியினராயினும் அர்ச்சகர் ஆகலாம் என்பதை அதிதீவிர இந்துத்துவரான வீரசாவர்க்கர் செயல்படுத்தினார். அதைப்பற்றி எழுத்தாளர் ஜடாயு விளக்கமாகவே எழுதியிருக்கிறார்.

'ஆலய பிரவேச இயக்கங்கள் தொடங்கியிராத காலகட்டம் அது. எந்தவிதத்திலும் சாதிப் பாகுபாடுகள் இல்லாத ஒரு புதிய இந்து ஆலயத்தை முன்னுதாரணமாக நிறுவ வேண்டும் என்ற சாவர்க்கரின் திட்டத்துக்கு அவரது சகாக்களான பாகோஜி சேத் கீர், டாக்டர் மகாதேவ் கண்பத் ஷிண்டே, காசிநாத் லட்சுமண் பாருலேகர் ஆகியோர் எல்லா ஒத்துழைப்பும் தருவதாகக் கூறினர். **1929**ம் ஆண்டு மகாசிவராத்திரி தினத்தன்று டாக்டர் குர்தகோடி (Dr. Kurtakoti) சங்கராசாரியார் கோயிலுக்கு அடிக்கல் நாட்டினார். இந்த சங்கராசாரியார் சாதியத்தை முழுமையாக எதிர்த்த சிறந்த ஆன்மிகத் தலைவராவார். அந்த விழாவில் சாவர்க்கர் கோயில் குறித்த தனது சிந்தனைகளை வெளியிட்டார்.

> 'காசி, பூரி, துவாரகை, ராமேஸ்வரம் முதற்கொண்டு அனைத்து கோயில்களும் எல்லா சாதிகளையும் சேர்ந்த இந்துக்கள் தரிசனம் செய்யத் திறந்துவிடப்படவேண்டும். அதுவே எனது எண்ணம். பிறப்பு அடிப்படையிலான சாதி வேறுபாட்டைக் காட்டி எந்த ஒரு இந்துவுக்கும் அந்த உரிமை மறுக்கப்படக்கூடாது. இந்தக் கொள்கையை ஒட்டுமொத்த இந்து சமூகமும் கட்டாயம் ஏற்றுக் கொள்ளத் தான் போகிறது. ஆனால் அதுவரை காத்திருக்காமல், உடனடியாக இத்தகைய ஒரு கோயிலை நாம் உருவாக்கிக் காட்டியாக வேண்டும்....கட்டட காண்டிராக்டரான பாகோஜி சேத் தலைமையில் உருவாகும் அறக்கட்டளை இக்கோயிலைக் கட்டும். ஸ்ரீ லஷ்மி நாராயணர், புனிதமான சிவலிங்கம், குரு பாதுகைகள் ஆகிய தெய்வங்கள் இக்கோயிலை அலங்கரிக்கும். பிராமண க்ஷத்ரிய வைசிய சூத்திர சமூகங்களிலிருந்தும், இப்போது தீண்டாதார் ஆக உள்ள சாதிகளிலிருந்தும் பிரதிநிதிகள் கோயில் கமிட்டியில் இருக்க வேண்டும். கோயிலின் அர்ச்சகர் இதில் எந்த சாதியைச் சேர்ந்தவராகவும் இருக்கலாம்', என்று தனது வரைவை முன்வைத்தார்.
>
> 'இந்த வரைவை நாம் செயல்படுத்த முடியவில்லை என்றால் புதிய கோயில் கட்டுவதற்கே அவசியமில்லை. தனது பழைய கோயில்களைப் பாதுகாக்கும் துணிவும் சக்தியும் இல்லாத ஒரு சமூகத்துக்கு புதிய கோயில்களைக் கட்ட எந்த அதிகாரமும் இல்லை.. இந்தக் கோயில் அந்த சக்தியைத் தூண்டும் ஒரு கேந்திரமாக அமையும். மஹார், சமார் என்று தீண்டாதார் ஆகிவிட்ட சமூகம் மட்டும் இன்று தாழ்ந்தவர்களாக, 'பதிதர்களாக' இல்லை. ஒட்டுமொத்த இந்து சமூகமுமே அந்நிய ஆட்சியின் கீழ் தாழ்ந்து போய் இருக்கிறது. தாழ்வுற்று நிற்கும் இந்த ஹிந்து தேசத்தை மீட்கும் தெய்வத்தை, ஹிந்துக்கள்

இழந்துவிட்ட அனைத்தையும் அவர்கள் திரும்பப் பெறச் செய்யும் ஒற்றுமை தெய்வத்தை நான் 'பதித பாவன' என்று அழைப்பேன்', என்று முழங்கினார்.

விழாவின் முடிவில் சாவர்க்கர் இயற்றிய இந்து ஒற்றுமை கீதம் பாடப்பட்டது.

அடுத்த இரண்டு ஆண்டுகளில் ஒரு லட்சம் ரூபாய் செலவில் (1920களின் கணக்குப்படி) மிக அருமையாக கோயில் கட்டி முடிக்கப் பட்டது. இந்தச் செலவில் பெரும்பகுதியை பாகோஜி சேத் அளித்தார். எனவே அவரது கரங்களால் பூஜைக்குரிய விக்கிரகங்கள் பிரதிஷ்டை செய்யப்பட வேண்டும் என்று சாவர்க்கர் விரும்பினார்.

வேத சடங்குகளை செய்வதற்கு தகுதியற்றது என்று கருதப் பட்ட 'பண்டாரி' சாதியைச் சேர்ந்தவர் பாகோஜி சேத். அவரது குடும்பத்தின் பூஜைகள், சடங்குகள் அனைத்தும் வேத மந்திரங்கள் இல்லாமல் புராண ஐதிக சுலோகங்கள் மட்டுமே ஓதி நடத்தப் பட்டன. இந்தத் தடையையும் சாவர்க்கர் உடைக்க விரும்பினார். அனைத்து சாதிகளுக்கும் வேதம் கற்கவும், வேத சடங்குகள் செய்யவும், கோயில்களில் பூஜை செய்யவும் உரிமை உள்ளது என்பதற்கான சாஸ்திர ஆதாரங்களை விளக்கிக் கட்டுரைகள் எழுதினார். காசி, நாசிக், புணே போன்ற இடங்களில் இருந்து வேத பண்டிதர்களை அழைத்து இது பற்றிக் கருத்துக் கூற வேண்டினார். பண்டிதர்கள் அனைவரும் பாகோஜி சேத் எந்த தீய குணங்களும் இல்லாத உத்தமமான மனிதர் என்பதை ஏற்றனர். ஆனால், அவர் வேத சடங்குகள் செய்ய தகுதியற்றவர் என்றும், அனைத்து சாதியினரும் வேதம் கற்க உரிமையில்லை என்றும் அறிவித்துவிட்டனர். இவ்விஷயத்தில் குர்தகோடி சங்கராசாரியாரின் கருத்தையும் அவர்கள் நிராகரித்தனர்.

தன்னால் கோயிலின் பிரதிஷ்டை தடைபடுகிறதே என்று பாகோஜி சேத் கீர் மனமுடைந்தார். இரண்டு வருடங்கள் முன்பு தான் மும்பையில் அனைத்து இந்து சாதிகளுக்குமான மயான பூமியை பல எதிர்ப்புகளுக்கு இடையில் அவர் நிறுவியிருந்தார். பண்டிதர்களின் சொற்படியே செய்யலாம் என்று இறைஞ்சினார். ஆனால் சாவர்க்கர் தன் முடிவில் பின்வாங்கவே போவதில்லை என்று அறிவித்தார். 'ஊரில் எத்தனையோ பழைய கோயில்கள் உள்ளன. நாம் ஒரு புதிய கொள்கையை நிறுவுவதற்காக இந்தப் புதிய கோயிலை நிறுவுகிறோம். இப்போது இந்த பண்டிதர்களின் அழுத்தத்தால் நம் உறுதியிலிருந்து பின்வாங்கினால் இது முழுவதுமே அர்த்தமற்றதாகி விடும். நாம் திட்டமிட்ட படி நம் நிகழ்ச்சிகளை நடத்துவோம்'

என்றார். தர்மம் அதன் குழந்தைகளைக் கைவிடவில்லை. வேறு சில வேத பண்டிதர்கள் வழிகாட்ட பாகோஜி சேத் வேதச் சடங்குகளை செய்தார்.

இப்படி சுவாமி விவேகானந்தரிலிருந்து வீரசாவர்க்கர் தொடர்ச்சியாக வேதம் கற்பது, அனைத்து சாதியினரும் அர்ச்சகர் ஆவது வரையான சிந்தனைகளை - செயல்களை நடைமுறைப்படுத்தி வந்தவர்கள் இந்துத்துவர்கள், இந்து இயக்கங்கள்.

•

கோவில்களை ஆகமக் கோவில்கள், ஆகமம் சாராத கோவில்கள் என்று இரண்டு வகையாகப் பிரிக்கலாம்.

ஒவ்வொரு சாதி சமூகமும் தங்களுக்குரிய கோயிலை நிர்மாணித்து வழிபட்டு வந்திருக்கிறது. ஆகமங்கள் சாராத அந்தக் கோயில்களுக்கு அர்ச்சகராக அந்த சமூகத்தைச் சார்ந்தவரே இருப்பார்கள். அந்த வகையில் அனைத்து சாதியினரும் அவரவருக்கான கோவில்களில் அர்ச்சகராக ஆதி காலத்தில் இருந்தே இருந்துவருகிறார்கள் என்பதுதான் உண்மை. ஆகமம் சாராத இக்கோயில்கள் கிராமக் கோயில்கள், குலக் கோயில்கள் என்று வகைப்படுத்தப்பட்டுள்ளன.

ஆகமக் கோயில்கள் எண்ணிக்கையில் சிறியவைதான். அக்கோயில் களில் எல்லா சாதியினரும் அர்ச்சகராகிவிட முடியாது. குறிப்பிட்ட சாதிகள் மட்டும்தான் அர்ச்சகராக முடியும். ஆனாலும் அந்தக் குறிப்பிட்ட சாதியினரிலும் எல்லாரும் அர்ச்சகராகிவிட முடியாது. இது ஆகமப் பெருங்கோயிலுக்கு மட்டுமல்ல ஆகமம் சாராத கிராமக் கோயில்கள், குலக்கோயில்கள் வரை இதுதான் நிலைமை.

ஆனால் காலம் மாற, அனைத்து சாதியினரும் அர்ச்சகராக வேண்டும் என்ற அரசியல் கோரிக்கை வலுத்து வந்திருக்கிறது. அனைத்து சாதியினரும் அர்ச்சகராக வேண்டும் என்ற கோரிக்கை இன்று நேற்று ஏற்பட்டதல்ல. நூறு ஆண்டுகளுக்கும் மேற்பட்ட கோரிக்கை அது.

ஆனால் அனைத்து சாதியினரும் அர்ச்சகர் ஆக வேண்டும் என்று முதன் முதலில் குரல் கொடுத்தது திராவிடர் கழகம், மற்றும் அதனுடைய தலைவர் ஈவெரா என்றும் ஒரு பிம்பம் கட்டமைக்கப்பட்டு வருகிறது.

திராவிடர் கழகமும் ஈவெராவும் 1950களுக்குப் பிறகுதான் அனைத்து சாதியினரும் அர்ச்சகராக வேண்டும் என்ற குரலை முன்னெடுக் கின்றனர். அதற்கு முன் அல்ல. ஆனால் கேரளத்தில் சுவாமி

நாராயணகுரு அவர்கள் கோயிலுக்குள் அனுமதிக்கப்படாத சாதிகளை அர்ச்சகராக உருவாக்கி பெரும் புரட்சி செய்தார்.

1936ல் 'சாதி ஒழிப்பு' என்ற நூலில் அண்ணல் அம்பேத்கர் அனைத்து சாதியினரும் அர்ச்சகராகுதல் பற்றி எழுதியிருக்கிறார். அண்ணல் அம்பேத்கர் எழுதுகிறார் :-

> 'இந்துக்களிடையே புரோகிதர் ஒழிக்கப்படுவது நலம். ஆனால் அது சாத்தியமில்லை என்றே தோன்றுகிறது. எனவே புரோகிதத் தொழில் பரம்பரைத் தொழிலாக இருப்பதையாவது ஒழிக்க வேண்டும். இந்து மதத்தவன் என்று தன்னை சொல்கிற எந்த சாதியைச் சேர்ந்தவராயினும் அவருக்குப் புரோகிதர் ஆகும் உரிமை இருக்க வேண்டும். புரோகிதத் தொழிலுக்கான அரசுத் தேர்வு எழுதி சான்றிதழ் பெறாத எவனும் புரோகிதத் தொழில் செய்யக்கூடாது என்று சட்டமியற்ற வேண்டும்.'

ஈவெராவுக்கு முன்பே அண்ணல் அம்பேத்கர் அனைத்து சாதியினரும் அர்ச்சகராக வேண்டும் என்ற குரலை ஒலித்து இருக்கிறார். இந்து மதத்தவன் என்று தன்னை சொல்கிற எந்த சாதியைச் சேர்ந்தவராயினும் அவருக்குப் புரோகிதர் ஆகும் உரிமை இருக்கவேண்டும் என்று அண்ணல் அம்பேத்கர் கூறுகிறார். ஆனால் ஈவெரா அனைத்து சாதியினரும் அர்ச்சகராக வேண்டும் என்று கூறிக்கொண்டே சூத்திர சாதியினருக்கு மட்டுமேதான் பேசுவதாக கடிதம் எழுதுகிறார்.

ஈவெரா 1956ல் தமிழர்கள் கோயில்களில் பூஜாரிகளாக நியமிக்க வெண்டும் என்று சொல்லியிருந்தார். அதற்காக போராடப்போவ தாகவும் அறிக்கை வெளியிட்டிருந்தார். அதுபற்றி குன்றக்குடி அடிகளார் 26-12-1956 அன்று ஈவெராவுக்கு ஒரு கடிதம் எழுதினார். அதில் இரண்டு கேள்விகளைக் கேட்டிருந்தார்கள்.

1. தாங்கள் நடத்த இருக்கும் போராட்டத்துக்குக் கடவுள் நம்பிக்கையும் திருக்கோயில் வழிபாட்டையும் அடிப்படையாக வைத்திருக்கின்றீர்களா? அல்லது சிலர் கருதுவது போல இனம் அல்லது சாதியின் அடிப்படையில் கிளர்ச்சிதான் நோக்கமா?

2. 'தமிழன் வழிபாட்டுக்கு நியமிக்கப் பெறவேண்டும்' என்று நிபந்தனை கூறியுள்ளீர்கள்; 'தமிழன்' என்றால், தாங்கள் யாரைத் தமிழர் என்று கருதுகின்றீர்கள்? இதில் சாதி அல்லது இனம் உணர்ச்சி தலைகாட்டுகின்றதா? இது சம்பந்தமாக தாங்கள் தெளிவுபடுத்துவீர்கள் என்று எதிர்பார்க்கின்றோம்.

அதற்கு ஈவெரா பதில் அனுப்பியிருந்தார்.

‘தமிழன்’ என்று யாரைக் கருதுகிறீர்கள்? என்று அடிகளார் கேட்டிருக்கிறார்கள். நான் ‘தமிழன்’ என்று கருதுவது - பெரிதும் நம் நாட்டில் ‘சூத்திரர்கள்’ என்று சொல்லப்படுகிறவர்களையே ஆகும். இப்பொழுது கோயில்களில் பூசை செய்கிறவர்கள் சூத்திரர்கள் என்று சாரார் சொல்லக்கூடும். அதாவது குருக்கள் சூத்திரர்கள் என்பதே.

அது வெறும்பேச்சு. காரியத்தில் குருக்கள் எல்லாம் நம்மைத் தீண்டாதவர்களாகவும் கருதுவதோடு, நம்முடனிருந்து உண்ணக் கூடாதவர்கள் என்றே இருந்து வருகின்றார்கள். பூணூல் அணிந்திருக்கிறார்கள். அவர்கள் சூத்திரர்கள் அல்லது நம்மவர்கள். ஆனால், நாம் பூசை செய்வதற்கு என்ன தடங்கல்? நமக்கேன் அந்த உரிமை கிடைக்கும்படி பாடுபடக்கூடாது? (விடுதலை 7-11-1957. வே.ஆனைமுத்து தொகுத்த ஈவெரா சிந்தனைகள் என்ற புத்தகத்தில் மாதம் 11 என்று அச்சாகி இருக்கிறது. இது தவறாக இருக்கலாம் என்று நினைக்கிறேன். 11க்கு பதிலாக 1 என்று இருக்க வேண்டும் என்று நினைக்கிறேன்)

அண்ணல் அம்பேத்கர் அனைத்து சாதியினரும் அர்ச்சகராகவேண்டும் என்று பேசுகிறார். ஆனால் ஈவெராவோ நான்காம் வருணத்தவர்கள் அதாவது சூத்திரர்கள் மட்டும் அர்ச்சகராக வேண்டும் என்று கடிதத்தில் தெளிவாக குறிப்பிடுகிறார். ஈவெரா எப்போதுமே சூத்திரர்களாக இருக்கும் நான்காம் வருணத்தவர்களுக்காக திராவிடர் கழகம் போராடி வருகிறது என்று பலமுறை தெள்ளத் தெளிவாக சொல்லி இருக்கிறார். ‘அனைத்து சாதியினரும்’ என்ற வார்த்தை ஈவெராவைப் பொறுத்தவரை ஒரு பேச்சுக்குத்தான்.

‘பெரியார் தனித் தமிழ்நாடு என்ற தனது இலட்சியத்தை அடைவதற்கான வழிமுறையாக அனைத்து சாதியினரும் அர்ச்சகராக வேண்டும் என்ற கோரிக்கையை முன் வைத்தாரே தவிர, அனைத்துச் சாதியினரும் அர்ச்சகர் ஆக வேண்டும் என்ற இலட்சியத்துக்காக தனித் தமிழ்நாடு வழிமுறையைப் பின்பற்றவில்லை’, என்று பெரியார் திராவிடர் கழக பொதுச்செயலாளர் விடுதலை ராசேந்திரன் ‘பெரியார் மரபும் திரிபும்’ (பக்.30) நூலில் கூறுகிறார்.

ஆனால் ஆர்எஸ்எஸ் அமைப்பும் இந்து இயக்கங்களும் அனைத்து சாதியினரும் அர்ச்சகர் ஆக வேண்டும் என்பதை மனதார நினைத்தது. அம்பலப்புழை ஸ்ரீகிருஷ்ணர் கோயில் தலைமை அர்ச்சகர் (தந்த்ரீ) ஸ்ரீபூதமனா தாமோதரன் நம்பூதிரியுடன் ஆலப்புழையில் ஒரு கலந்துரையாடல் 1966, ஜனவரி 31ல் நடைபெற்றது. அவ்வுரையாடலில் மிகத் தெளிவாக ஸ்ரீகுருஜி சொல்லியிருக்கிறார்.

ஸ்ரீநம்பூதிரி : இங்கே பெரும்பாலான அர்ச்சகர்கள் மன ஒருமைப் பாட்டுடன் பூஜை செய்வதென்பது இருக்கட்டும். அவர்களுக்கு பூஜை முறை கூட தெரிவதில்லையே! வேலையோ மிகவும் கடினம். இந்த பிரச்னைக்கு என்ன தீர்வு காண்பது? மேலும் ஒரு பிரச்னை எழுந்துள்ளது. பிராம்மணர் அல்லாதவர்களுக்கு தாந்த்ரீக பூஜா விதிகளைச் சொல்லிக் கொடுக்கலாமா? அவர்களுக்குப் பயிற்சி தந்து அவர்களை வேலையில் நியமிக்கலாமா?

ஸ்ரீகுருஜி : நம் சமுதாயக் கட்டமைப்பு முழுவதுமாக நிலை குலைந்து விட்டது. வர்ணங் களின் சுத்தம் கெட்டுவிட்டது. சில யாகங்களை நான்கு வர்ணத்தாரும் சேர்ந்து செய்வது அவசியமாக இருந்த து. ஒவ்வொருவருக்கும் முன்கூட்டியே நிச்சயிக்கப்பட்ட கடமை இருந்தது. சூத்திரர்கள் உள்பட எல்லா வர்ணத்தாரும் யாகத்தில் கலந்துகொண்டு வேத மந்திரங்களைக் கேட்டு வந்தனர். ஆகையால் சூத்திரர்கள் வேதங்களைக் கேட்கக் கூடாது என்று யாரும் உரிமை கொண்டாட முடியாது. மதிப்புக்குரிய ஆசார்யர்களிடம் இதே கேள்வியை நான் கேட்டேன். அவர்களால் பதில் சொல்ல முடியவில்லை. சாஸ்திரங்கள் மூலம் கிடைக்கும் வழிகாட்டல், அவற்றைச் சரியாகப் புரிந்து கொள்ளுதல் அவசியம்.

இன்று வர்ண ஆஸ்ரம முறை அநேகமாக அழிந்துவிட்டது. கலியுகத்தில் சூத்திர வர்ணம் ஒன்றுமட்டுமே இருக்கும் என்று சொல்லப்படுகிறது. உலகத்தில் எல்லா தேசங்களிலும் ஆள்பவர்கள் சூத்திரர்களாகவே இருக்கின்றனர். சாஸ்திரங்கள்படி அவர்களுக்கே இந்த யுகத்தில் அதிகாரம், ஒவ்வொரு யுகத்திலும் ஒவ்வொரு வர்ணம் தலைமை தகுதி பெறுகிறது. முதல் யுகத்தில் பிராம்மணர் ஆதிக்கம். அதற்கு அடுத்த மூன்று யுகங்களில் மற்ற மூன்று வர்ணங்களும் பலம் பெறும். என்னைப் பொறுத்த வரையில் எந்த யுகத்தில் ஆனாலும் சரி, நல்ல குணம் படைத்தோர் கையில் அதிகாரம் வேண்டும்.

இன்று தாழ்ந்த வகுப்பினர் எனப்படுகிறவர்களுக்கு பூணூல் அணிவித்து பிராம்மணத்துவம் என்ற கருத்தின்படி நற்குணங்கள் புகட்ட முயற்சி செய்ய வேண்டும். இப்படி செய்வதில் தவறொன்றுமில்லை. தேவைக்கேற்ப அவர்களுக்கு சமுதாயத்தில் நல்ல அந்தஸ்து அளிக்கப்பட வேண்டும். அவர்களுக்கு தங்கள் கோத்திரம் தெரியவில்லை அல்லது மறந்து போய்விட்டது என்றால் பூணூல் அணிவித்து தீட்சை தரும் புரோஹிதரின் கோத்திரத்தை, தங்களுக்கும் தங்கள் குடும்பத்துக்கும் வைத்துக்

கொள்ளலாம். முற்காலத்தில் இதுபோல நடப்பதுண்டு. இது சாஸ்திர சம்மதம் பெற்ற செயல். இந்த ஏற்பாட்டின்படி ஒருவருக்கு எந்த கோத்ரமும் அளிப்பது இயலாது என்றால் ப்ரம்மோபதேசம் செய்யப்பட்டவருக்கு காஸ்யபகோத்திரம் என்று நிர்ணயிக்கலாம். ஏனென்றால் மனித சிருஷ்டியே காஸ்யப முனிவரால் செய்யப்பட்டதாகச் சொல்லப்பட்டிருக்கிறது. *(ஸ்ரீகுருஜி சிந்தனைக் களஞ்சியம், தொகுதி 9, பக்.267-268)*

அனைத்து சாதியினரும் அர்ச்சகர் ஆக வேண்டும் என்று சொன்னதோடு மட்டுமல்லாமல் செயலிலும் இறங்கியது. எப்படிச் செய்தது?

கேரளம் முழுக்க ஈழவர்கள் பூசை செய்யும் தொன்மையான மரபுள்ள பல பேராலயங்கள் இன்றுள்ளன. இது சாத்தியமானது எப்படி என நாம் பார்க்கவேண்டும். நாராயணகுரு தன் இயக்கத்தைத் தொடங்கிய போதே ஈழவர்களுக்குரிய வேதக் கல்வியை, வேள்விப்பயிற்சியை ஆரம்பித்திருந்தார். இன்று நான்காம் தலைமுறையாக அந்த மரபு தொடர்கிறது. கேரளம் முழுக்க பல பிராமணரல்லாத வேத விற்பன்னர்கள் இன்று உள்ளனர். வேதபாடசாலைகளும் உள்ளன என்று எழுத்தாளர் ஜெயமோகன் சரியாகவே சுட்டிக்காட்டுகிறார்.

இவ்வழிமுறையைத்தான் ஆர்எஸ்எஸ் அமைப்பும் இந்து இயக்கங்களும் முன்னெடுத்தன. அனைத்து சாதியினருக்கும் வேதக் கல்வி அளிக்கும் 'தந்திர வித்யா பீடம்' பள்ளியை மறைந்த மூத்த ஆர்.எஸ்.எஸ். தலைவர் பி. மாதவ் அவர்கள் ஒரு காலத்தில் சுவாமி விவேகானந்தரால் 'பைத்தியக்கார விடுதி' என்று வர்ணிக்கப்பட்ட கேரளத்தில் நிறுவினார். மாதவ்ஜி 1960களில் ஸ்ரீகுருஜியின் ஒப்புதலைப் பெற்ற பிறகு இந்த அறிவியலைப் படிக்கத் தொடங்கினார். ஆர்எஸ்எஸ் அமைப்பு முழு ஒத்துழைப்பு நல்கியது.

1982-1983ம் ஆண்டில் ஆர்எஸ்எஸ் முயற்சியில் கேரளத்தில் விசால ஹிந்து சம்மேளனம் நடைபெற்றது. அதன் தொடக்க பூஜையான கணபதி ஹோமத்தை செய்ய அழைக்கப்பட்டவர் பிராமண சமூகத்தைச் சேர்ந்தவர் அல்ல. மாறாக ஈழவ சமூகத்தைச் சேர்ந்த ஒருவரைத்தான் ஆர்எஸ்எஸ் அமைப்பு அழைத்தது. அவர் பெயர் பரவூர் ஸ்ரீதரன் தந்த்ரி. ஸ்ரீ நாராயண குருவின் பாரம்பரியத்தில் முதல் பிராமணரல்லாத தந்திரியாக இருந்தபோதிலும், பிராமண தந்த்ரிகளில் கூட மரியாதைக்குரிய தந்த்ரியாக பரவலாக ஏற்றுக்கொள்ளப் பட்டவர். இந்தியாவின் க்ஷேத்ரா தந்த்ரீக மற்றும் ஜோதிட மரபுகளின் சிறப்பான பங்களிப்புகளுக்காகவும், நிலைத்திருப்பதற்காகவும், மாதா அமிர்தானந்தமயி தேவியின் பிறந்த நாளான, செப்டம்பர் 27,

2007 அன்று, ஸ்ரீதரன் தந்திரிகளுக்கு அமிர்த கீர்த்தி புராஸ்கர் விருது வழங்கப்பட்டது. (ஈழவ சமூகம் ஒருகாலத்தில் தெருவில்கூட நடக்க உரிமை மறுக்கப்பட்ட சமூகமாக இருந்தது என்பதை நினைவில் கொள்ளவேண்டும்.)

இச்சம்மேளன நிகழ்வில் அனைத்து சாதியினரும் ஆயிரக்கணக்கான மக்களும் பங்கேற்றனர். டாக்டர் கரண்சிங், மறைந்த ஆர்எஸ்எஸ் தலைவர் ரஜ்ஜு பய்யா, சுவாமி சின்மயானந்தா, சுவாமி சத்யானந்த சரஸ்வதி போன்றோர் கலந்து கொண்டனர். அந்த சடங்கில் புகழ்பெற்ற மற்றும் பல நூற்றாண்டுகள் பழமையான பிராமண தந்திரிமரபில் இருந்து வந்த சூரியகலதி பட்டாதிரிப்பாட் அவருக்கு உதவினார். இம்மாநாட்டில் சமூக சமத்துவத்தின் முக்கியத் துவங்களை புகழ்ந்த தந்த்ரீக அறிஞர்களில் ஸ்ரீதரன் தந்திரி முன்னணியில் இருந்தார். இந்நிகழ்வு மிகப் பெரிய புரட்சியாக அப்போது கருதப்பட்டது.

பரவூர் ஸ்ரீதரன் தந்த்ரி அவர்கள் ஆர்.எஸ்.எஸ். மூத்த தலைவர் பி.மாதவ்ஜியின் நெருங்கிய நண்பராக இருந்தார். மாதவ் அவர்கள் தந்திர வித்யாவிலும் நிபுணராக இருந்தார். பரவூர் ஸ்ரீதரன் தந்த்ரி அவர்களை காஞ்சி காமகோடி ஜெயேந்திர சரஸ்வதி சுவாமிகள் பாராட்டியுள்ளார்.

மறைந்த புகழ்பெற்ற பரவூர் ஸ்ரீதரன் தந்த்ரியின் மகன் பரவூர் ராகேஷ், மாநில அரசின் கட்டுப்பாட்டில் உள்ள திருவிதாங்கூர் தேவாஸ்வம் வாரியத்தால் நிர்வகிக்கப்படும் சில கோயில்களுக்கு 2013ல் தந்த்ரியாக நியமிக்கப்பட்டார். தேவாஸ்வம் போர்டு கோயிலுக்கு பிராமணரல்லாதவர் தந்திரியாக நியமிக்கப்பட்ட முதல் சம்பவம் இதுவாகும். வாரியத்தின் இம்முடிவை ஆர்எஸ்எஸ் மற்றும் இந்து அமைப்புகள் வரவேற்றுப் பாராட்டின. வாரியத்தின் முடிவை பாரதீய விச்சார மையத்தின் இயக்குநரும், கன்னியாகுமரி விவேகானந்த கேந்திரத்தின் தலைவரும் ஆர்.எஸ்.எஸ் சிந்தனையாளருமான ஸ்ரீ பி.பரமேஸ்வரன் வரவேற்றார்.

ஸ்ரீ பி.பரமேஸ்வரன் கூறியபோது, 'பிராமணரல்லாதவர்கள் தகுதி வாய்ந்தவர்களாகவும், அந்த வேலைக்கு தகுதி உடையவர்களாகவும் இருந்தால் கோவில் அர்ச்சகர்களாக நியமிக்க உரிமை உண்டு என்று இந்து அமைப்புகள் நீண்ட காலமாக வாதிட்டு வருகின்றன' என்றார். மேலும் கோவில் பூசாரிகளாக நியமிக்க பிராமணரல்லாதவர்களுக்கு பயிற்சி அளிப்பதற்காக தந்திர வித்யா பீட்டத்தை நிறுவிய மறைந்த மூத்த ஆர்.எஸ்.எஸ்.பிரச்சாரக் பி.மாதவ்ஜியின் வாழ்க்கை மற்றும் செயல்பாடுகளை பரமேஸ்வரன்ஜி நினைவுபடுத்தினார். பல

ஆண்டுகளுக்கு முன்பு ராகேஷை கோவில் அர்ச்சகராக நியமிக்காததற்கு வாரியத்தின் தவறு என்றும் அவர் கூறினார். அதாவது, ஆர்எஸ்எஸ் அமைப்பு அனைத்து சாதியினரும் அர்ச்சகராவதற்கு ஆதரவு தந்தது மட்டுமல்ல அதைச் செயலிலும் செயல்படுத்திக் காட்டி வந்தது, வருகிறது.

ஆர்எஸ்எஸ் கீழ் உள்ள பரிவார் அமைப்புகளில் க்ஷேத்ர சமரக்ஷண சமிதி ஒன்றாகும், இது கோவில், அதன் மரபுகளின் மேம்பாடு மற்றும் பராமரிப்புக்காகச் செயல்படுகிறது. தினசரி பூஜை செய்ய பூசாரிகள் இல்லாததால் ஏராளமான கோயில்கள் மூடப்படுவதை தவிர்க்கும் பொருட்டு ஒரு முயற்சியைத் தொடங்க க்ஷேத்ர சமரக்ஷண சமிதி நினைத்தது.

வயநாடு மாவட்டம் கல்பட்டாவுக்கு அருகிலுள்ள பனமரம் பொங்கினி கோயிலில் 29 குழந்தைகள் உள்ளனர். அவர்களுக்கு இப்போது அர்ச்சகராக பயிற்சி அளிக்கப்படுகிறது. இந்த திட்டத்தின் நோக்கம் ஸ்ரீகோவிலில் இந்த 29 குழந்தைகளையும் அர்ச்சகராக ஆக்கவேண்டும் என்பதே. இந்த 29 குழந்தைகளில் ஒருவர் மட்டுமே பாரம்பரிய பிராமண குடும்பத்தைச் சேர்ந்தவர்கள், மீதமுள்ளவர்கள் அனைவரும் இந்து சமுதாயத்தில் பட்டியல் சமூகத்தவர்கள் என்று அழைக்கப்படுபவர்கள் மற்றும் ஆதிவாசி குழந்தைகளும் அடங்குவர்.

உபநயனம், ஷோடக்ரியங்கள் போன்ற ஆச்சாரியத்துவத்துடன் தொடர்புடைய அனைத்து முக்கிய சடங்குகளையும் அவர்கள் ஒரு பிராமணர் தனது அன்றாட வாழ்க்கையில் தவறாமல் பின்பற்ற வேண்டிய மிக முக்கியமான சடங்குகளில் ஒன்றான சந்தியா வந்தனம் உள்பட சடங்குகளையும் மேற்கொண்டனர். அவர்கள் அதிகாலையில் குளித்து பயிற்சி செய்கிறார்கள். ஆரம்பத்தில் பிராமணர்கள் இல்லாததால் குழந்தைகளுக்கு உபநயனம் செய்ய கடினமாக இருந்தது. இந்த முன்முயற்சியைக் கேட்டு, முன்னணி தந்த்ரீக குருக்களில் ஒருவரான ஸ்ரீ பெருமடம் ஹ்ருஷிகேசன் நம்பூதிரி இந்த பணியைச் செய்ய ஒப்புக்கொண்டார். இது இந்த அமைதியான புரட்சிகர இயக்கத்தின் ஆரம்பத்தின் முதல்படி இதுதான்.

பிறகு கேரளா முழுவதும் உள்ள அனைத்து கோயில்களில் எச்சாதியினராயினும் பூசாரிகளாகவும், பூஜை கற்கவும், கற்றுக் கொள்ளவும் ஆர்வமுள்ள மக்களை அழைக்கும் விளம்பரங்களை வெளியிட்டது. கிட்டத்தட்ட 70 பேரிடமிருந்து விண்ணப்பங்கள் வந்தது. அவர்களின் பெற்றோர்களைச் சந்தித்து தங்களுடைய முன்முயற்சிகளை விவரித்தது சமிதி. பின்பு அக்குழந்தைகளுக்கு

சடங்குகள், உபநயனம் போன்றவை நடத்தப்பட்டது. குழந்தைகளுக்கு ஜோதிடம், வேதம், சமஸ்கிருதம் மற்றும் பிற பூஜை தொடர்பான ஸ்தோத்திரங்கள் மற்றும் ஸ்லோகங்களும் கற்பிக்கப்பட்டன.

இந்த 29 குழந்தைகளின் ஸ்ரீகோவில் நுழைவு மற்றும் பூஜை செயல் திறனை க்ஷேத்ர சமரக்ஷண சமிதி நோக்கமாகக் கொண்டுள்ளது, அவர்கள் இந்த 3 ஆண்டு படிப்பை வெற்றிகரமாக முடித்தவுடன் அர்ச்சகராக ஆவார்கள். இப்படி தொடர்ந்து அனைத்து சாதியினரும் அர்ச்சகராகவதற்கு முன்முயற்சிகளை எடுத்து வருகிறது ஆர்எஸ்எஸ் மற்றும் இந்து அமைப்புகள்.

ஆர்எஸ்எஸ்-ன் பரிவார் அமைப்பான விஸ்வ ஹிந்து பரிஷத் அமைப்பு அனைத்து சாதியினரையும் அர்ச்சகராக்குவதற்கு பூசாரிகள் பயிற்சியை நாடு முழுவதும் நடத்தி வருகிறது. ஆந்திரப் பிரதேசத்தில் அதிகளவில் பூசாரிகளுக்கான பயிற்சி தரப்பட்டுள்ளது. தமிழ்நாட்டில் கிட்டத்தட்ட 2500 பூசாரிகளுக்கு பயிற்சி அளித்துள்ளது. மத விஷயங்களில் ஆர்வமுள்ள பட்டியல் சமூகத்தவர்களுக்கு வெவ்வேறு மத சடங்குகளை நடத்துவதற்கான பயிற்சியை அளித்து வருகின்றது. அவர்களின் பயிற்சியின் முடிவில் அவர்களுக்கு சான்றிதழ்கள் கூட வழங்கப்படுகின்றன. அவர்கள் வெவ்வேறு மத விழாக்கள் மற்றும் சடங்குகளை கையாள்வதில் தேர்ச்சி பெற்றவுடன் திருமலை திருப்பதி தேவஸ்தானங்கள் பூசாரிகளுக்கான சான்றிதழ்கள் வழங்கப்படுகின்றன.

1989 ஆம் ஆண்டில், விஸ்வ ஹிந்து பரிஷத் அயோத்தியில் உள்ள ராமர் கோயிலுக்கு காமேஷ்வர் சௌபால் என்கிற பட்டியல் சமூகத்தவர் மூலமாகத்தான் அடிக்கல் நாட்டியது. அகில உலக இந்து மாநாட்டில் விஸ்வ ஹிந்து பரிஷத்தின் சார்பாக உரையாற்றியவர் பட்டியல் சமூகத்தைச் சார்ந்தவரும் வேத அறிஞருமான முனைவர் பிஜோய் சங்கர சாஸ்திரிதான்.

புகழ்பெற்ற பட்டியல் சமூக எழுத்தாளர் நாமதேவ தாஸல் ஆர்எஸ்எஸ் தலைவர் திரு.சுதர்சன் ஜி அவர்களை சந்தித்து சங்க நூலை வெளியிடுகிறார். சாதியத்தை அழிக்கவும் தேசிய சமரச உணர்வினை மேம்படுத்தவும் தாம் ஆர்எஸ்எஸ் மேடைக்கு வந்திருப்பதாக அவர் கூறுகிறார். சங்க அமைப்பான சமரஸ்தா மஞ்ச்சின் செயல்பாடுகள் மேலும் பரவ வேண்டுமெனக் கேட்டுக் கொண்டார்.

பிராமணர்களுக்கு மட்டுமே உரிமையாகக் கருதப்பட்ட கர்ம காண்டங்களை இட ஒதுக்கீட்டுடன் அனைத்து சாதியினரும் கற்க வழி

வகுத்தார் முரளி மனோகர் ஜோஷி. இந்தப் பட்டம் பெற்ற எவரும் புரோகிதராகவும் அர்ச்சகராகவும் பணியாற்ற முடியும்.

பாஜகவும், ஐக்கிய ஜனதாதளமும் ஆண்ட பீகார் மாநிலத்தில் 2005 மகர சங்கராந்தி அன்று புகழ்பெற்ற பிகித (Bigith) சிவ ஆலயத்தில் பட்டியல் சமூகத்தவர் அர்ச்சகராக நியமிக்கப்பட்டார். அதுபோலவே 2008ஆம் ஆண்டே பெருமை வாய்ந்த பல நூற்றாண்டுகள் பழமைமிக்க கோயில்களில் பட்டியல் சாதியினர் அர்ச்சகர்களாக நியமிக்கப்பட்டுவிட்டனர். 2008ம் ஆண்டு பீகாரின் புகழ்பெற்ற ஜகன்னாதர் ஆலயத்தின் அர்ச்சகராக பட்டியல் சமுதாயத்தைச் சேர்ந்த அர்ச்சகர் நியமிக்கப்பட்டார். மேலும் இந்நிகழ்வு பல கோயில்கள் அதைப் பின்பற்றவும் வழிவகுத்தது.

குஜராத்தில் நரேந்திர மோதி முதல்வராக இருந்தபோது அனைத்து சாதியினரும் வேத மந்திரங்களையும், பூஜைகளையும், திருமணம் உள்ளிட்ட சடங்குகளுக்கான மந்திரங்களையும் பயிலும் வகையிலான கல்வி நிலையங்கள் மாநில அரசின் உதவியுடன் உருவாக்கப்பட்டு, சிறப்பாக இயங்கி வருகின்றன. இவற்றில் மனிதக் கழிவை அகற்றும் பணிகளில் ஈடுபட்டிருந்த பட்டியல் சமூக உட்பிரிவு சமுதாயத்தைச் சேர்ந்தவர்களும் பயிற்றுவிக்கப்பட்டனர்.

வட இந்தியாவின் சாதிய பிரிவினைமிக்க மாநிலங்களில் எல்லாம் பட்டியல் சமூகத்தவர்கள் முதல்வர்களாகவும், அமைச்சர்களாகவும், அர்ச்சகர்களாகவும் ஆகிவிட்டனர். ஆனால் சாதியத்தை 'கடுமையாக எதிர்க்கிற', சமத்துவத்தைப் பேசுகிற தமிழ்நாட்டில் அதுவும் இவற்றை பேசியே ஆட்சியைப்பிடித்த தமிழ்நாட்டில் இன்னும் பட்டியல் சமூகத்தவர்கள் முதல்வராகவோ அர்ச்சகராகவோ முடியவில்லை.

ஆதாரம்

1. https://samvada.org/2013/news-digest/first-ever-non-brahmin-thanthri-apponited-for-dewaswom-board-temples-in-kerala-rss-welcomes/
2. https://haindavakeralam.com/a-silent-revolution-by-kshetra-hk16178
3. https://www.organiser.org/Encyc/2020/8/23/VHP-trains-over-5000-Dalits-as-Priests-across-the-Country.html
4. https://timesofindia.indiatimes.com/india/Dalit-leader-buries-the-hatchet-with-RSS/articleshow/1945000.cms)
5. http://vaikhari.org/sreedharanthanthri.html
6. http://www.tamilhindu.com/2013/12/savarkar1b/

•

- 11 -

கலப்புத் திருமணம் பற்றி ஆர்எஸ்எஸ்

டாக்டர் ஹெட்கேவார் சமத்துவம், ஒற்றுமை, சகோதரத்துவம் என்ற அடிப்படையை ஆர்.எஸ்.எஸ். உறுப்பினர்களுக்கு வலியுறுத்தி வந்தார். உயர்ஜாதி, தாழ்ந்த ஜாதி, தீண்டாமை ஆகியவை ஆர்.எஸ்.எஸுக்குள் நுழையாமல் பார்த்துக்கொண்டார். இளம் பெண்களை வயதானவர்களுக்கு மணமுடித்து வைப்பதை எதிர்த்தார். கலப்பு மணங்களை ஊக்குவித்தார். கோல்வல்கர் மற்றும் டாக்டர் ஹெட்கேவார் போல தேவரஸும் கலப்புத் திருமணத்தில் கட்டாயம் கலந்துகொள்வார். (ஆர்.எஸ்.எஸ். கடந்துவந்த பாதையும், செய்யவேண்டிய மாற்றங்களும், சஞ்சீவ் கேல்கர், தமிழில் சாருகேசி, பக்.*51, 147*)

ஆர்.எஸ்.எஸ். அமைப்பின் மூன்றாவது தலைவர் பாளாசாஹப் தேவரஸ் அவர்கள் 7-5-1974ல் புனா நகரில் ஆற்றிய சொற்பொழிவில் 'முன்னாளில் ஒரே ஜாதியினருக்குள்ளேயே சேர்ந்து உணவருந்தும் பழக்கம் இல்லாமல் இருந்தது. தற்போது பல ஜாதியினர்களும் சேர்ந்து உண்ணும் பழக்கம் வந்துள்ளது. இந்த மாற்றத்துக்கான பெருமை ஜுங்கா பாகர் சங்கம், இதற்காகவே ஏற்படுத்தப்பட்ட சமுதாய வேலை செய்பவர்கள் மற்றும் ஆர்.எஸ்.எஸ். ஆகியவற்றைச் சேரும். ஆங்கிலக் கல்வியும்கூட இதற்கு உதவியது. ஆர்.எஸ்.எஸ். முகாம்கள், பொது நிகழ்ச்சிகள் மூலமாகவும் இந்த வேற்றுமை களையப்பட்டது. ஜாதிகளுக்குள் மணம் செய்து கொள்வதும் நடக்கிறது.

எந்தவிதத் தயக்கமும் இல்லாமல் கலந்து உண்வது போல் கலப்பு மணங்களும் நடந்தால் அது நமது சமுதாயத்தில் உள்ள ஜாதி வித்தியாசங்களைக் களையவும் சமுதாய ஒற்றுமையை ஏற்படுத்தவும் உதவியாக இருக்கும். ஆனால், கலப்புத் திருமணம் என்பது கலப்பு விருந்தைப் போன்று எளிதல்ல. இதை மனதில் கொண்டு அவசரப் படாமல் ஒரு ஒழுங்குமுறையில் செயல்பட வேண்டும். ஏனெனில் திருமணம் என்றவுடன் இயற்கையாகவே பொருத்தம் உள்ளதா என்ற கேள்வி எழும். யார் யாரை வேண்டுமானாலும் திருமணம் செய்துகொள்ள முடியாது. கல்வி, பொருளாதார, சமுதாய ரீதியில் ஒருவருக்கொருவர் சமநிலை ஏற்படும்போது நல்ல பொருத்தம் என்று கூறப்படுகிறது. இது குடியிருப்புகள் நெருக்கமாக இருக்கும்போது தான் நடைமுறையில் சாத்தியமாகிறது.

ஒருவருக்கொருவர் நெருங்கிப் பழகும் வழக்கமிருந்தால்தான் சாத்தியமாகும். இப்போதுள்ள எல்.ஐ.சி.காலனி, வங்கி அலுவலர் குடியிருப்பு, ரயில்வே காலனி, ஆசிரியர் காலனி போன்ற எண்ணற்ற குடியிருப்புகள் இவ்வகை நடைமுறைக்குப் பெரிதும் பங்களிக் கின்றன. இதோடுகூட ஜாதி சமயபேதமில்லாமல் அவர்களது பொருளாதார நிலையும் உயரும்போது, கல்வி எல்லோருக்கும் பொதுவானதாகும்போது கலப்புத் திருமணம் இயற்கையாகவே நடக்கும். சட்டதிட்டங்களும் பணத்தைக் கொண்டு ஏமாற்றுவதும், விளம்பர யுக்திகளும் இந்த மாற்றத்தைக் கொண்டுவரமுடியாது. இது மிகவும் கவனமாகக் கையாளப்படவேண்டிய விஷயம். முரட்டுத் தனமாகவோ உடனடியாகவோ தீர்வு காணமுடியாது. நாம் அனைவரும் இதை மனதில் கொண்டு இந்த சமுதாய மாற்றம் வர நம் சக்திக்கேற்ப பங்களிக்க வேண்டும். இந்த மாற்றம் வர காலம் ஆனாலும் இது கட்டாயம் நிகழும்' என்று கூறினார். *(சமுதாய சமத்துவம் - ஹிந்து ஒருங்கிணைப்பு, பக்.13-15)*

ஆர்.எஸ்.எஸ். கலப்புத் திருமணத்தில் நம்பிக்கையுடையது என்பதற்கும் செயலில் காட்டிய சம்பவங்கள் பற்றிய பல்வேறு ஆதாரங்கள் உள்ளது. அதில் இரண்டு மட்டும் இப்போது பார்க்கலாம்.

ஆந்திரப் பிரதேசத்தில் இரண்டு மூன்று ஜில்லாக்களுக்குப் பொறுப்பாக உள்ள விபாக் பிரசாரகர் ஒருவரின் சகோதரர். அவரும் ஸ்வயம்சேவகர்தான். இவர் தமது மகளை ஒரு தலித் இளைஞருக்குத் திருமணம் செய்து கொடுக்க விரும்பினார். இந்த யோசனையை ஒரு தலித் இளைஞனுக்கும் அவனுடைய குடும்பத்தாருக்கும் அவர் தெரிவித்தார். அவர்கள் அனைவருக்கும் பெரிய ஆச்சரியம். உயர்ஜாதிக் குடும்பத்தினர் இப்படியும்கூட சம்பந்தம் பேச வருவார்களா என்று வியந்தாலும், மகிழ்ச்சியோடு சம்மதம் தெரிவித்தார்கள். இரு

வீட்டாரும் உற்றார் உறவினரோடு திருமணத்துக்கு வந்து புதுமணத் தம்பதிகளை மனதார ஆசீர்வதித்தார்கள். (ஆர்.எஸ்.எஸ். ஆற்றும் அரும்பணிகள், ஹொ.வே. சேஷாத்ரி, பக்.190)

மற்றொரு நிகழ்ச்சி. கர்நாடகத்தில் மங்களூர் நகரில் கல்லூரி விரிவுரையாளராகப் பணிபுரியும் ஒரு ஸ்வயம்சேவகரின் சக ஆசிரியராக ஒரு தலித் இருந்தார். அவர் நல்ல பண்பாளராக இருப்பது கண்டு அவருக்கே தமது தங்கையைத் திருமணம் செய்து வைக்க முடிவெடுத்தார் ஸ்வயம்சேவகர். தமது பெற்றோரையும் உற்றார் களையும் சம்மதிக்க வைத்தார். கல்லூரியில் மற்ற ஆசிரியர்களுக்கும் மாணவர்களுக்கும் ஒரே வியப்பு. தலித் மணமகனுக்கும்தான். திருமணம் ஒரு பெரிய சமுதாயத் திருவிழா போல நடந்தது. இந்த நிகழ்ச்சி எவ்வளவு அபார முக்கியத்துவம் வாய்ந்தது என்பதைத் திருமணத்துக்கு வந்த ஒவ்வொருவரும் உணர்ந்துகொண்டார்கள். (ஆர்.எஸ்.எஸ். ஆற்றும் அரும்பணிகள், ஹொ.வே. சேஷாத்ரி)

டெல்லியில் நடைபெற்ற ஒரு நிகழ்ச்சியில் தற்போதைய ஆர்.எஸ்.எஸ்ஸின் தலைவரான திரு.மோகன் பகவத் அவர்களிடம் ஆர்எஸ்எஸ் கலப்புத் திருமணத்தை ஆதரிக்கிறதா? என்று நேரிடையாகவே கேள்வி கேட்கப்பட்டது. அதற்கு அவர் அளித்த பதில்: ஆர்.எஸ்.எஸ்ஸின் ஸ்யம்சேவகர்கள் இந்தியாவில் மற்ற சாதியிலிருந்து அதிகம் திருமணம் செய்து கொள்கிறார்கள். 'நீங்கள் இந்தியாவில் வெவ்வேறு சாதிகளுக்கிடையேயான திருமணங் களைப் பற்றி ஒரு கணக்கெடுப்பு செய்தால், சங்கத்திலிருந்து ஸ்யம்சேவர்களாக இருப்பவர்களில் அதிகபட்ச சதவீதத்தை நீங்கள் காணலாம்'.

சங்கத்தின் இரண்டாவது தலைவரான குரு கோல்வால்கர், அம்பேத்கரைப் போலவே சாதியினருக்கு இடையிலான திருமணங் களுக்கு ஒரு பெரிய ஆதரவாளர். 'மகாராஷ்டிராவில் முதல் கலப்புத் திருமணம் 1942-ல் நடந்தது, அவர்களுக்கு பாபா சாஹேப் அம்பேத்கர் மற்றும் ஸ்ரீ குருஜி ஆகியோரிடமிருந்து வாழ்த்துச் செய்திகள் வந்திருந்தது. அந்த வாழ்த்துச் செய்தியில் ஸ்ரீகுருஜி கூறியதாவது: 'நீங்கள் உடல் ரீதியான ஈர்ப்பால் மட்டுமே திருமணம் செய்து கொள்ள வில்லை. அனைவரும் சமம் என்று தெரிவிக்க விரும்புகிறீர்கள்' என்று குறிப்பிட்டிருந்தார். ஆகவே சங்கம் கலப்புத் திருமணத்தை எதிர்க்கவில்லை.

•

- 12 -

இட ஒதுக்கீடு பற்றி ஆர்எஸ்எஸ்

சமுதாயத்தில் ஜாதியின் பெயரால் ஏற்றத்தாழ்வைக் கற்பித்து, ஒரு பிரிவினர் தொடர்ந்து ஒடுக்கப்பட்டு, தாழ்த்தப்பட்டு எவ்வித உரிமையும் இன்றி வாழ்ந்து வந்தார்கள். சமூகரீதியிலும், பொருளாதார ரீதியிலும், கல்விரீதியிலும் இந்த ஏற்றத்தாழ்வால் பெரும் பின்னடைவைச் சந்தித்தார்கள். இந்த ஏற்றத்தாழ்வைப் போக்கவேண்டும் என்றால் - பின்னடைவைச் சந்தித்தவர்கள் முன்னேற வேண்டுமானால் அவர்கள் இழந்த உரிமைகளை அவர்களுக்குக் கொடுக்கவேண்டும். அப்படிக் கொடுக்கும்போது அவர்கள் கொஞ்சம் கொஞ்சமாக மற்ற சமுதாயத்தவருக்கு ஈடாக முன்னேறுவதற்கு வாய்ப்பு உண்டாகும். இதைக் கருத்தில் கொண்டுதான் கொண்டு வரப்பட்டது இட ஒதுக்கீடு முறை. அதாவது சமூகத்தில் நிலவும் ஏற்றத்தாழ்வைப் போக்குவதற்காகத்தான் இந்த இட ஒதுக்கீடு முறை. தாழ்த்தப்பட்டவர்களுக்கு இட ஒதுக்கீட்டு முறையைச் சட்டபூர்வமாக சாத்தியமாக்கியவர் அண்ணல் அம்பேத்கர் அவர்கள்தான்.

இட ஒதுக்கீட்டுமுறையின் தேவையை - அவசியத்தை உணர்ந்த அமைப்பு ஆர்.எஸ்.எஸ். அமைப்பு. அதற்காகத் தொடர்ந்து ஆதரவு கொடுத்துவரும் அமைப்பும் அதுவே. இதைப் பற்றி ரமேஷ் பதங்கே கூறுகிறார்:

> *இடஒதுக்கீட்டை எதிர்த்து 1988ல் குஜராத்தில் ஒரு பிரம்மாண்டமான இயக்கம் தோன்றியது. ஆண்டுதோறும், மார்ச்*

மாதத்தில் சங்கத்தின் அகில பாரதப் பிரதிநிதிகள் சபையின் கூட்டம் நடைபெறும். இந்தக் கூட்டத்தில் அந்த பிரச்னை எழுந்தது. குஜராத் ஊழியர்கள் இட ஒதுக்கீட்டுப் பிரச்னையால் மிகவும் வேதனைப்பட்டார்கள். இட ஒதுக்கீட்டை ஆதரிப்பது என்ற தீர்மான வாசகம் பிரதிநிதி அவையின்முன் வைக்கப்பட்டது. அதன் ஒவ்வொரு சொல்லையும் எடுத்துக்கொண்டு விரிவாக விவாதம் நடந்தது. நன்கு அலசி ஆராயப்பட்டது. இவ்வாறு ஆதரிப்பது அவசரக்கோலம் என்பது பிரதிநிதிகள் பலரின் கருத்து. சமுதாயத்தின் ஒரு பெரும் பிரிவு இதனால் ஆத்திரப்படும். குஜராத் ஸ்வயம் சேவகர்களோ கோபமாகத்தான் இருந்தனர். நான் அப்போது இந்தச் சர்ச்சைகளைக் கேட்டுக் கொண்டிருந்தேன். ஊழியர்களின் இத்தகைய எதிர்ப்பைக் கண்டு தீர்மானம் நிறைவேறாது எனத் தோன்றியது. ஆனால் அவ்வாறு ஆகவில்லை.

சங்கத்தின் மூன்றாவது தலைவர் ஸ்ரீபாளாசாஹப் தேவரஸ் மிகவும் அமைதியாக விவாதம் முழுவதையும் கேட்டுக் கொண்டிருந்தார். விவாதம் முடிந்து தேநீர் இடைவேளை. பிறகு எல்லாப் பிரதிநிதிகளும் கூடினர். அப்போது ஸ்ரீதேவரஸ் சொன்னார் 'இட ஒதுக்கீடு தொடர்பான தீர்மானத்தின்மீது நடைபெற்ற விவாதம் முழுவதையும் கேட்டுக் கொண்டிருந்தேன். நம்மில் சிலர் இந்தத் தீர்மானத்தை எதிர்க்கின்றனர். இதுவும் கவனத்துக்கு வந்தது. இட ஒதுக்கீடு பெறுபவர்களின் மனநிலையில் இருந்து நாம் இந்தப் பிரச்னையை ஆராய வேண்டும் என்பதுதான் நான் தங்கள் எல்லோரிடமும் வேண்டிக்கொள்வது. பல நூறு ஆண்டுகளாகக் கவனிக்கப்படாமல், ஒதுக்கிவைக்கப்பட்ட நமது சமுதாயச் சகோதரர்களின் இன்றைய நிலை என்ன என்பதைப் பாருங்கள். அவர்களது உணர்வுகளை எண்ணிப் பாருங்கள். அதன் பிறகு இந்த விஷயத்தில் ஒரு முடிவுக்கு வாருங்கள்' - ஸ்ரீதேவரஸ் இவ்வாறு சொன்னபிறகு, தீர்மானத்தின்மீது குறிப்பிடத்தக்க அளவில் விவாதம் எதுவும் நடக்கவில்லை. உடனே தீர்மானம் ஏற்கப்பட்டது. இவ்வாறு சங்கம் அதிகாரப்பூர்வமாக இட ஒதுக்கீட்டை ஆதரித்தது.

...இந்த நிலையில் மன்ச்சின் ஊழியர்கள் என்ற முறையில் நாங்கள் இட ஒதுக்கீட்டில் எங்கள் நிலைப்பாடு என்ன என்பதைத் தெள்ளத்தெளிவாக எடுத்துக் கூறி வந்தோம். இட ஒதுக்கீடு பற்றி விளக்கிச் சொல்ல ஊழியர்களுக்கு உதவியாக இருக்குமே, இட ஒதுக்கீடு பற்றி அவர்களுக்கு முழுமையாக விவரம் தெரியட்டுமே என்ற நோக்கில் இதாதே எழுதிய புத்தகம் ஒன்றும் வெளியிடப்

பட்டது. இதுவரை அதன் இருபதாயிரம் பிரதிகள் விற்றுத் தீர்ந்துள்ளன. இந்தப் புத்தகம் இட ஒதுக்கீடு விஷயத்தில் நமது அதிகாரப்பூர்வமான வெளியீடு ஆயிற்று.

இட ஒதுக்கீடு பற்றி நவ்லே சுவாரஸ்யமான ஒரு உதாரணம் சொல்லுவார். 'கிராமத்தில் எனக்குச் சிறிதளவு விளைநிலம் உண்டு. நான் நேரில் போய் விவசாயம் பண்ணுவதில்லை. என் அண்ணன் பார்த்துக் கொள்கிறார். ஆனால் வயல் என் பெயரில் இருக்கிறது. ஒருமுறை நிலவள வங்கி என் பெயருக்கு ஒரு நோட்டீஸ் அனுப்பியது. என் நிலத்தை வைத்து வாங்கப்பட்ட கடனை அடைப்பது பற்றியது அந்த நோட்டீஸ். எனக்கு ஆச்சரியம். வயல்மீது நான் கடன் வாங்கவேயில்லை. வங்கியில் போய் விவரம் கேட்டேன். என் பெயரில் கடன் வாங்கியிருப்பது உண்மைதான் என்று தெரியவந்தது. என் பூமிப் பத்திரத்தின் 7ம் பக்கத்தில் கடன் விவரம் குறிப்பிடப் பட்டிருந்தது. ஆக நான் ஒருபோதும் வாங்காத கடனை நான் அடைக்கவேண்டியிருந்தது.

வயல்மீது வாங்கப்பட்ட கடனைப் பற்றி 7ஆம் பக்கக் கதையைக் கூறிவிட்டு, நவ்லே கூறுகிறார் : 'நமது பாரதமாதாவின் பத்திரத்திலும் இதுபோல 7ஆம் பக்க விவரம் என்ன என்று பார்க்கவேண்டும். நமது முன்னோர்கள் நம் பெயரில் நிறையக் கடன் வாங்கியிருப்பது தெரியவரும். அந்தக் கடனை நாம்தான் அடைக்க வேண்டும். நமது தலைமுறை, தலித்துகளைக் கொடுமைப்படுத்தவில்லை எனக் கூறி நாம் தப்பித்துக்கொள்ள முடியாது. காரணம், நம் முன்னோர்களின் கடன் நமது பூமிப் பத்திரத்தின் 7-ம் பக்கத்தில் காட்டப்பட்டுள்ளது. அதை நாம் அடைத்துத்தான் தீரவேண்டும். இந்த நிலத்திலிருந்து கிடைக்கும் லாபத்தை அடைகிற நாம், இதே நிலத்தின் மீதுள்ள கடனை எப்படி மறுக்க முடியும்? நாம் நிலத்துக்குச் சொந்தம் கொண்டாடு கிறவர்கள் என்பதால், அதன் மீதுள்ள கடனுக்கும் பொறுப்பு ஏற்கத்தான் வேண்டும்' - நவ்லே கொடுத்த இந்த உதாரணம் மிகவும் பொருள் பொதிந்தது. இட ஒதுக்கீட்டை எதிர்ப்பவர்கள் இதுபற்றித் தீவிரமாகச் சிந்திக்கவேண்டுமென இவ்வுதாரணம் சுட்டிக்காட்டப்படுகிறது. *(மனுவாதமும் ஆர்.எஸ்.எஸ்ஸும் - எனது அனுபவம், ரமேஷ் பதங்கே, பக்.92-95)*

இட ஒதுக்கீடு முறை எவ்வளவு காலத்துக்குத் தொடரவேண்டும் என்பது பற்றி அண்ணல் அம்பேத்கர் கூறுகிறபோது 'தீண்டாமை ஒழியும்வரை இட ஒதுக்கீடு முறை இருக்கவேண்டும்' என்று கூறுகிறார். *(டாக்டர் பாபா சாஹேப் அம்பேத்கர் : பேச்சும் எழுத்தும், தொகுதி - 37, பக்.529)*

இதே கருத்தைத்தான் தொடர்ந்து ஆர்.எஸ்.எஸ். தெளிவுபடுத்தி வந்திருக்கிறது. மகாராஷ்டிர மாநிலம், நாகபுரியில் 17-12-2015 அன்று நடந்த நிகழ்ச்சியில் ஆர்.எஸ்.எஸ். தலைவர் மோகன் பாகவத் அவர்கள் மிகத் தெளிவாகவே இதைக் கூறியிருக்கிறார்.

> மனிதர்களுக்கிடையே பாகுபாட்டைக் கடைப்பிடிக்க வேண்டும் என்று இந்து மதமோ சமூக சீர்திருத்தவாதிகளோ துறவிகளோ கூறவில்லை. அனைவரும் சமம் என்பதே அனைத்து சமூகப் பிரிவுகளிலும் உள்ள அடிப்படை சாராம்சமாகும். ஆனால் நாளடைவில் அதை நாம் ஜாதிகளாகவும் உள்பிரிவுகளாகவும் பிளவுபடுத்தினோம். அது மட்டுமின்றி மக்களிடையே பாகுபாடு கடைப்பிடிக்கும் நடவடிக்கைகளும் நம்மிடையே தோன்றியது.
>
> பாரம்பரியம் மற்றும் பண்டைய வழக்கங்கள் என்ற பெயரில் பாகுபாடு ஏற்படுத்துவது இனிமேலாவது தடுத்து நிறுத்தப்பட வேண்டும். சமூகத்தில் நிலவும் ஏற்றத் தாழ்வினாலும் பாகுபாட்டினாலும் பலநூறு ஆண்டுகளாகப் பாதிக்கப்பட்டு வரும் மக்களின் வலிகளையும் உணர்வுகளையும் புரிந்துகொள்ள வேண்டும்.
>
> சமூகத்தில் சில பிரிவினர் இத்தகைய பாரபட்சங்களை நீண்ட காலமாகச் சகித்துக்கொண்டுதான் வாழ்கின்றனர். பாரம்பரியத்தையும் பண்டைய வழக்கங்களையும் நவீன அறிவியல் கண்ணோட்டத்தோடு ஆய்வு செய்து பார்க்கவேண்டும். பழமையான நடைமுறைகளில் எவையெல்லாம் தற்காலத்துக்கு ஏற்றதல்ல எனத் தோன்றுகிறதோ அவற்றையெல்லாம் புறந்தள்ளி விட வேண்டியது அவசியம். ஆனால் துரதிருஷ்டவசமாகப் பழைய பாரம்பரியத்தை நாம் பல ஆண்டுகளாக மறு ஆய்வு செய்யாமல் கண்மூடித்தனமாகப் பின்பற்றி வருகிறோம்.
>
> சமூகத்தில் ஏற்றத்தாழ்வு நீடிக்கும்வரை இட ஒதுக்கீட்டு முறையும் நீடிக்கவேண்டும். அதை ரத்து செய்யவேண்டும் என்ற பேச்சுக்கே இடமில்லை என்பது ஆர்.எஸ்.எஸ். அமைப்பின் கருத்து. சமூகப் பாகுபாடு களையப்பட வேண்டும் என்ற நோக்கிலும், அனைவரும் சமம் என்ற நிலை உருவாகவேண்டும் என்பதற்காகவும் சட்டமேதை டாக்டர் அம்பேத்கர் பாடுபட்டார். அவரது கருத்துகளை மக்கள் ஆழமாகப் படித்து உணரவேண்டும்' என்றார். *(தினமணி, 18-12-2015)*

இட ஒதுக்கீட்டுமுறை விஷயத்தில் அண்ணல் அம்பேத்கரின் கருத்தும் ஆர்.எஸ்.எஸ். அமைப்பின் கருத்தும் ஒன்றேதான். அதாவது இட ஒதுக்கீடுமுறை வேண்டும், அது ஏற்றத்தாழ்வுகள் நீடிக்கிற வரை

வேண்டும் என்ற அண்ணல் அம்பேத்கரின் கருத்தும் ஆர்.எஸ்.எஸ். அமைப்பின் கருத்தும் ஒன்றேதான்.

பாஜக ஆட்சியில் இட ஒதுக்கீடு

இட ஒதுக்கீடு என்று பேசும்பொழுதெல்லாம் பாஜக இட ஒதுக்கீட்டை ஆதரிக்கவில்லை. மண்டல் கமிஷனை ஆதரிக்க வில்லை. மண்டல் கமிஷனை எதிர்த்துதான் திரு.அத்வானி ராம ரத யாத்திரை நடத்தினார். மண்டல் கமிஷனை அமல்படுத்தியதால்தான் வி.பி.சிங் அரசை கவிழ்த்தார் என்று தொடர்ந்து பொய்ப்பிரச்சாரம் செய்யப்பட்டு வருகிறது. அதனால் இட ஒதுக்கீட்டில் பாஜகவின் கருத்து என்ன என்பதை பார்ப்போம்.

1950-ல் இந்திய அரசியலமைப்புச் சட்டம் அமல்படுத்தப்பட்டபோது யாரெல்லாம் பிற்படுத்தப்பட்டவர்கள் என்ற பட்டியல் அரசிடம் இல்லை. அதற்காக, அண்ணல் அம்பேத்கர் ஆலோசனையின்படி, பிற்படுத்தப்பட்ட மக்களின் நிலையை அடையாளம் காண ஆணையம் ஒன்று உருவாக்கப்பட வேண்டும் என்று அரசியலமைப்புச் சட்டப் பிரிவு 340-ல் தெளிவாக்கப்பட்டது. அதன் அடிப்படையில் முன்னாள் பிரதமர் மொரார்ஜி தேசாய் 1978-79-ல் பிந்தேஸ்வரி பிரசாத் மண்டல் தலைமையில் ஒரு ஆணையம் அமைத்தார். இந்த அரசில், இன்றைய பாரதிய ஜனதாவின் முன்னாள் வடிவமான ஜனசங்கம் இடம் பெற்றிருந்தது. இந்த மண்டல் கமிஷனுக்கு ஜனசங்கமும் ஆதரவு தெரிவித்தது.

மண்டல் ஆணையம் அனைத்து மாநிலங்களுக்கும் சென்று ஆய்வு நடத்திப் பல தரப்பினரையும், மாநில அரசுகளையும் விசாரித்து 1980 டிசம்பர் 31-ல் தனது அறிக்கையைத் தாக்கல் செய்தது. நாடு முழுவதும் 3,743 சாதியினரைப் பிற்படுத்தப்பட்டோராக அடையாளம் காண்பித்தது மண்டல் கமிஷன். பிற்படுத்தப் பட்டோருக்கு 27சதவீதம் இட ஒதுக்கீடு அளிக்க பரிந்துரை செய்தது. 10 ஆண்டுகளுக்கும் மேலாக மண்டல் கமிஷன் அறிக்கையை அப்போதைய காங்கிரஸ் அரசு கிடப்பில் போட்டு வைத்திருந்தது.

அதன்பிறகு வி.பி.சிங் ஆட்சியமைத்தார். அவருடைய ஆட்சிக்கு பாரதிய ஜனதா கட்சியும் ஆதரவளித்து வந்தது. வி.பி.சிங் அரசால் 1990-ம் ஆண்டு ஆகஸ்ட் 7-ம் தேதி நாடாளுமன்றத்தில் மண்டல் குழுவின் அறிக்கைகள் ஏற்கப்படுவதாக அறிவிக்கப்பட்டது. மண்டல் கமிஷனை எதிர்த்து மாணவர்கள் பலரும் போராடினார்கள். பெரும் கலவரம் மூண்டது.

மண்டல் கமிஷனை எதிர்த்து ராஜீவ் கோஸ்வாமி என்கிற மாணவன் தீக்குளித்தான். அவன் காங்கிரஸ் கட்சியின் மாணவர் அமைப்பான NSUI-ஐச் சேர்ந்தவர். அந்த அமைப்பினால் டெல்லி பல்கலைக் கழக மாணவர் யூனியன் தேர்தலில் போட்டியிட்டு வெற்றி கண்டவர். மாணவரின் தீக்குளிப்பைத் தொடர்ந்து வடமாநிலங்களில் போராட்டம் தீவிரமானது.

அப்போது பாஜக தலைவர் எல்.கே. அத்வானி மற்றும் நாடாளுமன்ற உறுப்பினர் மதன் லால் குரானா ஆகியோர் கோஸ்வாமியின் பெற்றோரைப் பார்க்க ஸஃப்தர்ஜங் மருத்துவமனைக்குச் சென்றனர். அப்போது மாணவர்கள் அவர்களைத் தடுத்தனர். மேலும் மண்டல் கமிஷனுக்கு எதிராக அறிக்கை வெளியிட வலியுறுத்தினர். ஆனால் திரு.அத்வானி அதற்கு சம்மதிக்கவில்லை. அப்போது திரு.அத்வானி கூறினார் :- 'மண்டல் கமிஷனை அறிக்கையைச் செயல்படுத்த பாஜக உறுதிபூண்டுள்ளதால், என்னால் அதைக் கண்டிக்கமுடியாது.' (https://theprint.in/theprint-profile/vp-singh-the-poet-pm-who-took-bjp-support-but-later-called-the-party-a-disease/326478/)

பாஜக மண்டல் கமிஷனுக்கு எதிராக இருந்திருந்தால் மாணவர்கள் மத்தியில் மண்டல் கமிஷனை எதிர்க்கிறோம் என்று சொல்லி இருக்கலாம். எதிர்த்து அங்கேயே அறிக்கை கொடுத்திருக்கலாம். ஆனால் இப்படியான செய்திகள் எதுவும் இல்லை. மாறாக மாணவர்களிடமே 'ஆம். மண்டல் கமிஷனைக் கண்டிக்க முடியாது. ஆதரிக்கிறோம்' என்று சொல்லி வந்துள்ளார் திரு.அத்வானி. இதையெல்லாம் மறைத்துவிட்டு பாஜக மண்டல் கமிஷனுக்கு எதிராக இருந்தது என்று பொய்யை தினம் தினம் பரப்பி வருகின்றனர்.

இதற்குப் பிறகு இராம ஜென்மபூமி இயக்கத்துக்கு ஆதரவு திரட்ட பாஜகவின் தலைவர் திரு.அத்வானி வட இந்திய மாநிலங்களில் இரத யாத்திரை மேற்கொண்டார். அவருடைய இரத யாத்திரை அயோத்தியை அடையும் முன்னர் பீகாரில் தடுக்கப்பட்டு கைது செய்யப்பட்டார். கூட்டணியில் இருந்த வி.பி.சிங் இதைத் தடுக்கவில்லை. இதனால் பாஜக தேசிய முன்னணிக்கு அளித்து வந்த ஆதரவை விலக்கிக்கொண்டது. இதைத் தொடர்ந்து நாடாளு மன்றத்தில் வி. பி. சிங் அரசு நம்பிக்கை வாக்கெடுப்புக்குச் சென்றது. அதில் 142-346 என்ற அளவில் வி. பி. சிங் அரசு தோல்வி கண்டது.

பாஜக ஆட்சியில் இதுவரை இட ஒதுக்கீடு முறை கண்டிப்பான முறையில் கடைபிடிக்கப்பட்டு வந்திருக்கிறது. அதுமட்டுமல்ல பதவி உயர்வில் இட ஒதுக்கீட்டைக் கொண்டுவந்தது பாஜக அரசுதான். 2001ல் திரு.வாஜ்பாய் அவர்கள் 85வது அரசியலமைப்பு

சட்டத் திருத்தத்தின்படி எஸ்சி எஸ்டி மக்களுக்கு பதவி உயர்வில் இட ஒதுக்கீட்டை கொண்டுவந்தார். (http://legislative.gov.in/constitution-eighty-fifth-amendment-act-2001) 2006ல் அதற்கு தடை வந்தது. அதாவது காங்கிரஸ் - திமுக கூட்டணி ஆட்சியில்தான் பதவி உயர்வில் இட ஒதுக்கீடு ரத்து செய்யப்பட்டது.

பிரதமர் மோடி தலைமையில் 2016ம் ஆண்டு மார்ச் மாதம் நடந்த உயர் அதிகாரிகள் கூட்டத்தில் எஸ்சி-எஸ்டி பிரிவினருக்கு பதவி உயர்வில் இட ஒதுக்கீட்டைத் தொடர்ந்து வழங்குவது பற்றி ஆலோசிக்கப் பட்டது. அப்போது, பதவி உயர்வில் இட ஒதுக்கீடு தொடர்ந்து வழங்கப்பட வேண்டுமா என்பது பற்றி ஆய்வு செய்து, அறிக்கை சமர்ப்பிக்க மத்திய பணியாளர் நல அமைச்சகத்துக்கு உத்தரவிடப் பட்டது.

மத்திய பணியாளர் நலத்துறை அமைச்சகம் இது பற்றி ஆய்வு செய்து, பிரதமர் மோதியிடம் சமீபத்தில் அறிக்கை தாக்கல் செய்தது. அந்த அறிக்கையில் கூறப்பட்டுள்ளதாவது :- சமூகத்தில் எஸ்.சி-எஸ்டி பிரிவினர் இன்னும் பின்தங்கியவர்களாகவே உள்ளனர். கல்வி, பொருளாதாரம் ஆகியவற்றிலும் மற்றவர்களைவிட பின்தங்கியே உள்ளனர். அதனால் சம வாய்ப்பு கிடைக்கவும், சமூக வளர்ச்சி ஏற்படவும் எஸ்சி-எஸ்டி பிரிவினருக்குப் பதவி உயர்வில் வழங்கப் படும் இட ஒதுக்கீடு தொடர வேண்டும். மேலும் பலதுறைகளில் எஸ்சி-எஸ்டி பிரிவினருக்கான ஒதுக்கீடு முழுமையாக அமல் படுத்தப்படவில்லை. அதை சரி செய்ய வேண்டும் என்று அந்த அறிக்கை குறிப்பிட்டது. இதையெடுத்து எஸ்சி எஸ்டி பிரிவினருக்கு பதவி உயர்வில் இட ஒதுக்கீட்டை தொடர்ந்து அமல்படுத்த மத்திய அரசு முடிவு செய்து உள்ளது. (தினமலர் மே6, 2017) அதுபோலவே எஸ்சி எஸ்டி பிரிவினருக்கு 22.5சதவீதம் பதவி உயர்வில் இட ஒதுக்கீடு வழங்கப்பட வேண்டும் என்று உச்சநீதிமன்றத்தில் வாதாடியது பாஜக அரசு. (தினமணி 4-8-2018)

எஸ்சி-எஸ்டி பிரிவினருக்கான பின்னடைவுப் பணியிடங்களை நிரப்ப முதன்முதலில் சட்டங்களைக் கொண்டுவந்தது திரு.வாஜ்பாய் தலைமையிலான பாஜக ஆட்சிதான். (http://legislative.gov.in/constitution-eighty-first-amendment-act)

ஆகவே இன்றுவரை இட ஒதுக்கீட்டைச் சரியாகப் பின்பற்றிவருவது மட்டுமல்லாமல் பதவி உயர்விலும் இட ஒதுக்கீட்டை அமல்படுத்தி வரும் கட்சி பாஜக மட்டுமே.

•

- 13 -

டாக்டர் அம்பேத்கரைப் பற்றி ஆர்எஸ்எஸ்

டாக்டர் பாபாசாகேப் அம்பேத்கர் அவர்கள் ஒரு தேசியவாதி. ஆனால் இன்று அவரை ஒரு ஜாதியக் கட்சித் தலைவராகவே உருவகப்படுத்திவிட்டனர். அதற்கு முழு காரணம் இந்தியா முழுக்க காங்கிரஸ், கம்யூனிஸ்ட் என்றால் தமிழகத்தில் திராவிட இயக்கங்கள், கட்சிகள் எனலாம். அவருடைய முழு ஆளுமையை மக்களுக்கு தெரியாமலேயே பார்த்துக் கொண்டனர். டாக்டர் அம்பேத்கர் தொழிலாளர்களுக்குப் பெற்றுத் தந்த உரிமைகள், இந்திய தேசத்துக்கு ஆற்றிய அரும்பணிகள் என்று எதையுமே பாட புத்தகத்தில்கூட சரியாக சொல்லித்தரப்படவில்லை. அவர் பட்டியல் சமூக மக்களின் உரிமைகளுக்காக மட்டுமே போராடினார் என்பதுபோன்ற தோற்றத்தை இவர்கள் ஏற்படுத்திவிட்டனர். விளைவு டாக்டர் அம்பேத்கர் பட்டியல் சமூகத்தவர்களுக்கான தலைவராக மட்டுமே மக்கள் மனதில் பதிந்துவிட்டார்.

டாக்டர் அம்பேத்கர் உயிரோடு இருக்கும்போதே காங்கிரஸ் கடுமையாக அவரை எதிர்த்தது. அண்ணல் அம்பேத்கரும் காந்தியடிகளையும், காங்கிரஸையும் கடுமையாக விமர்சனம் செய்தார். காந்தியும் காங்கிரஸும் தாழ்த்தப்பட்டவர்களுக்கு செய்ததென்ன? என்று புத்தகமே எழுதி விமர்சனம் செய்தார். பட்டியல் சமூகத்தவர்கள் காங்கிரஸில் சேருவது என்பது தற்கொலைக்குச் சமம் என்று சொன்னார். காங்கிரஸை எப்படி எதிர்த்தாரோ அதுபோலவே கம்யூனிஸ்டுகளையும் கடைசிவரை அண்ணல் அம்பேத்கர் கடுமையாக எதிர்த்தார்.

பம்பாய் நகரிலுள்ள நெசவு ஆலைகளில் வேலை செய்வதற்கு ஆட்கள் எடுத்தபோது, அவ்வேலைக்கு மனுச் செய்த தாழ்த்தப்பட்ட நபர் யாரையும் எடுக்கவில்லை. காரணம், நெசவு ஆலையில் பணிபுரியும் சமயம், நாடாவில் நூலை வாயில் வைத்து உறிஞ்சி எடுக்கவேண்டும். இதனால் 'எச்சில் தீட்டு'ப்படும் என்பதற்காக இவர்களை எடுக்கவில்லை. இதுபற்றிக் கம்யூனிஸ்டுக் கட்சி போராட்டம் நடத்த வேண்டுமென்று எஸ்.ஏ.டாங்கேயை அண்ணல் அம்பேத்கர் கேட்டபோது, அதை அவர் மறுத்ததோடு மட்டு மல்லாமல், இதற்காக அம்பேத்கர் போராட்டம் நடத்தியபோது ஆதரவும் நல்கவில்லை. (Rise and Awakening of the Depressed Classes, க-169அண்ணல் அம்பேத்கரின் அரும்பணி - ஓர் ஆய்வு, பக்.8) அதுமட்டுமல்ல, அண்ணல் அம்பேத்கரை கம்யூனிஸ்டுகள் 'பெட்டி பூர்ஷ்வா மிஸ்லீடர்' என்று கேலி செய்தனர். (அம்பேத்கர் - ஒரு புதிய இந்தியாவுக்காக...., கெயில் ஓம்வெத், பக்.99)

பொதுத்தேர்தல் 1952 ஜனவரியில் நடந்தது. அம்பேத்கர் கம்யூனிஸ்டுகளின் எதிர்ப்பாளராக இருந்ததால் காம்ரேட் எஸ்.ஏ.டாங்கே ஒரு பிரசார உத்தியைக் கையாண்டார். ஒதுக்கப்பட்ட இடத்துக்குப் போட்டியிடுபவர்களில் யாருக்கும் வாக்களிக்காதீர்கள் என்று பிரசாரம் செய்தார். இந்தத் தேர்தலில் அம்பேத்கர் 14,000 வாக்குகள் வித்தியாசத்தில் தோல்வியடைந்தார்.(டாக்டர் பாபா சாஹேப் அம்பேத்கர், வசந்த்மூன், பக்.229)

தமிழ்நாட்டில் ஈவெரா டாக்டர் அம்பேத்கரை எல்லோருக்குமான தலைவர் என்று சொல்லாமல் பட்டியல் சமூகத்தவர்களை நோக்கி உங்களுக்கான தலைவர் என்றே கடைசிவரை சொல்லிவந்தார். பட்டியல் சமூகத்தவர்களுக்கான தலைவர் அவர் என்றே ஈவெராவும் கருதி வந்தார்.

ஞானராஜசேகரன் இயக்கிய படம் பெரியார். இந்த படத்தைத் தயாரிக்க திரு.மு.கருணாநிதி அவர்களின் தலைமையிலான தமிழக அரசு தன்னுடைய பங்குக்கு ரூ.95 லட்சத்தை 2006ம் ஆண்டு அளித்தது. இதற்கான அறிவிப்பை 2006ம் ஆண்டுக்கான தமிழக அரசு பட்ஜெட்டில் அப்போதைய நிதி அமைச்சர் அன்பழகன் அறிவித்தார். அதுபோலவே பணமும் கொடுக்கப்பட்டது.

அண்ணல் அம்பேத்கர் படம் மம்முட்டி நடித்து வெளியானது. தமிழில் வெளியாக சில சிக்கல்கள் இருந்தது. இதற்காக 90லட்சம் செலவாகும். தமிழக அரசு கொடுத்தால் தமிழில் அண்ணல் அம்பேத்கர் படம் சீக்கிரமே வெளிவரலாம் என்று சொல்லப்பட்டது. ஆனால் திரு.கருணாநிதி அரசோ பெரியார் படத்துக்கு கொடுத்தது

போல் கொடுக்கவில்லை. தமிழக அரசின் சார்பில் 10லட்சம் தருவதாக சொன்னார்கள். காரணம் அண்ணல் அம்பேத்கர் படம் வெளிவருவதில் அவர்களுக்குப் போதிய அக்கறை இல்லை.

•

இந்தியாவில் ஏதாவது ஒரு இயக்கம் இமயம் முதல் கன்னியாகுமரி வரை அண்ணல் அம்பேத்கர் பெயரைத் தினம் தினம் உச்சரித்துப் போற்றி வருகிறது என்றால் அது ஆர்.எஸ்.எஸ். அமைப்பு மட்டுமே. தினமும் அதிகாலைவேளையில் ஆர்.எஸ்.எஸ். அலுவலகங்களில் சொல்லப்படும் ஏகாத்மதா ஸ்தோத்திரம் என்ற பாடல் பாடுவார்கள். அதில்,

சுபாஷ ப்ரணவானந்த க்ராந்தி வீரோ விநாயக
டக்கரோ பீமராவஸ்ச ஃபுலே நாராயண குரு (30)

நேதாஜி சுபாஷ் சந்திரபோஸ், வங்காளத்தில் தோன்றிய சுவாமி பிரணவானந்தர், புரட்சி வீரர் விநாயக தாமோதர வீரசாவர்க்கர், தக்கர்பாபா, டாக்டர்பீமராவ் அம்பேத்கர், மகாத்மாஜோதிபாஃபுலே, நாராயண குரு என இந்திய நாட்டுக்கும் இந்து சமுதாயத்துக்கும் புத்துயிரும் எழுச்சியும் அளித்த மகான்களில் ஒருவராக டாக்டர் அம்பேத்கரையும் துதித்துப் போற்றி வருகிறது.

அண்ணல் அம்பேத்கரும் ஆர்எஸ்எஸ் அமைப்பின் தோற்றமும் ஒரே மாநிலம்தான். மகாராஷ்டிராதான். ஆர்எஸ்எஸ் அமைப்பை இந்துக்களுக்கான அமைப்பாக அண்ணல் அம்பேத்கர் கருதினார். ஆனாலும் ஒருதடவைகூட ஆர்எஸ்எஸ் அமைப்பை அவர் எதிர்த்து விமர்சனம் செய்ததில்லை. மாறாக ஆர்எஸ்எஸ் அமைப்பு நடத்தும் முகாமுக்கு வந்து பாராட்டியிருக்கிறார். அதற்கு முன்பாகவே அண்ணல் அம்பேத்கர் இந்துமகாசபையின் தொடர்பில் இருந்தார்.

இந்து மகாசபையின் ஊழியர்கள் 1929லேயே 'இந்து சங்கம்' என்ற ஓர் அமைப்பை நிறுவியிருந்தனர். இதன் ஆலோசகர் குழுவில் வீரசாவர்க்கர், டாக்டர் ஜெயகர், கேசவ்ராவ் ஜேதே, அனந்தஹரி கத்ரே ஆகியவர்களுடன் டாக்டர் அம்பேத்கரும் இடம் பெற்றிருந்தார். *(டாக்டர் பாபா சாகேப் அம்பேத்கர், வசந்த் மூன், பக்.123)*

பம்பாயில் நடைபெற்ற ஹிந்து மகாசபை செயற்குழுக் கூட்டத்தில், 'ஹிந்து மிலிஷியா' என்ற ஒரு தொண்டர் அமைப்பினைத் துவக்குவது என்று முடிவு செய்யப்பட்டது. அந்த அமைப்புக்கு டாக்டர்ஜி பொறுப்பேற்க வேண்டும் என்றும் வலியுறுத்தப்பட்டது.

இந்த அமைப்பு பற்றி திட்டமிடுவதற்காக, பூனாவில் அக்டோபர் 8 அன்று ராவ்பகதூர் பாஸ்கர ராவ் ஜாதவ், டாக்டர் பாபாசாகேப் அம்பேத்கர், சர் கோவிந்தராவ் பிரதான், ஸ்ரீஅண்ணாசாகேப் போபட்கர் ஆகிய தலைவர்களுடைய கூட்டம் ஏற்பாடாகியிருந்தது. டாக்டர்ஜிக்கு கடிதத்துக்கு மேல் கடிதம் தொடர்ந்து டாக்டர் மூஞ்சே எழுதி அக்கூட்டத்துக்கு வரவேண்டி வலியுறுத்தினார். ஆனால் டாக்டர் ஜி 'என் உடல்நிலை முற்றிலும் சரியாக இல்லை. எனவே எந்த ஒரு மகத்தான பணியையும் நான் மேற்கொள்ள இயலாது. எனவே ஹிந்து மிலிஷியா சம்பந்தமாக என்னுடைய பெயரை எங்கும் சேர்க்க வேண்டாம். எனது பெயர் இல்லாவிட்டாலும் இந்த விஷயமாக என்னால் என்ன உதவ முடியுமோ, அதை அவசியம் செய்வேன்' என்று குறிப்பிட்டார். (டாக்டர் ஹெட்கேவார் வாழ்க்கை வரலாறு, பக்.691)

இச்சம்பவங்களை கூர்ந்து கவனிக்கும்போது அண்ணல் அம்பேத்கர் அப்போதைய ஆர்எஸ்எஸ் தலைவர் டாக்டர் ஹெட்கேவார்ஜியை நன்றாக அறிந்திருந்தார். அவருடன் சேர்ந்து இந்து சமூகத்துக்காகப் பணியாற்றவும் தயாராக இருந்தார் என்பதை அறிய முடிகிறது. அதுபோலவே அண்ணல் அம்பேத்கர் ஆர்எஸ்எஸ் அமைப்பைப் பற்றி நன்றாகவே அறிந்திருந்தார்.

மே 1939ல் புனேவில் 'சங்க சிக்ஷா வர்க' என்ற முகாம் நடைபெற்றது. அப்பொழுது டாக்டர் அம்பேத்கர் தலைமைத் தாங்க அழைக்கப் பட்டார். (M. G. Chittara, Rastriya SWamsevak Sangh: National Upsurge, A. B. H. Publishing Company, 2004, p.248.). பங்கு கொண்ட டாக்டர் அம்பேத்கர், 'இங்கு தீண்டத்தகாதவர்கள் யாராவது இருக்கிறார்களா?' என்று ஹெட்கேவாரைப் பார்த்துக் கேட்டார். அதற்கு ஹெட்கேவார், இங்கு இருப்பவர் எல்லோருமே இந்துக்கள் அவ்வளவுதான் என்றார். 'ஸ்வயம்சேவகர்கள் மற்றவர்களது ஜாதி பற்றி கேட்காமல் சமத்துவம் மற்றும் சகோதரத்துவம் என்ற ரீதியில் இருப்பது கண்டு வியக்கிறேன்', என்றார் டாக்டர் அம்பேத்கர் (M. G. Chittara, Dr Ambedkar and Social Justice, A. B. H. Publishing Company, 2002, p.234.)

•

மகாத்மா காந்தியடிகள் ஜனவரி 30ல் நாதுராம் கோட்சேவால் சுட்டுக் கொல்லப்பட்டார். 1948, பிப்ரவரி 4ம்தேதி ஆர்.எஸ்.எஸ். அரசால் தடைசெய்யப்பட்டது. பின்பு குருஜி கோல்வால்கர் கைது செய்யப்பட்டார்.

மகாத்மா காந்திஜியின் கொலையைத் தொடர்ந்து ஆர்.எஸ்.எஸ். அமைப்பு மட்டும் தடை செய்யப்படவில்லை. பல்வேறு அமைப்புகள் தடை செய்யப்பட்டன. அதில் ஒன்று மகாராஷ்டிராவில் இயங்கி வந்த அண்ணல் அம்பேத்கரின் சமத்துவ தொண்டர் படையும் (சமதா சைனிக் தள்) தடை செய்யப்பட்டது. அதைப் பற்றி வசந்த் மூன் கூறுகிறார் : '1948ல் மராட்டியப் பார்ப்பனர் ஒருவர் மகாத்மா காந்தியைப் படுகொலை செய்தபிறகு அந்தப் படுகொலையைச் செய்த ஆர்.எஸ்.எஸ். மீது மட்டுமல்ல, எங்களது சமத்துவத் தொண்டர்படை உள்ளிட்டு எல்லா அரை-ராணுவ அமைப்புகள் மீதும் தடைவிதிக்கப்பட்டது. ஏராளமான தொண்டர்கள் தங்கள் வீடுகளில் வைத்திருந்த பகிஷ்கிரித் பாரத், ஜனதா, தலித் பந்து போன்ற அம்பேத்காரிய பத்திரிகைகளின் தொகுப்புகளைத் தீ வைத்து அழித்துவிட்டனர்' என்று கூறுகிறார். (ஒரு தலித்திடமிருந்து, வசந்த் மூன், பக்.170)

பல்வேறு அமைப்புகள் தடை செய்யப்பட்டாலும் காங்கிரஸ்காரர்கள் ஆர்.எஸ்.எஸ்ஸின் வளர்ச்சியைப் பொறுக்கமுடியாமல் திட்டமிட்டு எல்லாக் குற்றச்சாட்டுகளையும் ஆர்.எஸ்.எஸ் மீதே வைத்தார்கள்.

சர்தார் வல்லபாய் பட்டேலுக்கும் நேருவுக்கும் தொடர்ந்து கடிதங்கள் எழுதினார் குருஜி. காந்திஜி படுகொலையில் சங்கத்துக்குத் தொடர்பு உண்டு என்று ஏதாவது ஆதாரம் இருந்தால் வெளியிடுங்களேன் என்று நேருவைக் கடிதம் மூலம் கேட்டுக்கொண்டார். ஆனால் நேருவால் எந்தவிதமான ஆதாரத்தையும் காட்ட முடியவில்லை.

ஆர்.எஸ்.எஸ். மீதான தடையை விலக்கக் கோரி மாபெரும் கையெழுத்து இயக்கம் நடத்தப்பட்டது. சத்தியாகிரகம் நடத்தப் பட்டது. பல்லாயிரக்கணக்கான ஸ்வயம்சேவகர்கள் கைதானார்கள். எண்பதாயிரம் ஸ்வயம்சேவகர்கள் எதிர்ப்புத் தெரிவித்துச் சிறை சென்று மாதக்கணக்கில் சிறையில் வாடினார்கள்.

இந்நிலையில் பல தலைவர்களிடம் குருஜி ஆர்எஸ்எஸ்மீது இருக்கும் தடையை நீக்க ஆதரவு கேட்டார். அப்படி குருஜி ஆதரவு கேட்ட தலைவர்களில் அண்ணல் அம்பேத்கரும் ஒருவர். இதைப் பற்றி அண்ணல் அம்பேத்கருடன் இருந்த சங்கரானந்த சாஸ்திரி கூறுகிறார், 'சர்தார் பட்டேல் அனுபவமும் அர்ப்பண உணர்வும் மிகுந்த போராளி. அவர் அந்த விஷயத்தில் நிச்சயம் சரியான முடிவெடுப்பார் என்றுதான் நம்புவதாக அண்ணல் அம்பேத்கர் சொன்னார். மேலும் அந்த விஷயம் தொடர்பாக கேபினெட்டில் விவாதம் வரும்போது தான் ஆதரவு தருவதாகவும் அண்ணல் அம்பேத்கர் சொல்லியிருக்கிறார்'.

இந்த உரையாடலைப் பதிவு செய்த சங்கரானந்த சாஸ்திரி அம்பேத்கரின் கட்சியில் இருந்து பல போராட்டங்களில் தீவிரமாகப் பங்கெடுத்தவர். பிறப்பால் தலித்தான அவர் சம்ஸ்கிருதத்தில் மிகுந்த புலமையும் பெற்றிருந்தார்.

காந்தி கொலையில் ஆர்எஸ்எஸுக்கு பங்கு உண்டு என்று அண்ணல் அம்பேத்கர் நினைத்திருந்தால், ஆர்எஸ்எஸ் அமைப்பை எதிரியாக நினைத்திருந்தால் தடையை நீக்க ஆதரவு தருவேன் என்று குருஜி கோல்வல்கரிடம் சொல்லியிருப்பாரா? குருஜி கோல்வால்கர் ஆதரவு கேட்டபோது அண்ணல் அம்பேத்கர் நேரடியாகவே ஆதரவு தர முடியாது என்று சொல்லியிருக்கலாம். அண்ணல் அம்பேத்கர் அப்படித் தன் மனத்தில் இருப்பதை வெளிப்படையாகப் பேசக் கூடியவர்தான். ஆனால், அப்படி எந்தவொரு பதிலையும் அவர் சொல்லியிருக்கவில்லை. அண்ணல் அம்பேத்கர் ஏற்கனவே சங்க முகாமில் சிறப்பு பார்வையாளராகக் கலந்துகொண்டு ஆர்.எஸ்.எஸ். அமைப்பு செய்துவரும் தீண்டாமை ஒழிப்பு வேலையை நேரில் பார்த்தவர். அதனால் எப்போதுமே அதன்மேல் வெறுப்பு இல்லாதவராக இருந்தார் (இந்த சம்பவத்தில் குறிப்பிடும் வருடம் 1948ம் ஆண்டாக இருக்கவேண்டும். ஆனால் 1949 என்று இருக்கிறது.)

நீண்ட போராட்டத்துக்குப் பிறகு 1949ம் ஆண்டு ஜூலை 12ஆம்தேதி ஆர்.எஸ்.எஸ். மீதான தடையை எந்தவிதமான நிபந்தனையுமின்றி அதிகாரப்பூர்வமாக விலக்கிக்கொண்டது காங்கிரஸ் அரசு. இத்தனை நாள் ஏன் தடை நீடித்தது என்பதற்கு வெளிப்படையான எந்த ஒரு காரணமோ நியாயமோ குறிப்பிடப்படவே இல்லை.

காந்திஜி கொலை வழக்கை விசாரிக்க காங்கிரஸ் அரசாங்கம் கபூர் கமிஷனை நியமித்தது. விசாரித்த கபூர் கமிஷன் தனது அறிக்கையில் காந்தி கொலைச் சதியில் ஆர்எஸ்ஸுக்குத் தொடர்பில்லை என்று அறிவித்தது. தடை நீங்கிய பிறகு தடையை விலக்குவதில் ஒத்துழைத்த அனைத்துப் பெரியோர்களுக்கும் குருஜி நன்றி தெரிவித்துக் கடிதம் எழுதினார். ஜவஹர்லால் நேரு, பட்டேல், சியாம் பிரசாத் முகர்ஜி, காகா ஸாஹப் காட்கீல், புருஷோத்தமதாஸ்ஜி டண்டன், பாபா சாஹேப் காபர்டே, போன்றவர்களுக்குக் கடிதம் எழுதிய குருஜி 1949, ஜூலை 18ல் அண்ணல் அம்பேத்கருக்கும் நன்றி தெரிவித்துக் கடிதம் எழுதினார். (ஸ்ரீகுருஜி சிந்தனைக் களஞ்சியம், தொகுதி 10, பக்.93-94)

மதிப்புக்குரிய டாக்டர் பாபா சாஹேப் அம்பேத்கர் அவர்களுக்கு,

அன்பான வணக்கங்கள். தங்களைச் சந்திக்கிற நல்வாய்ப்பு கிடைத்து நீண்ட காலம் ஆகிவிட்டது. இதற்கிடையே பல சம்பவங்கள்

நடந்துவிட்டன. இறுதியில் இறைவனின் அருளால் சங்கம் கிரஹணத்திலிருந்து மீண்டுவந்துள்ளது. இதற்காகப் பல நல்லவர்கள் வெவ்வேறு வகையில் உதவி செய்துள்ளார்கள்.

நிறையபேர் ஓய்வில்லாமல் உழைத்திருக்கிறார்கள். இவர்கள் அனைவரின் முயற்சிகளால்தான் இன்றைய இந்த அமைதியான நிலை ஏற்பட்டுள்ளது. முறையாகச் சிந்தித்தால், இந்த அமைதி கலப்படமாக உள்ளது. இந்த நிலையைப் பற்றி நிறையச் சொல்ல முடியும் என்றாலும் நான் தற்போது அமைதியாகவே இருக்க நினைத்துள்ளேன்.

இந்த அனைத்து சம்பவங்களுக்கிடையேயும் தாங்கள் எனக்கு சந்திக்க நேரம் கொடுத்து முழுவிஷயத்தையும் அமைதியான உள்ளத்துடன் கேட்டபிறகு, முடிந்த அளவுக்கு உதவி செய்வதாக வாக்குறுதி கொடுத்தீர்கள். தங்களின் வாக்குறுதிக்கேற்ப தாங்கள் சார்பில் முடிந்த அளவுக்கு உதவியும் செய்திருப்பீர்கள் என்று நம்புகிறேன். இந்த உதவிக்காக நான் உங்களுக்கு மிகவும் கடமைப்பட்டுள்ளேன். அப்படிப் பார்த்தால் நல்ல உள்ளத்துடன் உதவுவது தங்களின் இயற்கையான குணமாகும். இதற்கு முரண்பாடான நடத்தையை உங்களிடமிருந்து யாராலும் எதிர்பார்க்க முடியாது. சங்க காரியத்தை மீண்டும் முறைப்படியாக்குவதற்காக ஈடுபட்டிருந்த காரணத்தினால் தங்கள் போன்ற ஆதரவாளர்களுடன் சந்திக்க வேண்டிய அவசியமான கடமையைத் தள்ளிப்போட வேண்டியதாயிற்று. இருந்தாலும், முடிந்த அளவுக்கு விரைவில் அங்கு வந்து எல்லோரையும் சந்தித்து நேரடியாக நன்றி தெரிவிக்கிற பொறுப்பைப் பூர்த்தி செய்வதற்காக முயற்சி செய்து கொண்டிருக்கிறேன்.

அன்பு வளர்ந்துகொண்டே இருக்கட்டும் என்ற விருப்பத்துடன்...

தங்கள்

மா.ஸ.கோல்வல்கர்

இப்படிக் கடிதம் எழுதி தனது நன்றியைத் தெரிவித்துக்கொண்டார் ஆர்.எஸ்.எஸ். தலைவர் ஸ்ரீகுருஜி. இதுமட்டுமல்லாமல் காந்திஜி படுகொலையில் வேண்டுமென்றே வீரசாவர்க்கரை காங்கிரஸ் அரசாங்கம் கைது செய்தது. இதை உணர்ந்த அண்ணல் அம்பேத்கர் வீரசாவர்க்கரின் வழக்கறிஞர் போபத்கரை அழைத்து ஆலோசனை கூறினார் என்பதையும் இங்கு நாம் நினைவுபடுத்திக்கொள்ளலாம்.

அண்ணல் அம்பேத்கரைப் பற்றி ஆர்எஸ்எஸ் அமைப்பின் மதிப்பீடு என்ன என்று தெரிந்துகொள்ளவேண்டுமானால் ஸ்ரீகுருஜி 1963ம் ஆண்டு ஆகஸ்டு மாதம் 9ம் தேதி மானனீய பாபாசாகேப் அம்பேத்கரின் 73ஆவது பிறந்தநாள் அன்று 'கௌரவ' என்ற

சிறப்பிதழில் எழுதிய கட்டுரையைச் சான்றாக எடுத்துக் கொள்ளலாம்..

நான் ஏதாவது எழுத வேண்டுமென்பது உங்களுடைய விருப்பம். நீங்கள் எனக்கு மிகுந்த கௌரவம் அளித்துள்ளீர்கள். இந்தக் கௌரவத்துக்கு நான் தகுதியுள்ளவனல்ல. ஏனெனில் எனக்குக் கட்டுரை எழுதுவதில் பயிற்சி இல்லை. இருந்தாலும் வணக்கத்துக்குரிய டாக்டர் அம்பேத்கரின் புனித நினைவுக்கு வணக்கம் செலுத்துவது என்னுடைய இயல்பான கடமை. 'எளிய, பலவீனமான, ஏழ்மையில் பீடிக்கப்பட்ட ஞானமில்லாத இந்தியர்கள் என்னுடைய கடவுள். அவர்களுக்குச் சேவை செய்வது, தூங்குகிறவர்களை விழிப்புணர்வு பெறச் செய்வது, அவர்களின் வாழ்க்கையைச் சுகமயமாக்குவது, முன்னேற்றுவது தான் உண்மையான ஈஸ்வர சேவை' என்று கூறியபடி தவறான தீண்டாமை பழக்கங்களைக் கடுமையாகக் கண்டித்து சமூகம் முழுவதையும் மறுபடியும் சீரமைக்க வேண்டி, பாரதமெங்கும் அறைகூவல் விடுத்தார் சுவாமி விவேகானந்தர்.

அரசியல், சமூக அவமதிப்புகளாலும் மற்ற வகைகளிலும் அமைதி இழந்து இருந்த டாக்டர் பாபா சாகேப் அம்பேத்கர் அந்த அறைகூவலுக்கு நேரடியாக பதில் சொல்லும் வகையில் ஆவேசமாகப் பணியாற்றி, அஞ்ஞானத்தில் துன்பப்பட்டு, அவமானப்பட்டிருந்த ஒரு பெரிய முக்கியத்துவம் நிறைந்த நமது சமுதாயத்தின் ஒரு பகுதியை சுயமரியாதைகளுடன் தூக்கி நிறுத்தினார். அவருடைய இந்த செயல் அசாதாரணமானது. அவர் தன் நாட்டுக்குச் செய்த உயர்ந்த அபாரமான உபகாரத்துக்குக் கைமாறு செய்வது கடினம்.

ஸ்ரீமத் சங்கராசாரியரின் கூர்மையான புத்தியையும், பகவான் புத்தரின் கருணையான விசாலமான இருதயத்தையும் ஒன்றாக இணைத்து, பணிசெய்வதன் மூலம் பாரதத்தை உண்மையான முன்னேற்றத்துக்கு வழிநடத்த முடியும் என்று கூறினார் சுவாமி விவேகானந்தர். பௌத்த மதத்தைத் தழுவுவதன் மூலம், சுவாமி விவேகானந்தரின் இந்த எண்ணத்துக்கு டாக்டர் அம்பேத்கர் மூலமாக வேகம் கொடுக்கப்பட்டது என்று கூற வேண்டும்.

அவருடைய சிந்தனை மற்றும் கூர்மையான அறிவின்மூலம் பௌத்த மதத்தில் குறைகள் தென்படாமல் இல்லை என்பதை அவரே குறிப்பிட்டுள்ளார். ஆனால் சமமாகப் பழகுதல், சுத்தம், பரஸ்பரம் கருணை காட்டும் அன்பு, நட்புடன் இருத்தல் இக்குணங்களினால் கிடைக்கும் மனித சேவையின் தூய்மையான

தூண்டுதல், இவை பௌத்த மதத்தின் ஈடுபாட்டால் ஏற்படும் லாபம். ராஷ்ட்ரம் மற்றும் மனித முன்னேற்றத்துக்கு இவையெல்லாம் அவசியம். இதையெல்லாம் அறிந்துதான் அவர் பௌத்த மதத்தைத் தேர்ந்தெடுத்து தன்னை அதற்குப் பரிசளித்தார் போலும்.

தர்மத்தின் தூய ரூபத்தைத் தெளிவுபடுத்துவதற்காக (அதிலிருந்து வேறுபடவில்லை) சமூக சீர்திருத்தத்துக்காக, பகவான் புத்தர் அப்போதிருந்த சமூகக் கொள்கைகளை விமர்சித்தார். அதே நிலையில் டாக்டர் பாபா சாகேப் அம்பேத்கார்ஜியும் சமூகத்தின் நன்மைக்காகவும் தர்மத்தின் நன்மைக்காகவும் சிரஞ்சீவியான சமுதாயம் குற்றமற்று உறுதியாக ஆவதற்கும் செயலாற்றினார். அவருடைய இந்த செயல் தனி மதம் ஸ்தாபிக்க அல்ல என்பது என்னுடைய கருத்து. ஆதலால் இந்த யுகத்தில் பகவான் புத்தருடைய வாரிசு என்ற முறையில் அவருடைய புனிதமான நினைவுக்கு மனமார வணங்குகிறேன். (குருஜி சிந்தனைக் களஞ்சியம், பாகம் 1, பக்.173-74)

அம்பேத்கரின் சமத்துவ தொண்டர் படை மகாராஷ்டிராவில் செயல் பட்டு வந்தது. அதில் முக்கியமானவராக வசந்த்மூன் செயல்பட்டு வந்தார். இவர்தான் அண்ணல் அம்பேத்கரின் எழுத்துகளைத் தொகுத்தவர். இவர் தன்னுடைய வாழ்க்கை வரலாற்றை எழுதியபோது ஆர்எஸ்எஸ் பற்றியும் எழுதியுள்ளார்.

அந்தக் காலகட்டத்தில் ஆர்எஸ்எஸ் பற்றி மக்கள் என்ன கருத்து கொண்டிருந்தார்கள் என்பதை ஒரு சம்பவத்தின் மூலம் விளக்குகிறார் வசந்த் மூன் : -

‘ஒருமுறை ஐந்து அல்லது ஆறு பையன்கள் வழக்கம்போல ரீஜண்ட் திரையரங்குக்குப் பக்கத்திலிருந்த சாலையைக் கடந்து கொண்டிருந்தபோது உதவி கேட்டு ஒரு பெண் அலறும் சத்தம் கேட்டது. ஜன்யா, பாண்ட்யா, சங்கர், நான் (வசந்த்மூன்) என அனைவரும் ஓடினோம். ஓர் இளைஞன் மயங்கி கீழே விழுந்து கிடந்தான். நடுத்தர வயதுப் பெண்ணொருத்தி ‘உதவுங்கள்’ என்று அலறிக்கொண்டிருந்தார். ஆனால், சுற்றிலும் நின்றுகொண்டிருந்த ஆட்கள் ஆச்சரியத்தோடு வேடிக்கை பார்த்துக் கொண்டிருந் தார்கள். நாங்கள் அந்த ஆளை ரிக்ஷாவில் ஏற்றி, பக்கத்திலிருந்த கிளினிக்குக்கு அழைத்துச் சென்றோம். வெள்ளையுடை அணிந்திருந்த அப்பெண் எங்களருகில் வந்து ‘நீங்கள் ஆர்எஸ்எஸ் தொண்டர்களாகத்தான் இருக்கவேண்டும்’ என்று சொன்னார். அதற்கு நாங்கள் ‘இல்லை. நாங்கள் ஸ்வயம் சேவக்குகள் அல்ல.

சமத்துவத் தொண்டர் படையின் உறுப்பினர்கள்' என்று பதில் சொன்னோம். ஆச்சரியத்தோடு எங்களைப் பார்த்த அந்தப் பெண், 'சுயம்சேவக்கின் தொண்டர்கள்தாம் இம்மாதிரியான பணிகளைச் செய்வார்கள் என்று நினைத்திருந்தேன்' என்று சொன்னார். (ஒரு தலித்திடமிருந்து, வசந்த் மூன், பக்.94-95)

மக்களுக்கான சேவை அமைப்பாகத்தான் அப்போது பொது மக்களிடம் ஆர்எஸ்எஸ் அறியப்பட்டிருந்ததை வசந்த்மூன் வெளிப் படுத்துகிறார். ஆர்எஸ்எஸ் அமைப்புக்கும் அம்பேத்கரின் சமத்துவ தொண்டர் படைக்கும் ஏற்பட்ட மோதல்களையும், பிறகு இணக்கமான உருவான சூழ்நிலையும் ஆர்எஸ்எஸ் தலைவர்கள் அம்பேத்கரின் பிறந்தநாள் விழாவின்போது பங்கெடுத்த நிகழ்ச்சி களையும் வசந்த் மூன் அசைபோடுகிறார் :-

'மகர்புராவுக்கு முன்பிருந்த மைதானத்தில், அதாவது இன்றிருக்கும் வசந்த் திரையரங்கின் பின்புறம் - சமத்துவத் தொண்டர் படையின் எங்கள் பகுதி கிளைக்கூட்டம் நடந்தது. 1938 வாக்கில் ஆஷாராம் பைதாங்கர், சதாநந்த் டாங்கேர் போன்றவர் களால் நிறுவப்பட்டதுதான் இந்தக் கிளை. இதற்கு முன்பு மகர்புராவைச் சேர்ந்த பையன்கள் ஆர்.எஸ்.எஸ்ஸில் சேர்ந்திருந்தனர். இதன் கூட்டம் இதே மைதானத்தில் மேற்குப் பதியில் நடக்கும். பால்ரேஜ் ஆர்எஸ்எஸ்ஸின் அமைப்பாளராக இருந்தார்.

மகர்புராவில் சமத்துவத் தொண்டர் படை ஆரம்பிக்கப்பட்டவுடன் மகர் சிறுவர்கள் ஆர்.எஸ்.எஸ். அமைப்பிலிருந்து விலகி சமத்துவ தொண்டர் படையில் சேர்ந்தனர். ஒரு தடவை விளையாடும்போது சமத்துவ தொண்டர் படைக்கும், அப்பகுதியைச் சேர்ந்த ஆர்எஸ்எஸ் அமைப்புக்கும் தகராறு ஏற்பட்டது. இதற்காக வழக்குப் போடப்பட்டது. ஆனால் ஆர்.எஸ்.எஸ்காரர்களால் தொடர்ந்து வழக்கை நடத்த முடியவில்லை. இரண்டு, மூன்று நாட்களுக்குள் கதேடி போன்ற முக்கிய ஆர்.எஸ்.எஸ். முன்னோடிகள் தாங்களாகவே எங்கள் குடியிருப்புக்கு வந்தார்கள். சமரசத்துக்கு அவர்கள் முயற்சியெடுத்தார்கள். 'நமக்கிடையே இனி எந்தத் தகராறுகளும் இருக்கக்கூடாது'.

'தகராறு செய்ய வேண்டும் என்ற எண்ணம் எங்களுக்கில்லை. அவரவர் எல்லைக்குள் அவரவர் விளையாடிக் கொள்ளலாம்.'

உடனே அனைவரும் மைதானத்துக்குச் சென்றனர். மைதானம் இரண்டாகப் பிரிக்கப்பட்டது. மேற்குப் பகுதியில் அவர்கள்

விளையாடினார்கள். கிழக்குப் பகுதியில் நாங்கள் விளையாடினோம். மீண்டும் நிலைமை சுமூகமானது. அவர்கள் நிகழ்ச்சிகளில் நாங்கள் பங்கெடுத்தோம். எங்கள் நிகழ்ச்சிகளுக்கு அவர்கள் வந்தார்கள். தாதா ஜோசி, பட்டுர்கர், அசோக் குப்தே போன்ற ஆர்எஸ்எஸ் தலைவர்கள் இன்றும்கூட எங்களுடன் உறவு வைத்திருக்கிறார்கள்.

'ஒவ்வோர் ஆண்டும் அம்பேத்கர் ஜெயந்தியைப் பத்து நாட்கள்வரைக் கொண்டாடுவது வழக்கம். குடியிருப்பிலிருந்த மக்களின் ஆதரவோடு தொண்டர்படை உறுப்பினர்கள் இந்த விழாவை நடத்துவார்கள். நிகழ்ச்சி தொடங்குவதற்கு முன்பு உரை நிகழ்த்துவதைப் பழக்கமாக வைத்திருந்தோம். உரை நிகழ்த்துவதற்கு தலித் தலைவர்கள் மட்டுமே அழைக்கப்பட வேண்டும் என்பது எங்களின் தொடக்ககாலப் புரிதலாக இருந்தது. முதன் முறையாக பர்தியில், அம்பேத்கர் ஜெயந்தியன்று தலித் அல்லாத மராத்திப் பேராசிரியர்களைப் பேச அழைத்தோம். உரையைக் கேட்கப் பெரும் கூட்டம் திரண்டது. அந்தக் கால கட்டத்தில் தலித் சமூகங்களில் ஒரு பேராசிரியர்கூட இருக்கவில்லை.

எம்.எஸ்.தேஷ்முக், ஏ.என்.தேஷ்பாண்டே, பேராசிரியர் கோட்லே போன்றவர்களை அழைத்திருந்தேன். 1954ஆம் ஆண்டு தேஷ்முக் ஒருமுறை என்னிடம் 'மூன், அம்பேத்கர் வாழ்க்கை வரலாற்றுப் புத்தகம் இருந்தால் தா படிக்க வேண்டும்' என்று கேட்டார். அம்பேத்கர் வரலாறு குறித்து கெயிர் மோட் எழுதி வந்த நூலின் ஒரு பகுதி அப்போதுதான் வெளியாகி இருந்தது. நான் அதை அவருக்குத் தந்தேன். இதை வைத்து அவர் ஓர் அற்புதமான உரை நிகழ்த்தினார். ஆர்.எஸ்.எஸ்ஸின் தத்தோபந்த் தெங்கடி, கம்யூனிஸ்ட் கட்சியைச் சேர்ந்த பாய்பரதன் போன்றோர்களும் ஜெயந்தி விழாவன்று உரை நிகழ்த்தியிருந்தார்கள்' என்று கூறுகிறார். (ஒரு தலித்திடமிருந்து, வசந்த் மூன், பக்.105, 121, 211)

அண்ணல் அம்பேத்கருக்கு எதிரி ஆர்எஸ்எஸ் என்று இன்றும் பிரசாரம் செய்யப்படுகிறது. ஆனால், அம்பேத்கரின் முக்கியமான தொண்டர் ஆர்எஸ்எஸ் தலைவர்களை அழைத்து அம்பேத்கரின் பிறந்தநாள் விழாவின்போது பேச அழைக்கிறார் என்றால் அம்பேத்கருக்கு எதிராக ஆர்எஸ்எஸ் இருந்திருக்குமானால் வசந்த் மூன் அழைத்திருப்பாரா? அவர்களுடன் உறவு வைத்திருப்பாரா?

ஆனாலும் இன்றுவரை ஆர்எஸ்எஸ் அமைப்பு, அண்ணல் அம்பேத்கருக்கு எதிரி என்று பொய்யான பிரச்சாரம் செய்யப்பட்டு

வருகிறது. ஆர்எஸ்எஸ் அமைப்பின்மீது முக்கியமாக சில குற்றச்சாட்டுகள் கூறப்படுகிறது.

1. அண்ணல் அம்பேத்கர் ஆர்எஸ்எஸ் அமைப்பை எதிர்க்கவே சமதா சைனிக் தள் என்கிற தொண்டர் படையை ஆரம்பித்தார்.
2. ஆர்எஸ்எஸ் அமைப்புக்கு எதிராக நாக்பூரையே பவுத்த மதத்துக்கு மாறுவதற்கான இடமாகத் தேர்ந்தெடுத்தார் அண்ணல் அம்பேத்கர்.
3. மராத்வாடா பல்கலைக்கழகத்துக்கு அண்ணல் அம்பேத்கர் பெயரை வைக்கும்போது ஆர்எஸ்எஸ் எதிர்த்தது.
4. அண்ணல் அம்பேத்கர் எழுதிய ரிடில்ஸ் ஆப் இந்துயிசம் என்ற நூலை தடை செய்ய கோரி போராட்டம் நடத்தியது ஆர்எஸ்எஸ்.
5. ஆர்எஸ்எஸ் பிராமண இயக்கம்.

இதுபோன்ற குற்றச்சாட்டுகள் எந்த அளவுக்கு உண்மை என்று பார்க்காமலேயே பலர் நம்பிவிடுகின்றனர். அதை அப்படியே பிரசாரமும் செய்கின்றனர். அதனால் இக்குற்றச்சாட்டுகளை விரிவாகவே நாம் ஆராயலாம்.

ஆர்.எஸ்.எஸ்ஸை எதிர்க்க சமதா சைனிக் தள் ஆரம்பிக்கப்பட்டதா?

முஸ்லீம் நேசரான அ.மார்க்ஸ் போன்றவர்கள் தொடர்ந்து ஒரு பொய்பிம்பத்தைக் கட்டமைத்து வருகின்றனர். அ.மார்க்ஸ் எழுதுகிறார் : 'ஆர்.எஸ்.எஸுக்கு எதிராக 'சமதா சைனிக் தள்' என்னும் இயக்கத்தை அம்பேத்கர் உருவாக்கியபோது சீருடையாக காக்கி டிரவுசரும், சிவப்புச் சட்டையும் தேர்வு செய்யப்பட்டன' என்று ஆதாரமே இல்லாமல் எழுதித் தள்ளுகிறார். (அ.மார்க்ஸ், அம்பேத்கர் வாழ்வில் அறிந்து கொள்ளப்பட வேண்டிய சில அம்சங்கள், பக்.44, 2009)

சமதா சைனிக் தள் அமைப்பு எப்போது, எதற்காக ஆரம்பிக்கப்பட்டது என்பதையெல்லாம் ஆராயாமல் ஆர்எஸ்எஸ்ஸை அண்ணல் அம்பேத்கருக்கு எதிராக நிறுத்துவதில் அ.மார்க்ஸ் தொடர்ந்து பேனாவில் மைக்குப் பதில் பொய்யை ஊற்றி எழுதிவருகிறார். ஆனால் உண்மை என்ன? சமதா சைனிக்தள் அமைப்பு எதற்காக ஆரம்பிக்கப்பட்டது என்பதை அண்ணல் அம்பேத்கரே கூறுயிருக்கிறார். 1942 ஜூலை 20 அன்று நாக்பூரில் நடைபெற்ற மாநாட்டில் அம்பேத்கர் பேசுகிறார் :-

> 'மாநிலத்தில் மிகப் பெரும் தொண்டர் படை எழுப்பப்பட்டிருப்பதைக் கண்டு பெருமகிழ்ச்சி அடைகிறேன்.

இந்தத் தொண்டர் படை 1926 வாக்கில் பம்பாயில் முதலில் ஆரம்பிக்கப்பட்டது. சமதா சைனிக் தளம், நமது பொது அமைப்பின் பிரிக்க முடியாத அங்கமாகும். உண்மையிலேயே அதன் மிக வலிமைவாய்ந்த கருவியாகும். நமது இயக்கத்தின் நோக்கமும் குறிக்கோளும் முற்றிலுமாகத் தீவிர மாறுதலடைந்துள்ளது. நமது மக்களுக்கு இந்து சமுதாயத்தின் இன்றியமையாத கூறாக, சமமான இடத்தைப் பெற்றுத் தருவதே நமது குறிக்கோளாகும்.

தனித்த, மாறுபட்ட கூறாக இந்துக்களுடன் சம அந்தஸ்துக்காக நாம் நிற்கிறோம். நமது இயக்கத்தின் நோக்கங்கள், குறிக்கோள்களில் ஏற்பட்ட மாற்றத்தோடு சமதா சைனிக் தளத்தின் நோக்கங்களிலும் குறிக்கோள்களிலும்கூட மாற்றம் ஏற்பட்டுள்ளது. இந்தத் தொண்டர்படை அமைக்கப்பட்டதற்கு நமது இயக்கத்தின் மூல நோக்கமே காரணமாகும்.

அதாவது தாழ்த்தப்பட்ட வகுப்பினரிடையே இந்துக்களுடன் சமூக சமத்துவம் என்ற கோரிக்கையை ஊட்டி வளர்ப்பதுதான் அந்த நோக்கம். அதன் பெயரே குறிப்பிட்டுக் காட்டுவதுபோல, இந்து சமுதாயத்தில் தாழ்த்தப்பட்டோரின் மறுசீரமைப்பைக் கொண்டு வரவே இந்த அமைப்பு உருவாக்கப்பட்டது. இந்துக்களிலிருந்து முற்றிலுமான பிரிவினையைக் கொண்டுவருவதன் மூலம், இந்துக்களுடன் சமூக சமத்துவத்தைப் பெறுவதே நோக்கமாகும். மதத்திலிருந்து பிரிவதன் மூலம் அதை அடைய விரும்புகிறோம்.

நாம் படிப்படியாகச் செல்ல வேண்டியிருக்கிறது. அரசியல் பிரிவினையைக் கோருவதன் மூலம் அரசியல் சமத்துவக் கோரிக்கையை முன்வைத்து நமது போராட்டத்தைத் துவக்க வேண்டியிருக்கிறது. தாழ்த்தப்பட்ட வகுப்பினர், தங்களது அரசியல் கோரிக்கைகளை வெளியிடுவதற்குத் தகுந்த பாதுகாப்பான மேடையை அவர்கள் பெற முடியவில்லையாதலால், இது மிகவும் கடினமான வேலையாக இருந்தது. இது முடியவே முடியாத காலம் ஒன்று இருந்தது.

காங்கிரஸ் இயக்கம் மிகவும் வலுப்பெற்றதாக இருந்தது. அதனால் பம்பாய் நகரில் அவர்கள் வேறு எந்தக் கட்சியும் எந்த அரசியல் கூட்டமும் நடத்த அனுமதிக்கமாட்டார்கள். அத்தகைய கூட்டங்களை காங்கிரஸ் தொண்டர்கள் வந்து கலைத்து விடுவார்கள். யாரும் கூட்டம் நடத்த முன்வர மாட்டார்கள். இந்த அச்சுறுத்தலைச் சமாளிக்க, தொண்டர் படையின் முதலாவது

பணியோடு ஒரு புதிய பணியையும் சேர்க்க முடிவு செய்தோம். அதாவது அவர்கள் அரசியலில் பங்கேற்க வேண்டும். காங்கிரஸ் தொண்டர்களின் கொந்தளிப்பான அடக்குமுறை நடவடிக்கை களிலிருந்து நமது மேடைகளைக் காக்கவேண்டும். இது காங்கிரஸ் தொண்டர்களின் அச்சுறுத்தலைச் சமாளிக்க, மிகவும் பயனுள்ள திட்டமாக அமைந்தது' (டாக்டர் பாபா சாஹேப் அம்பேத்கர் நூல்தொகுப்பு, தொகுதி 37, பக்.364)

இதில் இரண்டு விஷயங்களைக் கவனிக்கவேண்டும். 1. சமதா சைனிக் தள அமைப்பு 1926ல் ஆரம்பிக்கப்பட்டிருக்கிறது. 2. காங்கிரஸுக்கு எதிராக ஆரம்பிக்கப்பட்டிருக்கிறது.

1925, விஜயதசமியில்தான் ஆர்எஸ்எஸ் ஆரம்பிக்கப்பட்டது. ஆரம்பிக்கப்பட்ட சில வருடங்களில் புகழ் பெறவோ, விரிவு படுத்தவோபடவில்லை. அப்படியிருக்கையில் 1926ல் ஆரம்பிக்கப் பட்ட சமதா சைனிக் தளம் எப்படி ஆர்எஸ்எஸ் அமைப்புக்கு எதிராக ஆரம்பிக்கப்பட்டிருக்க முடியும்?

ஆனால், இவை பற்றியெல்லாம் கவலையேபடாமல் ஆர்எஸ்எஸ் அமைப்புக்கு எதிராக எழுதுவதுதான் பல எழுத்தாளர்களின் வேலையாகவே இருக்கிறது. அப்படிப் பொய்யாக எழுதப் பட்டதைப் பரப்ப கம்யூனிச, தலித்திய, இஸ்லாமிய, கிறிஸ்துவ அமைப்புகள் பல இருக்கின்றன. இதுவே இவர்களின் மூலதனம்.

ஆர்.எஸ்.எஸ்ஸை எதிர்க்கவே பௌத்த மதத்துக்கு மாறும் நிகழ்ச்சி நாக்பூரில் நடத்தப்பட்டதா?

அண்ணல் அம்பேத்கர் பௌத்தத்துக்கு மாறுவதற்குத் தேர்ந்தெடுத்த இடம் நாக்பூர். இந்த நாக்பூர் ஆர்எஸ்எஸ் வலுவாக உள்ள இடம் மட்டுமல்ல; அதன் தலைமையகமும் அமைந்துள்ள இடமுமாகும். இந்த இரண்டையும் முடிச்சுப்போட்டு ஆர்எஸ்எஸ் அமைப்பை எதிர்ப்பதற்காகவே அண்ணல் அம்பேத்கர் நாக்பூரைத் தேர்ந்தெடுத்திருக்கிறார் என்ற விமர்சனம் அப்போதே எழுந்தது. இப்போதும் பல பேர் இதை எழுதிக்கொண்டு வருகிறார்கள். ஆனால் இந்த விமர்சனத்துக்கு அப்போதே அண்ணல் அவர்கள் பதில் கொடுத்துவிட்டார்.

அண்ணல் அம்பேத்கர் தாம் மதம் மாறியது சம்பந்தமான சொற் பொழிவை 1956 அக்டோபர் 15ஆம் நாள் நிகழ்த்தினார். அதில் தெளிவாகவே இக்குற்றச்சாட்டை மறுத்தார் அண்ணல் அம்பேத்கர். அவர் கூறுகிறார் :-

'பலர் பின்வரும் கேள்வியை என்னிடம் கேட்டனர். இந்த வைபவம் நடைபெறுவதற்கு நாகபுரியை ஏன் தேர்ந் தெடுத்தீர்கள்? இந்த விழா ஏன் வேறு ஏதேனும் ஊரில் நடைபெறவில்லை? ஆர்எஸ்எஸ்ஸின் (ராஷ்ட்ரிய ஸ்வயம்சேவக் சங்) ஒரு பெரிய பட்டாளம் நாகபுரியில் இருப்பதால் அவர்களைத் திக்குமுக்காடச் செய்யவே இந்த விழா இந்நகரில் ஏற்பாடு செய்யப்பட்டதாகச் சிலர் கூறுகின்றனர். இது உண்மை அல்ல. இந்தக் காரணத்துக்காக இந்த விழா நாகபுரியில் நடைபெற வில்லை. எங்கள் பணி பிரம்மாண்டமானது. வாழ்க்கையின் ஒவ்வொரு நிமிடமும் அதற்கு மிக முக்கியமானது. எனது மூக்கைச் சொரிந்துகொண்டு சகுனம் சரியாக இல்லை என்று கூற எனக்கு நேரம் கிடையாது.

இந்த இடத்தைத் தேர்ந்தெடுத்ததற்கான காரணம் வேறு. இந்தியாவில் புத்த மதத்தைப் பற்றிப் பிரசாரம் செய்தவர்கள் நாகா மக்களே என்பதை பௌத்த வரலாற்றைப் படிப்பவர்கள் தெரிந்து கொள்வார்கள். நாகர்கள் ஆரியர்களின் உக்கிரமான பகைவர்கள். ஆரியர்களுக்கும் ஆரியரல்லாதவர்களுக்கும் இடையே பல உக்கிரமான போர்கள் நடைபெற்றுள்ளன. நாகர்களை ஆரியர்கள் சுட்டெரித்த நிகழ்ச்சிகளைப் புராணங்களில் படிக்கலாம். அகஸ்தியரால் ஒரே ஒரு நாகரை மட்டும் காப்பாற்ற முடிந்தது. அவரது வழித்தோன்றியவர்களே நாங்கள். மிகக் குரூரமான அடக்குமுறை, ஒடுக்குமுறையைச் சகித்துக்கொண்டு வந்த நாகா மக்களுக்கு இதிலிருந்து மீள ஒரு மாமனிதர் தேவைப்பட்டார். அந்த மாமனிதரை அவர்கள் கௌதம புத்தரில் கண்டனர். எனவே, அவர்கள் மகான் புத்தரின் போதனைகளை இந்தியா முழுவதிலும் பரப்பினர். அப்படிப்பட்ட நாகர்கள் நாங்கள்.

நாகா மக்களின் பிரதான உறைவிடம் நாகபுரியிலும் அதனைச் சுற்றிலுமே அமைந்திருந்தது. அதனால் தான் இந்த நகரம் நாகபுரி என்று அழைக்கப் படுகிறது. நாகர்களின் நகரம் என்று இதற்குப் பொருள். இந்த இடத்திலிருந்து சுமார் 27 மைல் தொலைவில் ஒரு குன்று இருக்கிறது. நாகார்ஜுன் குன்று என்பது அதன் பெயர். இதற்கு அருகில் ஓடும் நதியின் பெயர் நாகா நதி என்பதாகும். இங்கு வசிக்கும் மக்கள் காரணமாகவே இந்த நதி இப்பெயரைப் பெற்றது. நாகா மக்கள் வாழும் பிரதேசத்தின் வழியாகப் பிரவகித்துச் செல்லும் நதி நாகா நதி. இந்த இடத்தை அதாவது நாகபுரியைத் தேர்ந்தெடுத்ததற்கான பிரதான காரணம் இதுதான்.

இதைத் தவிர வேறு எவரையும் சினம் கொள்ளச் செய்யும் நோக்கம் ஏதும் எனக்கு அறவே இல்லை. அதுவும் ஆர்எஸ்எஸ்

விவகாரம் என் மனதில் துளிகூட இடம் பெறவில்லை. இந்தரீதியில் எவரும் இதனை அர்த்தப்படுத்திக் கொள்ளக்கூடாது. *(டாக்டர் பாபா சாஹேப் அம்பேத்கர் : பேச்சும் எழுத்தும், தொகுதி - 37, பக்.681-682)*

ஆர்எஸ்எஸ் அமைப்புக்கும் மதமாற்றத்துக்கு நாக்பூர் இடம் தேர்வானதற்கும் எந்த சம்பந்தமும் இல்லை என்று அண்ணல் அம்பேத்கரே தெளிவுபடுத்தியிருந்தும்கூட இன்றும் இதே குற்றச்சாட்டைத் தொடர்ந்து பரப்பிக்கொண்டு வருகின்றனர்.

ரிடில்ஸ் ஆப் இந்துயிசம் புத்தகத்தை ஆர்எஸ்எஸ் எதிர்த்ததா?

அண்ணல் அம்பேத்கர் நூல் தொகுப்பு 1978களில் இருந்து வெளிவரத் தொடங்கியது. அதில் நான்காவது தொகுப்பு இந்துமதப் புதிர்கள் என்ற தொகுப்பு. அதில் ராமரையும் கிருஷ்ணரையும் கடுமையாக அண்ணல் விமர்சித்திருந்தார். அதன் காரணமாக இந்தத் தொகுதியை வெளியிடக்கூடாது என்று மிகப் பெரிய போராட்டம் நடைபெற்றது. சிவசேனா கட்சி மிகக் கடுமையாக எதிர்த்தது. சிவசேனாவின் எதிர்ப்பை மையமாக வைத்துக்கொண்டு ஆர்எஸ்எஸ் அம்பேத்கரின் புத்தகத்தை வெளியிட எதிர்ப்பு தெரிவித்தது. அம்பேத்கருக்கு எதிரியாக ஆர்எஸ்எஸ் இருந்தது என்று இன்றுவரை ஆர்.எஸ்.எஸ்க்கு எதிராகப் பிரசாரம் கடுமையாக நடந்து வருகிறது. ஆனால் ஆர்எஸ்எஸ் இந்தத் தொகுப்பை எதிர்க்கவில்லை என்பதைத்தான் வரலாறு காட்டுகிறது.

ஸ்ரீபாளாசாஹப் தேவரஸ் 1987 டிசம்பர் 6ம் தேதி டாக்டர் அம்பேத்கர் சமாதிக்குச்சென்று நினைவஞ்சலி செலுத்தினார். அப்போது டாக்டர் அம்பேத்கரின் துணைவியார் திருமதி. மாயி (ஸவிதா அம்பேத்கர்) அவர்கள் தாமே வந்து தேவரஸ் அவர்களே வரவேற்றார். டாக்டர் அம்பேத்கர் எழுதிய 'ரிடில்ஸ் ஆஃப் இந்துயிஸம்' என்ற புத்தகம் எழுப்பிய கடுமையான விவாதத்தினால் மகாராஷ்டிரத்தில் உணர்ச்சிக் கொந்தளிப்பு ஏற்பட்டுக் கொண்டிருந்த நேரத்தில் இந்த சந்திப்பு நடந்தது குறிப்பிடத்தக்கது. (ஆர்எஸ்எஸ் ஆற்றும் அரும்பணிகள், பக்.185)

அதுமட்டுமல்ல அந்தத் தொகுப்பை வெளியிட வேண்டும் என்றும் ஆர்எஸ்எஸ் கேட்டுக்கொண்டது. இந்தப் பிரச்னையைப் பற்றி அப்போது ஆர்.எஸ்.எஸ்ஸின் பிரிவான சமரஸதா மஞ்ச்சின் பொறுப்பாளராக இருந்த ரமேஷ் பதங்கே எழுதியிருப்பதை அப்படியே உங்கள் பார்வைக்கு வைக்கிறேன்.

'சமரஸதா மஞ்ச்சின் பணி தொடங்கியபோது இரண்டே ஆண்டுகளில் மகாராஷ்டிரம் ஒரு பற்றி எரியும் பிரச்னையைச் சந்திக்க நேர்ந்தது. மகாராஷ்டிரத்தின் காங்கிரஸ் ஆட்சி, டாக்டர் அம்பேத்கரின் நூல்களை வெளியிட முடிவு செய்திருந்தது. அதன்படி ஆண்டுதோறும் டாக்டர் அம்பேத்கர் இலக்கியத்தில் இருந்து சில பகுதிகளை வெளியிட்டது. 1987ல் நான்காவது தொகுதி வெளியிடப்பட்டது. 'ரிடில்ஸ் ஆப் ராம் அண்ட் கிருஷ்ணா' என்ற தலைப்பில் ஓர் அத்தியாயம் உள்ளது. அதில் ராமனையும் கிருஷ்ணனையும் டாக்டர் அம்பேத்கர் மிகவும் கடுமையாக விமர்சித்துள்ளார். அவர்களது நடத்தையையும் மாசுபடுத்தியுள்ளார். அவர் சீதையையும் விட்டுவைக்கவில்லை.

இப்பகுதி வெளியிடப்பட்ட பிறகு அதுபற்றி 'லோக்ஸத்தா'வில் மாதவ் கட்கரீ எழுதினார் : 'அரசாங்கம் ராமனையும் கிருஷ்ணனையும் நிந்தனை செய்யும் இலக்கியத்தை வெளியிட்டு இந்துக்களின் மனதைப் புண்படுத்தியிருக்கிறது.' உண்மையைச் சொல்லப்போனால் கட்கரீயின் கூற்று ஒருவகையில் கேலி செய்வதாகத்தான் இருந்தது. ஏனெனில் கட்கரீ இந்துத்துவத்தை ஏற்றுக் கொண்டதேயில்லை. அவரோ முற்போக்குவாதிகளின் பாசறையில் வசிப்பவர். சரத்பவாரின் கூட்டாளி. இது மறைக்க முடியாதது. நான்காம் தொகுதியில் டாக்டர் அம்பேத்கர் எழுதியுள்ளவற்றை எதிர்ப்பதன் பின்னணியில் அவரது அரசியல் தந்திரம் ஒன்றும் இருந்தது.

சல்மான் ருஷ்டியின் 'சாத்தானிக் வெர்சஸ்' புத்தகம் பற்றி (அதைப் படிக்காமலே) இந்திய அரசு தடைவிதித்தது. 1984ல் ராமஜன்மபூமி மீட்பு இயக்கம் தொடங்கியிருந்தது. அயோத்தியில் ராமர் கோயில் பூட்டு திறக்கப்பட்டிருந்தது. விஸ்வ இந்து பரிஷத் இந்த இயக்கத்தைத் தொடங்கியது. 1985லிருந்து மகாராஷ்டிரத்தில் சிவசேனை இந்துத்துவத்தை அரசியல் தத்துவமாக ஏற்றுக் கொண்டிருந்தது. மகாராஷ்டிரத்தில் இந்துத்துவவாதி கருத்துக்கு மாசு என்ற சூழ்நிலை. அதேசமயம் ராஜீவ்காந்தி, ஷாபானு வழக்கில் உச்சநீதிமன்றத்தின் தீர்ப்பை மாற்றி புதிய சட்டம் கொண்டுவந்தார். இந்து சமுதாயத்தில் அதற்கு மிகவும் தீவிரமான எதிர்ப்புத் தோன்றியது.

சரத் பவார், எஸ்.பி.சவாண் இருவரிடையே பதவிப்போட்டி வலுத்துவந்தது. 'ரிடில்ஸ்' பிரச்னையின்போது சவாண் முதல்வராக இருந்தார். அவரைச் சிக்கலில் மாட்டிவிடும் நோக்கில் தலித்துகளுக்கும் பிற இந்துக்களுக்குமிடையே

சண்டையை மூட்டிவிட இந்த அரசியல் சூழ்ச்சி. கட்கரீ, தனது இந்த விருப்பத்தை நிறைவேற்றிக் கொள்ள, 'ரிடில்ஸ்' என்ற கருவியைப் பயன்படுத்திக்கொண்டார். சிவசேனை அப்போது இந்துத்துவவாதியாகிவிட்டிருந்தது. சிவசேனையின் இந்துத்துவம் அரசியல் அடிப்படையிலானது. அதுமட்டுமல்ல, தேர்தலில் அதிக வாக்குகளைப் பெறுவதற்காக இந்துத்துவத்தை அது ஏற்றது. அரசியல் கண்ணோட்டத்தில், இந்துத்துவத்தை முழுமையாகப் பயன்படுத்திக் கொள்வதற்காக சிவசேனை தீவிர முஸ்லீம் விரோதத்துடன் கூடவே தீவிர அம்பேத்கர் எதிர்ப்பையும் தொடங்கியது. மேலும் மகாராஷ்டிரத்தில் சாதாரண இந்துவுக்கு அம்பேத்கர்வாதிகளிடம் தனிப்பரிவு ஒன்றும் இல்லை. கட்கரீயின் கட்டுரை சிவசேனைக்கு வரப்பிரசாதமாயிற்று.

'ரிடில்ஸ்' அத்தியாயம் நாலாம் தொகுதியிலிருந்து அகற்றப்பட வேண்டும் என்று சிவசேனைத் தலைவர் கோரினார். 'ராமரை, கிருஷ்ணரை நிந்தனை செய்வது நமது மத உணர்வைப் புண்படுத்துகிறது. யாராக இருந்தாலும் நம்மீது தாக்குதல் நடத்தினால் நாம் பொறுத்துக் கொள்ளமாட்டோம்' என்ற நிலையை அவர்கள் மேற்கொண்டனர். பவார் மற்றும் கட்கரீயின் வலையில் அவர்கள் நன்கு சிக்கிக்கொண்டனர். சிவசேனை, இந்த நிலையை அறிவித்ததுமே, தலித் தலைவர்களும் விழித்துக் கொண்டனர். ராமதாஸ் ஆட்வலே, பிரகாஷ் அம்பேத்கர், கங்காதர் காடே போன்ற தலித் பிரமுகர்கள் ஒன்று சேர்ந்தனர். அவர்களைத் தூண்டிவிட, முற்போக்கு சோஷலிஸ்ட் சகோதரர்களின் சதிகாரக் கும்பலும் முற்றுகையிட்டது. தலித்துகளைக்கொண்டு, இந்துத்துவ வாதிகளைத் தாக்கும் வாய்ப்பை நழுவவிடுவது புத்திசாலித் தனமல்ல என்று அவர்கள் எண்ணினார்கள்.

பிறகு 'ரிடில்ஸ்' பிரச்னையை வைத்து, மும்பையில் தலித்துகள் ஒரு பெரிய பேரணி நடத்தினர். அதில் ஆத்திரத்தைத் தூண்டிவிடும் வகையில் பேசினார்கள். அதன்பிறகு, சிவசேனை சார்பிலும் ஒரு மாபெரும் பேரணி நடத்தப்பட்டது. அதிலும் அதுபோன்ற அனல் கக்கும் சொற்பொழிவுகள் நடந்தன. இயல்பாகவே தலித்துகள் மற்றும் பிற ஜாதி இந்துக்களிடையே உள்ள சமுதாய இடைவெளி மிகப் பெரியது. பேரணி மற்றும் எதிர்ப்புப் பேரணிகளினால் இந்த இடைவெளி இன்னும் பெரிதாகிவிட்டது. இந்த துவேஷம் ஒவ்வொரு கிராமத்தையும் எட்டியது. சமுதாயம் முழுவதிலும் பதற்றமான சூழ்நிலை பரவியது. எங்காவது, ஏதாவது சிறு நிகழ்ச்சி நடந்தாலும்கூட, தனது சகோதரன் கழுத்தையேகூட நெரிக்குமளவுக்குத் தயாராகிவிட்டனர். அரசியல் விபரீத

விளையாட்டு தொடங்கிவிட்டதென்றால், பிறகு சமுதாய நலன் பற்றி யாரும் சிந்திப்பதில்லை.

...இன்றைய சூழ்நிலையில், சங்கம் தனக்கென்று நிலைப்பாடு எடுக்கவேண்டும் என எனக்குத் தோன்றியது. இந்து சமுதாயப் பிரச்னைகளைப் பேசும் உரிமை, சிவசேனைக்கு மட்டுமே இல்லை. சங்கத்துக்கும் உண்டு. நாம் சொல்வதும் சமுதாயத்தின் முன்வைக்கப்பட வேண்டுமென்பது என் கருத்து. நான் சங்க ஊழியர்களிடமும் இதைத் தெரிவித்தேன். பிறகு எங்கள் கூட்டம் நடந்தது. நவ்லே, இதாதே, தாமு அண்ணா, ஸ்ரீபதி சாஸ்திரி, வஸந்த ராவ் கேல்கர் போன்றோருடன் கலந்துரையாடி ஒரு விஷயம் முடிவு செய்யப்பட்டது. சமரஸதா மஞ்ச்சின் நிலையைத் தெளிவுபடுத்தும்வகையில் நான், அதன் செயலர் என்ற முறையில் ஒரு கட்டுரை எழுத வேண்டும் என்பதே அந்த முடிவு. அதன்படி நான் 'விவேக்'கில் அம்பேத்கர் ராமனுக்கு எதிரி என்பது சமுதாயத்தைக் குழப்பும் வாதம் என்ற கட்டுரையை எழுதினேன். சமரஸதா மஞ்ச்சின் அதாவது சங்கத்தின் நிலை இக்கட்டுரையில் எடுத்துக் கூறப்பட்டிருந்தது.

கட்டுரையில் நான் தெளிவுபடுத்தியிருந்தவை இவைதான் : 1) டாக்டர் அம்பேத்கரின் 'ரிடில்ஸ்' நான்காவது தொகுப்பிலிருந்து அகற்றப்படக் கூடாது. 2) டாக்டர் அம்பேத்கர் இந்து சமுதாயத்துக்கு எதிரியல்ல. 3) இந்த விஷயத்தை இழுத்தடித்தால் அதனால் இந்து சமுதாயத்துக்குத் தீமையும் முஸ்லீம்களுக்கு லாபமும் ஏற்படும். 4) பவாரும் கட்கரீயும் தங்கள் அரசியல் சுயநலத்துக்காக, இந்து சமுதாயத்தினரை ஒருவருக்கொருவர் சண்டையிட வைக்கின்றனர்.

இந்துத்துவவாதியான சிவசேனைக்கு எதிராக, எந்தவொரு நிலையையும் எடுப்பது எளிதல்ல. கருத்துக் கண்ணோட்டத்தில் அம்பேத்கர்வாதிகளை விட, சிவசேனைக்காரர்கள் நமக்கு நெருக்கமானவர்கள். ஆனால் உடனடி லாபத்தைக் கருதுவதா, தொலைவிலுள்ள எதிர்காலத்தை எண்ணிப்பார்ப்பதா என்ற சிக்கலான பிரச்னை எழுந்தது. டாக்டர் அம்பேத்கரோ, ஸ்ரீகுருஜியோ ஒருபோதும் உடனடி லாபத்தைக் கருதியதில்லை. எனவே, நாமும் அதைக் கருதக்கூடாது என்பதுதான் எங்கள் நிலை.

என் கட்டுரை வெளியானதும் அது வரவேற்பைப் பெற்றது. நமது நிலைப்பாடு மக்கள் முன் வந்தது. இருப்பினும் சங்கத்தின் சில மூத்த ஊழியர்களுக்கு இந்தநிலை ஏற்புடையதாக இல்லை. அவர்களின் மனதிலும் சில கேள்விகள் இருந்தன. சங்கம் இந்தச்

சண்டையில் தலையிடக்கூடாது என்ற கருத்துடையவர்களும் கணிசமான எண்ணிக்கையில் இருந்தனர். சங்கப்பணி செய்யும் ஊழியர்களுக்கு இது கவலை தருவதாக இருந்தது. சங்கப்பணியில் எங்களுக்கு முக்கியமான இடம் இருந்தது உண்மைதான். இருப்பினும் அதுசமயம் நாங்கள் இரண்டாம் நிலைப் பொறுப்புகளில் இருந்தவர்கள்தான். சமுதாய விஷயங்கள் நமக்குத் தெரியும். நாமும் சிந்திக்கிறோம். சீர்தூக்கிப் பார்க்கிறோம் என்பவை நிரூபிக்கப்பட வேண்டியிருந்தன. எனது கட்டுரைக்குக் காரணமான இந்நிகழ்ச்சி நடந்ததால் இந்த விஷயங்களும் நிரூபிக்கப்பட்டுவிட்டன.

சங்கத்தின் மூத்த ஊழியரான தெங்கடியிடம், புனேயில் ஒரு கேள்வி கேட்கப்பட்டது. 'ரிடில்ஸ் - வாதம் தொடர்பாகத் தங்கள் நிலை என்ன?' தெங்கடி பதிலளித்தார் : 'நீங்கள் 'விவேக்'கில் வெளியான ரமேஷ் பதங்கேயின் கட்டுரையைப் படித்தீர்களா? இல்லையென்றால் அதைப் படியுங்கள். அந்தக் கட்டுரையின் அடிப்படைக் கருத்துதான் எங்கள் கருத்து. கேள்விகேட்ட ஊழியர்களே பிறகு என்னிடம் இதைக் கூறினார்கள். தெங்கடி மிகுந்த அன்புடன் என் முதுகில் தட்டிக் கொடுத்துச் சொன்னார், 'இனி உன் கட்டுரைகளை நாம் மிகவும் ஆழ்ந்து படிக்க வேண்டும்.' இதை நினைக்கும்போது என் மனம் நெகிழ்கிறது.

'ரிடில்ஸ் வாதம்' தொடர்பாக, இன்னொரு முக்கிய வேலையையும் நாங்கள் செய்தோம். பேரணிகளும், எதிர்ப் பேரணிகளும் தொடங்கிய பின், ஒரு கட்டத்தில் 'இப்போது சங்கம் இது விஷயத்தில் முன்வந்து ஏதாவது செய்ய வேண்டும்' என்று எங்களுக்குத் தோன்றியது. இதுபற்றி சங்கத்தின் மாநிலத் தலைவர் அல்லது மாநிலச் செயலாளர் அறிக்கை வெளியிட வேண்டிய கட்டாயம் ஏற்பட்டிருந்தது. இவ்வாறு பிரசாரம் செய்வதில் முற்போக்குவாதிகள் மிக முனைப்பாக உள்ளனர். ஆனால் சங்கத்தில் இவ்வாறு பிரசாரம் செய்வதில்லை. மாநிலத் தலைவர், அகிலபாரதத் தலைவரின் பிரதிநிதியாகவும், மாநிலச் செயலாளர், பொதுச் செயலாளரின் பிரதிநிதியாகவும் உள்ளனர். அவர்களது கருத்துகள் முழு சங்கத்தின் கருத்துகளாகக் கருதப்படுகின்றன. சங்கத்துடன் தொடர்புள்ள அனைத்து அமைப்புகளின் கருத்தாகவும் அது மதிக்கப்படுகிறது. அவற்றுக்கு எதிராக எந்தவொரு அமைப்பின் கருத்தும் இருப்பதில்லை. ஆனால் முற்போக்குவாதிகள், சோஷலிஸ்டுகள் விஷயத்தில் இவ்வாறு இல்லை. அவர்களது கருத்து அவர்களது தனிப்பட்ட கருத்தாகவேதான் இருக்கிறது. அவர்களது அமைப்புக்கும்

அவர்களுக்கும் தொடர்பு இருப்பதில்லை. இப்போது கேள்வி சங்க அறிக்கை எவ்வாறு வெளியிடுவது என்பதுதான்.

இதுபற்றி நான் இதாதே மற்றும் நவ்லேயுடன் சர்ச்சை செய்தேன். தாமு அண்ணாவையும் சந்தித்தேன். அவரிடமும் சங்க அறிக்கையின் தேவையை எடுத்துரைத்தேன். தாமு அண்ணாவுக்கு எந்தவொரு விஷயத்தையும் எடுத்துரைப்பதில் தடை எதுவும் வருவதில்லை. அவர் உடனே இந்த விஷயத்தை அங்கீகரித்தார். அதனால் அடுத்த பணிகள் எளிதாயின.

அப்போது ஸ்ரீபதி சாஸ்திரி, மாநிலச் செயலாளர் ஆகியிருந்தார். அவர் கையெழுத்திட்டு இந்த அறிக்கை வெளியிடுவதென முடிவாயிற்று. அதேசமயம், மும்பை, கே.சி.காலேஜ் ஹாலில் 'ரிடில்ஸ் வாதத்தை நிறுத்து' என்ற தலைப்பில் ஒரு கருத்தரங்கு நடத்தவும் முடிவு செய்யப்பட்டது.

'ரிடில்ஸ் வாதத்தை நிறுத்து' என்பது பற்றி சாமாஜிக் சமரஸதா மஞ்ச் சார்பில் கருத்தரங்கு ஏற்பாடு நடந்துவந்தது. அதேசமயம் 'தருண் பாரத்'தின் அப்போதைய ஆசிரியர் சுதீர் ஜோக்லேகர் 'ரிடில்ஸை நிறுத்து' என்ற தலைப்பில் தலையங்கம் எழுதினார். இந்தக் கட்டுரையில் வெளியிடப்பட்ட கருத்துகள், நிலவிவந்த கருத்துக்களுக்கு எதிராகவும் கடுமையாகவும் இருந்தது உண்மைதான். ஆனால், அது சமுதாய நன்மையை எடுத்து உரைத்தது. அப்போது இந்தத் தலையங்கம் நல்ல பாராட்டும் பெற்றது. அதுமட்டுமல்ல, இந்தத் தலையங்கத்துக்கு மும்பை மராட்டி பத்திரிகையாளர் சங்கம், அமரர் காகாசாஹேப் காடில்கர் நினைவு தலையங்கப் பரிசும்கூட அளித்தது.

மும்பையில் நானும், திலீப் கரம்பேல்கர் மற்றும் வஸந்தராவ் தாம்பேயும், கருத்தரங்கத்தில் பங்கேற்குமாறு வேண்டிக் கொள்வதற்காக பிரகாஷ் அம்பேத்கரையும், நீலகண்ட காடில்கரையும் சந்தித்தோம். பேராசிரியர் ராம் காப்ஸே, வாமன்ராவ் பரப் இருவரும் நம்மவர்களே. அவர்களையும் பங்கேற்க அழைத்தோம். இதற்கிடையில் மாநில செயலாளர் ஸ்ரீபதி சாஸ்திரி சமரஸதா மஞ்ச்சின் இதழான 'சமரஸதா' வெளியீட்டு விழாவில் நிகழ்த்திய சொற்பொழிவு அடங்கிய பிரசுரம் கிடைத்தது. அப்பிரசுரத்தை புனேயிலிருந்து கொண்டுவந்து நானே எல்லா முக்கிய பத்திரிகைகளுக்கும் அளித்தேன். 'நவகால்' நாளிதழ் இப்பிரசுரத்தை முதல் பக்கத்தில் குறிப்பிடத்தக்கவிதத்தில் தலைப்புக்கொடுத்துப் பிரசுரித்தது. அதன் தலைப்பும் செய்தியும் இவ்வாறு இருந்தன.

டாக்டர் அம்பேத்கர் இந்து சமுதாயத்தின் நண்பர், எதிரியல்ல! - ஸ்ரீபதி சாஸ்திரி

தற்போது மகாராஷ்டிரத்தில் டாக்டர் அம்பேத்கர் எழுதிய 'ரிடில்ஸ் ஆப் ராம் அண்ட் கிருஷ்ணா' அத்தியாயத்தை வைத்து பெரிய விவாதம் எழுந்துள்ளது. டாக்டர் அம்பேத்கரின் இந்த சர்ச்சைக்குரிய அத்தியாயத்தின் அடிப்படையில், டாக்டர் அம்பேத்கரை இந்து சமுதாயத்தின் எதிரி எனப் பறைசாற்றுவது மாபெரும் தவறு. டாக்டர் அம்பேத்கர் பற்றி இப்படி விஷமப் பிரச்சாரம் செய்வது அவரது சமுதாயப் பணியினைத் திரித்துக் கூறுவது ஆகும். டாக்டர் அம்பேத்கர் இந்து சமுதாயத்தை சமத்துவம், சகோதரத்துவம், சுதந்திரம் போன்றவற்றின் அடிப்படையில் புனரமைப்பதற்கே தனது வாழ்நாள் முழுவதையும் செலவிட்டார். இதனால் அவரைப் பற்றிக் கருத்து வெளியிடும்முன், அவரது முழு வாழ்க்கையையும் படித்தறிவது அவசியம். அப்படிச் செய்யாமல் அவரது வெளியிடப்படாத கட்டுரைகளின் அடிப்படையில் அவரைப் பற்றித் தவறான கருத்துக் கொள்வதும், அவற்றைப் பிரசாரம் செய்வதும் தொலைநோக்குக்கு அழகல்ல.

தலித்துகளுக்கும் மற்றவர்களுக்குமிடையே தோன்றியுள்ள இடைவெளி, நமது நாட்டுக்கு நன்மை தருவதல்ல. நமது சமுதாயத்தில் இத்தகைய பிளவு ஏற்படாமலிருக்க, மகாத்மா காந்தி தனது உயிரைப் பணயம் வைத்து முயற்சி செய்துள்ளார். டாக்டர் அம்பேத்கரும்கூட தலித்துகளின் நலனுக்காக இந்து சமுதாயத்தில் பிளவு உண்டாக்கும் வேலை எதையும் செய்யவில்லை. இன்றைய விபரீதமான சூழ்நிலையில் நமது சமுதாயத்தின் ஒருமைப்பாட்டைக் கட்டிக்காப்பது சமுதாயத்தில் சகோதர உணர்வுடன் ஒருவருக்கொருவர் அன்பு செலுத்துவது போன்றவை மிக மிக இன்றியமையாதவை. நாமனைவரும் இதே குறிக்கோளுடன் முழு முயற்சி செய்ய வேண்டும். இதுதான் நம்மனைவருக்கும் நல்லது.

துரதிருஷ்டவசமாக, பல அரசியல் தலைவர்கள் தமது குழுவின் நலத்துக்காகவும், தமது தலைமைப் பதவியைக் காத்துக் கொள்ளவும் டாக்டர் அம்பேத்கரின் கட்டுரைகளைத் தவறாகப் பயன்படுத்து கின்றனர். ஸ்ரீராமபிரானிடத்தும் ஸ்ரீகிருஷ்ணரிடத்தும் நமது சமுதாயத்தின் கோடானுகோடி மக்களின் மனதில் அளவுகடந்த பக்தி உண்டு. இதை மனதில்கொண்டுதான் தலித் தலைவர்கள், இந்த மகாபுருஷர்கள் பற்றித் தங்கள் கருத்துகளை வெளியிட வேண்டும். தலித்துகளின் மதிப்புக்குரிய டாக்டர் அம்பேத்கர் பற்றி இகழ்ந்துரைப்பது சரியல்ல என்பது போலவே காரணமின்றி ஸ்ரீராமர்,

ஸ்ரீகிருஷ்ணர் பற்றியும் பழித்து உரைப்பதால் சமுதாயத்தின் அமைதி குலையக்கூடும்.

ரிடில்ஸ் பிரச்னையை வைத்து தலித்துகளும் மற்றவர்களும் ஒருவருக்கெதிராக மற்றொருவர் பலம் காட்டத் தொடங்கினால் அது சமூக விரோதிகளுக்குத்தான் சாதகம். கிறிஸ்தவ மிஷனரிகளும், முஸ்லீம்களும், கம்யூனிஸ்டுகளும் நமது சமுதாயத்தில் தோன்றும் பிளவைப் பயன்படுத்தக் காத்திருக்கிறார்கள். இதனால் இந்து சமுதாயம், இப்படிப்பட்ட உணர்வுபூர்வமான பிரச்னைகளை உணர்ச்சிவசப்படாமல் விவேகத்துடன் தீர்க்கவேண்டும். அரசால் வெளியிடப்பட்டுள்ள நான்காம் தொகுதியில் ராமர், கிருஷ்ணர் பற்றிய அத்தியாயம் இடம்பெற்றால்கூட அதனால் இந்து சமுதாயத்துக்கு பயங்கர ஆபத்து ஒன்றுமில்லை.

சிந்தனையாளர்களும் சமுதாயத்தின் நலம் நாடுவோரும் ஒன்றுகூடி ஒரு சீரான அடிப்படையை உருவாக்கவேண்டும்.

சங்கத்தின் இந்தப் பிரகடனம் மற்றும் கருத்தரங்கின் விளைவு மிக அற்புதம். கருத்தரங்குக்கு முன்னாள் முதல்வர் எஸ்.பி.சவாண் தலித் தலைவர்களையும், சிவசேனைத் தலைவர்களையும் ஒருநாள் அழைத்துப் பேசினார். அக்கூட்டத்தில் நாலாவது தொகுதியிலிருந்து ரிடில்ஸ் அத்தியாயம் அகற்றப்படக்கூடாது என முடிவாயிற்று. இவ்வாறு வாதம் அத்துடன் முடிவுற்றது.

(மனுவாதமும் ஆர்.எஸ்.எஸ்ஸும் - எனது அனுபவம், ரமேஷ் பதங்கே, பக்.80-88)

ரமேஷ்பதங்கே தரும் ஆதாரங்களின் அடிப்படையில் பார்த்தால் ஆர்எஸ்எஸ் அண்ணல் அம்பேத்கரின் ரிடில்ஸ் புத்தகத்தை எதிர்க்கவில்லை, அதை அப்படியே வெளியிட வேண்டும் என்பதை ஏற்றுக்கொண்டது என்பதை நாம் புரிந்துகொள்ளலாம்.

மராத்வாடா பல்கலைகழகப் பெயர்மாற்றத்தை எதிர்த்ததா ஆர்.எஸ்.எஸ்?

ஆர்எஸ்எஸ் மீது முக்கியமான குற்றச்சாட்டாகப் பலர் வைப்பது மகாராஷ்டிராவில் அண்ணல் அம்பேத்கர் பெயரில் பல்கலைக்கழகம் கொண்டுவர எதிர்ப்பு தெரிவித்தது என்பதுதான். இதை இன்றும்கூடத் தொலைக்காட்சி விவாதங்களிலும், நூல்களிலும், கட்டுரைகளிலும் எழுதிப் பரப்பி வருகின்றனர். ஆனால் மராத்வாடா பல்கலைக் கழகத்துக்கு அண்ணல் அம்பேத்கர் பெயர் வைக்க வேண்டும் என்று

சொல்லி அதை முடிவுக்குக் கொண்டுவந்தது ஆர்எஸ்எஸ் அமைப்புதான். இதைப்பற்றி அந்தப் போராட்டத்தில் ஈடுபட்ட ரமேஷ் பதங்கே கூறுவதைக் கேளுங்கள் :-

1978ல் மகாராஷ்டிர சட்டப் பேரவையில் மராத்வாடா வித்யாபீடத்தின் பெயர் மாற்ற மசோதா நிறைவேறிற்று. இதற்கு மராத்வாடாவில் தீவிர எதிர்ப்புத் தோன்றியது. தலித்துகளின் குடியிருப்புகளில் சிலர் தீவைத்தனர். இது தேசத்தில் மிகப் பெரிய பிரச்னையாக உருவெடுத்தது.

1978ல் சங்கத்தின் மூன்றாவது தலைவர் பாளாசாஹப் தேவரஸ், மகாராஷ்டிரத்தில் சுற்றுப்பயணம் மேற் கொண்டிருந்தபோது சம்பாஜி நகரில் அவரது நிகழ்ச்சி இருந்தது. பெயர்மாற்றம் பற்றி அவரிடம் பேசியபோது, 'பெயர் மாற்றம் தேவைதான் என்பது என் கருத்து. பெயர் மாற்றத்தை எதிர்ப்பவர்களது கருத்து தவறானது' என்று பாளாசாஹப் சொன்னார்.

1988-ல் சாமாஜிக் சமரஸதா மஞ்ச்சின் தத்துவ விளக்கமாக நாங்கள் ஏற்பாடு செய்த மாநாடுகளில் சில தீர்மானங்களை நிறை வேற்றினோம். அதில் ஒரு தீர்மானம், மராத்வாடா பல்கலைக் கழகத்துக்கு டாக்டர் அம்பேத்கர் பல்கலைக்கழகம் என்று பெயர்மாற்றம் செய்வது. 1978இல் பெயர் மாற்றத்தை வைத்து ஒரு இயக்கம் நடைபெற்றது. அப்போது நான் அந்த இயக்கம் பற்றித் தீவிரமாக எண்ணிப் பார்க்கவில்லை. ஆனால் பிக்கு இதாதே, சுகதேவ் நவ்லே, தாமு அண்ணா மற்றும் மராட்வாடாவின் முக்கியமான சங்க ஊழியர்கள் அப்படியல்ல. சுகதேவ் நவ்லேயோ பெயர்மாற்ற இயக்கத்தில் நிதர்சனமாகப் பங்கு கொண்டார். அவருக்கு மராத்வாடாவின் சமுதாயச் சூழ்நிலை நன்கு தெரிந்திருந்தது. எனக்கு இவ்விஷயம் புதிது. மெல்ல மெல்ல, நானும் இவ்விஷயத்தை ஆராயத் தொடங்கினேன். மெல்ல மெல்ல என் மனதிலும் பெயர் மாற்றம் பிரச்னையின் வடிவம் தெளிவாயிற்று.

நான் முன்னரே இது பற்றி விவரித்திருக்கிறேன். பெயர் மாற்றத்தை எதிர்ப்பவர்கள், தனது எதிர்ப்புக்கு ஒரு நியாயம் கற்பித்து வைத்திருந்தனர். இவ்விஷயத்தில் தலித்துகளின் நிலை வேறாக இருந்தது. அந்த அடிப்படையில் பெயர் மாற்றத்தை ஆதரிக்கும் வகையில், நமது நிலை என்ன? எந்த வகைகளில் நாம் அதை ஆதரிக்க வேண்டும்?- இவ்வாறு என் மனதில் எண்ணங்கள் மோதின.

1985இல் சம்பாஜி நகர்த் தேர்தலுக்குப் பின், மராத்வாடாவில் சிவசேனை வேகமாகப் பரவியது. சிவசேனை, அம்பேத்கர் பெயர் வைப்பதை எதிர்த்தது. மராத்வாடாவில் தலித்துகள் தவிர மற்றவர்கள் பொதுவாகப் பெயர் மாற்றத்தை விரும்பவில்லை என்பது சிவசேனைக்குத் தெரியவந்தது. பெயர் மாற்றத்தை எதிர்த்தால், அதனால் அரசியல் ஆதாயம் நிச்சயம் கிடைக்கும் என அரசியல் லாப-நஷ்டக் கணக்குப் போட்டு, சிவசேனை பெயர்மாற்ற எதிர்ப்பு நிலையைக் கைக்கொண்டது.

பால்தாக்கரே 'என்ன ஆனாலும் சரி, பல்கலைக்கழகத்துக்குப் பெயர்மாற்றம் செய்ய அனுமதிக்கமாட்டோம்' என அறிவித்தார். மேலும், டாக்டர் அம்பேத்கர் நிஜாமின் ஏஜெண்டாக இருந்தார் என்று பிரசாரமும் செய்யப்பட்டது. இதனால் அம்பேத்கரின் ஆதரவாளர்கள் வெகுண்டெழுந்தனர். பேரணிகளும் எதிர்ப்புப் பேரணிகளும் நடந்தன. மிரட்டல்களுக்கும் பஞ்சமில்லை. 'ரிடில்ஸ்' பிரச்னையை வைத்து சமுதாயத்தில் சூறாவளி வீசியது போலவே இப்போதும் சூடேறத் தொடங்கியது. இந்நிகழ்ச்சிகள் எல்லாம் 1992 ஜுலை, ஆகஸ்ட் மாதங்களில் நடந்தவை.

இந்நாட்களில் பெயர்மாற்றப் பிரச்னையை வைத்து, சூடேறிக் கொண்டிருந்த சமுதாயச் சூழ்நிலை பற்றி சங்கத்தில் ஒரு சர்ச்சை நடைபெற்றது. சங்கம் இது விஷயத்தில் நடுநிலையான முடிவைக் கைக் கொள்ளும் நேரம் வந்துவிட்டது எனத் தோன்றியது.

பெயர் மாற்றத்தை எதிர்ப்பதற்காக சோஷலிஸ்ட் தோழர்கள் இந்தப் பிரச்னையை முன்பிருந்தே மராத்வாடாவின் கௌரவப் பிரச்னையாக்கிவிட்டிருந்தனர். நமது இந்து கௌரவம் அவர்களுக்கு ஜாதி வெறியாகவும் மத வெறியாகவும் தோன்றுகிறது. ஆனால் மராத்வாடாவின் பிரதேச கௌரவம் அவர்களுக்கு முற்போக்கு வாதம். சிவசேனையும்கூட இந்தப் போக்கைத்தான் கடைப்பிடித்தது. நாங்கள் இந்துத்துவ அடிப்படையில் பெயர்மாற்றத்தை முழுமையாக ஆதரிப்பதென முன்னரே முடிவு செய்திருந்தோம். இப்போது நான் இவ்விஷயம் பற்றி எழுதத் தொடங்கினேன். நான் 'விவேக்' வார இதழின் நிர்வாக ஆசிரியர். 'தருண் பாரத்' நாளிதழிலும் தவறாமல் கட்டுரைகள் எழுதுவேன். இவை மூலமாக நான் அப்போது பெயர் மாற்றத்தை ஆதரித்துப் பல கட்டுரைகள் எழுதினேன். இக்கட்டுரைகளில் நான் இந்துத்துவ அடிப்படையில் பெயர் மாற்றத்தை ஆதரிப்பது ஏன் அவசியம் என்பதைத் தர்க்கரீதியாக எடுத்துரைக்க முயன்றேன். இக்கட்டுரைகளை நான் சுயமாக

எழுதினாலும்கூட எழுதுவதற்குமுன் நான் பிடிவாதமாக, பிக்கு இதாதே, தாமு அண்ணா, சுகதேவ் நவ்லே போன்றவர்களுடன் இதுபற்றி சர்ச்சை செய்த பிறகுதான் எழுத்தின் திசையை முடிவு செய்வேன்.

இவ்வேளையில் ஒரு கேள்வி என் மனதில் மீண்டும் மீண்டும் எழுந்தது. 1927இல், 1930இல் முறையே மகதிலுள்ள பொதுக் குளப் பிரச்னை, நாசிக்கின் ராமர் ஆலயப் பிரவேசப் பிரச்னை இவற்றைவைத்து சத்யாகிரகம் நடைபெற்றபோது, சங்கம் இது விஷயத்தில் ஒன்றுமே செய்ய முடியவில்லையே ஏன்? தலித் இளைஞர்கள் பலமுறை இக்கேள்வியை எழுப்பிவந்தனர். 1927இல் சங்கத்தின் வயது இரண்டேதான். மகதில், சங்க ஷாகா தொடங்கப்படவில்லை. அப்போது சங்கம் ஒரு கணக்கிலும் வரவில்லை.

1930லும்கூட இச்சூழ்நிலையில் பெரிய மாற்றம் ஒன்றும் இல்லை. அன்றைய சங்கம் சிறார்களின் சங்கமாக இருந்தது. அப்போது சங்கத் தலைவர் டாக்டர் ஹெட்கேவார். அவருக்கு அப்போதைய இந்து சமுதாயத்தில் செல்வாக்கு அதிகம் இல்லை எனலாம். இதனால் சங்கம் அப்போது எதுவும் செய்யமுடியவில்லை. ஆனால் 1992இல் அப்படிப்பட்ட சூழ்நிலை இல்லை. இப்போது சங்கம் செல்வாக்குள்ள சக்தி மையம். இந்து சமுதாயத்தில் சங்கத்துக்கு நல்ல செல்வாக்கு உள்ளது. சங்கத்தின் அரசியல், சமய, மற்றும் சமுதாய ஆற்றல் மிகவும் வளர்ந்துவிட்டது. இப்போது சங்கம் ஏற்கும் நிலைக்கு ஒரு சிறப்பான முக்கியத்துவம் கிடைக்கப் போகிறது. இவ்விஷயத்தை நான், எனது கட்டுரை களிலும் ஊழியர்களின் பயிற்சிக்காக நடைபெறும் நிகழ்ச்சியிலும்கூட எடுத்துரைப்பேன்.

சங்கத்தில் அம்பேத்கர்வாதக் கருத்துடைய ஊழியர்கள் பலர் உள்ளனர். சங்கம் பெயர்மாற்ற இயக்கத்தில் இறங்கவேண்டுமே என அவர்களுக்கு உள்ளூர எண்ணம். 1992ல் கரசேவாவில் ஈடுபட்டதுபோலவே, மறுபடியும் ஒரு கரசேவா நடத்திட வேண்டும் என அவர்களுக்குத் தோன்றியது. இப்படிப்பட்ட ஊழியர்களில் மது ஜாதவ் ஒருவர். அப்போது அவருடன் உரையாடியது எனக்கு நினைவிருக்கிறது. ‘நாம் பெயர் மாற்றத்துக்காகக் கர்சேவா செய்தாலென்ன?’

‘இன்றைய சூழ்நிலையில் அவ்வாறு கர்சேவா செய்வது மிகக் கடினம். காரணம், ராமபிரானை இந்து சமுதாயம் முழுதும்

ஏற்றுக்கொள்கிறது. டாக்டர் அம்பேத்கரை தலித் சமுதாயம் மட்டுமே ஏற்றுக்கொண்டுள்ளது' - நான் சொன்னேன்.

'நாம் பெயர்மாற்ற இயக்கத்தில் சேரவே மாட்டோமா?'

'அப்படியில்லை. நாம் இயக்கத்தில் நிச்சயம் சேருவோம். ஆனால், அதற்கான ஆயத்தம் செய்த பிறகு. தற்சமயம் அதற்கான ஆயத்தம் நடந்துகொண்டிருக்கிறது' - நான் கூறினேன்.

இடைவிடாது எழுதப்பட்டுவரும் கட்டுரைகள், பல்வேறு ஊழியர்களின் பேச்சு, குறிப்பாக, தாமு அண்ணா மற்றும் பிக்கு இதாதே இவர்கள் ஸ்வயம் சேவகர்களின் மத்தியில் பேசும் பேச்சுக்களின் காரணமாக, சங்க ஊழியர்கள் பெயர்மாற்றத்தை எதிர்ப்பது குறைந்துவிட்டது. மராத்வாடாவிலேயே நமது ஊழியர்களைப் பெயர்மாற்றத்துக்கு ஆதரவாக மாற்றியிருந்தார் சுகதேவ் நவ்லே. சங்க ஊழியர்கள், பெயர் மாற்றத்தை எதிர்ப்பவர்களை எதிர்ப்பது என உறுதியேற்றனர்.

சிவசேனையை எதிர்ப்பது சங்கத்தின் பல ஊழியர்களுக்குப் பிடிக்கவில்லை. அரசியல் துறையில் பணிபுரியும் ஊழியர்கள் இவ்விஷயத்தில் மிகவும் எச்சரிக்கையாக இருந்தனர். தேர்தல் அண்மையில் இருந்ததால் பெயர்மாற்ற விஷயத்தைக் கையில் எடுப்பது ஆபத்தானது என்பது அவர்கள் வாதம். சிவசேனையும் நாமும் இந்துத்துவவாதிகள். இதனால் இரண்டு இந்துத்துவவாத சக்திகள் ஒன்றையொன்று எதிர்க்கும் நிலை அரசியல்ரீதியாக ஆபத்தானது என்பது பலரின் கருத்து. அரசியல்ரீதியில் மட்டும் இவ்வாறு எண்ணுவதில் குற்றமில்லை. காரணம் அரசியல் கட்சி ஓட்டுகளைப் பற்றிக் கவலைப்படுவது இயல்புதான். அம்பேத்கர்வாதக் கருத்துடையவர்களின் ஓட்டு எத்தனை இருக்கும்? அதில் இந்துத்துவவாதிகளின் ஓட்டுகள் எத்தனை கிடைக்கும் என்பதெல்லாம் அரசியல் கணக்குப் புத்தகத்தின் விஷயங்கள்.

ஆனால் நாம் இவ்வாறு அரசியல் ரீதியில் கணக்குப் போடக் கூடாது; பெயர் மாற்றப் பிரச்னையில் அரசியலைவிட முக்கியத்துவம் வாய்ந்தது சமூகநீதிதான். பெயர் மாற்றம் காரணமாக இந்து சமுதாயத்தின் முன் ஒரு முக்கியமான பிரச்னை எழுந்திருந்தது. இந்து சமுதாயத்தின் உள்ளத்தில் டாக்டர் அம்பேத்கரின் இடம் என்ன? இந்து சமுதாயம் அம்பேத்கர் வாதிகளைத் தம்மவராக எண்ணுகிறதா? இந்தக் கேள்விக்கான பதிலை இப்போது செயலில் காட்டும் நேரம் வந்துவிட்டது.

சங்கத்தின் ஒரு பெரும் பிரிவினருக்கு இந்தப் பிரச்னை நன்றாக விளங்கிவிட்டது. பெயர் மாற்றத்தை ஆதரித்து உறுதியுடன் அணிதிரள சங்கமும் முடிவெடுத்துவிட்டது.

1993-ன் பிற்பகுதியில், பெயர் மாற்றப் பிரச்னையின் இறுதி அத்தியாயம் தொடங்கியது. 1994-ல் மகாராஷ்டிர சட்டப்பேரவைத் தேர்தல் நடைபெற இருந்தது. அம்பேத்கர்வாதிகள் இத்தேர்தலுக்கு முன்பாகப் பெயர் மாற்றப் பிரச்னைக்கு முடிவுகாண உறுதி செய்திருந்தனர். தீக்குளிப்பு போன்ற அதிதீவிர நடவடிக்கைகளும் ஆராயப்பட்டன. சரத்பவாரை ஆதரிக்கும் ராமதாஸ் ஆத்வலே சிக்கலில் மாட்டிக்கொண்டார். பெயர் மாற்ற நிபந்தனையின் பேரில் அவர் காங்கிரஸை ஆதரித்தார். அதற்காக அவருக்கு அமைச்சர் பதவி கிடைத்தது. இப்போது பெயர் மாற்றத்துக்காக நீங்கள் என்ன செய்கிறீர்கள் என்று அம்பேத்கர்வாதிகளே அவரைக் கேட்கத் தொடங்கிவிட்டார்கள். சரத் பவாருக்கு அம்பேத்கர்வாதிகளின் ஓட்டு தேவைதான். ஆனால் பெயர் மாற்றத்துக்கு ஈடாக அல்ல. இதனால் காங்கிரஸுக்கு வழக்கமாக ஓட்டளிப்பவர்கள் கோபம் கொள்வார்கள். எனவே அப்படிப்பட்ட ஆபத்தை விலைக்கு வாங்க பவார் தயாரில்லை. இதுபோன்ற சமயங்களில் தந்திர சாலியான அரசியல்வாதிகள் காலம் கடத்தும் உத்தியைக் கையாளுவார்கள். அதன்படி பவாரும் காலம் கடத்தும் தந்திரத்தைக் கடைபிடித்தார்.

பெயர் மாற்றம் செய்யாமலே மக்களின் ஓட்டுக்களைப் பெற்றுவிட முடியுமென்று பவாருக்குத் தோன்றியது. சிவசேனை, பெயர் மாற்றத்தை எதிர்த்தது. இந்துத்துவவாதிகளின் எதிர்ப்பைக் காரணம் காட்டி, தலித்துகளின் மனதில் அவர்களிடம் பயம் தோன்றச் செய்து விடலாமென்று சரத்பவாருக்குத் தோன்றியது. சங்கத்துக்காரர்கள் சிவசேனையை எதிர்த்துக் கிளம்ப மாட்டார்கள். அதனால் வழக்கம்போல் சங்கத்தைப் பலியாடாக ஆக்கிவிடலாம் என்று நினைத்தார். சங்கத்தைத் திட்ட, புதிதாக ஒன்றையும் உருவாக்க வேண்டியதில்லை. மனுவாதம், ஜாதிவெறி, ஏற்றத்தாழ்வு, பிராமணவாதம், முதலாளித்துவம் இந்தச் சொற்களே போதும் என்று கணக்குப் போட்டார்.

ஆனால், சங்கத்தைப் பற்றிய பவாரின் அனுமானம் தவறாகி விட்டது. சங்கம், பெயர் மாற்றத்தை ஆதரித்து உறுதிகாட்ட முடிவு செய்திருந்தது. பவாருக்கு சங்கத்தின் இந்த முடிவுபற்றித் தெரியவில்லை. ஆனால் எங்களுக்கு இது தெரிந்திருந்தது.

காரணம், சங்கத்தின் இந்த முடிவுக்குப் பின்னால் வேலை செய்யும் அணிகளில் மஞ்ச் ஊழியர்களான நாங்களும் இருந்தோம்.

இதுபற்றி சங்கம் முடிவு செய்துவிட்டது. ஆனால் சங்கம் தனது முடிவைத் தன் சகோதரக் கிளை அமைப்புகளின்மீது திணிக்க முடியாது. சங்கத்தைப் பற்றிப் பலருக்கு இந்தச் சந்தேகம் உள்ளது. அதாவது சங்கத்தில் முடிவெடுப்பவர்கள் என்று சிலர் உள்ளனர். மற்ற எல்லோரும் அந்த முடிவை மௌனமாகக் கடைப்பிடிக்கின்றனர் என்பதுதான் அந்த மாயை. ஆனால் நிஜ நடைமுறை அப்படியில்லை. இதனால், சங்கம் பெயர் மாற்றத்தை ஆதரிப்பதென முடிவு செய்த பின்பும் அதற்கு அனைவரது ஒப்புதலும் கிடைக்க வேண்டியது அவசியமாயிற்று. எந்தவொரு முடிவும் ஏகமனதாக இருப்பதற்கு சங்கத்தில் ஒரு தனிநடைமுறை உள்ளது. சமன்வயக் கூடுதல். அதாவது சங்கத்தின் பல்வேறு துறைகளில் பணிபுரிவோர்களின் கூட்டுக்கூட்டம் ஒன்று ஏற்பாடு செய்யப்பட்டது.

அந்தக் கூட்டத்தின் தேதி எனக்கு இப்போது சரியாக நினைவுக்கு வரவில்லை. ஆனால் அந்தக் கூட்டம் 1993 செப்டம்பரில் நடைபெற்றது. பெயர்மாற்றம், அந்தக் கூட்டத்தின் முக்கிய விஷயம். நாம் பெயர் மாற்றத்தை ஆதரித்துப் போராட்டத்தில் இறங்க வேண்டும் என்பது பற்றி விவாதம் நடந்தது. கூட்டத்தின் சில ஊழியர்களுக்கு இதில் உடன்பாடில்லை. அவர்கள் சொன்னார்கள் : ‘இப்போதைக்கு இந்த முடிவு அவசர முடிவாகி விடக்கூடும். இதனால் அரசியல் ரீதியில் தீமை விளையும். எனவே நாம் இப்போதைக்கு இந்த முடிவு எடுக்கக்கூடாது’.

கூட்டத்துக்கு வந்திருந்த ஊழியர்கள் மாநில அளவில் முடிவெடுக்கக்கூடிய பெரிய பொறுப்பில் இருப்பவர்கள். கூட்டத்தை வழிநடத்தியவர் பிக்கு இதாதே. அனைவரது கருத்தையும் கேட்டு அறிந்தபின் அவர்தான் இறுதி முடிவு எடுக்க வேண்டும். கூட்டத்தை நிறைவு செய்து அவர் கூறினார் : ‘தற்சமயம் இந்த விஷயத்தை நாம் இத்துடன் ஒத்திப் போடுகிறோம். இப்போது உடனே எந்த முடிவும் எடுக்க முடியாது. சங்கத்தின் அகில பாரதப் பொதுச் செயலாளர் ஸ்ரீ ஹொ.வே.சேஷாத்ரிஜியின் சுற்றுப்பயணம் விரைவில் தொடங்க உள்ளது. ஜால்னாவில் மராத்வாடாவின் அனைத்து ஊழியர்களின் கூட்டத்தில் அவர் வழிகாட்டவுள்ளார். அப்போது அனைவருடனும் கலந்து பேசி பிறகுதான் இறுதி முடிவு எடுக்கப்படும்.’

கூட்டம் முடிந்ததும் ஊழியர்கள் அனைவரும் சென்றுவிட்டனர். நான் அங்கேயே இருந்தேன். இதாதே என்னை ஒருபுறம் தனியாக அழைத்துச் சென்று சொன்னார் : 'இன்றைய கூட்டத்தில் எனது முடிவைக் கேட்டு உனக்கு வருத்தமாக இருந்திருக்கும். இது எனக்குப் புரிகிறது. ஆனால் இந்த முக்கிய ஊழியர்கள் மீது நமது முடிவைச் சுமத்துவது இயலாது. ஆனால் பெயர் மாற்றத்தை ஆதரிப்பதைத் தவிர நமக்கு வேறு வழி கிடையாது. ஜால்னா கூட்டத்தில் இதுபற்றி இறுதி முடிவு எடுக்கப்படும்.'

இதற்கு நான் என்ன கூறமுடியும்? நான் சற்று நம்பிக்கையிழந்தது போலானேன். ஆனால், சங்கத் தலைமையிடம் எனக்கு முழு நம்பிக்கையிருந்தது. தாமு அண்ணா இந்த விஷயத்தை அரைகுறையாகவிடமாட்டார் என்பதில் எனக்கு முழு நம்பிக்கை இருந்தது.

பெயர்மாற்றம் தொடர்பான கூட்டம், ஜால்னாவில், அக்டோபர் மாதத்தில் நடைபெற்றது. இது ஒரு வரலாற்றுச் சிறப்புமிக்க கூட்டமாக அது இருந்தது. ஒரு ஊழியர் ஸ்ரீசேஷாத்ரிஜியிடம் கேட்டார் : 'பெயர்மாற்றம் தொடர்பாக நமது நிலை என்ன?' அவர் தெளிவாக பதில் அளித்தார் : 'சங்கம் பெயர்மாற்றத்தை எதிர்க்கவில்லை. பெயர்மாற்றம் ஏற்படவேண்டும். மராத்வாடா பல்கலைக் கழகத்துக்கு டாக்டர் அம்பேத்கர் பெயர் வைக்கப் பட வேண்டும்.' இவ்வாறு மத்தியத் தலைமையின் சார்பில் பெயர்மாற்றம் பற்றிய சங்கத்தின் நிலை தெளிவாகத் தெரிந்தபிறகு மேற்கொண்டு வேலை எளிதாயிற்று.

ஜால்னாவில் அனைத்து ஊழியர்களின் கூட்டம் கூடியது. கூட்டம் வெகுநேரம் நடந்தது. மராத்வாடாவின் மாவட்ட செயலாளர், இணை செயலாளர், சங்க முழுநேர ஊழியர்கள் மற்றும் பல்வேறு துறையில் பணிபுரிவோர் கூட்டத்துக்கு வந்திருந்தனர். கூட்டத்தில் 'பெயர்மாற்றம் ஒரு வகையான வலுக்கட்டாயம். இதை புனே மும்பைத் தலைவர்கள் கேட்டுள்ளனர். பொதுமக்கள் இதற்கு எதிர்ப்பாக உள்ளனர். இது தலித்துகளைத் திருப்திப்படுத்துவ தாகும். அரசியல்ரீதியில் நாம் இங்கே காணாமற்போய் விடுவோம்.' இது போன்ற பெயர்மாற்றத்துக்கெதிரான கருத்துகள் தெரிவிக்கப் பட்டன. அத்துடன் கூடவே, 'பெயர் மாற்றம் அரசியலுக்கு அவசியம். அதை ஆதரிப்பதால் அம்பேத்கர் ஆதரவாளர்கள் நம்மீது நம்பிக்கை வைப்பார்கள். சிவசேனையின் வாதத்துக்கு நாம் பதிலடி கொடுக்கத்தான் வேண்டும். பெயர் மாற்றத்தால் பெரிதாக அரசியல் நஷ்டம் ஏற்படாது.' என்பது

போன்ற பெயர்மாற்றத்தை ஆதரிப்பவர்களது வாதங்களும் உறுதியாக இருந்தன.

தாமு அண்ணா கூட்டத்தை நிறைவு செய்து பெயர் மாற்றத்தை சங்கம் ஆதரிக்கிறது என்று சங்கத்தின் நிலையை எடுத்துரைத்தார். இது சங்கத்தின் வரலாற்றுச் சிறப்புமிக்கதோர் முடிவு ஆகும். போலி முற்போக்காளர்களின் பாஷையில் சொன்னால் 'மனுவாதிகள்' இன்னுமொரு அடி முன்னேறி விட்டார்கள்.

இந்த முடிவைச் செயல்வடிவாக்குவது சற்று கடினமென்றாலும் சாத்தியமானதுதான். 1993 நவம்பரிலிருந்தே சுகதேவ் நவ்லேயும், சரத் குல்கர்ணியும் இணைந்து மராத்வாடா முழுவதிலும் சுற்றுப்பயணம் செய்தனர். சரத் குல்கர்ணி அதுசமயம் மராத்வாடா பா.ஜ.க.வின் அமைப்புச் செயலாளர். சுற்றுப்பயணத்தின்போது, ஆங்காங்கே நடைபெறும் கூட்டங்களில் உள்ளூர் ஊழியர்கள் அனைவரது வருகையும் எதிர்பார்க்கப்பட்டது. நவ்லே கேட்பார்: 'பெயர்மாற்றத்தை யாராவது எதிர்க்கிறீர்களா?' சிவசேனையின் தாக்கத்தினால் எங்கோ ஓரிடத்தில் சிலர் 'நாங்கள் பெயர் மாற்றத்தை விரும்பவில்லை' என்பார்கள். இதற்கு சரத் குல்கர்ணி பதில் சொல்வார் : 'பெயர் மாற்றத்தை எதிர்க்க விரும்புபவர்கள் தாராளமாக எதிர்க்கலாம். ஆனால் கட்சி மேடையில் பேசும்போது எதிர்க்க அனுமதியில்லை. எதிர்ப்பவர்கள் முன்னதாகக் கட்சியிலிருந்து விலகிவிட வேண்டும்' இறுதி முடிவு எடுப்பதற்கு முன்னால், சங்கம் ஜனநாயக முறை அனைத்தையும் கடைப் பிடித்திருந்தது. இதனால், இப்போது அந்த முடிவைச் செயல் படுத்தும்போது மிகக் கடுமையானமுறை கடைப்பிடிக்கப்பட்டது.

1993 டிசம்பர் 19ல் சங்கத்தின் மாநில செயலாளர் பிக்கு இதாதே, சங்கத்தின் பெயர்மாற்ற ஆதரவுக் கடிதம் ஒன்றை வெளியிட்டார். இதோ அந்தக் கடிதம் :

ராஷ்ட்ரீய ஸ்வயம்சேவக சங்கம் (மகாராஷ்டிரம்)
மோத்திபாக், 309, சனிவார் பேட், புணே - 411 030

பெயர்மாற்றம் உடனே தேவை

மராத்வாடா பல்கலைக்கழகத்தின் பெயர்மாற்றப் பிரச்னை தீர்ந்துவிட்டது. இந்தப் பிரச்னையில் அம்பேத்கர்வாதிகளின் உணர்வு மிகவும் தீவிரமாக உள்ளது. பெயர்மாற்றத்துக்காக கௌதம் வாக்மாரே தீக்குளிக்க நேர்ந்தது. மிகவும் துயரம் தருவதாகும். சட்டப்பேரவைத் தீர்மானம் எப்போதோ செயல்படுத்தப்பட்டிருக்கவேண்டும். இன்னும்

காலங்கடத்தாமல், மகாராஷ்டிர அரசு மராத்வாடா பல்கலைக்கழகத்தின் பெயர்மாற்றம் செய்யும் முடிவை உடனே நிறைவேற்ற வேண்டும் என நான் மகாராஷ்டிர அரசைக் கேட்டுக் கொள்கிறேன்.

ராஷ்ட்ரீய ஸ்வயம்சேவக சங்கம் பெயர் மாற்றத்துக்கு எந்த நிபந்தனையுமின்றி தமது முழு ஆதரவையும் அறிவிக்கிறது. பெயர் மாற்றம் என்பது தேசியகௌரவப் பிரச்னை. டாக்டர் பாபா சாஹேப் அம்பேத்கர் சிறந்த தேசபக்தர். அவர் தேச சேவையில் முழுமையாகத் தன்னை அர்ப் பணித்தவர். கோடானுகோடி மக்களின் மனதில் அவர்மீது பக்தியுணர்வு இருக்கிறது. அவரைத் தக்கமுறையில் கௌரவிப்பது மகாராஷ்டிர அரசுக்கும் - சமுதாயம் முழுவதற்குமே கடமை யாகும். இது சங்கத்தின் தெளிவான கருத்தாகும்.

பெயர்மாற்றப் பிரச்னையை யாரும் ஜாதிக் கலவரம் ஆக்கிவிடக் கூடாது. பெயர் மாற்றத்தைக் கொண்டு சமுதாய ஒற்றுமையை ஏற்படுத்த முயலவேண்டும். பெயர் மாற்றத்தினால் இது ஏதோ ஒரு பிரிவினரின் வெற்றி அல்லது வேறு ஒரு பிரிவினரின் தோல்வி எனக் கருதக்கூடாது. அதற்கு அவ்வாறு தோற்றம் தருவது மிகவும் கெடுதியை விளைவிக்கும்.

இந்து சமுதாயத்தின் பரவலான சமுதாய நன்மைகளைக் கருதுங்கள். பெயர் மாற்றத்தை எதிர்க்கவேண்டாம். சிவசேனைத் தலைவர் பால்தாக்கரேயிடம் பணிவுடன் வேண்டுகிறோம். அம்பேத்கர் வாதிகளும் நமது உடன்பிறப்புகளே. அவர்களை எதிர்த்து உட்பூசல் பாதையைக் கைக்கொள்ளக்கூடாது.

அனைத்து இந்துத்துவவாதிகளுக்கும்கூட, எனது பணிவான வேண்டுகோள். அவர்கள் பெயர் மாற்றத்தை ஆதரிப்பதில் உறுதிகாட்ட வேண்டும். பெயர் மாற்றப் பிரச்னையினால் சமுதாயத்தில் மோதல் ஏற்படக்கூடாது. இதை அனைவரும் கவனத்தில் கொள்ளவேண்டும். மராத்வாடாவின் சங்க ஸ்வயம்சேவகர்களும்கூட, மிகவும் எச்சரிக்கையுடனிருந்து பெயர்மாற்றத்தை உறுதியுடன் ஆதரிக்க வேண்டும். சமுதாயத்தில் மோதல் ஏற்படாமலிருக்கும்படிப் பார்த்துக் கொள்ள வேண்டும்.

(பிக்கு இதாதே)
மாநில செயலாளர்
டிசம்பர் 1993

(நவகால், ஸகால், மகாராஷ்டிரா டைம்ஸ், லோக்ஸத்தா, மும்பை தருண்பாரத் ஆகிய நாளிதழ்களில் இது வெளியானது)

சங்க, பாஜக ஊழியர்கள் பெயர் மாற்ற விஷயத்தில் செயல்படத் தொடங்கிவிட்டனர் என்பதைப் புரிந்துகொள்ள மக்களுக்கு அதிக நேரம் ஆகவில்லை. தேவகிரி 'தருண்பாரத்' பெயர் மாற்றத்தை ஆதரித்து எழுதி ஊடகத்துறையில் நல்ல சூழல் ஏற்படுத்தியது. சமரஸதா மஞ்ச் சார்பில் பெயர்மாற்றத்தை ஆதரித்துப் பல கூட்டங்களுக்கு ஏற்பாடு செய்யப்பட்டது. இதே சமயத்தில் 'பெயர் மாற்றத்தின் சமூகவியல் பின்னணி' என்ற எனது மராட்டியப் புத்தகம் வெளியாயிற்று. சங்கம் வெளிப்படையாகப் பெயர் மாற்றத்தை ஆதரித்ததனால் சமுதாயத்தின் சிந்தனையாளர்களும் விழிப் படைந்தனர். சங்கம் எது செய்தாலும் அது சமுதாயத்துக்கு நன்மையளிப்பதாகத்தான் இருக்கும் என்பது மக்களின் கருத்து. இதனால், சிவசேனையின் எதிர்ப்பு, வெறும் பேச்சளவில் நின்றுவிட்டது. சிவசேனை கர்ஜித்துக் கொண்டிருந்தது. ஆனால் அது கலவரம் செய்வது, தலித்துகளின் வீடுகளை எரிப்பது போன்றவற்றில் இறங்கவில்லை.

இறுதியில், 1994 ஜனவரி 14இல் சரத்பவார் அரசு, மராட்வாடா பல்கலைக்கழகத்துக்குப் பெயர் மாற்றம் செய்ய முடிவெடுக்க வேண்டியதாயிற்று. அவருக்கு வேறு வழியொன்றுமில்லை. இவ்வாறாக சங்கத்தின் ஒரு சிறு செயல்திட்டம் மூலம் 13 ஆண்டுகளாகத் தொங்கலில் இருந்த இந்தப் பிரச்னை அமைதியாகத் தீர்க்கப்பட்டது.

பெயர்மாற்றம் ஏற்பட்ட பிறகு, தலித் தலைமையின் கவனம் சங்கத்தின் பக்கம் திரும்பியது. பேராசிரியர் ஜோகேந்திர கவாடே, சிவாஜி பூங்காவில் கோபிநாத் முண்டேயைக் கௌரவித்தார். பெயர்மாற்றப் புத்தக வெளியீட்டுக்காக ரா.சு.கவயீ, சம்பாஜி நகர் வந்தார். அகில பாரதீய வித்யார்த்தி பரிஷத்தும் (ஏபிவிபி) இதுபற்றிப் புத்தகம் வெளியிட்டது. முற்போக்குவாதிப் பெரிய மனிதர்களின் வாய் மட்டும் இப்போது முற்றிலும் மூடியிருந்தது. பெயர் மாற்றம் பற்றி சங்கத்தின் நிலை குறித்து எந்தவொரு கருத்தையும் அவர்கள் வெளியிடவில்லை. இப்பிரச்சனையில் அவர்கள் கருத்தியல்ரீதியாக அடியோடு முறியடிக்கப்பட்டார்கள். பெயர் மாற்றத்தை எதிர்த்ததனால் அவர்களுக்குக் கருத்தளவில் அவமானம் ஏற்பட்டிருந்தது. இப்போது பெயர் மாற்றம் ஏற்பட்ட பிறகு அவர்களுக்கு எஞ்சியிருந்த மதிப்பும் மரியாதையும் மண்ணோடு மண்ணாயிற்று.

பெயர் மாற்றத்துக்கு முன்பாக நாம் 'பெயர் மாற்றமும் சங்கமும், சமரஸதா மஞ்ச்சும்' என்ற நூறு பக்கப் புத்தகம் வெளியிட்டிருந்தோம்.

அப்புத்தகத்தை நான் மும்பையின் முக்கிய பத்திரிகைகளுக்கு அவர்களது கருத்தைப் பெறுவதற்காக அனுப்பியிருந்தேன். ஆனால் செய்தித்தாள்களின் முற்போக்காளர் கூட்டம் அப்புத்தகத்தைப் பற்றிக் குறிப்பிடவேயில்லை.

> இன்றோ பெயர் மாற்றம் என்ற வரலாற்று நிகழ்ச்சி நடந்து விட்டது. இந்து சமுதாயத்தின் முன்னணித் தலைவர்கள் 1927ல் நடந்துகொண்ட விதம், 1994இல் நடந்துகொண்ட விதம் இரண்டிலும் மலைக்கும் மடுவுக்கும் உள்ள வேறுபாடு ஏற்பட்டிருந்தது. இந்து சமுதாயத்தின் மனப்பான்மையில் இந்தப் பெரிய மாற்றம் சங்கத்தின் இந்துத்துவ பார்வை மூலமே ஏற்பட முடிந்தது'.(மனுவாதமும் ஆர்.எஸ்.எஸ்ஸும் - எனது அனுபவம், ரமேஷ் பதங்கே, பக்.130-141)

இப்படி வலிமையான ஆதாரம் இருந்தும்கூடத் தொடர்ந்து ஆர்எஸ்எஸ் அமைப்பு பெயர்மாற்றத்துக்கு எதிராக இருந்தது என்ற பொய்யைக் கிளிப்பிள்ளை மாதிரி திரும்பத் திரும்பப் பிரசாரம் செய்து வருகின்றனர்.

ஆர்எஸ்எஸ் பிராமண இயக்கமா?

ஆர்எஸ்எஸ் பிராமண இயக்கம் என்றும், அவர்களின் நலனுக்காகவே ஆரம்பிக்கப்பட்டது என்றும் பிரசாரம் நடந்து வருகிறது. இதைப் பற்றி ஆர்.எஸ்.எஸ்ஸின் மூன்றாவது தலைவர் தேவரஸ் அழகாகப் பதிலளித்துள்ளார்.

ஒருதடவை பம்பாயில் தேவரஸ் அவர்களுக்கு வரவேற்பு அளிக்கப்பட்டது. அப்போது அவர் ஆர்.எஸ்.எஸ்ஸில் இருந்த பிராமண ஆதிக்கத்தைப் பற்றிக் குறிப்பிட்டார். ஆர்எஸ்எஸ் தலைமையில் உள்ள அத்தனை பேரையும் அவர்கள் ஜாதியையும் பட்டியலிட்டு வாசித்தார். அதில் மிகச் சிலரே பிராமணர்கள். கேரளத்தில் ஆர்.எஸ்.எஸ்ஸில் ஏராளமான புலையர்களும் ஈழவர்களும் இருந்தார்கள். அவர்கள் அந்த மாநிலத்தில் மிகவும் தாழ்த்தப்பட்ட சமுதாயத்தைச் சேர்ந்தவர்கள். உத்திர பிரதேசத்தில் கூர்மிகளும் லோத்களும் ஆர்.எஸ்.எஸ்ஸில் அதிகம் இருந்தார்கள். அப்போது காங்கிரஸில்தான் பிராமணர்கள் அதிகமாக இருந்தார்கள். சோஷலிஸ்ட்டுகளுக்கு தலைவர்களாக இருந்த எஸ்.எம்.ஜோஷியும் என்.ஜி.கோரேயும் சித்பவன் பிராமணர்கள். ஆனால், அவர்களுடைய கட்சிகளுக்கெல்லாம் பிராமணர் ஆதிக்கக் கட்சி என்ற பெயர் இருக்கவில்லை' என்று தெளிவுறுத்தினார். (ஆர்எஸ்எஸ் கடந்துவந்த

பாதையும், செய்யவேண்டிய மாற்றங்களும், சஞ்சீவ் கேல்கர், தமிழில் சாருகேசி, பக்.178)

ஆர்எஸ்எஸ் தலைவராக சித்பவன் பிராமணர்களே வரமுடியும் என்று பொய்ப் பிரச்சாரம் செய்து வந்தனர். ஆனால் 1994ல் பிராமணரல்லாத ராஜேந்திர சிங் ஆர்எஸ்எஸ் அமைப்பின் தலைவராக உருவாகி 2000ம் வருடம் வரை வழிகாட்டினார்.

ஆர்.எஸ்.எஸின் தலைமையில் பிராமணரல்லாதவர் இல்லை என்பது உண்மையல்ல. ஆர்எஸ்எஸ் அமைப்பின் பரிவார் அமைப்புகளில் பெரும்பாலானவற்றில் பிராமணரல்லாதவர்களே தலைமைப் பொறுப்பிலும் நிர்வாகக் குழுக்களிலும் இருக்கிறார்கள். ஏகாத்மதா ஸ்தோத்திரத்தில் வணங்கப்படுபவர்களில் பிராமணரல்லாதவர்களின் எண்ணிக்கை கணிசமானது.

ஆர்.எஸ்.எஸின் அரசியல் இயக்கமான பாஜகவில் பிராமணரல்லா தவர்களே தலைமை மற்றும் செல்வாக்கு மிகுந்த பதவிகளில் இருக்கிறார்கள். இன்றைக்கு பிரதமராக இருக்கிற நரேந்திரமோதி அவர்கள் மிகவும் பிற்படுத்தப்பட்ட சமூகத்தைச் சேர்ந்தவர்தான். அதனால் ஆர்எஸ்எஸ் மற்றும் அதன் பரிவார் அமைப்புகள் பிராமண இயக்கங்கள் என்று சொல்வது அறியாமை அல்லது குற்றம் சொல்லவேண்டும் என்ற காரணத்துக்காகவே சொல்லப்படும் குற்றச்சாட்டுகளே தவிர அதில் எள்ளளவும் உண்மையில்லை.

கம்யூனிஸ்ட் கட்சி ஆரம்பித்து இன்றுவரை அதன் பொலீட்பீரோவில் ஒரு பட்டியல் சமூகத்தவர்கள் கூட வரமுடியவில்லை. மாநிலத் தலைவராக்கூட வரமுடிய வில்லை. திராவிடர் கழகத்தின் தலைவராக இன்றுவரை ஒரு பட்டியல் சமூகத்தவர்கள் கூட வரமுடியவில்லை. திராவிட கட்சிகள் அனைத்திலும் இன்றுவரை ஒரு பட்டியல் சமூகத்தவர்கள் தலைவராக வரமுடியவில்லை.

ஆனால், ஆர்எஸ்எஸ் பரிவார் அமைப்பான பாரதிய ஜனதா கட்சியில் பட்டியல் சமூகத்தைச் சேர்ந்த பங்காரு லட்சுமணன் அவர்கள் தேசியத் தலைவராகவும் மாநிலத் தலைவராக டாக்டர் கிருபாநிதி மற்றும் எல்.முருகன் அவர்களும் அலங்கரித்திருக்கிறார்கள்.

•

அண்ணல் அம்பேத்கரை எப்போதுமே நினைவுகொள்ளும் அமைப்பு ஆர்எஸ்எஸ் அமைப்பு என்பதை ஏற்கனவே பார்த்தோம். மகாராஷ்ட்ராவில் நாசிக்கில் உள்ள ஸ்வயம் சேவகர்கள் ஏழை மக்களுக்காக ஒரு மருத்துவமனையை ஆரம்பிக்க நினைத்தனர்.

அதற்காக அவர்கள் ஒரு டிரஸ்ட்டை ஆரம்பித்தனர். அதற்குப் பெயர் டாக்டர் பாபாசாகேப் அம்பேத்கர் வைத்தியகியா பிரதிஷ்டான் என்ற பெயரைத்தான் அவர்கள் சூட்டினார்கள். இது 1988 ஆம் ஆண்டில் பதிவுசெய்யப்பட்ட ஒரு அறக்கட்டளை ஆகும், 1989 ஆம் ஆண்டில் அவுரங்காபாத்தில் டாக்டர் ஹெட்கேவார் ருக்னாலயாவைத் தொடங்கினர். அதன் பின்னர் இந்த நிறுவனம் மிகச் சிறந்த சிகிச்சையைத் தருவதோடு பல சமூக நடவடிக்கைகளை நடத்தி வருகிறது. இது மராத்வாடா பிராந்தியத்தின் ஏழை மக்களிடையே உயர்ந்த நம்பிக்கையையும் அன்பையும் பெற்றுள்ளது. கடந்த 30 ஆண்டுகளில் இந்த மருத்துவமனை 50 லட்சம் நோயாளிகளுக்கு சிகிச்சை அளித்துள்ளது (இவற்றில் பெரும்பாலானவை சலுகை விகிதத்தில் அல்லது இலவசமாக) மற்றும் நூற்றுக்கணக்கான ஏழைக் குடும்பங்களுக்கு சுய மரியாதையுடன் ஒரு வாழ்க்கையை நடத்த உதவியது. சுமார் 2 லட்சம் சதுர அடி பரப்பளவில் உள்கட்டமைப்பு பரவியுள்ளது.

•

2009 மார்ச் 21ல் ஆர்எஸ்எஸ் அமைப்பின் சர்சங்கசாலக் ஆக (தலைவராக) திரு.மோகன்பாகவத் அவர்கள் பொறுப்பேற்றுக் கொண்டார். சர்சங்கசாலக்காகப் பொறுப்பேற்றதும் அவர் முதன் முறையாகச் சென்ற இடம் டாக்டர் அம்பேத்கர் பௌத்தத்தை ஏற்ற இடமான தீக்ஷாபூமிக்குத்தான். அங்கு சென்று அண்ணல் அம்பேத்கரை வணங்கினார் (https://maharashtratimes.com/articleshowpics/msid-4399619,prtpage-1.cms)

சமீபத்தில் ஆர்எஸ்எஸ் அமைப்பின் ஆறாவது அகில பாரதத் தலைவராக அண்மையில் பொறுப்பேற்றிருக்கும் திரு. மோகன்ஜி பாகவத் சென்னை வந்திருந்தார். தமது இடைவெளியற்ற நிகழ்ச்சி நிரல்களுக்கு இடையே விஜயபாரதம் வார இதழின் ஆசிரியர் நா.சடகோபன் மற்றும் தமிழ்ஹிந்து.காம் சார்பில் அரவிந்தன் நீலகண்டன் ஆகியோர் அவருடன் ஒரு கலந்துரையாடலில் ஈடுபட நேரம் அளித்தார். ஆர்.எஸ்.எஸ் அமைப்பின் சென்னை தலைமையகத்தில் 15-மே-2010 அன்று நடந்த கலந்துரையாடலில் இருந்து சில பகுதிகள் அண்ணல் அம்பேத்கரை ஆர்எஸ்எஸ் அமைப்பு எப்படிப் புரிந்துவைத்திருக்கிறது என்பதற்கு உதாரணம் அது.

கேள்வி : நீங்கள் சர்சங்கசாலக்காகப் பொறுப்பேற்றதும் முதன் முறையாகச் சென்ற இடம் டாக்டர் அம்பேத்கரின் தீக்ஷாபூமியாக இருந்தது.

மோகன்பாகவத் : அது மிகவும் இயல்பான விஷயம்தான். பாபாசாகேப் அம்பேத்கர் சங்கத்தின் அதிகாரிகள் பயிற்சி முகாமுக்கு வருகை தந்திருக்கிறார். அங்கு சாதியம் சற்றும் இல்லாத நிலையைப் பாராட்டியிருக்கிறார். அதே போல, அம்பேத்கர் பௌத்த மார்க்கத்துக்கு மாறியபோது குருஜி கோல்வல்கர் (ஆர்.எஸ்.எஸ்ஸின் இரண்டாவது தலைவர்) 'சங்கரரின் கூர்த்த மதியும் புத்தரின் கருணை நிறைந்த இதயமும் நமக்கு தேவை' என்று தேச மக்களுக்கு சுவாமி விவேகானந்தர் கூறியதை நினைவுறுத்தினார். மேலும் அம்பேத்கரின் தேர்தல் ஏஜெண்டாக பணிபுரிந்தவர் திரு.தத்தோபந்த் தெங்கடி (பாரதிய மஸ்தூர் சங்கத்தின் நிறுவனர்) ஆவார்.

கேள்வி : ஆனால் சிலர் அம்பேத்கரை ஹிந்துமத விரோதியாகப் பார்க்கிறார்களே...

மோகன் பாகவத் : இதோ பாருங்கள்... அம்பேத்கருக்கு சங்க ஹிந்துக்களின் நல்ல நோக்கங்கள் குறித்து தெளிவான புரிதல் இருந்தது. ஆனால் அதே நேரத்தில் அக்கால கட்டத்தில் பெருமளவு ஹிந்து சமுதாயம் தலித்துகளுக்கு உரிய நீதியை கொடுக்கும் மனநிலையில் இல்லை என்பதையும் அவர் புரிந்திருந்தார். இந்த நிலையை சங்கம் நிச்சயமாக காலப்போக்கில் மாற்றிவிடும், சாதியமற்ற ஹிந்து சமுதாயத்தை அது உருவாக்கும் என்பதில் அவருக்கு ஐயமில்லை. ஆனால் அன்றைய காலகட்டத்தில் சங்கத்துக்கு அதைச் செய்யக் கூடிய அதிகாரமோ சக்தியோ இல்லை என்பதை அவர் தெரிந்து வைத்திருந்தார். சங்கம் அதைச் செய்து முடிக்கும் காலம்வரை தலித்துகள் பொறுமையாக அநீதிகளைச் சகித்துக்கொண்டிருக்க வேண்டியதில்லை என அவர் கருதினார். எனவே அவர் பௌத்த தருமத்துக்கு மாறினார்.

ஆனால் அவர் ஏன் பௌத்த தருமத்துக்கு மாறினார்? ஏனென்றால் அது பாரத கலாச்சாரத்தில் வேர் கொண்டிருந்த ஒரு தருமம். அதனை ஹிந்து பண்பாட்டின் பிரிக்கமுடியாத அங்கமாக அம்பேத்கர் கருதினார். மேலும் தாழ்த்தப்பட்ட மக்கள் அந்நிய மதங்களுக்கும் மார்க்சியம் போன்ற அந்நிய சித்தாந்தங்களுக்கும் ஈர்க்கப்படாமலிருப்பதை நிச்சயப்படுத்திக்கொள்ள அவர் விரும்பினார். திரு தத்தோபந்த் தெங்கடியிடம் அம்பேத்கர் வெளிப்படையாகவே கூறினார்: 'கோல்வால்கர் தாழ்த்தப்படாத மக்களை மார்க்சியம் ஈர்த்துவிடாமல் பார்த்துக்கொள்கிறார். நான் நம் சமுதாயத்தின் தாழ்த்தப்பட்ட மக்களை மார்க்சியம் ஈர்த்துவிடாமல் பெரும் தடைச்சுவராக இருக்கிறேன்'.

ஆனால், நாம் குருஜி கோல்வால்கரை சமுதாயத்தின் ஒரு குறிப்பிட்ட பிரிவு மக்களுக்காகப் பாடுபட்டவராகப் பார்க்கவில்லை. அவர் ஹிந்து சமுதாயத்தின் அனைத்து பிரிவு மக்களுக்குமாகப் பாடுபட்டவர் என்றே கருதுகிறோம், அதுவே உண்மையும் கூட.

கேள்வி : அம்பேத்கரையும் காந்தியையும் விரோதியாகக் காட்டக் கூடியவர்கள் சிலர் இருக்கிறார்கள். இந்த இரண்டு தலைவர்களையும் நீங்கள் எவ்விதம் சமரசத்துடன் நோக்குகிறீர்கள்?

மோகன் பாகவத் : அனைத்து மாபெரும் தேசிய தலைவர்களுக்குமே அவர்களிடையே (கருத்து/நிலைப்பாட்டு) வேறுபாடுகள் இருக்கக்கூடும். ஆனால், அவர்கள் அனைவருமே சமுதாயத்தின் நலனையையும் தேசத்தின் நலனையுமே மிகவும் மதித்தவர்கள். இந்த பார்வையில் நாம் அவர்களை அணுகும் போது ஒற்றுமைக்கான பல அம்சங்களை, அவர்களிடையே ஒத்திசைவு கொண்ட பல விஷயங்களை நாம் காணமுடியும். நம்முடைய தேச நிர்மாணப் பணிக்கு அவர்களிடமிருந்து நல்ல பாடங்களையும் கற்றுக்கொள்ள முடியும். இதுதான் எப்போதுமே தேசத்தலைவர்களைப் பொறுத்தவரையில் சங்கத்தின் அணுகுமுறையாக அமைந்திருக்கிறது.

கேள்வி : தலித்துகளை தேசிய நீரோட்டத்திலிருந்தும் ஹிந்து பண்பாட்டிலிருந்தும் அப்புறப்படுத்த ஒரு வலிமையான இயக்கம் செயல்படுகிறது. இதனை எதிர்கொள்ள சங்கம் என்ன செய்கிறது?

மோகன் பாகவத் : மீனாட்சிபுரம் மதமாற்றக் காலம் முதலே சங்கம் தமிழ்நாட்டின் தலித்கள் எதிர்கொள்ளும் பிரச்னைகளுக்கு தனிக் கவனம் செலுத்தி வருகிறது. சங்க ஷாகாக்கள் தோன்றிய பிறகு தீண்டாமை மறைந்து விட்ட பல கிராமங்கள் தமிழ்நாட்டில் உள்ளன. இன்னும் சொன்னால், அவ்வாறு சங்க ஷாகாக்களால் தீண்டாமையும் சாதியமும் அகன்றுவிட்ட இரண்டு கிராமங்களுக்கு அண்மையில் ‘சமூக நல்லிணக்கம் கொண்ட கிராமங்கள்’ என்ற தமிழ்நாடு அரசு விருதுகூடக் கிடைத்தது. தலித்துகளுக்கும் தலித் அல்லாதவர்களுக்கும் மோதல் ஏற்பட்ட இடங்களில் சமாதான முயற்சிகள் செய்ய சங்க ஸ்வயம் சேவகர்கள் அழைக்கப்பட்டுள்ளனர். தென்னகத்தில் தமிழ்நாட்டில் மட்டுமல்லாது கேரளத்திலும் சங்கம் தலித்துகளின் மேம்பாட்டுக்கு தீவிரமாகச் செயல்படுகிறது. அண்மையில் குருவாயூர் கோவிலில் கூட சங்கம் இதை செய்தது.

சங்கத்துக்கு தெளிவான பார்வை இருக்கிறது. ஒவ்வொரு கிராமத்திலும் இருக்கும் நீர்வளங்கள், வாழ்விடங்கள்,

வழிபாட்டுத் தலங்கள், சுகாதார அமைப்புகள், மயானங்கள் ஆகியவை அனைத்து ஹிந்துக்களுக்கும் பொதுவானதாக இருக்கவேண்டும். இப்பார்வையைச் செயல்படுத்த நம் சக்திக்கு தகுந்த அளவில் எல்லா இடங்களிலும் நாம் செயல்பட்டுக் கொண்டிருக்கிறோம் (http://www.tamilhindu.com/2010/05/an-evening-with-sri-mohan-bhagwat-rss-chief/)

பாஜகவும் அண்ணல் அம்பேத்கரும்

ஆர்எஸ்எஸ் பரிவார் அமைப்பான பாரதிய ஜனதா கட்சி அண்ணல் அம்பேத்கரைப் பெருமைப்படுத்திய அளவுக்கு இந்தியாவில் வேறு எந்தக் கட்சியும் பெருமைப்படுத்தியது இல்லை. பாரத நாட்டை பல ஆண்டுகளுக்கு மேலாக ஆட்சி செய்த காங்கிரஸ் கட்சி பலபேருக்கு பாரத ரத்னா விருதை வழங்கியிருக்கிறது. ஆனால், அரசியல் சட்டத்தை வடிவமைத்துக் கொடுத்த அண்ணல் அம்பேத்கருக்கு வழங்க காங்கிரஸ் மறந்துவிட்டது அல்லது கொடுக்க மனம் வரவில்லை. 1990-ல் பாரதிய ஜனதா கட்சியின் ஆதரவோடு ஆட்சி நடத்திய வி.பி.சிங் அரசுதான் அண்ணல் அம்பேத்கருக்கு பாரத ரத்னா விருதை வழங்கியது. பாஜக இதற்கு ஆதரவு தெரிவித்தது.

பாஜக ஆட்சியில் அண்ணல் அம்பேத்கர் பெயரில் திட்டங்களைக் கொண்டுவந்தது பாஜக மட்டுமே.

குடிசை வீடுகளை ஒழிப்பதற்காக, 2001ல் வால்மீகி அம்பேத்கர் அவாஸ் யோஜனா (வாம்பே) எனும் திட்டம், பாரதிய ஜனதா கட்சியின் மத்திய அரசால் அறிமுகப்படுத்தப்பட்டது. ஆனால் இது பின்பு காங்கிரஸ் அரசால் பெயர்மாற்றம் பெற்றது. இந்த திட்டம் பெயர் மாற்றப்பட்டு ஜவகர்லால் நேரு தேசிய நகர்ப்புற புனரமைப்பு திட்டம், 2005ல் அறிமுகப்படுத்தப்பட்டது.

2001-2002 பாஜக மத்திய அரசு பாபாசாஹேப் அம்பேத்கர் ஹஸ்தா சில்ப விகாஷ் யோஜனா என்ற பெயரில் (Baba Saheb Ambedkar Hasta Silpa Vikash Yojana - AHVY) ஒரு திட்டத்தைக் கொண்டுவந்தது. கைவினையாளர்களுக்காக இத்திட்டம் கொண்டுவரப்பட்டது.

இந்தியப் பிரதமர்களிலேயே பாஜகவின் பிரதமர் நரேந்திரமோதி அவர்கள்தான் இதுவரை கிட்டத்தட்ட 15க்கும் மேற்பட்ட இடங்களில் அண்ணல் அம்பேத்கரைப் பெருமைப்படுத்திப் பேசியிருக்கிறார். அண்ணல் அம்பேத்கரின் அரசியல் அமைப்பு சட்டம் இல்லையென்றால் நான் பிரதமராகியிருக்க முடியாது என்று அறிவித்தவர் பாரதப் பிரதமர் நரேந்திர மோதி மட்டுமே.

அண்ணல் அம்பேத்கர் பிறந்த இடம் மத்திய பிரதேசத்தில் உள்ள மாவ் என்ற கிராமம். தனியாரிடம் இருந்த அந்த இடத்தை விலைக்கு வாங்கி அந்த இடத்தில் பிரம்மாண்டமான மணிமண்டபத்தை முதன்முதலில் 2008ல் எழுப்பி நாட்டு அர்ப்பணித்தது பாஜகதான். இந்நிகழ்ச்சியில் திரு.அத்வானி அவர்கள் கலந்துகொண்டு டாக்டர் அம்பேத்கர் பிறந்த இடம், தீக்ஷாபூமி, சைத்யபூமி ஆகிய மூன்றும் புனித யாத்திரை மையங்கள் என்று அறிவித்தார்.

அண்ணல் அம்பேத்கரின் பிறந்த நாளான ஏப்ரல் 14ம்நாளை தேசிய விடுமுறையாக முதன்முதலில் 2000ம் ஆண்டில் அறிவித்தது அன்றைய பாரதப் பிரதமர் வாஜ்பாய் தலைமையிலான பாஜக அரசு.

டாக்டர் அம்பேத்கர் பன்னாட்டு ஆய்வு மையம் என்கிற திட்டம் 24 வருடங்களாக காங்கிரஸ் ஆட்சியில் கிடப்பில் போடப்பட்டு இருந்தது. ஆட்சிக்கு வந்த மறுவருடமே பாரதப் பிரதமர் மோதி அவர்களால் 20-4-2015 அன்று இத்திட்டம் தொடங்கி வைக்கப் பட்டது. 15, ஜன்பத், புதுடெல்லியில் அமையவிருக்கும் இந்த மையத்துக்கு 195.74 கோடி ரூபாயை மத்திய அரசு ஒதுக்கியது. நூலகம், ஆடிட்டோரியம், கருத்தரங்கு மண்டபம் என்று மிகப் பிரம்மாண்டமாக கட்டப்பட்ட இவ்வாய்வு மையம் 2017, டிசம்பர் 6ம்தேதி பாரதப் பிரதமர் நரேந்திரமோதி அவர்களால் நாட்டுக்கு அர்ப்பணிக்கப்பட்டது. நரேந்திரமோடி கூறும்போது, 'டாக்டர் அம்பேத்கரின் எண்ணங்கள் மற்றும் போதனைகளை மேம்படுத்து வதற்கு இந்த மையம் ஒரு உத்வேகமாக இருக்கும். சமூக மற்றும் பொருளாதார பிரச்னைகள் குறித்த ஆராய்ச்சிக்கு இந்த மையம் ஒரு முக்கியமான இடமாக இருக்கும்' என்று தெரிவித்தார்.

1921-22ம் ஆண்டுகளில் அண்ணல் அம்பேத்கர் லண்டனில் வசித்த இல்லம் ஏலத்துக்கு வந்தது. எந்த அரசியல் கட்சிகளும் அதை கண்டுகொள்ளாதபோது, ரூ.40கோடி கொடுத்து வாங்கி, அதை நினைவு இல்லமாக மாற்றியது பாஜக அரசு. 14-11-2015 அன்று பிரதமர் நரேந்திரமோதி அண்ணல் அம்பேத்கருக்கு மரியாதை செலுத்தி திறந்து வைத்தார்.

அண்ணல் அம்பேத்கரின் 125வது பிறந்தநாளைப் பெருமைப் படுத்தும்விதமாக அண்ணல் அம்பேத்கரின் உருவத்துடன் 30-9-2015 அன்று தபால்தலையை வெளியிட்டது பாஜக மத்திய அரசு.

ஜப்பான் நாட்டின் புகழ்பெற்ற கொயசன் பல்கலைக்கழகத்துக்கு மகாராஷ்டிர பாஜக அரசின் சார்பில் அண்ணல் அம்பேத்கர் சிலையை வழங்கி, 10-9-2015 அன்று முதல்வர் தேவேந்திர பட்னாவிஸ் அவர்கள் அண்ணல் அம்பேத்கர் சிலையைத் திறந்துவைத்தார்.

அரசியல் அமைப்பு சட்டம் ஏற்கப்பட்ட நாள் நவம்பர் 26, 1949. முதன் முதலில் இந்த நாளை அரசியல் அமைப்பு நாள் என்று நவம்பர் 26, 2015ல் கொண்டாடி அண்ணல் அம்பேத்கருக்குப் பெருமை சேர்த்தது பாஜகவின் மத்திய அரசு. நாடாளுமன்றம் வண்ண விளக்குகளால் அலங்கரிக்கப்பட்டது. குளிர்காலக் கூட்டத்தொடரின் முதன் இரண்டுநாள் அண்ணல் அம்பேத்கருக்கு அர்ப்பணிக்கப்பட்டது. அரசியல் அமைப்புச் சட்ட உருவாக்கத்தில் அண்ணல் அம்பேத்கிரன் பங்களிப்பு பற்றி பாரதப் பிரதமர் மோதி மற்றும் நாடாளுமன்ற உறுப்பினர்கள் பேசினார்கள்.

மும்பை இந்துமில்லில் டாக்டர் அம்பேத்கருக்கு 12 ஏக்கரில் 425 கோடியில் மாபெரும் நினைவு மண்டபத்தைக் கட்டுகிறது பாஜக. அதற்கான பூமி பூஜை 11-10-2015 அன்று பாரதப் பிரதமர் நரேந்திரமோதி அவர்களால் தொடங்கி வைக்கப்பட்டது.

அண்ணல் அம்பேத்கரின் 60வது நினைவுநாளை முன்னிட்டு 6-12-2015 அன்று 10 ரூபாய், 125 ரூபாய் நாணயத்தை வெளியிட்டுப் பெருமைப்படுத்தியது பிரதமர் நரேந்திரமோதி தலைமையிலான பாஜக அரசு.

இந்துக்களுக்குப் புனித இடங்கள் என்பது ஆன்மிகம் சம்பந்தப் பட்டவை மட்டுமே. ஆனால், முதன்முதலாக பாரதப் பிரதமர் மோதி அவர்கள் அண்ணல் அம்பேத்கர் வாழ்ந்து மறைந்த முக்கியமான ஐந்து இடங்களைத் தேர்ந்தெடுத்துப் புனித இடங்களாக 21-3-2016 அன்று டெல்லியில் அறிவித்தார். 1.அண்ணல் அம்பேத்கர் பிறந்த வீடு மத்திய பிரதேசத்தில் உள்ள மாவ் இடம், 2.அண்ணல் அம்பேத்கர் லண்டலின் வசித்த வீடு, 3.பௌத்தம் தழுவிய தீக்ஷாபூமி - நாக்பூர், 4.பரிநிர்வாணம் அடைந்த வீடு - டெல்லி, 5.அண்ணல் அம்பேத்கரின் உடல் எரியூட்டப்பட்ட சைதன்ய பூமி- மும்பை.

காஷ்மீரில் உள்ள லே பகுதியில் முதன்முறையாக அண்ணல் அம்பேத்கர் சிலையை 24-7-2016 அன்று முதல்வர் தேவேந்திர பட்னாவிஸ் அவர்கள் திறந்து வைத்தார்.

பாஜகவின் மத்திய அரசு அறிவுறுத்தலின்படி ஈரானுக்கான இந்திய தூதரகம் முதன்முதலாக ஈரானில் அண்ணல் அம்பேத்கரின் 125வது பிறந்தநாளை விமரிசையாக கொண்டாடியது. விழாவில் அண்ணல் அம்பேத்கர் பற்றிய மலரும் வெளியிடப்பட்டது.

அண்ணல் அம்பேத்கர் எழுதிய புத்தகங்கள், சட்டத்தை ஒப்படைத்தது என டாக்டர் அம்பேத்கரின் பணியை இந்திய மக்களுக்குத் தெரிவிக்கும் வகையில் முதன்முதலாக இந்திய குடியரசு

அணிவகுப்பில் ஜனவரி 26, 2016 அன்று காட்சிப்படுத்தியது பாஜகவின் மத்திய அரசு.

அண்ணல் அம்பேத்கர் டெல்லியில் வாழ்ந்து மறைந்த வீடு எண்.26, அலிப்பூர் சாலை, புதுடெல்லியில் இருக்கிறது. 16 கோடி ரூபாய் கொடுத்து வாங்கி திரு.வாஜ்பாய் அவர்கள் முதன்முதலில் நாட்டுக்கு அர்ப்பணித்தார். அடுத்து வந்த காங்கிரஸ் அரசு அதை கிடப்பில் போட்டது. அதை எதிர்த்து அப்போது தலித் இயக்கங்கள் காங்கிரஸ் ஆட்சியைக் கண்டித்துப் போராட்டங்கள் நடத்தின. தற்போது பாரதப் பிரதமர் நரேந்திரமோதி அவர்களின் முயற்சியால் அங்கு ரூ.100கோடி செலவில் தேசிய நினைவகம் கட்ட முடிவு செய்யப்பட்டு 21-3-2016 அன்று பிரதமர் மோதி அவர்களால் அடிக்கல் நாட்டப்பட்டது. 13-4-2018ல் அண்ணல் அம்பேத்கர் நினைவு இல்லம் நாட்டுக்கு அர்ப்பணிக்கப்பட்டது.

அண்ணல் அம்பேத்கரின் படைப்புகளை மக்களிடம் கொண்டு செல்ல முதன்முதலாக பாஜகவின் மத்திய அரசு தனி இணையதளத்தை ஆரம்பித்தது. www.DrAmbedkar writings.govt.in என்ற இணைய தளத்தை மத்திய சமூகநீதி மற்றும் அதிகாரம் அளித்தல் துறை ஆரம்பிக்கிறது. மேலும் வெளியுறவு அமைச்சகமும் அண்ணல் அம்பேத்கரின் படைப்புகளைத் தங்களுடைய இணையதளத்திலேயே பதிவிட்டுள்ளது.

அண்ணல் அம்பேத்கரின் பிறந்தநாளான ஏப்ரல் 14ம் நாளை மக்களிடையே பரப்பும் வகையில் மின் வாழ்த்துமடல் போட்டியை அறிவித்து வெற்றி பெற்றவர்களுக்கு பரிசளித்த து மோடி தலைமையிலான பாஜக. முதல் பரிசு பத்தாயிரம், இரண்டாவது பரிசு ஏழாயிரத்து ஐநூறு, மூன்றாவது பரிசு ஐயாயிரம்.

13-4-2016 அன்று பிரிஹன் மும்பை மாநகராட்சி ஏற்பாட்டில் மகாராஷ்ட்ரா பாஜக முதல்வர் தேவேந்திர பட்னாவிஸ், கவர்னர் ஆகியோர் டாக்டர் அம்பேத்கரின் அரிதான புகைப்படங்கள், கையெழுத்து கடிதங்கள் போன்றவற்றை உள்ளடக்கிய சிறு குறிப்புப் புத்தகத்தை வெளியிட்டனர். அப்புத்தகம் பாரதப் பிரதமர் நரேந்திரமோடிக்கும் அளிக்கப்பட்டது.

•

- 14 -

களத்தில் ஆர்எஸ்எஸ்

இராமநாதபுரத்தில் இருந்து 15 கி.மீ. தொலைவில் மண்டபம் ஒன்றியத்தில் உள்ள கிராமம் அழகன் குளம். அந்த கிராமத்தில் தேவர், நாடார், பட்டியல் சமூக மக்கள், யாதவர், பிள்ளைமார் என பல சமுதாயத்தைச் சேர்ந்த ஹிந்துக்கள் வசித்தாலும் பஞ்சாயத்து தலைவராக முஸ்லீம்கள்தான் தொடர்ந்து வெற்றிபெற்று வந்தனர்.

அழகன் குளத்தில் எல்லா ஜாதியினரும் தனித்தனியாகப் பிரிந்திருந்த தாலும் முக்கியமாக பட்டியல் சமுதாயத்தை சேர்ந்தவர்களைச் சேர்க்காததாலும் முஸ்லீம்கள் வெற்றிபெற்று வந்தனர். அந்த ஊரில் ஆர்எஸ்எஸ் அமைப்பின் கிளையான ஷாகா தொடங்கப்பட்டது. இந்து சமுதாயத்தை சேர்ந்த எல்லா ஜாதியினரும் ஷாகாவில் தினசரி கலந்துகொண்டனர். அதனால், அந்த கிராமத்து மக்களிடம் ஜாதி உணர்வு குறைந்து இந்து ஒற்றுமை ஏற்பட்டது.

தினசரி ஷாகாவுக்கு வந்துகொண்டிருந்த பத்மநாபன் என்ற இளைஞர் ஹிந்து சமூகசபை என்ற அமைப்பை ஏற்படுத்தினார். எல்லா ஜாதியினரும் பத்மநாபன் தலைமையில் ஒன்றுபட்டது முஸ்லீம் அரசியல்வாதிகளிடையே கலக்கத்தை ஏற்படுத்தியது.

அடுத்தமுறை உள்ளாட்சி தேர்தல் வந்தபோது, ஹிந்துக்கள் ஒன்று பட்டுவிட்டதால் நாம் வெற்றிபெறுவது கடினம் என உணர்ந்த முஸ்லீம்கள் ஹிந்துக்களிடம் பேச்சுவார்த்தைக்கு வந்தனர்.

அப்போது முஸ்லீம்களுக்கும் இந்துக்களுக்கும் இடையே ஒரு உடன்படிக்கை ஏற்பட்டது. அதன்படி ஒருமுறை முஸ்லீம்

தலைவரானால் அடுத்தமுறை ஹிந்துக்களில் ஒருவர் தலைவர் என்ற நடைமுறை இன்றுவரை பின்பற்றப்படுகிறது. ஹிந்து ஒன்றுபட்டால் பிறமதத்தினரும் மதிப்பார்கள் என்பதை இந்த சம்பவம் நிரூபித்தது.

•

விழுப்புரம் மாவட்டம் கள்ளக்குறிச்சி வட்டம் தென்கீரனூர் கிராமத்தில் சடையப்பர் கோயில் என்ற புராதன கோயில் உள்ளது. அனைத்து ஜாதி மற்றும் பட்டியல் சமுதாயம் என அனைத்து பிரிவினருக்கும் சொந்தமானது. இந்த கோயிலின் பாரம்பரியப்படி தென்கீரனூரில் இருந்து 20 கி.மீ.தொலைவில் உள்ள சித்தலூர் பெரியாயி கோயிலில் இருந்து அம்மனை குதிரைமேல் அழைத்து வந்து சடையப்பர் கோயிலிலும் ஊர் மாரியம்மன் கோயிலிலும் விழா எடுப்பது வழக்கம்.

1990களில் சடையப்பர் கோயிலுக்கு சக்தி அம்மனை அழைத்துவர குதிரையை பிடித்துக்கொண்டு சித்தலூர் செல்லும்போது ஊர் வழக்கப்படி ஆதிக்க சாதியினர் குடியிருப்பு வரை கையில் கயிற்றை பிடித்துக்கொண்டு போய் பின் கயிற்றை விட்டுவிடுவார்கள். அந்த குதிரை காட்டுவழிப்பாதையாக சித்தலூர் பெரியாயி கோயிலுக்கு செல்லும். குதிரைக்கு பின்னால் எல்லா ஜாதியினர் மற்றும் பட்டியல் சமுதாயம் என அனைத்துதரப்பும் கோயிலுக்கு செல்வது வழக்கம். அப்படி குதிரை செல்லும் வழியில் பட்டியல் சமூகத்தினரின் விவசாய நிலங்களாக இருந்தது. குதிரையின் பின்னால் 200 பேர் நடந்து செல்லும்போது அந்த வழித்தடங்களில் உள்ள பயிர்கள் சேதமடைந்ததால் இது தொடர்பாக இரு பிரிவினருக்கும் இடையே மோதல் வெடித்தது. இதைப் பயன்படுத்தி சடையப்பர் கோயில் தேர் திருவிழாவை அரசு நிறுத்தியது. 25 ஆண்டுகளாக திருவிழா நடைபெறவில்லை.

25 ஆண்டுகளுக்குப் பிறகு ஆதிக்கஜாதியினர் மட்டும் ஒன்றுகூடி சடையப்பர் கோயில் தேர்திருவிழா நடத்தலாம் என்று முடிவு செய்தனர். ஊர்மக்கள் ஒன்றுகூடி பேசியபோது, கோயிலின் பழைய தேர் பாழடைந்துவிட்டதால் புதிய தேர் செய்யலாம் என்று பேசப் பட்டது. கூட்டத்தில் கலந்துகொண்டவர்களில் சிலர், திருவிழா நடத்துவது தொடர்பாக பட்டியல் சமுதாயத்தினரையும் கலந்துபேச வேண்டும் என்று சொன்னபோது, அவர்களை அழைத்துபேச தன்மானம் இடம் கொடுக்காததாலும் முடிவு எடுக்காமலேயே கூட்டம் கலைந்தது.

அந்த ஊரில் ஆர்எஸ்எஸ் தினசரி ஷாகா துவங்கி நடந்து வந்தது. 2வது முறையாக ஊர் கூட்டம் கூடியபோது அந்த ஊரில் ஆர்எஸ்எஸ்

பொறுப்பாளர்களும் கலந்துகொண்டனர். ஆர்எஸ்எஸ் பொறுப் பாளர்கள் கோவிந்தராஜ் போன்றவர்கள் பட்டியல் சமுதாயத்தைச் சேர்ந்த பெரியவர்களின் வீட்டுக்குச் சென்று சந்தித்துப் பேசி புரிய வைத்து கூட்டத்துக்கு அழைத்து வரலாம் என்று எடுத்துக்கூறினர். அதற்கு ஊர்மக்கள் ஒப்புக்கொள்ள எங்கு சந்திப்பது என்ற கேள்வி எழுந்தது. அதற்கும் சடையப்பர் கோயிலிலேயே சந்திக்கலாம் என்ற யோசனையை ஆர்எஸ்எஸ் ஷாகா வந்த இளைஞர்கள் கூற, ஊராரும் ஒப்புக்கொண்டனர். அதன்படி ஷாகா வந்த இளைஞர்கள், பட்டியல் சமூக மக்கள் வசிக்கும் பகுதிக்குச் சென்று அங்குள்ள பெரியவர் களிடம் பேசி, சடையப்பர் கோயிலுக்கு வர ஒப்புக்கொள்ளச் செய்தனர்.

அதன்படி பட்டியல் சமூக மக்களில் ஜாதிக்கட்சிகளை சேர்ந்தவர் களைத் தவிர்த்து பிற பெரியவர்கள் 3வது கூட்டத்தில் பங்கேற்றனர். அப்போது சக்தி அம்மனை அழைத்துவரும் பாதையை மாற்றிக் கொள்ளலாம் என்ற யோசனை முன்வைக்கப்பட்டது. அதற்கு ஊர் மக்களில் சிலர் எதிர்ப்பு தெரிவித்தனர். ஆனால் ஆர்எஸ்எஸ் வந்த இளைஞர்கள், சம்பிரதாயங்கள் எல்லாம் மக்கள் சௌகர்யத்துக்காகத் தான் என்பதைப் புரியவைத்து, மாற்றுப்பாதைக்கு ஊர்மக்களை சம்மதிக்க வைத்தனர். அன்றிலிருந்து சடையப்பர் கோயில் தேர் திருவிழா வருடாவருடம் தடையில்லாமல் அனைத்து சமுதாயத் தினரும் ஒன்று சேர்ந்து நடத்தி வருகின்றனர்.

•

கரூர் மாவட்டம் கரூர் ரயில்வே ஸ்டேஷனில் உள்ளே போனால் ரயில்வே கேன்டீனில் அதிக கூட்டம் காணமுடியும். ரயில்வே கேன்டீனில் இவ்வளவு தரமான, சுவையான மலிவான உணவு வகைகளா? என எல்லோரும் ஆச்சர்யப்பட்டு போவார்கள். அவ்வளவு பிரபலமான கேன்டீனை தொடங்கி வளர்த்த பெருமை, கரூர் மாவட்ட ஆர்எஸ்எஸ் தலைவர் என்.ஆர்.சுப்பிரமணியன் அவர்களையே சாரும். ஆர்எஸ்எஸ் இயக்கத்தின் மீது உள்ள பற்றினால், அந்த இயக்கத்துக்கு தனது மகனை பிரச்சாரக் (முழுநேர ஊழியர்) ஆக அனுப்பியதைப் பெருமையாக நினைக்கும் குடும்பம் அவர்களுடையது. தனது குடும்பத்தில் மகன்களை மட்டுமல்லாது மகள்களையும் சமுதாயப்பணியில் நம்பிக்கையோடு ஈடுபடுத்தியவர் என்.ஆர்.சுப்பிரமணியம் அவர்கள்.

அவரது மகன்களில் ஒருவருக்கு திருமணம் ஏற்பாடானது. திருமணம் சிறப்பாக நடைபெற்றது. ஊரில் உள்ள எல்லாதரப்பட்ட பெரியவர்களும் திருமணத்துக்கு வந்து மணமக்களை

ஆசீர்வதித்ததோடு உணவு சாப்பிட்டு சென்றனர். திருமண வீட்டின் பின்புறமாக தற்செயலாக வந்த என்.ஆர்.சுப்பிரமணியம் அவர்கள், அங்கு நடந்த காட்சியை கண்டு ஒருகணம் அதிர்ச்சியடைந்து நின்றார்.

அங்கு நரிக்குறவர் சமுதாய மக்கள், திருமண வீட்டில் இருந்து வீசியெறிந்த எச்சில் இலையில் இருந்த மிச்சமீதி சாப்பாட்டை தேடித்தேடி சாப்பிட்டுக் கொண்டிருந்தனர். அவர்களைத் திருமண வீட்டில் இருந்த சிலர் விரட்டியடித்த காட்சிதான் அது.

திருமணத்துக்கு வந்த எல்லோரும் நல்ல உணவு சாப்பிட்டு செல்லும்போது நரிக்குறவர்கள் சிலர் சாப்பிட முடியாமல் சிலர் தடுத்ததும் என்.ஆர்.சுப்பிரமணியன் அவர்களின் மனதை கலங்க வைத்தது. உடனே வீட்டுக்குள் வந்த சுப்பிரமணியம், மணமக்கள் உள்பட அங்கிருந்த உற்றார், உறவினர்களை அழைத்து, வீட்டுக்கு வெளியே தான் கண்ட காட்சியை கூறி, அவர்களை அழைத்து சாப்பிட வைக்க வேண்டும் என்று பேசினார். அதற்கு உறவினர்களில் சிலர் எதிர்ப்பு தெரிவிக்க, அவர்களும் நம்மைப்போல் மனிதர்கள்தானே?, ஆர்எஸ்எஸ் குடும்பத்தில் பிறந்த நாமே இப்படி அவர்கள் புறக்கணிக்கலாமா? நாம்தானே சரி செய்ய வேண்டும் என்பதை சுப்பிரமணியன் புரியவைத்தார்.

பிறகு மணமக்களுடன் வீட்டுக்கு பின்புறம் சென்று, அங்கு எச்சில் உணவை சாப்பிட்டுக் கொண்டிருந்த நரிக்குறவர்களை நெருங்கினர். எல்லோரும் கூட்டமாக தங்களை நோக்கி வருவதை பார்த்த நரிக்குறவர்கள் அச்சமடைந்து அங்கிருந்து சென்றுவிடலாம் என்று நகரத் தொடங்கினர்.

பீதியுடன் செல்லத் தொடங்கிய நரிக்குறவர்களை மணமக்கள் அருகில் சென்று வீட்டுக்குள் வந்து பந்தியில் அமர்ந்து சாப்பிட்டு விட்டு செல்லும்படி அழைத்தனர். இந்த அழைப்பை முதலில் நம்ப முடியாமல் நரிக்குறவர்கள் அதிர்ச்சியில் ஆழ்ந்தனர். ஆனால் மணமக்கள் விடாது அழைத்ததால் நரிக்குறவர்கள் வீட்டுக்குள் வந்து பிற மக்களுடன் சமமாக பந்தியில் அமர்ந்து நல்ல சாப்பாடு சாப்பிட்டுவிட்டு மணமக்களை வாழ்த்திச் சென்றனர்.

•

விருது நகரில் 25 கி.மீ.தூரத்தில் இருக்கிறது ஆவுடையார் கிராமம். அந்த கிராமத்தின் மக்கள் தொகையில் சரிபாதி முஸ்லீம்கள். மீதி சரிபாதியில் பெரும்பான்மையினர் பிள்ளைமார் சமுதாயத்தை சேர்ந்தவர்கள். இதுதவிர அந்த கிராமத்தில் பட்டியல் சமுதாயத்தினர்

வசிக்கும் காலனி பகுதி தனியாக இருந்தது. இந்த பட்டியல் சமூக மக்கள், முஸ்லீம்கள் மற்றும் இதர சமுதாயத்தைச் சேர்ந்தவர்களின் வயலில் கூலி வேலை செய்பவர்கள். அவர்கள் ஊரில் ஆதிக்க ஜாதியினர் வசிக்கும் தெருவுக்குள் வந்தால் மேல் துண்டை எடுத்து அக்குளில் வைத்துக் கொண்டு பணிவாகத்தான் வர வேண்டும். அவர்களுக்கு சாப்பாடு தேங்காய் சிரட்டையில்தான் கொடுப்பார்கள். அந்த ஊரில் இருக்கும் அம்மன் கோயில் திருவிழாவின்போது கோயில் சப்பரம் பிள்ளைமார் சமுதாய தெருவுக்கு மட்டுமே வரும். இதுதான் அந்த கிராமத்தின் நிலை.

அப்படிப்பட்ட நிலையில், அந்த ஊர் பள்ளி ஆசிரியராக இருந்த சிங்கராஜ் என்பருக்கு ஆர்எஸ்எஸ் தொடர்பு ஏற்பட்டது. ஆவுடையார் கிராமத்தில் ஊர்பகுதியில் ஆர்எஸ்எஸ் கிளையான ஷாகா தொடங்கப்பட்டது.

பிற ஜாதியைச் சேர்ந்த இளைஞர்கள் தினசரி ஷாகா வந்தனர். ஷாகாவின் முக்கிய சிக்ஷக் பொறுப்பு சிங்கராஜுக்கு கொடுத்ததும், பட்டியல் சமூக மக்களிடையே ஆர்எஸ்எஸ் பற்றி எடுத்துக்கூறி ஷாகாவுக்கு அழைத்தனர். முதலில் தயங்கினாலும் பிறகு அவர்களும் ஷாகா வரத் தொடங்கினர். எல்லா சமுதாய இளைஞர்களும் ஒன்றாகச் சேர்ந்து ஷாகாவில் ஜாதி ஏற்றத்தாழ்வு இல்லாமல் பழகத் தொடங்கிய நிலையில், அம்மன் கோயில் திருவிழா பேச்சு எழுந்தது.

இந்த ஆண்டு அம்மன் சப்பரம் எல்லா பகுதிக்கும் செல்ல வேண்டும் என்று ஷாகா செல்லும் இளைஞர்கள் கோரிக்கை வைத்தனர். அதற்கு ஊரில் ஒரு தரப்பினர் ஆதரவும் சிலர் எதிர்ப்பும் தெரிவித்தனர்.

திருவிழா வந்தது. அம்மன் சப்பரம் ஊர்வலம் தொடங்கியது. சப்பரத்தை ஷாகா வரும் இளைஞர்கள் சுமந்து வந்தனர். முதலில் ஊர் பகுதியில் திருவீதி உலா முடிந்து, காலனி பகுதிக்கு அருகே வந்ததும், சப்பரம் சுமந்துவந்த இளைஞர்கள் காலனி பகுதிக்குள் நுழைந்தனர். இதை எதிர்பார்க்காத ஊர் பெரியவர்கள் அப்படியே திரும்பிச் சென்றனர். இருப்பினும் காலனி பகுதி மக்கள் சப்பரத்தை வரவேற்று மனமகிழ்வுடன் வழிபட்டனர். சப்பரம் கோயிலுக்குத் திரும்பி வந்ததும், எதிர்ப்பு தெரிவித்த பெரியவர்களை இளைஞர்கள் தனித்தனியே சந்தித்து பேசி, நிலைமையைப் புரியவைத்ததும் அவர்களும் ஏற்றுக்கொண்டு சமாதானம் அடைந்தனர். அன்றிலிருந்து இப்போதுவரை ஒவ்வொரு ஆண்டும் அம்மன் கோயில் திருவிழா எல்லா தரப்பு மக்களும் சேர்ந்து கொண்டாடும் திருவிழாவாக நடந்து வருகிறது. அம்மன் சப்பரமும் எல்லா பகுதிக்கும் சென்று வருகிறது.

•

வேலூர் மாவட்டம் அரக்கோணம் அடுத்த கீழாந்துரை கிராமத்தில் நீண்ட காலமாக ஷாகா நடந்து வருகிறது. அந்த ஊரில் உள்ள திரௌபதி அம்மன் கோயில் வளாகத்தில்தான் ஷாகா நடந்து வந்தது.

தீ மிதி விழாவில் கிராமத்தில் உள்ள பட்டியல் சமூக மக்களும் காப்பு கட்டி தீ மிதிப்போம் என்று கேட்டனர். அதற்கு ஊரில் உள்ள இதர சமுதாயத்தினர் மறுப்பு தெரிவித்ததால் தகராறு வெடித்து, வழக்கு கோர்ட்டுக்கு போனது. வழக்கு தீர்ப்பு வரும்வரை யாரும் கோயிலுக்கு செல்லக்கூடாது எனக் கூறி, கோயிலைப் பூட்டி வருவாய்த்துறையினர் சீல் வைத்துவிட்டனர். அதனால் ஷாகா நடக்கும் மைதானத்தில் இருக்கும் திரௌபதியம்மன் கோயில் எப்போதும் பூட்டியே கிடந்தது.

இதை பார்த்த ஷாகா வரும் ஸ்வயம்சேவகர்கள், பூட்டிக் கிடக்கும் கோயிலைத் திறந்து திருவிழா நடத்த முயற்சித்தனர். இதற்காக எல்லா சமுதாயத்தினர் மத்தியிலும் போய் பேச்சுவார்த்தை நடத்தினர். எல்லா தரப்பினருமே பட்டியல் சமூக மக்கள் தீ மிதிப்பதை விரும்பாததால் திருவிழா நடத்த ஒத்துழைக்க மறுத்தனர்.

இதனால் திருவிழா முயற்சிகள் தள்ளிப்போய்க் கொண்டே இருந்தது. இதனால் ஒரு முடிவுக்கு வந்த ஸ்வயம் சேவகர்கள், தீ மிதி திருவிழா நடத்துவது என்று முடிவு செய்து அழைப்பிதழ் அச்சிட்டு ஊர் முழுவதும் வினியோகித்தனர். தகவல் அறிந்து விரைந்து வந்த வருவாய்த்துறையின் வழக்கு நிலுவையில் இருப்பதால் கோயிலுக்குள் யார் சென்றாலும் கைது செய்வோம் என்று எச்சரித்தனர். இதையடுத்து கோயிலுக்கு வெளியே பந்தல் போட்டு மூங்கில் கம்பை நட்டு தீ மிதி திருவிழாவுக்கான கொடியேற்றி மகாபாரதச் சொற்பொழிவைத் தொடங்கினர்.

பக்கத்து ஊரில் உள்ள கோயிலில் இருந்து சுவாமி திருவுருவச் சிலைகளை வாங்கிவந்து சுவாமி ஊர்வலங்கள் நடத்தினர். பாரம்பரியமாக தீ மிதி திருவிழா நடக்கும்போது ஒவ்வொரு நாள் உற்சவமும் ஒவ்வொரு சமுதாயத்துக்கு ஒதுக்கப்பட்டிருந்தது. அதன்படி 2 நாள் திருவிழா நடந்ததும், 3வது நாளில் சிலர் வந்து எங்கள் சமுதாயத்துக்கான உற்சவத்தை நாங்கள் நடத்திவிடுகிறோம். இப்போது நடத்தாவிட்டால் அடுத்தடுத்த ஆண்டுகளில் அந்த உரிமை கிடைக்காமல் போய்விடும் என்று ஸ்வயம் சேவகர்களிடம் பேசினர். இதை கேட்ட அந்த ஸ்வயம்சேவகர்கள், உங்கள் உற்சவத்தை நீங்கள் நடத்தத் தடையில்லை ஆனால், பட்டியல் சமூக மக்கள் காப்பு கட்டி தீ மிதிப்பார்கள். அவர்கள் பகுதிக்கு சுவாமி ஊர்வலம் செல்லும்.

அதற்கு சம்மதம் என்றால் உற்சவத்தை எடுத்துக் கொள்ளுங்கள் என்றனர்.

அதற்கு அந்த சமுதாய மக்கள் உடன்பட்டு அவர்களுக்கான உற்சவத்தை நடத்தினர். இதைப் பார்த்ததும் மற்ற சமுதாயத்தினரும் அதே பாணியில் அவரவருக்கான உற்சவங்களை நடத்த முன் வந்தனர். 10வது நாள் தீமிதிக்கு முன்பாக எல்லா சமுதாயத்தினரும் இணங்கிவந்ததால், கோர்ட்டில் இருந்த வழக்கு வாபஸ் பெறப்பட்டது. கோயில் திறக்கப்பட்டது, அன்றில் இருந்து ஒவ்வொரு ஆண்டும் தீ மிதி விழா நடக்கிறது. எல்லா சமுதாயத்தினரும் எந்த மோதல், முரண்பாடும் இல்லாமல் ஒன்றாக காப்பு கட்டி, தீ மிதித்து வருகின்றனர்.

•

ஆர்எஸ்எஸ்சின் அகில பாரத பொதுச்செயலாளர் எச்.வி.சேஷாத்ரி அவர்கள் 1982ம் ஆண்டு விருதுநகரில் நடைபெற்ற ஆர்எஸ்எஸ் மாநில அளவிலான குளிர்கால முகாமில் கலந்துகொண்டார்.

அப்போது ஆர்எஸ்எஸ்-ன் பொறுப்பாளர்கள் அவருடன் சந்திப்பு நிகழ்ச்சி ஒன்று நடைபெற்றது.

அதில் தமிழக பொறுப்பாளர்கள் சுமார் 500பேர் இருந்த அந்த அமர்வில் 'தீண்டாமை என்பது ஒழிக்கப்பட வேண்டும் என்று நாம் அறிந்தது. இங்கு வந்திருப்பவர்கள் என்ன ஜாதி என்று யாருக்கும் தெரியாது. ஆனால் நாம் பட்டியல் சமூகத்தவர்கள் வீடுகளுக்கு போனால் சாதாரணமாக பழகி உணவு அருந்திவருவோம். இதைச் செயல்படுத்துகிறோமா?' என்று கேட்டார். அனைவரும் கை தூக்கினார்கள். நூறு சதவீதம் பேர்களும் கை தூக்கியதில் மகிழ்ச்சியடைந்தார் சேஷாத்ரி அவர்கள்.

'நான் உங்களிடம் இன்னொரு கேள்வி கேட்க விரும்புகிறேன்' என்றார் சேஷாத்ரி அவர்கள். அனைவரும் ஆர்வமுடன் 'கேளுங்கள் ஐயா' என்றனர்.

'ஆர்எஸ்எஸ் பொறுப்பாளர்களாகிய நாம் நமது வீட்டில் நமது பகுதியைச் சேர்ந்த பட்டியல் சமுதாய மக்களை நம் வீட்டுக்கு அழைத்து அவர்களுடன் சேர்ந்து நாம் உணவு அருந்தியுள்ளோமா?'

அங்கு வந்த பொறுப்பாளர்களுள் எண்பது சதவீதம் பேர் கைதூக்கினார்கள். மறுபடியும் சேஷாத்ரி அவர்கள் 'இன்னொரு கேள்வி' என்றார்.

‘நமது இல்லத்தில் பட்டியல் சமுதாய மக்களை அழைத்து விருந்தளிக்கும்போது நம் குடும்பத்தில் உள்ள அம்மா, அப்பா, மனைவி போன்றோர் முழு மனதுடன் இதை ஏற்றுக் கொள்கிறார்களா என்பதை யோசியுங்கள்’ எனக் கூறினார்.

எச்.வி.சேஷாத்திரி அவர்கள் கூறியது பலரைச் சிந்திக்க வைத்தது. அவரின் வேண்டுகோளுக்கு இணங்க தமிழகத்தில் விருப்பம் உள்ள ஆர்எஸ்எஸ்ன் பொறுப்பாளர்கள் தீபாவளிதோறும் நமது இல்லங்களுக்கு விருந்தினர்களாக எஸ்.சி. சமுதாயத்தினரைக் குடும்பத்தோடு அழைத்து நம் உறவினர் போன்ற மனோபாவத்துடன் தீபாவளியை அவர்களோடு கொண்டாட வேண்டும் என யோசிக்கப் பட்டது.

1982 முதல் தொடர்ந்து பல ஆர்எஸ்எஸ் தொண்டர்கள் இயற்கையாகவே பட்டியல் சமுதாயத்தினரைத் தங்கள் இல்லத்துக்கு அழைத்து தீபாவளி கொண்டாடும் நிகழ்ச்சி சாதாரணமாக சகஜமாக நாடு முழுவதும் நடைபெற்று வருகிறது.

ஆழ்வார் திருநகரி வெங்கட்ராமன் முப்பது ஆண்டுகளாக ஆர்எஸ்எஸ் இயக்கத்தில் தொண்டாற்றி வருகிறார். அரசு நிதி உதவி பெறும் ஹிந்து மேல்நிலைப்பள்ளியில் ஆசிரியராக பணியாற்றி வருகிறார். தற்போது அவர் குமரி, நெல்லை, தூத்துக்குடி கோட்டப் பொறுப்பாளராக இருக்கிறார். அவர் ஆழ்வார் திருநகரி பகுதியில் எஸ்.சி. காலனி பகுதியைச் சேர்ந்தவர்களைத் தம் வீட்டுக்கு அழைத்து வந்து உபசரித்து அவர்களுக்கு நம்பிக்கை அளிக்க வேண்டும் என முடிவு செய்தார். அதன்படியே பலரை அழைத்து வந்து உபசரித்தார்.

தம் வீட்டில் அம்மா, மனைவி குடும்பத்தினர் அனைவருக்கும் கொஞ்சம் கொஞ்சமாகப் புரியவைத்து தீண்டாமை இல்லை என்பதை எடுத்துரைத்தார். தம் குடும்பத்தினரை எஸ்சி சமுதாயத்தினர் இல்லங்களுக்குப் பலமுறை அழைத்துச் சென்றார்.

கடந்த பத்து ஆண்டுகளாக தனது இல்லத்தில் ஒவ்வொரு ஆண்டும் தீபாவளியின்போது தன் பகுதியில் உள்ள ஏழ்மையான எஸ்சி சமுதாயத்தினரை குடும்பத்தோடு அழைத்து ஒருநாள் முழுக்க தமது இல்லத்தில் விருந்தினராகத் தங்க வைத்து, தீபாவளி கொண்டாடி வருகிறார்.

•

சுவாமி விவேகானந்தர் வெளிநாட்டு சுற்றுப்பயணம் முடித்து இராமநாதபுரம் வந்தபோது நேரடியாக சென்று வரவேற்றவர் மன்னர்

சேதுபதி ராஜா. இந்த சேதுபதி ராஜாவின் மகளை திருமணம் செய்த ஜமீன்தார் பட்டணம் சாமி பரம்பரையில் வந்தவர் ஆத்மநாத சுவாமி அவர்கள். ஆத்மநாத சுவாமி என்று சொன்னால் சுற்றுவட்டாரத்தில் உள்ள எல்லா கிராம மக்களும் இயல்பாகவே கட்டுப்படுவார்கள், மிகுந்த மரியாதை வைத்திருப்பார்கள்.

இராமநாதபுரத்தில் அரண்மனைக்கு சொந்தமான முருகன் கோயில் உள்ளது. அங்கே முக்குலத்தோர் சமுதாயத்தைச் சேர்ந்தவர்கள் ஆத்மநாத சுவாமி உறவினர்கள் அதிகமாக உள்ளனர். பட்டியல் சமூகத்தைச் சேர்ந்த மக்களும் அதிகமாக உள்ளனர்.

ஆண்டாண்டு காலமாக அரண்மனைக்கு சொந்தமான முருகன் கோயிலுக்குள் பட்டியல் சமூகத்தவர்கள் செல்ல அனுமதி இல்லாத சூழ்நிலை நிலவி வந்தது.

இராமநாதபுர அரண்மனையில் ஷாகா கிளை துவக்கப்படுகிறது. ஆத்மநாத சுவாமி அவர்கள் அரண்மனையில் நடைபெறும் ஆர்எஸ்எஸ் தினசரி பண்பு பயிற்சியால் ஈர்க்கப்பட்டு அவரும் ஆர்எஸ்எஸ்-ல் ஐயக்கியமாகிறார்.

இராமநாதபுர மாவட்ட ஆர்எஸ்எஸ் தலைவராகப் பொறுப்பேற்று செயலாற்றினார் ஆத்மநாத சுவாமி அவர்கள்.

ஒருதடவை முதுகுளத்தூர் தாலுக்கா பிரபுக்கலூர் அரண்மனை முருகன் கோயிலில் வழக்கப்படி திருவிழா ஏற்பாடுகள் நடத்தப்பட்டது. அரண்மனை பாத்தியப்படி முதல் மரியாதை பெற வேண்டிய ஆத்மநாத சுவாமி வரவை எதிர்பார்த்து காத்து நின்றார்கள் ஊர் பிரமுகர்கள்.

ஆனால் ஆத்மநாத சுவாமி கோயில் பந்தலுக்குள் வராமல் வெளியே நின்று கொண்டு இருந்தார்.

பிரதான பூஜை நடைபெறும் போது இவரை உள்ளே ஆத்மநாத சுவாமி அழைத்தார்கள். ஆத்மநாத சுவாமி அவர்கள் உள்ளே வராமல் அமைதியாக வெளியே நின்றுகொண்டு இருந்தார்.

‘ஐயா, பூஜை நேரம் ஆகிறது உள்ளே வாங்க’ என்று பலரும் குரல் கொடுத்தனர்.

‘இல்லை நான் வரவில்லை’ என்றார் ஆத்மநாத சுவாமி

‘ஐயா ஏன் ஒன்றும் புரியவில்லையே?’ என்று சொன்னார்கள் ஊர் பெரியவர்கள்.

‘இதோ இந்த இராமநாதபுரத்தை சேர்ந்த பட்டியல் சமுதாயத்திலுள்ள இந்த சகோதரர்கள் எப்போது நம் முருகன் கோயிலுக்கு உள்ளே வந்து நம்முடன் சேர்ந்து சாமி தரிசனம் செய்கிறார்களோ அப்போதுதான் நானும் தரிசனம் செய்வேன்’ என்று உறுதியாகச் சொன்னார் ஆத்மநாத சுவாமிகள்.

அங்கேயே நாட்டாமைகள் சேர்ந்து கூட்டம்போட்டு ஆலோசனை செய்து முடிவு செய்தனர். ஆத்மநாத சுவாமி அவர்கள் சொன்ன பிறகு எங்களுக்கு எந்தவித மறுப்பும் இல்லை என்று கூறினர். ஆத்மநாத சுவாமியோடு பட்டியல் சமூக மக்களையும் புன்னகையோடு வரவேற்று அழைத்து சமமாக கோயிலுக்குள் வர அனுமதித்தனர். அன்றோடு சாதிய ஏற்றத்தாழ்வு அங்கு அகன்றது. இன்றும் ஆர்எஸ்எஸ் தலைவர் ஆத்மநாத சுவாமியின் திருவுள்ளத்தால் பட்டியல் சமூக மக்கள் சகஜமாக கோயிலுக்குள் சென்று வழிபட்டு வருவதைக் காணலாம்.

•

ஆர்எஸ்எஸ் இயக்கத்தினர் 1999ல் சேவாபாரதி தமிழ்நாடு என்ற தொண்டு அமைப்பின் மூலமாக ஆயிரக்கணக்கான சேவைப்பணிகள் செய்து வந்தனர்.

தமிழகத்திலும் பல்வேறு சேவை பணியில் ஈடுபட்டனர். தமிழகத்தில் சேவை பணிகள் அனைத்து இடங்களிலும் நடந்து வந்தாலும் தமிழகத்தில் ஆர்எஸ்எஸ் ஆதிக்க ஜாதிக்காரர்களுக்கு உரியது, இதில் பட்டியல் சமூகத்தினருக்கு இடமில்லை என்று பிரச்சாரம் செய்து வந்தனர் திகவினரும், கம்யூனிஸ்டுகளும்.

இந்த காலக்கட்டத்தில் சேவாபாரதி தமிழ்நாடு அமைப்பின் உண்மையான, நேர்மையான சேவைகளை நேரடியாகப் பார்த்து பரவசமானவர் ஜஸ்டிஸ் கிருஷ்ணசாமி ரெட்டியார் அவர்கள். அவர் சேவாபாரதி தமிழ்நாடு அமைப்பின் தமிழகத் தலைவரானது அனைவரையும் ஆச்சரியப்பட வைத்தது.

ஆர்எஸ்எஸ் அமைப்பின் மூத்த பிரச்சாரக் (முழுநேர ஊழியர்) மற்றும் கோட்ட அமைப்பாளருமான கோவிந்தன் ஜி அவர்கள் அவரது சுற்றுப்பயணத்தில் ஜஸ்டிஸ் வீட்டுக்கு அவரைப் பார்க்க வருகிறார்கள் என்ற தகவல் கிடைத்ததும் ஜஸ்டிஸ் கிருஷ்ணசாமி வீட்டில் ஒரே பரபரப்பு. வருபவர் எங்கே தங்குவார், என்னென்ன விஷயங்கள் கவனிக்க வேண்டும் என்று ஆர்எஸ்எஸ் தொண்டர் களோடு கலந்து ஆலோசித்து ஏற்பாடுகளைச் செய்து வந்தார் நீதியரசர் அவர்கள்.

உயரம் குறைவாக, கறுப்பாக இருக்கும் கோவிந்தன் ஜி அவர்களை வரவேற்று அமரச் செய்து பல விஷயங்கள் பேசினார் நீதியரசர். நீதியரசருக்கு ஒரே ஆச்சரியம். ஆர்எஸ்எஸ்-ல் திருமணம் செய்து கொள்ளாமல் பிரம்மசாரியாக இருக்கும் இவர் நம் வீட்டிற்கு வந்தது எங்களுக்கு பெரும் பாக்கியமே என்று கூறி தன் குடும்பம் அனைவரையும் அறிமுகப்படுத்தி கோவிந்தன்ஜியிடம் ஆசிர்வாதம் வாங்க செய்தார் ஜஸ்டீஸ்.

பேசிக்கொண்டிருக்கும்போது ஜஸ்டீஸ் அவர்கள், கோவிந்தன் ஜியிடம் ஒரு சந்தேகம் கேட்டார். 'ஆர்எஸ்எஸ் இயக்கத்தில் பட்டியல் சமூகத்தவர் யாரும் முக்கியமான பொறுப்புக்கு வர முடியாது, குறிப்பிட்ட சமுதாயம் மட்டுமே வரமுடியும் என்கிறார்களே உண்மையா?' என்று கேட்டார்.

கோவிந்தன் ஜி அமைதியாக புன்முறுவலுடன் அவர் முகத்தைப் பார்த்துக் கூறினார்.

'ஜஸ்டீஸ் ஐயா! முப்பது ஆண்டுகளுக்கு முன்னால் உங்கள் ஊரில் உங்கள் வீட்டுக்கு ஒரு அம்மா அழுக்கு துணி எடுத்து சலவை செய்ய வருவார்களே, நீங்களும் நிறைய உதவி செய்வீர்களே நினைவு இருக்கிறதா?' என்று கேட்டார்.

'ஆமாம். நன்றாக நினைவு இருக்கிறது. ஒருநாள் அந்த அம்மா அவங்க பையனையும் அழைத்து வந்தார். என்ன தம்பி நீ ஸ்கூல் போகலையா என விசாரித்தேன். வசதியின்மையால் படிக்கவில்லை என்று கூறினான். அவர் படிப்புக்கு தேவையான உதவிகளை நான் தான் செய்து கொடுத்தேனே. இப்போது அந்த தம்பி எங்கு இருக்கானோ தெரியவில்லை. வண்ணாத்தி பிள்ளை என்றாலும் அருமையான பிள்ளை' என்றார் ஜஸ்டீஸ்

'ஐயா, தாங்கள் சொன்ன அந்த அருமையான பையன் அடியேன்தான். நான் அதன் பிறகு ஆர்எஸ்எஸ் ஈடுபாட்டால் பிரச்சாரக்காக போய்விட்டேன். இப்போது கோட்ட அமைப்பாளராகத் தங்கள் இல்லம் வந்துள்ளேன்' என்றார் கோவிந்தன் ஜி.

கண்கள் பனிக்க அவரைக் கட்டியணைத்துக்கொண்டார் ஜஸ்டீஸ் அவர்கள்.

•

- 15 -

இறுதியாக....

இதுவரை என் வாழ்வில் நடந்த ஒரு சில சம்பவங்களிலிருந்தும் ஆர்எஸ்எஸ் மற்றும் அதன் பரிவார் அமைப்புகள் எவ்வாறு சமுதாயத்தை ஒருங்கிணைக்கிறது என்பதையும் பார்த்தோம். சாதி வேற்றுமை, தீண்டாமையை எப்படி ஒழித்திருக்கிறது என்பதை பல சம்பவங்கள் மூலம் எடுத்துக்காட்டிருக்கிறேன்.

ஆர்எஸ்எஸ் மற்றும் அதன் பரிவார் அமைப்புகள் வர்ணம், சாதி, தீண்டாமையை ஒழிக்க பிரச்சாரத்தின் மூலமாகவும் களப்பணி மூலமாகவும் எவ்வளவோ பணி செய்திருந்தாலும் கூட ஏன் அவை பொதுவெளியில் பகிர்ந்து கொள்ளப்படவில்லை? அதனால்தானே விமர்சனம் எழுகிறது என்ற பொதுவான ஒரு கேள்வி நமக்கு எழலாம்.

ஆர்எஸ்எஸ் அமைப்பைப் பொறுத்தவரை இதை சேவையாகச் செய்யவில்லை. கடமையாக செய்கிறது. தன் சகோதரர்களுக்கு செய்வதை, தன் நாட்டுக்காக செய்வதை யாராவது விளம்பரப் படுத்திக் கொள்வார்களா? இது விளம்பரத்துக்காகச் செய்யப் படுபவை அல்ல என்பதுதான் சங்கத்தின் கருத்து.

14-3-1954ல் ஸ்ரீகுருஜி இதற்கு விடையளித்து உள்ளார். அவர் கூறுகிறார் :-

> *நாம் எந்த விஷயத்துக்கும் யாருக்கும் பதில் தருவதில்லை என்பதை நாம் கவனத்தில் வைத்துக்கொள்ள வேண்டும். எப்பொழுது அவசியம் ஏற்படுகின்றதோ அப்போது தருவோம்.*

யார் எவ்வித தீர்மானங்கள் நிறைவேற்றினாலும் சரி, யார் எப்படிப்பட்ட நிந்தனைகள் செய்தாலும் சரி நாம் அவற்றுக் கெல்லாம் பதில் சொல்வதில்லை. பிறரைப் பார்த்து நாம் ஒன்றும் செய்வதும் இல்லை. பிறருக்கு பதில் சொல்வதற்காக நாமும் விவாதங்களை எழுப்புவது சரியில்லை. இதற்கு எந்தத் தேவையும்கூட இல்லை. பலமுறை பல ஆபத்துக்களை மௌனமாகவே கடந்து தீர்த்துவிடலாம். பதில் கொடுத்து நாம் ஏன் அவர்களின் வலிமையைப் பெருக்க வேண்டும்? நம்முடைய செயல் மற்றும் செயல்முறையில் முழு நம்பிக்கை வைத்துக் கொண்டு நாம் செயல்பட வேண்டும். யார் நமக்கெதிராக ஏதாவது எழுதுகிறார்களோ அவர்கள் எழுதட்டும். நாம் அவர்களுடைய பிரசாரத்துக்கு மறுமொழி தர மாட்டோம். முழு நம்பிக்கையை இதயத்தில் கொண்டு நமது செயலை நாம் நம்முடைய வழியிலே நல்ல முறையிலே செய்து கொண்டே இருப்போம். நம்முடைய சம்ஸ்காரங்களால் ஒவ்வொரு மனிதனும் சிரேஷ்டமான மனிதனாக வேண்டும் என்று நம் செயலைப் பற்றி நாம் நம்பிக்கை கொள்ள வேண்டும். இந்த நம்பிக்கை நம் இதயத்தில் இருக்கிற காரணத்தினால்தான் பிற விஷயங்களை லட்சியப்படுத்துவ தில்லை. *(ஸ்ரீகுருஜி சிந்தனைக் களஞ்சியம், தொகுதி 2, பக்.205)*

இதுதான் ஆர்எஸ்எஸ் அமைப்பின் கருத்து. விமர்சனங்கள் வந்துகொண்டே இருக்கும். அவற்றுக்கு பதில் சொல்லிக்கொண்டே இருந்தால் களப்பணி செய்ய முடியாது. நாம் நம்முடைய வேலையை - பணியைத் தொடர்ந்து செய்வோம். இதுதான் ஆர்எஸ்எஸ் அமைப்பின் தாரக மந்திரம். விமர்சனங்களைப் புறந்தள்ளிக் கொண்டே சமத்துவத்தை - சகோதரத்துவத்தை - சமுதாய ஒருங்கிணைப்பை அன்று முதல் இன்றுவரை தொடர்ந்து செய்து கொண்டிருக்கிறது ஆர்எஸ்எஸ்.

•

www.ingramcontent.com/pod-product-compliance
Lightning Source LLC
LaVergne TN
LVHW060436051026
849518LV00002B/486
* 9 7 8 8 1 9 4 9 3 2 1 3 0 *